AF758741

சி.சரவணகார்த்திகேயன் (1984)

கிண்டி பொறியியல் கல்லூரியில் கணிப்பொறியியல் கற்று, தற்போது பெங்களூரில் மென்பொருள் பணிபுரிகிறார். ஊர் கோவை- ஈரோடு.

2007ல் குங்குமம் இதழில் கவிப்பேரரசு வைரமுத்து 'ஒருத்தி நினைக்கையிலே...' என்ற இவர் படைப்பை முத்திரைக் கவிதையாகத் தேர்ந்தெடுத்தார். 2009-ல் இவரது முதல் நூலான? 'சந்திரயான்' தமிழக அரசின் சிறந்த நூல் விருது பெற்றது. 2014-ல் சுகன்யா தேவி கோவை பாரதியார் பல்கலையில் செய்த முனைவர் ஆய்வுக்கு ('சமகாலக் கவிதைகளில் சமூகக் கருத்துக்கள்') எடுத்த நூல்களில் 'பரத்தை கூற்று'ம் ஒன்று. 2015-ல் அந்திமழை இதழ் 'நம்பிக்கை நட்சத்திரங்கள்' பட்டியலில் இடம் பெற்றார். 2016-ல் அகம் - பிரதிலிபி நடத்திய 'ஞயம் பட வரை' கட்டுரைப் போட்டியில் முதல் பரிசு பெற்றார். 2017-ல் உயிர்மை வழங்கும் சுஜாதா விருது (இணையம்) பெற்றார். 2018-ல் தினமணி - சிவசங்கரி சிறுகதைப் போட்டியில் இவரது 'பெட்டை' ஆறுதல் பரிசு பெற்றது. 2019ம் ஆண்டுக்கான திருப்பூர் இலக்கிய விருது பெற்றவர்.

குங்குமம் இதழில் 'ச்சீய் பக்கங்கள்' (2012), 'ஆகாயம் கனவு அப்துல் கலாம்' (2015) தொடர்களை எழுதினார். விகடன் தளத்தில் 'ஹலோ... ப்ளூடிக் நண்பா!' என்ற தொடர்பத்தியை எழுதினார் (2019). உயிர்மை, விகடன் தடம், ஆனந்த விகடன், குமுதம், தினமணி கதிர், காமதேனு, அம்ருதா, ஆழம், அகநாழிகை, விளம்பரம் (கனடா) இதழ்களிலும் இவரது படைப்புகள் வெளியாகி இருக்கின்றன. 'தமிழ்' என்ற மின்னிதழ் நடத்துகிறார். அதில் ஜெயமோகன், யுவன் சந்திரசேகர், பெருமாள்முருகன் மூவரையும் நீண்ட நேர்காணல் செய்திருக்கிறார். சிங்கப்பூரில் சிறுகதைப் பட்டறை நடத்தி இருக்கிறார் (2019). இவரது 'மதுமிதா - சில குறிப்புகள்' கதை குறும்படமானது.

www.writercsk.com | www.facebook.com/saravanakarthikeyanc | twitter.com/writercsk

ஆசிரியரின் நூல்கள்

புனைவு

கன்னித்தீவு - 2019 (நாவல்)
மியாவ் - 2018 (சிறுகதை)
ஆப்பிளுக்கு முன் - 2017 (நாவல்)
இறுதி இரவு - 2016 (சிறுகதை)

அபுனைவு

மும்மூர்த்திகள் - 2019 (நேர்காணல்)
96: தனிப்பெருங்காதல் - 2018 (திரைப்படம்)
ஆகாயம் கனவு அப்துல் கலாம் - 2016(ங்அறிவியல்)
வெட்கம் விட்டுப் பேசலாம் - 2014 (வரலாறு)
குஜராத் 2002 கலவரம் - 2014 (வரலாறு)
சந்திரயான் - 2009 (அறிவியல்)

கட்டுரை

ஒரு கோப்பை பிரபஞ்சம் - 2019 (ரசனை)
அநீதிக் கதைகள் - 2019 (சமூகம்)
இந்தி தேசிய மொழியா? - 2019(ங்அரசியல்)
ஐ லவ் யூ மிஷ்கின் - 2019 (திரைப்படம்)
கிட்டதட்ட கடவுள் - 2013 (அறிவியல்)

கவிதை

ரதி ரகசியம் - 2019 (உரை)
தேவதை புராணம் - 2012 (காதல்)
பரத்தை கூற்று - 2010 (சமூகம்)

கட்டுரை (கிண்டில் மின்னூல்)

பெண் + கள் + ஊர் - 2019 (அனுபவம்)
சேர நன்னாட்டிளம் பெண்கள் - 2018 (ரசனை)
பிரியத்தின் துன்பியல் - 2018 (இலக்கியம்)
கமல் ஹாசனின் அரசியல் - 2017 (அரசியல்)

மும்மூர்த்திகள்

ஜெயமோகன் - யுவன் சந்திரசேகர் - பெருமாள்முருகன்

சி.சரவணகார்த்திகேயன்

கிழக்கு

மும்மூர்த்திகள் : ஜெயமோகன் - யுவன் சந்திரசேகர் - பெருமாள்முருகன்

MumMoorthigal : *Jeyamohan - Yuvan Chandrasekar - Perumal Murugan*

C.Saravanakarthikeyan ©

First Edition: December 2019
288 Pages

ISBN 978-93-5135-035-4
Kizhakku 1184

Kizhakku Pathippagam

177/103, First Floor, Ambal's Building, Lloyds Road,
Royapettah, Chennai - 600 014. Ph: +91-44-4200-9603
Email : support@nhm.in Website : www.nhm.in

kizhakkupathippagam kizhakku_nhm

Author's Email id: c.saravanakarthikeyan@gmail.com

writercsk.com saravanakarthikeyanc twitter.com/writercsk

Kizhakku Pathippagam is an imprint of New Horizon Media Private Limited

சமர்ப்பணம்

கோமல் சுவாமிநாதனுக்கும்
பெ. அய்யனாருக்கும்

உள்ளே

முன்னுரை

பகீரதப் பிரயத்தனம்

நேர்காணல் என்பது செய்யப்படுபவரின் ஆளுமை மற்றும் அவரது பணிகள் குறித்த தெளிவான ஒரு குறுக்குவெட்டுத் தோற்றத்தை அளிப்பதாக இருக்கவேண்டும். உயர் நிலைப் பள்ளியில் 'சிறுகுறிப்பு வரைக' கேள்விக்கு எழுதப்படும் பதில் போலிருப்பது நேர்காணலில் சேர்த்தி இல்லை. மேலோட்டமாக ஒருவர் பற்றிய தகவற் தொகுப்பை வழங்க நேர்காணல் அவசியமில்லை; ஓர் அறிமுகக் கட்டுரையே போதுமானது.

தமிழில் கணிசமான இலக்கிய நேர்காணல்கள் இன்று உருப்படியான வாசிப்பு இன்றிக் கூட எடுக்கப்படுவதாக அறிகிறேன். ஒரு படைப் பாளுமையின் ஓரிரு எழுத்துக்களை வாசித்துவிட்டு, அவரது பிற படைப்புகள் பற்றி இருக்கும் பொதுவான கருத்துக்கள், அவர் பற்றி உலவும் வம்புச் செய்திகளை அறிந்துகொண்டு நன்கறியப்பட்ட இலக்கிய இதழுக்கு நேர்காணல் செய்வது கூட இன்று அதிர்ச்சியான அல்லது ஆச்சரியமான சங்கதியல்ல. அது சிறப்பான நேர்காணல் என்று பாராட்டப்படவும் செய்கிறது.

என்வரையில் ஒரு நல்ல இலக்கிய நேர்காணல் என்பது அந்த ஆளுமையின் புதிய வாசகருக்கு அவரை வாசிக்கும் அழுத்தமான உந்துதலைத் தரவேண்டும்; ஏற்கனவே அவரைக் கொஞ்சம் வாசித்திருப்பவருக்கு அவரது பிற படைப்புகள் அல்லது வேறு முகங்கள் குறித்த வெளிச்சத்தை அளிக்கவேண்டும்; அவரது ஆழமான வாசகருக்கோ அவர் பற்றிய புதிய தரிசனத்தை, அவரெழுத்துக்கள் குறித்த மற்றொரு கோணத்தை முன்வைக்கவேண்டும். அவ்வகையில் கவிதை போல், சிறுகதை போல், நாவல் போல் நேர்காணலையும் புத்தனுபவம் நல்கும் கலை வடிவமாகவே பார்க்கிறேன்.

எழுத்தாளர்களை விரிவாய் நேர்காணல் செய்வது என்பதைப் பிரபலப்படுத்தியது The Paris Review இதழ்தான். மார்குவேஸ், லூயி போர்ஹே, எஸ்ரா பவுண்ட், விளாடிமிர் நபோகோவ், ஹெமிங்வே, டிஎஸ் எலியட், பாப்லோ நெரூதா, ராபர்ட் ஃப்ராஸ்ட் எனப் புகழ்மிக்க, பொருட்படுத்தத்தக்கப் பலரது நேர்காணல்களை அது வெளியிட்டது. இன்றுவரை தொடர்ந்து அதையே தன் பிரதான முகமாகக்கொண்டு செயல்பட்டு வருகிறது.

இதன் ஆசிரியர்களுக்குப் பெரும் எழுத்தாளர் படைப்புளைத் தம் இதழில் வெளியிட ஆசை வர, ஆனால் அவர்களுக்கு உரிய சன்மானம் தர இயலாது என்ற சூழலில் எழுத்தாளர்களின் நேர்காணலை வெளியிடலாம் என்று தீர்மானித்திருக்கிறார்கள்.

'தமிழ்' இதழ் கூட அப்படித்தான்! இலவச இதழ் என்பதால் அதில் எழுதுபவருக்குச் சன்மானம் இல்லை. அஃதின்றிப் பேரெழுத்தாளர் களின் படைப்புகளைக் கேட்பதில் சங்கடம் இருந்தது. அவ்விடத்தைத்தான் நேர்காணல்கள் எடுத்துக்கொண்டன.

தமிழில் நேர்காணலுக்கென ஒரு பெரும் பாரம்பரியம் இருக்கிறது. எனக்குத் தெரிந்து 1991 முதல் 1995 வரை வெளியான சுபமங்களா இதழுக்கென - அதை ஓர் இடைநிலை இதழ் என்று கூட வரையறுக்க முடியாது, ஆரம்பத்தில் அவ்வப்போது நடிகைகளின் படங்களை அட்டையில் போட்ட கலவையான இதழாகவே வெளிவந்திருக் கிறது - அதன் ஆசிரியர் கோமல் சுவாமிநாதன் ஒவ்வொரு இதழிலும் அப்போதைய ஆளுமைகளை எடுத்த- ஈஎம்எஸ், சுந்தர ராமசாமி, நீல.பத்மநாபன், வண்ணநிலவன், சுஜாதா, பிரபஞ்சன், சுப்புடு, சிவசங்கரி, வாஸந்தி, சு.சமுத்திரம் உள்ளிட்டோர்- நேர்காணல்கள் தான் இதன் அழுத்தமான தொடக்கம் எனக் கருதுகிறேன். (அசோகமித்திரன் குங்குமம் இதழில் எழுதிய 'நடைவெளிப் பயணம்' தொடரில் 'பேட்டி' என்பதற்குப் பதிலாக 'நேர்காணல்' என்ற சொல்லை அறிமுகம் செய்ததே கோமல்தான் என்கிறார்!) அந்த இதழின் உதவி ஆசிரியர் இளையபாரதியின் முயற்சியில் இந்த நேர்காணல்கள் எல்லாம் 'கலைஞர் முதல் கலாப்ரியா வரை' என்ற நூலாகத் தொகுக்கப்பட்டன.

காலச்சுவடு இதழ் 1995ல் மீண்டும் தொடங்கப்பட்டபோது தமிழின் நேர்காணல் பாரம்பரியம் மேலும் ஆழப்பட்டது. ஆற்றூர் ரவிவர்மா, எஸ். ராமகிருஷ்ணன், சின்னக் குத்தூசி, சேரன், ரமேஷ்-பிரேம், கே. சச்சிதானந்தன், அம்பை, குலசிங்கம் போன்றோரின் விரிவான நேர்காணல்கள் இடம்பெற்றன. இவை 'காலச்சுவடு நேர்காணல்கள்' (1995-1997), 'உண்மை சார்ந்த உரையாடல்' (1998-1999), 'காலச்சுவடு

நேர்முகம்' (2000-2003) ஆகிய மூன்று தொகுதிகளாக நூலாக்கம் பெற்றிருக்கின்றன.

1999ல் 'சொல் புதிது' இதழை ஜெயமோகன் தொடங்கியபோது சூத்ரதாரியுடன் இணைந்து அவர் பல ஆளுமைகளை அதில் நேர்காணல் செய்தார். அசோகமித்திரன், இந்திரா பார்த்தசாரதி, ஜெயகாந்தன், அ.முத்துலிங்கம், பாவண்ணன், எம்.யுவன் ஆகியோர் இதில் அடங்குவர். 'இலக்கிய உரையாடல்கள்' என்ற பெயரில் இவை நூலாக வெளிவந்திருக்கிறது. அந்நூலின் முன்னுரையில் 'எழுத்தும் உரையாடலும் ஒன்றையொன்று பூர்த்தி செய்து கொள்பவை. இவ்விரண்டும் சேர்ந்தே ஒரு படைப்பாளியின் முழுமையான தரிசனத்தைத் தர முடியும்' என்கிறார் சூத்ரதாரி.

2010ல் பெ. அய்யனார் 'த பாரிஸ் ரெவ்யூ'வை முன்மாதிரியாகக் கொண்டு நேர்காணல்களை வெளியிடவென்றே 'நேர்காணல்' என்ற இதழைத் தொடங்கி ஈராண்டுகள் நடத்தினார். ந.முத்துசாமி, வண்ணநிலவன், நாசர், வெ.ஸ்ரீராம், பி.கிருஷ்ணமூர்த்தி ஆகியோரை நேர்காணல் செய்தார். (இவை சொல்லிலிருந்து மௌனத்திற்கு, அலையும் நினைவுகள் என்ற தொகுப்புகளாகின.) இதழில் 90% நேர்காணல் ஆக்கிரமித்திருக்கும். வடிவரீதியில் இதுவே 'தமிழ்' மின்னிதழுக்கு முன்னோடி.

பிறகு குமுதம் தீராநதி, இப்போது விகடன் தடம் இரண்டுமே நேர்காணல்களுக்கு முக்கியத்துவம் கொடுத்தன. இந்தியா டுடே, ஆனந்த விகடன், தி இந்து போன்ற இலக்கிய இலக்கற்ற பத்திரிக்கைகளிலும் நல்ல நேர்காணல்கள் வந்திருக்கின்றன. (கடந்த ஐந்தாறு ஆண்டுகளில் சமஸ் எடுத்த நேர்காணல்கள் எனக்கு உவப்பானவை.)

தமிழில் சில நீண்ட நேர்காணல்கள் இதற்கு முன் எடுக்கப்பட்டிருக்கின்றன. பொன்.வாசுதேவனின் அகநாழிகை இதழில் ஸ்டாலின் ராஜாங்கத்தை தி.பரமேசுவரி செய்த நேர்காணல் டெமி அளவில் 54 பக்கங்கள் - 11,495 வார்த்தைகள். வசந்தி தேவியை சுந்தர ராமசாமி செய்த நேர்காணல் 'தமிழகத்தில் கல்வி' என்ற பெயரில் தனி நூலாகவே வந்துள்ளது (காலச்சுவடு வெளியீடு). லீனா மணிமேகலையின் நேர்காணல் ஒன்று (எடுத்தது - எஸ். சண்முகம் - பாலசுப்ரமணியம் பொன்ராஜ்) தனி நூலாக வெளியாகியுள்ளது ('மொழி என் எதிரி' - கலைஞன் பதிப்பகம்). முபின் சாதிகா நெறியாள்கையில் எஸ்.சண்முகம் எடுத்த நாகார்ஜுனனின் நேர்காணல் 'மறுதுறை மூட்டம்' என்ற பெயரில் நூலாக வந்திருக்கிறது (கலைஞன் பதிப்பகம்). இம்மூன்று நேர்காணல் நூல்களின் பக்க / சொற்கள் எண்ணிக்கை குறித்துத் தெரியவில்லை.

நேர்காணலின் நீளம் அதன் தரத்தையோ ஆழத்தையோ முக்கியத் துவத்தையோ அளவிடுவதில் நேரடிப் பங்கு வகிப்பதில்லை என்பதை உணர்ந்தே இருக்கிறேன். ஆனால் நேர்காணலின் விரிவை அளவிட ஓர் எல்லை வரை அதன் நீளம் பயன்படும் என எண்ணுகிறேன். பெருமாள்முருகன் நேர்காணல் 25,338 சொற்கள் கொண்டது. தமிழ் மின்னிதழ் வடிவில் 79 பக்கங்கள் வந்தன. கிட்டத்தட்ட ஒரு நாவலின் அளவு. ஒருவேளை இது தமிழின் மிக நீண்ட நேர்காணலாய் இருக்கலாம். (யுவனுடையது 59 பக்கங்கள் - 17,910 சொற்கள்; ஜெயமோகனுடையது 46 பக்கங்கள் - 13,650 சொற்கள்.)

'தமிழ்' மின்னிதழ் தொடங்கவேண்டும் என்ற விதை 2014ம் ஆண்டின் பிற்பகுதியில் மனதில் விழுந்தபோது அதோடு சேர்ந்தே எடுத்த இரு முடிவுகள்: 1) ஒவ்வொரு இதழிலும் ஒரு பேரெழுத்தாளுமையின் விரிவான நேர்காணல் இடம் பெறவேண்டும். 2) அப்படி நேர்காணல் செய்யப் போகும் முதல் மூன்று படைப்பாளிகளின் பட்டியல்.

அப்படி நினைக்கக் காரணம் இருந்தது. இந்த மின்னிதழுக்கான தேவை என்ன? வழக்கமான இன்னோர் இதழாக அல்லாமல் இதன் தனித்துவமாக - அதாவது இந்த இதழ் இல்லையெனில் அது நடை பெறாது என்பது மாதிரி - சில விஷயங்கள் இருக்கவேண்டும் என்றெண்ணினேன். அவற்றில் முக்கியமானது விரிவான ஆழமான நேர்காணல்கள். அதற்கு நான் தேர்ந்தெடுத்தது 90களில் எழுத வந்தவர்களை. அவர்களே என் வாசிப்பில் பிரதான ஆதிக்கம் செலுத்துபவர்களாக இருந்தனர்.

அப்படித்தான் இச்சமகாலத் தமிழிலக்கிய மும்மூர்த்திகளை நேர்காணல் செய்தேன்.

இந்த நேர்காணல் முயற்சிகளில் இன்னொரு சுயநலமும் இருந்தது. அது குறுநில மன்னர்கள் சக்ரவர்த்தியிடம் பேசி ஆளக் கற்றுக் கொள்வது போல் ஒரு படைப்பாளியாய் எனக்குள் இருக்கும் முரண்களை (Internal Conflicts) அவர்களிடம் உரையாடித் தெளிவு பெறுவது. அதற்கு அவர்களின் படைப்புகளை ஒரு கருவியாகப் பயன்படுத்திக் கொள்வது. பெரும்பாலும் அது நடந்தேறியது என்றே சொல்வேன்.

சற்று கவனித்தால் இந்த நேர்காணல்களின் கேள்விகளில் ஆங்காங்கே என்னைப் பற்றிய உதாரணங்களை முன்வைத்தும் கேள்விகள் இருக்கும். அதற்கு இதுவே காரணம்.

இந்த மூன்று நேர்காணல்களில் இரண்டு அந்த எழுத்தாளர்களுடன் நேரில் உரையாடி எடுக்கப்பட்டவை. ஜெயமோகனுடையது

மின்னஞ்சல் வழி எடுக்கப்பட்டது. ஆனால் அதுவும் நிச்சயம் நேராக எடுக்கப்படும் பேட்டியின் நுண்மைக்கு இணையானதே. நான் கேள்விகள் முதலில் அவருக்கு அனுப்பி, பதில்கள் பெற்ற பின், அப்பதில்களிலிருந்து கிளைக் கேள்விகள், சந்தேக நிவர்த்தி என்று குறைந்தது மூன்று முறை பேசப்பட்ட பின்பே நேர்காணலின் ஒவ்வொரு பதிலும் அதன் நடப்பு வடிவத்தை அடைந்தது.

உண்மையில் எல்லா நேர்காணல்களையும் அப்படியாய் மின்னஞ்சல் வழி எடுப்பதுதான் என் ஆரம்பத் திட்டம். முதல் பேட்டி அதற்கான நம்பிக்கையையும் அளித்தது. தவிர, மின்னிதழ் என்பதால் எல்லாமே மின் வழியாகவே நிகழவேண்டும் என் எண்ணினேன். அது போக, எப்போதும் எனக்கு எழுத்தாளுமைகளை நேரில் சந்திப்பதில் ஒருவிதமனவிலக்கம் இருந்தது. அதை உடைத்தவர் யுவன் சந்திரசேகர்.

அவரை நேர்காணலுக்கு அணுகியபோது ஓர் எழுத்துப் பணியில் மூழ்கி இருந்ததால் இரண்டு திட்டங்களை முன்வைத்தேன். முதலில் நான் என் கேள்விகளை அனுப்புவேன். கிடைக்கும் இடைவெளியில் அவர் பதிலளிக்கலாம். குறிப்பிட்ட தேதி வரை அவரால் எதற்கும் அல்லது எல்லாவற்றுக்கும் பதில் அளிக்க முடியவில்லை என்றால் நான் சென்னை சென்று அவரை நேரில் சந்தித்துப் பதில்களைப் பெறுவது. அவர் ஒப்புக்கொண்டார். ஆனால் மர்ஃபி விதிப்படி அவரால் எழுத முடியவில்லை. சந்தித்தேன். கிட்டத்தட்ட முக்கால் பகல் நீண்ட அது மிகப் பிடித்தமான அனுபவமாக அமைந்தது.

முதலிரண்டும் அடுத்தடுத்த காலாண்டுகளில் நேர்ந்து விட, மூன்றாவதாய் பெருமாள் முருகனை நேர்காணல் செய்ய ஒன்றரை ஆண்டுகள் காத்திருக்க வைத்தது தமிழ்ச் சமூகம். காரணம் நான் நேர்காணலுக்குக் கேட்டபொழுது அவர் தான் இனி எழுதுவதில்லை என அறிவித்திருந்தார். அதையொட்டி அவருக்கு ஒரு சிறப்பிதழ் கொணர்ந்தேன். பிறகு அவர் எப்போது நேர்காணல் தரத் தீர்மானித்தாலும் அழைக்கும்படிச் சொன்னேன். 2016 இறுதியில் அவர் மீண்டும் எழுதவும், பொதுவெளியில் புழங்கவும் தீர்மானித்த போது என்னை அழைத்தார். என் பணிகளுக்கிடையே அது தாமதமாகி இந்த ஆண்டுதான் சாத்தியமானது. நாமக்கல்லில் ஒரு முழுப்பகல் நீண்ட அந்த நேர்காணல்தான் நான் எடுத்ததில் ஆகப் பெரியதும் பெரும் நிறைவைத் தந்ததும் என்று சொல்வேன். (இத்தனைக்கும் அவர் சிலபல கேள்விகளைத் தவிர்த்துவிட்டார்.)

இந்த மூன்று நேர்காணல்களுக்குமே நான் ஒரு தவம் போலத்தான் தயாரானேன். அதுவரை படிக்காமல் விடுபட்டிருந்த அவர்களின் எழுத்துக்களைத் தேடி வாசித்தேன். அத்தனையும் என்று சொல்ல முடியாவிட்டாலும் எழுத்தாளர்களின் பெரும்பாலான எழுத்துக் களைப் படித்து உள்வாங்கிக் கொண்ட பின்பே கேள்விகள் தயாரித்தேன். அவர்களின் முந்தைய நேர்காணல்களைப் படித்து ஏற்கெனவே பேசியவற்றை முடிந்த அளவு தவிர்த்தேன். அவர்கள் தனி வாழ்க்கை பற்றிய செய்திகளையும் வாசித்தேன். (உதாரணமாய் பெருமாள்முருகனைச் சந்திக்கச் சென்றபோது மாதொருபாகன் வழக்கில் உயர்நீதிமன்றம் அளித்த தீர்ப்பைக்கூட வாசித்து விட்டுத்தான் சென்றேன்.)

நான் ஏதும் சொல்லிக் கொள்ளாவிட்டாலும் யுவன் சந்திரசேகர், பெருமாள்முருகன் இருவருமே ''நேர்காணலுக்கு வாசித்து வந்திருக்கிறீர்கள்'' என ஆச்சரியம் காட்டினர்.

நேரடியாய் எடுக்கப்படும் நேர்காணல்களில் ஓர் உபத்திரவம் அவற்றின் ஒலிப்பதிவை ஓட விட்டு முதலில் எழுத்து வடிவிற்கு மாற்றவேண்டும். (நான் Smart Recorder என்ற ஆன்ட்ராய்ட் செயலியைப் பயன்படுத்தினேன்.) சூழல் சப்தங்களால் சரியாகக் காதில் விழாத பகுதிகளை அவர்களிடம் கேட்டு தெளிவுபடுத்திக் கொள்ளவேண்டும். அவர் பேசியது பேச்சு மொழியில் இருந்தால் அதை எழுத்து மொழிக்கு மாற்றவேண்டும். இது சொற்திருத்தம் மட்டுமல்ல, சமயங்களில் ஓட்டத்தையே (flow) திருத்தி சீர்படுத்த வேண்டும். பேசும்போது பொதுவாய் நாம் discrete-ஆகவே பேசுவோம். வாக்கியம் இப்படித் தொடங்கி இப்படி முடிய வேண்டும் என்ற இலக்கணங்களை எல்லாம் பின்பற்ற மாட்டோம். இதைச் சீராக்கவேண்டும். அப்புறம் அவற்றில் மிஞ்சும் பிழைகளைக் களையவேண்டும். கடைசியாய் மீண்டும் எழுத்தாளரிடம் இறுதி வடிவைக் காட்டி ஒப்புதல் பெறவேண்டும். (எழுத்தாளர் சொல்ல விழையாத ஒரு விஷயம் தவறானகடத்தல் அல்லது புரிதல் காரணமாக ஒருபோதும் நேர்காணலில் இடம் பெற்று விடக்கூடாது என உறுதியாக இருந்தேன்.) இதற்கு அசுர உழைப்பு தேவை.

நான் கேளாமலேயே உதவச் சில நண்பர்கள் முன்வந்தார்கள். ஆனால் எதையும் எடுத்துக் கொள்ளவில்லை. முழுக்க நானே எல்லா விஷயங்களையும் செய்தேன். இதில் நான் முக்கியமான விஷயமாகக் கருதுவது, என் நேரத்தை, சிந்தையை, உழைப்பைச் செலவிட்டதை அல்ல; என் திட்டத்திலிருக்கும் மற்ற படைப்புகளை விடுத்து அல்லது ஒத்திப் போட்டுவிட்டு அவ்வப்போது இதில் இறங்கியதைத்தான்.

என்னை நம்பித் தம் நேரத்தைச் செலவிட்ட மும்மூர்த்திகளுக்கும் நன்றி நவிலக் கடமையுண்டு. இதழுக்கு முதல் நேர்காணல் தந்தது போக, 'தமிழ்' மின்னிதழைப் பல தருணங்களில் ஜெயமோகன் ஊக்கப்படுத்தினார். என்றும் என் பேரன்பு அவருக்கு.

நான் இதுவரை செய்த மொழிப் பங்களிப்புகளில் இதையே முதன்மையானதாகக் கருதுகிறேன். கிழக்குப் பதிப்பகத்தின் வழி இந்நேர்காணல்கள் நூலாக்கம் பெறுவது நிறைமகிழ்ச்சி. இதன் வழி இவை இணைய எல்லை தாண்டியும் சென்று பரவட்டும்.

பெங்களூரு **சி.சரவணகார்த்திகேயன்**

9- நவம்பர்-2017 c.saravanakarthikeyan@gmail.com

எழுத்து ஒரு நிகர்வாழ்க்கை எனக்கு!

ஜெயமோகன்

தமிழ்ச் சூழலில் ஜெயமோகனுக்கு அறிமுகம் அவசியமில்லை. சமகாலத்தில் மட்டுமல்லாது ஒட்டு மொத்த நவீனத் தமிழ் இலக்கியத்தை எடுத்துக் கொண்டாலும் தவிர்க்கவியலாத பங்களிப்பை ஆற்றி இருப்பவர். எழுத்தாளர் மட்டுமல்ல, சிந்தனையாளரும் கூட. 'தமிழ்' மின்னிதழ் தொடங்க யோசனை எழுந்ததும் முதல் இதழில் ஜெயமோகனின் விரிவான நேர்காணல் இடம் பெறவேண்டும் என்பதும் சேர்ந்தே முடிவானது.

இது ஒரு மின்காணல் (electronic interview). மின்னஞ்சலில் நான் கேள்விகளை அனுப்ப, அவர் பதிலிலளித்து, அதனடிப்படையில் புதுக் கேள்விகள் முளைத்து, அவற்றுக்கான விளக்கங்கள் என உருவான ஒன்று. பதிலளிக்கையில் முகபாவங்கள் என்ன, எங்கே யோசிக்கிறார் என்பன போன்ற விஷயங்கள் இதில் பதிவாகாது என்பது குறைதான் எனினும் சொல்ல விரும்பியதைத் திரிபடாமல் அப்படியே கொண்டு சேர்க்க பேச்சைவிட எழுத்தே துல்லியமான வழி. தவிர, மின்னிதழுக்கு 'மின்காணல்'தானே பொருத்தம்!

முதலில் இயல் விருதுக்கு வாழ்த்துக்கள். நீங்கள் எழுத வந்து 30 ஆண்டுகள் பூர்த்தியாகப் போகிறது.

இன்று சமகாலத் தமிழ் எழுத்தாளர்களில் உச்சபட்ச ஸ்தானம். எப்படி உணர்கிறீர்கள்? இந்த நீண்ட பயணம் குறித்து என்ன நினைக்கிறீர்கள்? எழுத்தில் சாதித்து விட்டதாகத் தோன்றுகிறதா?

எழுதவந்து 30 ஆண்டுகள் என்று சொல்வதைவிட அறியப்பட்டு முப்பதாண்டுக்காலம் என்று சொல்லலாம் எனத் தோன்றுகிறது. நான் எழுத ஆரம்பித்தது எழுத்துக்கள் தெரிந்த நாளில் இருந்தேதான். என் அம்மா என்னிடம் கதை எழுதிக் காட்டும்படிச் சொல்வதுண்டு. பிரசுரமானது எட்டாம் வகுப்பில் படிக்கையில். ஒருபோதும் எழுத்தாளன் அன்றி பிற அடையாளங்களை நான் ஆசைப்பட என் அம்மா விரும்பியதில்லை. நான் அவரது கனவின் உருவாக்கம்.

சமகாலத் தமிழ் எழுத்தாளர்களில் முதலிடம் என நான் நினைக்க வில்லை. எழுத்து என்பது அப்படி கறாராக வகுக்கப்படத்தக்கது அல்ல. வெவ்வேறு எழுத்தாளர்களால் வெவ்வேறு இடங்கள் நிரப்பப்படுகின்றன. அது ஒரு கம்பளம் போல பலநூறு பேரால் நான்கு திசையிலும் பின்னி விரித்துச் செல்லப்படுகிறது. நான் என் இடத்தை நிறைக்கிறேன்.

எழுத்தில் சாதித்துவிட்டதாகத் தோன்றியபின் எழுதவே முடியாது. இதை ஒப்புக்காகச் சொல்லவில்லை. உண்மையிலேயே ஐம்பதுக்கும் மேல் வயதாகும்போது உங்களுக்கும் இது தெரியும். எழுத எழுத எழுதுவதற்கான இடம் தெரிந்துகொண்டே இருக்கும். அப்படித் தெரியாமலாகும்போது நின்று விடுகிறோம். அப்போதுதான் திரும்பிப் பார்க்கிறோம்.

அதுவரை எழுத்து என்பது மொழிவழியாக மெல்லமெல்ல உருவாக்கிக்கொள்ளும் ஒரு கனவில் வாழ்ந்திருப்பதுதான். வாசகர்களுடன் சேர்ந்து நிகழும் ஒரு கூட்டுக்கனவு அது. எழுத்து உருவாகி வரும்போது நாம் நம்மை இழந்து அதற்குள் நுழையும் போது வாழ்க்கை பலமடங்கு ஒளியும் விரிவும் கொண்டதாக ஆகிறது. அந்த இன்பமே எழுதுவதற்கான உத்வேகத்தை அளிக்கிறது. மற்றபடி அதில் சாதனை என ஏதுமில்லை.

ஆனால் இளம் வயதில் இருப்பவர்களிடம் அதைச் சொல்லிப் புரிய வைக்க முடியாது. அவர்கள் சாதனைகளையே குறிவைப்பார்கள். அவர்களே எழுதி எழுதி அதைக் கண்டுபிடிக்கவேண்டியதுதான்

உங்கள் இளமை வாழ்க்கை, இலக்கியத்தில் நாட்டம் வந்தது குறித்துச் சொல்லுங்கள். உங்கள் நண்பன், பெற்றோரின் தற்கொலை உங்கள் வாழ்க்கையை எப்படி பாதித்தது? எழுத அது காரணமா?

நான் எப்போதுமே எழுத்தாளனாகவே உணர்ந்திருக்கிறேன் என்று சொன்னேன். அது என் அம்மாவால் எனக்கு அளிக்கப்பட்ட இலக்கு. எழுத்தாளன் ஆகவேண்டுமென்றால் வாசிக்கவேண்டும் என அம்மா சொன்னார்கள். சுட்டுவிரல் தொட்டு வாசிக்கும் வயதிலேயே நூல்களை அறிமுகம் செய்தார்கள்.

மிக இளம்வயதிலேயே நான் வாசிக்க ஆரம்பித்துவிட்டேன். எப்போதுமே மிகச்சிறந்த வாசகனாகவே என்னை உணர்ந்திருக் கிறேன். இளம்வயதில் எல்லாவற்றையும் வாசித்துத் தள்ள வேண்டுமென்ற வெறி இருந்தது. இன்று அது இல்லை. அப்போது புனைவுகளை வாசித்துக்கொண்டே இருந்தேன். அக்கனவு அறு படாமல் தேவைப்பட்டது. இன்று நானே புனைவுகளை உருவாக்கிக் கொள்கிறேன். ஆகவே வரலாறு, தத்துவம்தான் நான் இன்று அதிகமாக வாசிப்பவை.

வாசிப்பே என்னை எழுத்தாளனாக உருவாக்கியது. மொழிக்குள் வந்து விழுந்தேன். எழுதத் தொடங்கினேன். நடுவே அலைச்சலில் இருந்த சிலவருடங்கள் தவிர எப்போதுமே எழுதிக்கொண்டுதான் இருந்திருக்கிறேன். எழுத்து என்னை எப்போதும் பேணியிருக்கிறது. பட்டினி கிடக்கவிட்டதில்லை. இளவயதில் அற்புதமான பாலியல் கதைகளை எழுதியிருக்கிறேன் என நினைக்கையில் புன்னகை வருகிறது. எழுத்து ஒரு நிகர்வாழ்க்கை எனக்கு.

நண்பன் ராதாகிருஷ்ணன் தற்கொலை செய்துகொண்டதும் சரி, அம்மாவின் தற்கொலையும் சரி, அடிப்படை வினாக்களை நோக்கிச் செலுத்தின. மரணம் பற்றி, வாழ்க்கையின் சாரம் பற்றி. அவை நிகழாமலிருந்திருந்தால் என் எழுத்திலும் எளிய சமூகவியல் வினாக்களும் வாழ்க்கைச் சித்திரங்களும் மட்டும் இருந்திருக்கலாம். அவ்வினாக்கள் வழியாக நான் ஆன்மீகம் நோக்கிச் சென்றேன். தத்துவத்தைக் கற்றேன். ஆழ்படிமங்களை தியானித்தேன். இன்றுள்ள அகநிலையை அடைந்தேன்.

இன்று எழுதுவதற்கு எது காரணம்? பிச்சையெடுக்கும் துறவியாக திருவண்ணாமலையில் இருந்த நாட்களில் என்னுடன் ஒரு முதிய துறவி இருந்தார். பேசமாட்டார். ஒருவேளை பிச்சை எடுத்து உண்பார். தனியாகவே இருப்பார். ஒருநாள் அவர் என்னிடம் நல்ல ஆங்கிலத்தில் பேசத் தொடங்கினார். நான் ஒருபோதும் துறவையோ யோக மார்க்கத்தையோ தேர்ந்தெடுக்க முடியாது என்றார். 'நீ கற்பனை உள்ளவன். கற்பனை யோக மார்க்கத்திற்கு உரியது அல்ல. அது பெருகிப்பெருகி யோக அனுபவத்தையே கற்பனையில் அடையத் தொடங்கிவிடும். சென்றுவிடு' என்றார்.

‘நான் என்ன செய்யவேண்டும்?’ என்றேன். ‘கற்பனைதான் உன் வழி. தேடுவதும் கண்டடைவதும் அதன் வழியாகவே நிகழமுடியும்’ என்றார். அதுதான் நான் இன்று எழுதிக்கொண்டிருக்க காரணம். எனக்கு இது ஒருவகை யோகம். ஞானயோகம் என இன்னும் கச்சிதமாகச் சொல்வேன்.

உங்கள் குரு நித்ய சைதன்ய யதி பற்றிக் கூறுங்கள். எந்த வகையில் அவர் உங்கள் ஆளுமையின் உருவாக்கத்தில், சிந்தனை முறைகளில் பங்கு வகித்தார்? (‘குருவும் சீடனும்’ நூல் முன்னுரையிலும் உங்களின் வெவ்வேறு கட்டுரைகளிலும் காணக் கிடைக்கிறது எனினும் சுருக்கமாக விவரியுங்கள்.)

எப்போதுமே ஆசிரியர்களைத் தேடி அலைந்துகொண்டிருந்தவன் நான். இளமையிலேயே நல்ல ஆசிரியர்களும் எனக்கு அமைந்தார்கள். ‘குருசாகரம்’ என ஓ.வி.விஜயன் ஒரு நாவல் எழுதியிருக்கிறார். குரு என்பவர் ஒரு கடல். அலைகளைத்தான் தனிமனிதர்களாகப் பார்த்துக் கொண்டிருக்கிறோம். எனக்கு இளமையில் தமிழ் கற்றுத்தந்த தமிழாசிரியர்கள், நான் பயணங்களில் கண்டடைந்த துறவிகள் அனைவருமே ஆசிரியர்களே.

நான் மலையாளக் கவிஞர் ஆற்றூர் ரவிவர்மாவை என் முதன்மையான ஆசிரியராகச் சொல்வேன். நவீன இலக்கியத்திற்கு என்னை அவர்தான் வழிநடத்தினார். பி.கே.பாலகிருஷ்ணன், எம்.கோவிந்தன் போன்றவர்களும் எனக்கு முக்கியமானவர்கள். சுந்தர ராமசாமி, ஞானி இருவரையும் அக்காலத்தில் சந்தித்தேன். இருவருமே எனக்கு இருவகையில் ஆசிரியராக அமைந்தவர்கள். நவீன இலக்கியத்தின் நெறிகளை சுந்தர ராமசாமியிடமிருந்தும் கோட்பாடுகளை ஞானியிடமிருந்தும் கற்றுக்கொண்டேன். பேராசிரியர் ஜேசுதாசன் செவ்வியல் நூல்களை அணுகுவதற்குக் கற்பித்தவர். அவரது மாணவரான வேதசகாயகுமார், அ.கா.பெருமாள் ஆகியோரும் என் ஆசிரியர்களே.

ஆசிரியர் என்பதிலிருந்து ஒரு படி மேலானவர் குரு. ஆசிரியர் ஒரு துறையில் நமக்கு கல்வியளிப்பவர். குரு நம்மை முழுமை நோக்கி வழிநடத்துபவர். ஆசிரியர்கள் கல்வியை அளிக்கிறார்கள். குரு நம்முள் உள்ள கற்கும் அகத்தை முழுமை செய்கிறார். ஆசிரியர்கள் பாடங்களைச் சொல்லித் தருகிறார்கள். குரு படிப்பதைச் சொல்லித்தருகிறார். நித்யா எனக்கு அப்படிப்பட்டவர்.

நான் தொடர்ந்து பல துறவிகளை, ஞானிகளைச் சென்று சந்தித்துக் கொண்டே இருந்தவன், பெரும்பாலும் ஏமாற்றம். சிலர்

எனக்குரியவர்கள் அல்ல என்று உணர்ந்தேன். எனக்குரிய குரு இலக்கியமும் தத்துவமும் இசையும் அறிந்தவராக, அறிவார்ந்தவராக, சிரிப்பவராகவே இருக்கமுடியும் என நித்யாவைச் சந்தித்த பின்னரே உணர்ந்தேன்.

நித்யாவை முதன்முதலாகக் கண்ட ஐந்தாவது நிமிடத்திலேயே அவரை அடையாளம் கண்டுகொண்டேன். ஊட்டி நாராயண குருகுலத்தில் அதிகாலையில் மலர்களைப் பார்த்தபடி நடைசெல்லக் கிளம்பிக்கொண்டிருந்த முதிய மனிதர் அப்போது பிறந்த குழந்தை போல புத்தம்புதியவராக இருந்தார். அந்தக் கணத்தை இப்போது கண்மூடினாலும் பார்க்க முடிகிறது.

ஆனாலும் நான் அவரை சோதனை செய்தேன். அவரது கல்வியை, நேர்மையை, சமநிலையை, விவேகத்தை, ஆன்ம ஞானத்தை. அது அவருக்கும் தெரியும். வேடிக்கையாக அவர் அதற்குத் தன்னை ஒப்புக் கொடுத்தார். ஒருகட்டத்தில் என்ன செய்துகொண்டிருக்கிறேன் என்ற வியப்பு ஏற்பட்டது. நான் அவருக்கு என்னை ஒப்புக்கொடுத்தேன்.

என் ஆசிரியர்கள் எனக்குக் கற்பித்தார்கள், என்னை வளர்த்தார்கள். குரு என்னை உடைத்தார். அவமதிப்பும் சிறுமையும் கொண்டு கண்ணீர் சிந்தியிருக்கிறேன். இனி இவருடன் இல்லை எனப் பாதியில் கிளம்பிச் சென்றிருக்கிறேன். எனக்குப் பேச்சை கவனிக்கத் தெரியவில்லை என அவர்தான் காட்டித்தந்தார். நினைவில் நிறுத்தத் தெரியவில்லை என்பதைக் காட்டித் தந்தார். திட்டமிட்டுச் செயல் படவும் எடுத்த காரியத்தை முடிக்கவும் அவர்தான் கற்றுத் தந்தார். அதைவிட முக்கியமாக, சீராக, தொடர்ச்சியாக, தர்க்கபூர்வமாகச் சிந்திக்கப் பயிற்றுவித்தார். அத்துடன் புனைவுலகில் அந்தத் தர்க்கம் மீது ஏறி மேலே தாவிச்செல்லவும் வழிகாட்டினார்.

நித்யா எதையுமே சொல்லித் தரவில்லை என்றும் தோன்றுகிறது. அவருடன் நான் இருந்தேன். அவர் பேசிக்கொண்டும் எழுதிக் கொண்டும் காடுகளில் உலவிக்கொண்டும் இருந்தார். அவரிடமிருந்து அவரது சாரம் எனக்கு வந்துகொண்டிருந்தது. நான் மிகமிக ஒழுங் கற்றவன். கட்டற்றவன். முழுப்பித்தன். இன்றும் அப்படித்தான். அது என் நண்பர்களுக்குத் தெரியும். ஆனால் என் கலையில் அப்படி அல்ல. அங்கே நான் பேரரசுகளை ஆளும் சக்ரவர்த்திகளுக்கு நிகரானவன். அது நித்யா கற்பித்தது.

உங்கள் பிரியத்துக்குரிய சுந்தர ராமசாமி பற்றிச் சொல்லுங்கள். உங்களிடையே ஆன உறவு, உங்கள் எழுத்தை அவர் எப்படி பாதித்தார்

என்பது பற்றி. ('சுரா நினைவின் நதியில்' எனத் தனி நூலிலும் வெவ்வேறு கட்டுரைகளிலும் சொல்லி இருக்கிறீர்கள் என்றாலும் இங்கே சுருக்கமாக.)

சுரா பற்றிச் சொல்லிக்கொண்டே இருக்கிறேன். அவர் நான் நெருங்கிப்பழக நேர்ந்த மூத்த தலைமுறைத் தமிழ் எழுத்தாளர். தமிழ்ச் சிற்றிதழ் சார்ந்த எழுத்தின் அடையாளமாக அன்று அவர் இருந்தார். க.நா.சுவின் சிந்தனைமரபின் சமகால நீட்சியாக விளங்கினார். எண்பதுகளில் நான் அவரைச் சந்தித்தபோது அவர் வாழ்ந்த அந்த உலகம் மிக வசீகரமாக இருந்தது. மிகச்சிறிய வாசகர் வட்டம். அங்கே எந்தப் பிரதிபலனையும் எதிர்பாராமல் தன் கலைக் காகவே வாழும் சிலர். அவர்களின் கோபதாபங்கள், வம்புகள். அவர்களில் ஒருவனாக ஆக ஆசைப்பட்டேன்.

சிற்றிதழ் என்பது அளித்த பரவசத்தை இன்று ஆச்சரியத்துடன் நினைத்துக்கொள்கிறேன். வெளியே இருந்த உலகம் மிக மேலோட்டமானது என்றும், நாங்கள் அதி தீவிரர்கள் என்றும் கற்பனை செய்துகொண்டோம். குறைவாக எழுதுவது மட்டும் அல்ல, எழுதாமலிருப்பதேகூட படைப்புச் செயல்பாடு என நம்பினோம். தோற்றுப்போவது போல, புறக்கணிக்கப்படுவது போல வசீகரமான இன்னொன்று இல்லை என எண்ணினோம். 'ஜேஜே - சிலகுறிப்புகள்' இந்த மனநிலைகளின் மிகச்சரியான ஆவணம். அது தோல்வியைக் கொண்டாடுகிறது. தோல்வியடைவதில் புனித மானதாக ஏதோ உள்ளது, அதுவே வரலாற்றில் வாழக்கூடியது என அது முன்வைக்கிறது.

சுந்தர ராமசாமி அந்த சிற்றிதழ் மனநிலையின் அப்போஸ்தலர். எவருக்காகவும் இல்லாமல் தனக்காக மட்டுமே எழுதுவதில் உள்ள பேரின்பத்தை அவர் கற்றுத் தந்தார். தனித்து நிற்பதிலும் நிமிர்ந்து நிற்பதிலும் உள்ள பெருமிதத்தைக் காட்டித் தந்தார். மிகச்சிறிய வட்டத்திற்குள் செய்யப்பட்டாலும் அறிவார்ந்த செயல்பாடுகள் அவற்றின் தீவிரம் வழியாகவே பெரும் விளைவுகளை உருவாக்கும் என்று கற்பித்தார். அவர் உருவாக்கிய உத்வேகம் அபாரமானது. இளம் வாசகனாக, எழுத்தாளனாக அவருடன் பேசிக்கொண்டு நாகர்கோயில் நகரத்தெருக்களில் நடந்த காலங்களை நினைவு கூர்கிறேன். ஒவ்வொரு சொல்லையும் நினைவிலிருந்து எடுக்க முடிகிறது.

ஆனால் மெல்லமெல்ல எனக்கு அவரது உலகம் சலிப்பூட்டத் தொடங்கியது. நான் என்னை ஒடுக்கிக் கொள்ள விரும்பவில்லை. என்னை வெடித்துப்பரப்ப விரும்பினேன். நினைத்ததை எல்லாம்

எழுத, எழுதி எழுதி என்னைக் கண்டுபிடிக்க என் அகம் விம்மியது. சொற்களை எண்ணி எண்ணி யோசித்து எழுதும் அவரது எழுத்து முறை எனக்குச் சரியாகப் படவில்லை. வரலாற்றை இலக்கியத்திற்கு அன்னியமாகக் கருதி அனைத்தையும் தனிமனித அனுபவத்தை மட்டுமே கொண்டு அளக்கும் நோக்கு குறுகியதென நினைத்தேன்.

எழுத்தாளன் நிகர்வரலாற்றை உருவாக்கவேண்டும் என்றும் பண்பாட்டையே திருப்பி எழுதிவிடவேண்டும் என்றும் சமகாலச் சிந்தனையை முட்டி உடைக்கவேண்டும் என்றும் ஆசைப்பட்டேன். எழுத்து சில வரிகளுக்குமேல் கட்டற்று தன்னிச்சையாகப் பெருக வேண்டும் என்றும் கச்சிதமான மொழி அப்போதுதான் நிகழும் என்றும் கருதினேன். அவரது எண்ணிக்கோர்த்த மொழி மிகவும் பரந்து கிடப்பதாகத் தோன்றியது. அதைப் பாதிக்கும் குறைவான சொற்களால் என்னால் சொல்லிவிட முடியும், அதற்கான உத்வேகம் நிகழுமென்றால் என்று கண்டுகொண்டேன். நான் என் பித்தையும் கட்டற்ற வேகத்தையும் எழுத்தாக்க விரும்பினேன்.

சிற்றிதழ்ச் சூழலின் காலம் முடிந்துவிட்டது என உணர்ந்தேன். தகவல்தொடர்புப் புரட்சியின் காலம் வந்துவிட்டது. புதிய கருத்துக்கள் புதிய எழுத்து முறைகள். சிற்றிதழ் மனநிலைகள் அறைக்குள் உள்ளே தாழிட்டுக்கொள்ளவே உதவும். எழுத விஷய மில்லாதவர்கள் அந்தப் பாவனையுடன் சாராயம் குடித்து கலகக் காரர்களாக வாழ்ந்து கொள்ளலாம். அது பெரிய சுய ஏமாற்று, எனக்குரியதல்ல என்று தோன்றியது.

அத்துடன் எனக்கு அவரது ஐரோப்பியச் சார்பு அலுப்பூட்டியது. இந்திய மரபின் மீதான உதாசீனமும் அறியாமையும் ஏமாற்றம் அளித்தது. தத்துவம் அற்ற அவரது யதார்த்தவாதம் பொருளற்றிருப்ப தாகப் பட்டது. அதை அவரிடமே விவாதித்தேன். மெல்லமெல்ல விலகிச்செல்லத் தொடங்கினேன்.

புராணத்தையும் தொன்மத்தையும் நாட்டார் மரபுகளையும் கொண்டு எழுதப்பட்ட என் கதைகள் ஒவ்வொன்றும் அவருக்குத் திகைப்பளித்தன. 'விஷ்ணுபுரம்' அவரிடமிருந்து நான் அடைந்த விலகலின் திட்டவட்டமான புள்ளியாக அமைந்தது. அதை அவரால் உள்வாங்க முடியவில்லை. அதேசமயம் அது அடைந்த பெரும் வரவேற்பு அவரைப் பதற்றமும் எரிச்சலும் அடையச்செய்தது. அவரால் தன் தன்னம்பிக்கையைத் தக்கவைத்துக்கொள்ள முடிய வில்லை. ஒருகட்டத்தில் அவர் தனக்குச் சௌகரியமான நட்புச் சூழலை உருவாக்கிக்கொள்ளத் தொடங்கினார். விலகல் முழுமை அடைந்தது.

இன்று யோசித்தால் நான் சற்று பொறுப்பில்லாமல் நடந்து கொண்டிருப்பதாகத் தோன்றுகிறது. நான் ஒருகட்டத்தில் என் வழியைக் கண்டுகொண்டேன். நித்யாவை நெருங்கினேன். அதன்பின் நேர்ப்பேச்சில் அவர் மீதான விமர்சனங்களைக் குறைத்துக் கொண்டிருக்கலாம். ஆனால் அவரேதான் விமர்சனங்களை ஊக்குவித்தார். அதை நான் உண்மை என நம்பினேன். உள்ளூர மனிதர்கள் நொய்மையானவர்கள் எனப் பின்னர் தெரிந்தது. அவர் இறந்து பத்தாண்டுகளுக்குப்பின். என் நடுவயதில். ஒன்றும் செய்யமுடியாது.

இப்போது யோசித்தால் புன்னகை வருகிறது. அவர் அமெரிக்கா மேல் பெரும் பக்தி கொண்டவர். அமெரிக்கா பற்றி அவர் சொன்னதெல்லாமே குழந்தைத்தனமானவை. அங்கே தேவையான சூடில் காபி கிடைக்கும், எத்தனை டிகிரி சூடு தேவை என்று சொல்லி வாங்கலாம் என்றார். சமையல் எப்படி இருக்கவேண்டும் என்று சொல்லிக் கேட்டுச் சாப்பிடலாம் என்றார். அங்கே காலம் தவறுதலும் பிழைகளும் அனேகமாக இல்லை என்றார்.

ஒருமுறை சொன்னார். ‘அங்க மால்களிலே ஜாலியா நான் பாட்டுக்கு படுத்துண்டிருப்பேன். பிள்ளைகள் விளையாடிண்டிருக்கும். யாரும் ஒண்ணும் சொல்ல மாட்டா. வேடிக்கை பாக்க மாட்டா. இன்னொருத்தர் சுதந்திரத்துக்கு அந்த மாதிரி எடமிருக்கு அங்க. எப்டி வேணா இருக்கலாம். இங்க எங்க பாத்தாலும் உத்துப்பாத்து உச்சு கொட்டுவா’.

அவர் மறைந்து பல வருடம் கழித்து நான் அமெரிக்கா சென்றேன். அவர் இருந்த கலிஃபோர்னியா ஃப்ரீமாண்ட் நகரில் ஒருவர் சொன்னார், அவர் சுந்தர ராமசாமியை எப்படி அறிமுகம் செய்து கொண்டார் என்று. சுந்தர ராமசாமி மால்களில் படுத்திருப்பார். ‘‘இங்கே அப்டி யாரும் செய்ய மாட்டாங்க. ரொம்ப வேடிக்கையா இருக்கும். வெள்ளைக்காரங்க விசித்திரமா பாத்துட்டு போவாங்க. எங்கிட்ட என்னோட வெள்ளைக்கார முதலாளிதான் அவரைச் சுட்டிக் காட்டி அவர் உங்க ஊரான்னு கேட்டார். அப்படித்தான் அவரை கவனிச்சேன். ஏதாவது மெண்டல் பிராப்ளம் இருக்கும்னு நினைச்சேன். அப்பதான் அவர் ரைட்டர்னு சொன்னாங்க.’’ சிரித்துக் கொண்டேன். பாவம் சுந்தர ராமசாமி என்று தோன்றியது அப்போதுதான்.

உங்கள் தாய்மொழி மலையாளம். கேரளச்சூழல் எப்போதுமே எழுத்தாளர்களைக் கொண்டாடுவதில் பேர் போனது. அப்படி இருந்தும் அதை மறுதலித்து தமிழில் எழுதத் தொடங்கியதும், தொடர்வதும் ஏன்? நீங்கள் தமிழனாக உணர்கிறீர்களா அல்லது தமிழில் எழுதநேர்ந்துவிட்ட

மலையாளியாக மட்டுமா? உங்கள் மனம் எம்மொழியில் சிந்திக்கிறது? (இக்கேள்வியின் காரணம் உங்கள் மீது மலையாளி என்ற முத்திரை குத்தி, அவர்களோடு ஒப்பிட்டுத் தமிழர்களை மட்டம் தட்டுவதாக எழும் விமர்சனங்களினால்.)

என் தாய்மொழி மலையாளம். ஆனால் என் குடும்பத்திலேயே தமிழறிஞர்கள் உண்டு. ஏனென்றால் குமரி மாவட்டம் திருவிதாங்கூர் அரசின் கீழ் இருந்தது. அதில் இருநூறாண்டுக்காலம் முன்புவரை அரசாணைகள் எல்லாமே தமிழில்தான் இருந்தன. பழைய சேரநாடு அது. தமிழ் ஆட்சிமொழியாக, செவ்வியல் மொழியாக இருந்தது. மலையாளம் பேச்சுமொழியாக. நான் பள்ளியில் கற்றது தமிழ். பதினைந்து வயதுக்குள் உரையில்லாமல் எந்தச் செய்யுளையும் வாசிக்கும் அளவுக்குத் தமிழ் கற்றவன். நவீனத் தமிழிலக்கிய வாதிகளில் என் தலைமுறையில் முறையாகப் பழந்தமிழ் கற்றவர்கள் சிலரே.

என் சிந்தனை மொழி தமிழே. இதுதான் சிக்கல். மலையாளத்திலும் ஆங்கிலத்திலும் எழுதியிருக்கிறேன். எல்லாமே அனிச்சையாக தமிழில் இருந்து மொழியாக்கம் செய்து எழுதுபவை. ஆகவே என்னால் மலையாளத்திலோ பிறமொழிகளிலோ எழுதுவதன் இன்பத்தை அடைய முடிவதில்லை. என்னிடம் மலையாளத்தில் கட்டுரை கேட்டுக்கொண்டே இருப்பார்கள். எழுதவேண்டும் என நினைத்தாலே சோர்வாக இருக்கும். தமிழில் பேனா எடுத்தாலே போதும். என் மனம் நேரடியாகவே மொழியாகி எழுத்தாகிவிடும்.

நல்ல எழுத்தாளன் புகழ், அங்கீகாரம் எதற்காகவும் எழுதுவதில்லை. நான் எழுத வந்தபோது மலையாளத்தில் எழுத்தாளனுக்குக் கிடைத்த புகழும் அங்கீகாரமும் மிகப்பெரிது. தமிழில் அதற்கான வாய்ப்பே இருக்கவில்லை. ஆனால் அப்படி வாய்ப்பே இல்லை என்பதுதான் எனக்குக் கிளர்ச்சி அளித்தது. என்னை ஒரு தலைமறைவுப் போராளியாக, தற்கொலைப் படையாகக் கற்பனைசெய்து உத்வேகம் அடைந்தேன். சிற்றிதழ் மனநிலை அது.

தமிழன், மலையாளி என்பதெல்லாம் நம்மைச்சுற்றி உள்ள அரசியல் வாதிகளால் உருவாக்கப்படும் அடையாளங்கள். அவர்களின் அதிகாரத்துக்காக அந்த அடையாளங்களை அவர்கள் உருவாக்கி அதனடிப்படையில் மக்களைத் திரட்டுகிறார்கள். அத்தகைய அடையாளங்களை ஓர் எழுத்தாளன் தனக்காகச் சூடிக்கொள்வான் என்றால் அவனைப்போல உதவாக்கரை வேறில்லை. திரும்பத் திரும்ப அந்தக் கும்பல் என் வீட்டு வாசலில் நின்று 'நீ தமிழனா மலையாளியா சொல்' எனக் கூவிக்கொண்டிருக்கிறார்கள். 'போய்

வேலையைப் பாருடா முட்டாள். என் எழுத்தின் முற்றத்தில் கால் வைக்கவே தகுதியற்றவன் நீ. உன்னைப் போன்றவர்களை மீறித்தான் எங்கும் எப்போதும் இலக்கியம் எழுதப்படுகிறது' என்பதே என் பதில்.

சில விஷயங்களில் என்னை மலையாளப் பண்பாட்டின் தொடர்ச்சியாக உணர்வதுண்டு. சில விஷயங்களில் தமிழ்ப் பண்பாட்டின் கண்ணியாக. மலையாளப் பண்பாட்டையே தமிழ்ப் பண்பாட்டின் ஒரு சிறு பகுதியாகவே எண்ணிக் கொள்கிறேன். அப்படித்தான் தொடர்ந்து எழுதியிருக்கிறேன். கட்டுரைகளில். 'கொற்றவை'யில்.

தமிழ், மலையாளம் என்ற இந்தப் பிரிவினை அதிகபட்சம் முந்நூறு வருட வரலாறுள்ளது. இலக்கியத்திற்கு இதெல்லாம் ஒரு காலமே அல்ல. இதையெல்லாம் அது பொருட்படுத்தவும் முடியாது. அது கையாளும் பண்பாட்டுக் குறியீடுகள், ஆழ்படிமங்கள் பல்லாயிரம் வருடத் தொன்மை கொண்டவை. இந்துவாக, இந்தியனாக, கீழை நாட்டவனாக எல்லாம் நான் என்னை உணரக்கூடும். ஆனால் இந்த அடையாளங்கள் எல்லாமே நான் எனக்குச் சூட்டிக்கொள்பவை. நானே அடையாளம் காண்பவை. அவ்வடையாளங்கள் வழியாக என்னைச் சூழ்ந்திருக்கும் இந்த வாழ்க்கையுடனும் இதன் நேற்றைய வரலாற்றுடனும் தொடர்புகொள்கிறேன். பிறர் என்னை அப்படி வகுத்தால் ஏற்றுக்கொள்ளமாட்டேன்.

இவ்வடையாளங்களுக்கு மேலாக ஏதோ ஒன்று உள்ளது. அடையாளங்களுக்கு அப்பால் திமிறிக்கொண்டு நிற்பது. அதுதான் இலக்கியத்தை உண்மையில் உருவாக்குகிறது. தமிழனாக, மலையாளியாக, இந்துவாக, இந்தியனாக எல்லாம் ஆரம்பிக்கலாம். முடிப்பது அவ்வடையாளத்தில் அல்ல.

அது நிகழ்ந்தால்தான் அது இலக்கியம்.

> இன்றைய தேதியில் 'விஷ்ணுபுரம்'தான் உங்களின் ஆகச்சிறந்த படைப்பு. அது தன் உயரத்திற்கேற்ப வாசகர்களைச் சென்றடைந்ததாக நினைக்கிறீர்களா? 'பொன்னியின் செல்வன்' போல் அது விற்றிருக்க வேண்டும். ஆரம்பம் முதல் இன்று வரை அந்நாவல் எதிர்கொள்ளப் படும் விதம் பற்றிக் கூறுங்கள்.

'விஷ்ணுபுரம்' என் சிறந்த படைப்பு என்பது உங்கள் விமர்சனக் கருத்தாக இருக்கலாம். 'பின் தொடரும் நிழலின் குரல்', 'கொற்றவை' இரண்டும் வேறுவேறு வகையில் அதற்கு நிகரானவை என நினைக்கிறேன்.

'பொன்னியின் செல்வன்' போல 'விஷ்ணுபுரம்' விற்றிருக்க முடியாது. எப்போதும் விற்கவும் விற்காது. 'பொன்னியின் செல்வன்' தமிழில் கல்வியறிவு மிகக்குறைவாக இருந்த காலகட்டத்தில் ஆரம்பப்பள்ளிக் கல்வி மட்டுமே கற்றிருந்த பெண்களையும் உத்தேசித்து எழுதப்பட்டது. ஆகவே மிகமிக எளிய நடையில், நேரடியான அர்த்தம் மட்டுமே கொண்டு, குழந்தைக் கதை போல எழுதப்பட்டது. இன்று அது ஒரு குழந்தைக் கதை. ஐந்தாம் வகுப்பு மாணவர்களால் பெரிதும் வாசிக்கப்படுவது.

'பொன்னியின் செல்வன்' விற்ற அளவுக்கு ஏன் 'சிவகாமியின் சபதம்' விற்கவில்லை என்று கேட்டுக் கொண்டால் அடுத்த பதில் கிடைக்கும். 'பொன்னியின் செல்வன்' தமிழகத்தின் ஒரு பொற் காலத்தைக் கற்பனை செய்கிறது. எளிய ராஜாராணி சாகஸக்கதையாக அதை முன்வைக்கிறது. தமிழ்ப்பொற்காலக் கற்பனைகள் உருவான காலகட்டத்தைச் சேர்ந்தது அது.

'விஷ்ணுபுரம்' நேரடியாக வாழ்க்கையைச் சொல்லவில்லை. அது மெய்மையைத் தேடுபவர்களின் கதையை மட்டுமே சொல்கிறது. ஆகவே அந்தத் தளத்தில் ஒரு தேடல் கொண்டவர்களே அதன் வாசகர்கள். நேரடியாகவே தத்துவத்தைக் கையாள்கிறது. ஆகவே தத்துவத்தைக் கற்கும் மனநிலை கொண்டவர்களுக்குரியது அது. ஆழ்ப்படிமங்களையும் தொன்மங்களையும் உருவகங்களையும் கையாள்கிறது. முன்பின் பின்னிச் செல்லும் கதையோட்டம் கொண்டது அது. ஆகவே கற்பனைமூலம் நாவலை விரித்தெடுக்கும் நல்ல இலக்கிய வாசகனே அதை வாசிக்கமுடியும்.

அவ்வகையில் பார்த்தால் 'விஷ்ணுபுரம்' பெற்ற வெற்றி, அடைந்திருக்கும் வாசிப்பு, வியப்பூட்டுவதே. அதை நான் கொஞ்சம் கூட எதிர்பார்க்கவில்லை. அந்த வெற்றிக்குக் காரணம் அதன் செறிவும் தீவிரமும் தமிழின் பொதுவாசகனுக்கு அச்சமூட்டுவதாக இருந்தாலும் அது பேசும் விஷயம் தமிழ் மனதுக்கு நெருக்கமானது என்பதே. ஒவ்வொரு ஊரிலும் தலைக்குமேல் கோபுரம் எழுந்து நிற்கிறது. தெய்வங்கள் நெருக்கியடித்து நின்றிருக்கின்றன. அவற்றின் பார்வை தலைமேல் கவிந்திருக்கிறது. தமிழ் மனம் ஒவ்வொரு கணமும் மரபின் நெருக்கடியை உணர்கிறது. அதை 'விஷ்ணுபுர'த்தில் அது அடையாளம் கண்டுகொள்கிறது.

'விஷ்ணுபுரம்' வெளிவந்த நாள் முதலே நல்ல வாசகர்களால் உத்வேகத்துடன் எதிர்கொள்ளப்பட்ட ஆக்கம். ஆரம்பத்தில் மேலோட்டமாக சில தகவல் பிழைகளைச் சுட்டிக்காட்டி சில எதிர்மறை விமர்சனங்கள் வந்தன. அவற்றில் உண்மையான

எந்தப்பிழையும் சுட்டிக்காட்டப்படவில்லை. சக எழுத்தாளர்களின் சில்லறைக் காழ்ப்புகள் சில வந்தன. அத்துடன் இலக்கியம் என்றால் என்ன என்றே புரியாத அரசியல் விமர்சனங்கள் இருந்தன. பெரும்பாலும் 'விஷ்ணுபுரம்' என்ற பெயரை மட்டுமே வைத்துச் செய்யப்பட்ட விமர்சனங்கள்.

ஆனால் வாசகர்கள் அவற்றைக் கடந்து அதில் தங்கள் தேடலைக் கண்டடைந்துகொண்டே இருந்தனர். மிகச்சிறந்த வாசிப்புகள் வந்தன. தொடர்ந்து 'விஷ்ணுபுரம்' பற்றி கடிதங்கள் வந்துகொண்டே இருக்கின்றன. இத்தனை வருடங்களில் அது எப்போதுமே வாசகக் கவனத்தில் இருந்துகொண்டிருக்கிறது.

அடுத்தடுத்த தலைமுறை வாசகர்கள் வர வர மிகச்சிறந்த வாசிப்புகள் நிகழ்கின்றன. சமீபத்தில் ஸ்ரீவில்லிப்புத்தூர் சென்றபோது தலித் விமர்சகரான பால்ராஜ் பல ஆண்டுகளாக 'விஷ்ணுபுர'த்தை இடதுசாரிகள் வாசிக்காமல் செய்த விமர்சனம் வழியாகவே அறிந்து கொண்டிருந்ததாகவும் அதை வாசித்தபோதுதான் அதன் உண்மையான சாரம் தெரிந்ததாகவும் சொன்னார். ''அது விஷ்ணுவே இல்ல சார். இன்னும் கூட அது அவங்களுக்குத் தெரியலை'' என்றார்.

இப்போதுகூட அந்நாவலை 'விஷ்ணு புராணம்' என்று தப்பாகச் சொல்லிப் பேசும் விமர்சகர்கள் இருக்கிறார்கள் என்றால் இப்பேச்சு களுக்கெல்லாம் என்னதான் அர்த்தம் இருக்கமுடியும்?

தமிழ் வாசகனுக்கு இன்றுள்ள மிகப்பெரிய சவால் 'விஷ்ணுபுர'த்தையும் 'கொற்றவை'யையும் எதிர்கொள்வதுதான். படைப்புகள் அடுத்தடுத்த தலைமுறைகளில் எளிதாகக் கடந்து செல்லப்படும். அவையிரண்டும் அப்படிக் கடந்துசெல்லப் படாதவையாகவே இன்றும் உள்ளன என்பதை அவற்றைப்பற்றி எழுதப்பட்ட நூற்றுக்கணக்கான விமர்சனங்களை வாசிக்கும் எவரும் உணரமுடியும்.

> பரவலாய் நிராகரிக்கப்பட்ட 'பின்தொடரும் நிழலின் குரல்' நான் மிக ரசித்த ஒரு நாவல். குறிப்பாய் அதன் craft பிடித்தமானது. அதை ஒரு தோல்வியுற்ற நாவல் என நீங்கள் கருதுகிறீர்களா?

'பின் தொடரும் நிழலின் குரல்' தொகுப்பு வடிவம் கொண்டது. நேர்கோடற்ற கதையோட்டம். அத்துடன் அது பேசும் சிக்கல் அனைவருக்கும் உரியது அல்ல. அரசியலின் அறம் பற்றி, கருத்தியலின் வன்முறை பற்றி தனிப்பட்ட முறையில் கேள்விகள் உடையவர்களுக்கு உரிய நாவல் அது. அது உண்மையில் இடது சாரிகளை நோக்கிப் பேசுகிறது. அவர்கள் அதைப்பற்றி வெளியே பேசமுடியாது.

'பின் தொடரும் நிழலின் குரல்' வெளிவந்தபோது இடதுசாரிகள் அது முன்வைக்கும் அறக்கேள்விகளால் நிம்மதி இழந்தனர். ஆகவே அதைப் புறக்கணிப்பதன்மூலம் வெல்ல முயன்றனர். நிராகரிப்புகள் எல்லாமே வாசிக்காமல் செய்யப்பட்டவை என்பதை அந்நாவலை வாசித்த ஒருவர் எளிதில் காணமுடியும். அது அனைத்துத் தரப்பு வினாக்களையும் முன்வைக்கிறது. ஆகவே அதை எளிய அரசியல் சமவாக்கியங்கள் அல்லது கோஷங்கள் கொண்டு விமர்சிக்க முடியாது. இங்குள்ள மார்க்ஸியர்களிடம் அதை விமர்சிக்கும் கருத்தியல் கருவிகள் என ஏதும் இல்லை. உண்மையில் இந்நாவல் ஸ்டாலினியத்தை நிராகரிக்கையில் மார்க்ஸிய இலட்சியவாதத்தை ஏற்கிறது என்றே கூட அவர்களால் புரிந்துகொள்ளமுடியவில்லை

'பின் தொடரும் நிழலின் குரல்' நாவலை இடதுசாரிகள் எதிர்கொண்ட விதம் ஆச்சரியமூட்டுவது. அவர்கள் அதன் ஆசிரியனை அவதூறு செய்யத் தொடங்கினர். என் மீது இன்றிருக்கும் மத, சாதிய, பிற்போக்கு முத்திரைகளெல்லாம் இந்நாவல் காரணமாக இடது சாரிகளால் போடப்பட்டதே. அதன் வழியாக நாவலைப் பரவலாகச் சென்றடைய முடியாமலாக்க அவர்களால் முடிந்தது.

ஆனால் அது முதல்பதிப்புக்கு மட்டுமே. சென்ற வருடங்களில் இரண்டு வருடங்களுக்கு ஒருமுறை அது மறுபதிப்பாக வந்து கொண்டே இருப்பதைக் காணலாம். அதை வரிவரியாக ஊன்றி வாசித்த வாசகர்களைக் காண்கிறேன். இலங்கைப் போராட்டத்தின் வீழ்ச்சியின் போது, டபிள்யூ ஆர் வரதராஜனின் தற்கொலையின் போதெல்லாம் 'பின்தொடரும் நிழலின் குரல்' நாவலைத் தேடிவந்து வாசித்தவர்கள் பலர். அது ஒரு பொழுதுபோக்கு நாவல் அல்ல. அதன் இடம் அடிப்படையான கேள்விகளுடன் தேடிவருபவர் களுக்கு உரியது.

ஸ்ரீவில்லிப்புத்தூர் சென்றதைச் சொன்னேன் அல்லவா? அதே நாளில் ஒரு தொழிற்சங்கவாதியைச் சந்தித்தேன். வேலையை விருப்ப ஓய்வு கொடுத்துவிட்டு வழக்கறிஞராக தொழில்செய்யப்போவதாகச் சொன்னார். ஏன் என்றேன். ''பின் தொடரும் நிழலின் குரல் கதைதான் தோழர். அச்சு அசலாக அதே மாதிரி'' என்றார்.

ஆர்த்தர் சி. க்ளார்க், ஐஸக் அஸிமோவ் பாணியிலான விஞ்ஞானக் கதைகளையே பெரும்பாலும் தமிழ் கண்டிருக்கிறது. பிரதான உதாரணம் சுஜாதா. 'விசும்பு' சிறுகதைத் தொகுப்பின் மூலம் நீங்கள் நம் கலாசாரத்தில் வேரூன்றிய ஓர் இந்திய மரபார்ந்த விஞ்ஞானப் புனைவை முன்வைத்தீர்கள். அது முக்கியமான பங்களிப்பு. அதைப் பற்றிச் சொல்லுங்கள். விஞ்ஞான நாவல் எழுதும் திட்டமிருக்கிறதா?

அமெரிக்க ஐரோப்பிய அறிவியல் புனைகதைகளின் அடிப்படைகள் மூன்று. ஒன்று, அவர்களுக்கிருக்கும் நவீன அறிவியல் கல்வி. இரண்டு, அவர்கள் ஆழ்மனதை ஆண்டுகொண்டிருக்கும் கிரேக்க தொன்மவியல். மூன்று, அவர்களின் நிறுவன மதமும் அதற்கு எதிரான நாத்திகவாதமும் உருவாக்கும் தத்துவக் கேள்விகள்.

இம்மூன்று அடிப்படைகளையும் கலந்துதான் அவர்களின் அறிபுனைகள் உருவாகின்றன. அங்கே நவீன அறிவியலும் தொழில் நுட்பமும் பெரிதாக வளர்ந்துள்ளன. அவற்றை ஒட்டிப் புனைகதை எழுதவும் வாசிக்கவும் ஏராளமானவர்கள் வந்துவிட்டனர். அந்த வசதி இங்கே நமக்கு இல்லை. நாம் அறிவியலை முறையாகக் கற்றவர்கள் அல்ல. அறிவியலை தகவல் கல்வியாகவே நாம் கற்கிறோம். அறிவியல் கொள்கைகளைப் புரிந்துகொள்வதற்கும் தொடர்ந்து சிந்திப்பதற்கும் இங்கே நமக்குப் பயிற்சியே இல்லை.

மேலைநாட்டு அறிபுனைகளில் கிரேக்கத் தொன்மங்களின் கட்டமைப்பு ஒளிந்திருப்பதைக் காணலாம். ஆர்தர் சி. கிளார்க்கின் கதையை ஒட்டிய திரைப்படத்தில் தலைப்பே ஸ்பேஸ் ஒடிஸி என்றிருக்கிறது. யுலிஸஸ் அல்லது ஹெர்குலிஸின் சாகஸங்கள். விதவிதமான பயங்கர மிருகங்கள். பேருருவம் கொண்ட தெய்வங்கள். அவற்றின் அடிப்படையான படிம அமைப்பையே அறிபுனைகள் மறு ஆக்கம் செய்கின்றன.

அத்துடன் அங்குள்ள அறிபுனைகளின் சாராம்சமாக உள்ளவை செமிட்டிக் மதங்கள் உருவாக்கிய தத்துவ நிலைபாடுகளின், அவற்றின் மீதான கேள்விகளின் பல்வேறு வளர்ச்சி நிலைகள். உதாரணமாக இயந்திரர்கள் பற்றிய ஐசக் அசிமோவின் கதைகள் அனைத்திலுமே ஆன்மா என்பது என்ன, அறிவு மட்டும்தானா என்ற வினா உள்ளது. சுதந்திரம், அன்பு போன்ற விழுமியங்கள் முழுமை யாகவே அறிவில் இருந்து வரமுடியுமா, வரமுடியாதென்றால் அவற்றின் ஊற்றுக்கண் எது என்ற கேள்வி உள்ளது.

நாம் முற்றிலும் வேறான ஒரு சூழலில் வாழ்கிறோம். நாம் கீழை மதங்களான இந்துமதம், பௌத்தம், சமணம் வழியாக அடையும் வினாக்கள் வேறு. நம் சிக்கல்களும் முற்றிலும் தனித்தவை. நம்முடைய புராண மரபும் வேறுபட்டது. ஆகவே நம் அறிபுனைகள் வேறுபட்டவையாகவே இருக்கமுடியும்.

ஆனால் இங்கே எழுதப்படும் அறிபுனைகள் மேலைநாட்டு அறிபுனைகளின் தழுவல்கள் அல்லது மறுவிளைவுகளாகவே உள்ளன. ஆகவேதான் ஒரு விண்வெளிக்கதையில் இந்தியப்

பெயர்களும் உரையாடல்களும் வந்ததுமே நமக்கு அது அன்னியமாகத் தெரியத் தொடங்குகிறது.

மேலும் நாம் இங்கே அறிபுனைகளாகச் சொல்லிக்கொண்டிருக்கும் பல படைப்புகள் அறிவியலை அல்ல, தொழில்நுட்பத்தையே கருவாகக் கொண்டவை. வழக்கமான ஒரு கதையில் நவீனத் தொழில் நுட்பம் சார்ந்த சில விந்தைகளைக் கலந்துகொண்டு வியப்போ பிரமிப்போ பரபரப்போ உருவாக்கப்படுமென்றால் அதுவே அறிபுனைவு என நாம் நம்புகிறோம். உதாரணமாக சுஜாதா எழுதிய ஆக்கங்கள்.

அறிபுனைவு என்பது அறிவியல் கொள்கைகளையே முதன்மையாக புனைவுக்கு ஆதாரமாகக் கொள்கிறது. அறிவியலில் இருந்து படிமங்களை எடுத்துக்கொள்கிறது. அவற்றின் வழியாக அது வாழ்க்கையின் அடிப்படையான தத்துவ வினாக்களைத்தான் பரிசீலிக்கிறது. அது இங்கே நிகழ்வதில்லை.

நான் அறிபுனை எழுதியதற்குக் காரணம் ஒன்றே. நவீன அறிவியலில் எனக்கு அதிக அறிமுகம் இல்லை. ஆனால் விஷ்ணுபுரத்திற்காக ஆய்வு செய்தமையால் ரசவாதம், யோகமரபு, ஆயுர்வேதம் போன்ற வற்றைப் பற்றி அறிவேன். ஆகவே நான் அறிந்தவற்றில் இருந்து அறிபுனைகளை உருவாக்கினேன். அவற்றில் வாழ்க்கை சார்ந்த அடிப்படை வினாக்களையே எழுப்பிக்கொண்டேன்.

அறிபுனை நாவல் ஒன்று எழுதவேண்டுமென ஆசை உள்ளது. ஒரு முன்வரைவும் கையில் இருக்கிறது. எதிர்காலத்தில் யோகமரபு பற்றியது. மூளைக்கும் உடலுக்குமான தொடர்பு பற்றி. மூளை உடல்வழியாக உலகை உருவாக்குவது பற்றி. அடிப்படையில் அதன் வினா வேதாந்த ஞானமரபு கேட்பதுதான். இவ்வுலகென இங்குள்ள இவை எப்படி எனக்குள் உருவாகி வருகின்றன?

> ‘அறம்’ சிறுகதைத் தொகுப்பு உங்களின் முந்தைய சிறுகதைத் தொகுப்புகளிலிருந்து வேறுபட்டது. முக்கியமாய் அதன் நேரடியான கதை சொல்லல் முறை. கதைகளின் இலக்கிய ஸ்தானத்தை இந்த மாற்றம் பாதிக்கவில்லை என்றபோதும் உங்கள் எழுத்தின் அணுகு முறையில் ஒரு முக்கிய மாற்றம். வெகுஜன / ஆரம்ப நிலை வாசகர் களையும் சென்றடையவேண்டும் என்பதற்காக பிரக்ஞைபூர்வமாக dilute செய்தீர்களா, அல்லது அந்தக் கதைகள் அந்த எளிமையைக் கோரின எனக் கருதுகிறீர்களா?

‘அறம்’ கதைகள் பிரக்ஞைபூர்வமாக எழுதப்பட்டவை அல்ல. அவற்றை எழுதுவதற்கான ஒரு தேவை எனக்கிருந்தது. நானே எழுதிக் கண்டுபிடிக்க வேண்டிய ஒன்று. நானே சொல்லி

இருக்கிறேன். மானுட வாழ்க்கையில் விழுமியங்களின் இடமென்ன என்ற ஐயம் எனக்கிருந்தது. இடமே இல்லையோ என்ற சோர்வு இருந்தது. ஓர் உடைவுக்கணத்தில் ஒரு கதையை எழுதினேன். 'அறம்'. அது ஒரு தொடக்கம். கதைகள் தொடர்ந்து வந்துகொண்டிருந்தன.

அக்கதைகளுக்குப் பொதுவாக ஒரு சட்டகம் இருந்தது. உண்மையான மனிதர்களின் கதைகள். அம்மனிதர்களைப் பார்க்கும் இன்னொருவரின் கோணம். பொதுவாக சிறுகதைகள் ஒருசில கணங்களை மட்டும் சுட்டிக்காட்டி நின்றுவிடும். குறிப்புணர்த்தும். ஆனால் இக்கதைகளுக்கு அவை போதாது. அவை அந்த இலட்சிய மனிதரை முழுமையாகக் காட்டிவிடவேண்டியிருந்தது. அதற்கான வடிவம் அவற்றில் அமைந்தது. ஒரு புள்ளியில் நிகழ்ந்து முடிவதற்குப் பதிலாக பல தளங்களிலாகத் தொடர்ந்து சென்று முடியும் கதைகள் அவை.

இக்கதைகளில் கணிசமானவை உணர்ச்சிபூர்வமானவை. ஆகவே அவை வாசகர்களால் எளிதில் வாசிக்கப்படுகின்றன. ஆனால் அவை எளியவை அல்ல. நீர்த்த வடிவிலும் அவை இல்லை. அவற்றை வாசகர்கள் பலவகைகளில் வாசித்து எழுதிய கடிதங்களிலேயே அதைக் காணலாம். மயில்கழுத்து, தாயார்பாதம் போன்ற கதைகளைப் பற்றி இன்றும் கூடப் புதிய வினாக்கள் எழுப்பப்படுகின்றன. இன்னமும்கூட அக்கதைகள் முழுமையாக வாசிக்கப்படவில்லை. அவற்றின் பல விஷயங்கள் தொடாமலேயே கடந்து செல்ல படுகின்றன.

பொதுவாக இங்கே சிறுகதைகளுக்கு என ஒரு வடிவம், ஒரு முன்வரைவு உருவாகி இருக்கிறது. நவீனத்துவச் சிறுகதைகளின் வடிவம் அது எனலாம். எதையும் வெளிக்காட்டிக்கொள்ளாத உணர்ச்சியற்ற நடையில் சுருக்கமாகச் சொல்லப்படும் ஒரு கதை. சிலநிகழ்வுகள் மட்டும். அதில் பூடகமாக ஒரு விஷயம் ஒளிக்கப் பட்டு ஒரு கோடி காட்டப்பட்டிருக்கும். வாசகன் அதை ஊகித்துக் கண்டுபிடிக்கவேண்டும். இது ஆசிரியனுக்கும் எழுத்தாளனுக்குமான ஒரு விளையாட்டு. மூன்றுசீட்டு விளையாடுவதுபோல.

ஒளித்துவைத்ததை வாசகன் கண்டுபிடித்துவிட்டால் மகிழ்ச்சி அடைகிறான். அதை இலக்கிய அனுபவம் என நினைத்துக்கொள் கிறான். கொஞ்சகாலம் வாசித்துக்கொண்டிருப்பவன் எளிதில் அதைக் கண்டுபிடித்துவிடுவான். அவன் கண்டுபிடிப்பது ஒன்றும் பெரிய விஷயமாக இருக்காது. பல கதைகளில் எளிய சமூகவியல் உண்மைகள். அவ்வப்போது சில பாலியல் மீறல்கள். அவ்வளவுதான்.

இது எனக்குச் சலிப்பூட்டியது. நான் அடிப்படைக் கேள்விகளை நோக்கி வாசகனைச் செலுத்த விழைந்தேன். ஆகவேதான் 'அறம்' கதைகள் வெளிப்படையாக அமைந்தன. அவற்றில் பூடகமாக ஏதும் ஒளிக்கப்படவில்லை. அவற்றில் அப்பட்டமாகவே இருந்தது வாழ்க்கை பற்றிய ஒரு கேள்வி. அந்தக் கேள்வியைச் சந்தித்தவர் களுக்கு அவை எளிமையான கதைகள் அல்ல. விரிந்து விரிந்து செல்லும் கதைகள். கதையின் உடலுக்குள் ஒளித்துவைக்கப்பட்ட ஒரு சிறிய விஷயத்தைத் தேடுவதையே வாசிப்பு என நினைப்பவர் களுக்கு கதை எளிமையானது. அது சொல்வது முன்னால் வந்து நிற்கிறது அல்லவா?

உதாரணமாக 'நூறு நாற்காலிகள்'. ''எனக்குவேண்டும் நூறு நாற்காலிகள்'' என்பது அப்பட்டமான நேரடியான முடிவு. பூடகம் தேடும் வாசகனுக்கு அங்கே கதை முடிந்துவிடுகிறது. ஆனால் அந்த முடிச்சை வாழ்க்கையாகக் காண்பவனுக்கு அது பெரிய தொடக்கம். காப்பனின் குரு நாற்காலிகளை வெல்லும்படிச் சொல்கிறார். அம்மா நாற்காலி வேண்டாம் என்கிறாள். அவன் குருவை தேர்ந்தெடுக் கிறான். ஆனால் அது சரியான முடிவுதானா? அம்மா ஏதேனும் உள்ளுணர்வில் அதைச் சொன்னாளா? அவ்வினாக்களை கேட்க ஆரம்பித்தால் முதல் வரிமுதல் கதை மீண்டும் விரியத்தொடங்கும்.

அதன்பின் எழுதிய முள் அல்லது பிழை போன்ற கதைகளில் இந்த அளவு வெளிப்படைத்தன்மை இல்லை. அவை பூடகமாக எதையும் ஒளிக்க முயலவில்லை. ஆனால் அவை முன்வைக்கும் அடிப்படையான சிக்கல் என்பது வாழ்க்கையின் அன்றாடத்தளம் சார்ந்தது அல்ல. ஆன்மீகமானது. அதற்குரிய வாசகர்களுக்கானது.

> நல்ல வாசகனின் நினைவிலிருக்கும் நகைச்சுவை நாவல்கள் குறைவு. சட்டென யோசித்தால் சுஜாதாவின் 'ஆதலினாற் காதல் செய்வீர்' மட்டும்தான் நினைவுக்கு வருகிறது. உங்களது 'நான்காவது கொலை' ஒரு நகைச்சுவை நாவல் என்றபோதும் வழமையான அசட்டு நாடக பாணி நகைச்சுவை என்பதாக இல்லாமல் நுட்பமான படைப்பு. (உதா: பல பிரபல துப்பறியும் கதாபத்திரங்களைப் பகடி செய்திருத்தல் போன்றவை). நான் கண்டவரை அதை யாரும் குறிப்பிட்டுச் சிலாகித்த தில்லை. உங்கள் நகைச்சுவைக் கட்டுரைகளும் அவ்வகையிலான நுட்பமான படைப்புகளே. எழுத்தினூடான அங்கதம் தவிர்த்து தனித்த நகைச்சுவை எழுத்து என்பது இலக்கிய அந்தஸ்தைக் குறைக்குமா?

நகைச்சுவைக் கதைகள், அங்கதக் கட்டுரைகள் எனப் பொதுவாகத் தமிழின் தரம் மற்றும் அளவு மிகக்குறைவு என்பதே என் எண்ணம். நான் தமிழின் உயர்தர நகைச்சுவை எனக் கருதுவது ப.சிங்காரம்,

அசோகமித்திரன், நாஞ்சில்நாடன் படைப்புகளைத்தான். சுஜாதாவின் சிலகதைகளில் மட்டுமே (உதாரணமாக 'குதிரை') சிறந்த நகைச்சுவை சாத்தியமாகியிருக்கிறது.

நகைச்சுவை எனப் பொதுவாகச் சொல்கிறோம். அதைப் பல வகையாகப் பிரித்துக்கொள்வதே தெளிவான புரிதலை நோக்கிக் கொண்டுசெல்லும். அங்கதம் (satire), சிரிப்பூட்டுதல் (joke), சொல்நகை (wit) எனப் பல வகைமைகள் உள்ளன. ஒவ்வொன்றின் இயல்பும் வேறுவேறு. அங்கதத்துக்கு மட்டுமே இலக்கியத்தில் இடமுண்டு. மற்றவை களிப்பூட்டும் எழுத்துமுறைகள் மட்டுமே. அங்கதம் என்பது நகைச்சுவைத்தன்மை கொண்டிருந்தாலும் உள்ளடக்கத்தில் தீவிரமானது. அது ஒரு தீவிரமான விமர்சனத்தை முன்வைக்கிறது. சமூகவிமர்சனம், தத்துவ விமர்சனம். அது ஓர் அழகியல் வெளிப்பாடு.

அத்தகைய அங்கதம் இங்கே குறைவாக இருப்பதற்கான காரணம், எதை அது பகடி செய்கிறதோ அதை ஏற்கெனவே அறிந்த வாசகர்கள் அதற்குத்தேவை என்பதே. உதாரணம் நாஞ்சில்நாடனின் 'பாம்பு' என்ற சிறுகதை. தமிழில் கல்வித்துறை ஆய்வுகள் செய்யப்படும் லட்சணத்தைக் கொஞ்சமேனும் தெரியாத ஒருவருக்கு அதில் சிரிப்பதற்கு ஒன்றுமில்லை. தெரிந்தவர் நினைத்து நினைத்துச் சிரித்துக்கொண்டிருப்பார்.

எனக்குப் பிடித்த அங்கத எழுத்தாளர் மலையாளத்தில் வி.கே.என். கதகளி, சம்ஸ்கிருத நாடகம், சம்ஸ்கிருத காவியமரபு மலையாளப் பண்பாடு தெரியாத ஒருவருக்கு அதில் பாதிப்பகடி புரியாது. நிறையத் தெரிந்தால் பகடி படு கீழ்த்தரமாகக்கூடப்போகும் என்பது வேறு விஷயம். கம்பராமாயணம் தெரிந்த ஒருவர் நாஞ்சில்நாடன் எழுதிய பகடிகளின் விபரீதம் தெரிந்து பகீரிட்டுப் பின் சிரிப்பார்.

தமிழின் சராசரி வாசகனுக்கு சினிமா பற்றி மட்டும்தான் தெரியும். ஆகவே அதை வைத்துச் செய்யப்படும் பகடி மட்டும்தான் புரியும். அங்கதம் என்பதே பரந்துபட்ட ரசனையும் வாசிப்பும் தகவலறிவும் கொண்ட வாசகனுக்குரியது.

அங்கதநாவல் ஒன்று எழுதவேண்டும் என்ற திட்டம் உள்ளது. நாகர்கோயில் அருகே உள்ள தழுவியமகாதேவர் ஆலயத்தைப்பற்றி. அங்கே சிவலிங்கம் வளைந்திருக்கும். பார்வதி தழுவியதனால் முலை பட்டு வளைந்தது. சாமியே வளைந்திருப்பதனால் ஊரில் பெரும் பாலும் வீட்டுக்கொரு பைத்தியக்காரர் இருப்பார் என்பது நம்பிக்கை. ஒரு தெருவில் ஐம்பது பைத்தியம் இருந்தால் எப்படி இருக்கும் தெரு? அதுதான் கரு. எழுதவேண்டும்.

நீங்கள் எழுதிய குழந்தைகள் நாவல் 'பனி மனிதன்'. குழந்தை இலக்கியங்களின் முக்கியத்துவம் என்ன? 'பனி மனிதன்' அது எழுதப் பட்டதன் நோக்கத்தை அடைந்ததா?

தமிழில் குழந்தைகள் நூல்கள் எழுதுவதில் உள்ள சிக்கலே தமிழ்ப்பெற்றோர் குழந்தைகளுக்குத் தமிழ் நூல்களை வாங்கிக் கொடுப்பதில்லை என்பதுதான். படிப்பு கெட்டுப்போய்விடுமாம். ஆங்கில நூல்களைத்தான் வாங்கிக்கொடுப்பார்கள். குழந்தை களுக்குச் சொந்தமாக வாங்கவும் வசதி இல்லை.

'பனிமனிதன்' என் நண்பர் மனோஜ் தினமணியில் பணியாற்றிய காலத்தில் கேட்டு வாங்கிப்போட்டது. அன்று குழந்தைகள் மிக விரும்பி வாசித்தனர். அதை வாசித்து என்னை அறிந்த பலர் இன்றும் என் வாசகர்களாக உள்ளனர். ஆனால் நூலாக வந்தபின் வாசித்த குழந்தைகள் மிகமிகக்குறைவு. என் வாசகர்கள்தான் அதையும் வாங்கிப் படிக்கிறார்கள்.

குழந்தைகளுக்கான எழுத்து எளிய நடையில் தீவிரமானதாகவே இருக்கவேண்டும் என நினைக்கிறேன். குழந்தைகளுக்கு ஒரு தர்க்க புத்தி உண்டு. அதை அவ்வெழுத்து நிறைவுறச் செய்யவேண்டும். நாலைந்து சொற்களுக்கு மிகாத சொற்றொடர்களால் எழுதப்பட்டிருக்க வேண்டும். அதே சமயம் அவர்களை பெரிய காட்சியனுபவம் நோக்கிக்கொண்டு செல்லவேண்டும். 'பனிமனிதன்' அப்படிப்பட்ட நூல்தான்.

தமிழில் வாசிக்கும் குழந்தைகளுக்குரிய நல்ல நூல்கள் மிகக்குறைவு. பெரும்பாலும் பொருத்தமற்ற மொழிபெயர்ப்புகள். குழந்தைக் கதைகள் எனப் பெரியவர்கள் நினைத்துக்கொள்ளும் பழைமையான மாயக்கதைகள். சிலநாட்களுக்கு முன் வார இதழ் சிறுவர் இணைப்பை இலவசமாக வாங்கிச்சென்று வாசிக்க அண்ணனும் தங்கையுமாக இரு குழந்தைகள் அந்தி நேரத்தில் ஒரு பார்பர் ஷாப்புக்கு வந்து தயங்கி நின்றுகொண்டிருப்பதைக் கண்டேன். பாவமாக இருந்தது. எத்தனை பசி. அவர்களுக்கு என்ன கொடுத்துக்கொண்டிருக்கிறோம்?

'ஜெ.சைதன்யா சிந்தனை மரபு' நானறிந்த வரை முன்னோடியே இல்லாத முதல் முயற்சி. அதில் சொல்லப்பட்டவற்றுள் எவ்வளவு தூரம் கற்பனை எவ்வளவு நிஜம்? சைதன்யா வளர்ந்த பின் இப்போது அதைப் படித்தாரா? அவரது அபிப்பிராயம் என்ன?

அது ஒரு புனைவு. சைதன்யா என்ற குழந்தை சொன்னது முக்கால்வாசி. சொல்லியிருக்கக் கூடுவது கால்வாசி. சைதன்யா

இன்று தஸ்தயேவ்ஸ்கியையும் காஃப்காவையும் ஒப்பிட்டுப்பேசும் இலக்கிய வாசகி. கர்ட் வான்காட் வெறும் மொழிநடையாளர் என்று நிராகரிக்கும் அறிவுஜீவி. அவள் எட்டாம் வகுப்பிலேயே சைதன்யாவின் சிந்தனை மரபை வாசித்துவிட்டாள். அந்தக் குட்டி சைதன்யாவை அவளுக்கு மிகவும் பிடிக்கும்.

அவளுடைய மேஜை மேல் ஒரு வயதுள்ள தன் படத்தை வைத்திருந்தாள். கல்பற்றா நாராயணன் அதைப்பார்த்து சிரித்துக் கொண்டு என்னிடம் சொன்னார், ''அவளுக்குப் பிறக்கப்போகும் மகள்... இப்போதே கொஞ்ச ஆரம்பித்துவிட்டாள்''.

> இலக்கிய முன்னோடிகள் வரிசை நூல்கள் முந்தைய ஆளுமைகளுக்கு நீங்கள் செய்த கறார் மதிப்பீட்டின் வழியான மரியாதை (அவற்றை வாசித்தபின் நான் அதேபோல் சுஜாதா பற்றிய நூல் ஒன்றை விரிவாய் எழுதவேண்டும் என நெடுநாள் ஆசை.) அந்த நூல் வரிசையைத் தொடரும் உத்தேசமுண்டா? ஆம் எனில் இனி அடுத்து யாரைப் பற்றிய நூல்களை எழுதப் போகிறீர்கள்?

அந்த நூல்வரிசையில் சா.கந்தசாமி, இந்திரா பார்த்தசாரதி, ஆதவன், வண்ணநிலவன், வண்ணதாசன், பூமணி, நாஞ்சில்நாடன் வரை எழுத எண்ணமிருந்தது. அப்போதே எழுதியிருந்தால் எழுதியிருக்கலாம். தவறிவிட்டது. நாஞ்சில், பூமணி பற்றி நூலே எழுதிவிட்டேன். பிறரைப்பற்றி எழுதவேண்டும்

ஏற்கெனவே எழுதப்பெற்ற இதிசாகாசங்களை, காப்பியங்களை மீட்டுருவாக்கம் செய்வதற்குப் பின்னான உந்துதல் என்ன? இதன் இலக்கிய அவசியம் என்ன? சமகாலத்தில் இதை வேறந்த மொழியிலும் யாராவது செய்கிறார்களா? (உதாரணமாய் இலியட்டை மீட்டுரு வாக்கம் செய்வது.)

திருப்பி எழுதுவது என்பது நவீனத்துவத்திற்குப் பிந்தைய எழுத்து முறைகளில் முக்கியமானது. (பின்நவீனத்துவம் என்ற சொல்லைத் தவிர்க்கிறேன், அது இங்கே பாலியல் எழுத்து என்ற அர்த்தத்தை மட்டுமே கொண்டிருக்கிறது.) நவீனத்துவ எழுத்து எழுத்தாளன் என்ற தனிமனிதனின் அந்தரங்க உலகையே பெரிதும் வெளிப் படுத்தியது. அவனே புனைவின் மையமாக இருந்தான். எழுத்தின் வழியாக அந்த எழுத்தாளனின் தனியாளுமையை நாம் சென்று சேரமுடியும், அதாவது அவன் உருவாக்கிக் காட்டும் ஆளுமையை.

நவீனத்துவம் கடந்தபின்னர் வந்த புதிய எழுத்துமுறை என்பது பலவகையிலும் நவீனத்துவ எழுத்துமுறையின் எல்லைகளைக்

தாண்டிச்சென்றது. இலக்கியம் என்பது இன்னொருவகை சமான வரலாறாக மாறியது. மொத்தப் பண்பாட்டையும் வரலாற்றையும் மீண்டும் சொல்லத் தொடங்கியது. ஒட்டுமொத்த வரலாற்றின் மீதும் ஒரு முழுமையான விமர்சனத்தை முன்வைக்கத் தொடங்கியது.

கிரேக்கத் தொன்மங்களையும், செமிட்டிக் தொன்மங்களையும் பலவகைகளில் திரும்பச் சொல்லும் முயற்சிகள் மேலை இலக்கியத்தின் தொடக்கம் முதலே வலுவாக உள்ளன. சாதாரண மாகத் தேடினாலே ஆயிரக்கணக்கான நூல்களை நீங்கள் காண முடியும். எனக்குத் தனிப்பட்ட முறையில் பிடித்தமான நூல்களில் நிகாஸ் கஸன்ஸகீஸின் 'லாஸ்ட் டெம்டேஷன் ஆப் கிறிஸ்ட்', எமிலி ஜோலாவின் 'பரபாஸ்' ஆகியவை முக்கியமானவை. சமீபமாக இந்தியத் தொன்மங்களை வைத்து எழுதப்பட்ட ராபர்ட்டோ கலாஸோவின் 'கா' ஒரு சுமாரான நூல்.

இந்த மறு ஆக்கங்கள் முழுமையடைந்த பின் அடுத்த அலையாக எழுபவைதான் இன்று அங்கே வந்துகொண்டிருக்கும் தொன் மங்களின் மறுஆக்கங்களின் மறுஆக்கம் என்று சொல்லப்படும் நூல்கள். தொன்மங்களை எடுத்துக்கொண்டு அவற்றின் உருவாக்கம் வரைச் செல்லக்கூடியவை. தொன்மங்களையும் அவற்றின்மீதான பண்பாட்டு எதிர்வினைகளையும் ஒன்றாகச் சேர்க்கும் நாவல்கள். அதாவது தொன்மங்களைக் 'கையாளக்கூடிய' நாவல்கள். ஜேம்ஸ் ஜாய்ஸின் 'யுலிஸஸ்' போல. ராபர்ட்டோ பொலானோவின் '2666' போல. அல்லது லோசாவின் 'ஸ்டோரிடெல்லர்' போல. அவை தொன்மங்களை ஒருவகையில் அம்மானைக் கலைஞன் பந்துகளைத் தூக்கிப்போட்டுப் பிடிப்பதுபோல விளையாடுகின்றன.

இந்தியச் சூழலில் நாம் நம் தொன்மங்களுக்கான நவீன வாசிப்பையே ஆரம்பிக்கவில்லை. அவை நிகழ்ந்து விவாதிக்கப்பட்ட பின்னர்தான் அடுத்தகட்டமே இங்குச் சாத்தியம். 'கொற்றவை', 'வெண்முரசு' போன்றவை அந்த நவீன மறுவாசிப்புக்கான முயற்சிகள். இந்தியாவின் ஒட்டுமொத்தப் பண்பாட்டின் பின்புலத்தில், இன்றைய பண்பாட்டுச்சூழலின் பின்புலத்தில் அவற்றைக்கொண்டு வந்து வைத்துப் பேசுகின்றன. 'விஷ்ணுபுரம்' நாவலும் அத்தகைய முயற்சிதான்.

இந்தப் பிரம்மாண்டமான மறுஆக்கம் நிகழ்ந்தபின் புதிய வடிவம் கொண்டு வந்து நிற்கும் தொன்மங்களைக் கொண்டுதான் இங்கே ஒருவர் '2666' போன்ற தொன்மக்குறியீடுகளால் ஆன நூலை எழுத முடியும். அதை போல நாமும் எழுதுவதைச் சொல்லவில்லை.

அதற்கு நிகரான இங்கே மட்டுமே உருவாகும் ஓர் எழுத்து முறையைச் சொன்னேன். எனக்கே அப்படி எழுதும் ஆசை உண்டு.

'கொற்றவை' உட்பட இந்தவகை நூல்கள் முழுமையான கவனத்துடன் வாசிக்கப்படவில்லை. ஏனென்றால் இங்கே எழுதுபவர் களுக்குத் தன் சொந்தவாழ்க்கையையும் கொஞ்சம் பகல்கனவையும் கொஞ்சம் சமகால அரசியலையும் கலந்து 'சிறிய' எழுத்துக்களை உருவாக்குவதில் மட்டுமே ஆர்வமிருக்கிறது. புனைவுகளின் பல அடுக்குகளைத் தொட்டு எடுக்கும் வாசிப்புகளே இங்கில்லை. முற்போக்கா பிற்போக்கா என்ற வகையான மோட்டாவான ஓர் அரசியல் வாசிப்பு, எளிய அரசியல்சரிகளை மட்டும் கண்டடைவது, இதெல்லாம்தான் இங்கே நிகழ்கிறது. அத்தகைய வாசிப்புதான் இவற்றை 'மரபைத் திரும்ப எழுதுவது மட்டுமே, இதெல்லாம் பிஜேபி அரசியல் தோழர்' எனக் கடந்துசெல்லும்.

சரி, உங்களுக்காக ஒன்றைச் சொல்கிறேன். 'கொற்றவை' நாவலில் ஆறுபக்கத்துக்கு கிளிட்டோரிஸைப் பற்றிப் பேசப்பட்டிருக்கிறது என்பது தெரியுமா? கண்ணகியும் மணிமேகலையும் பேசப்படும் ஒருநாவலில் அந்தச் சித்தரிப்பு எப்படி உள்ளே வருகிறது? அது உருவாக்கும் தலைகீழாக்கம் என்ன? மொத்த மரபையே அது இன்னொன்றாக ஆக்கிவிடுகிறது அல்லவா? அதற்கான இடத்தை உருவாக்கவே இந்த மறுபுனைவுகள். அந்நாவலில் தமிழகத்தின் பெரும்பாலும் அனைத்து தொன்மங்களும் மறு ஆக்கம் செய்யப் பட்டுள்ளன. எல்லாத் தொன்மங்களுக்கும் இரண்டு வெவ்வேறு வடிவங்கள் அருகருகே வருகின்றன.

அந்நாவல் வந்து ஒன்பது வருடங்களாகின்றன. இன்றுவரை எவரேனும் அதைப்பற்றி பேசியிருக்கிறார்களா? ஏனென்றால் அதை நம்மூர் மோட்டா வாசகர்கள், சின்ன எழுத்தாளர்கள் புரிந்துகொள்ள முடியாது. அதற்கான நுண்ணுணர்வு கொண்ட வாசகர்கள், அடுத்த தலைமுறை எழுத்தாளர்கள் வருவார்கள். அதுவரை அந்நாவல் காத்திருக்கும்.

'வெண்முரசை'ப்பற்றியும் அதையே சொல்வேன். அதன் ஒரு பக்கத்தைப் பொதுவாசகன் வாசித்துச்செல்வான். இன்னொருபக்கம் அது ஒரு முழுமையான தலைகீழாக்கத்தைச் செய்துகொண்டே செல்கிறது. 'நீலம்' போன்ற ஒருநாவலின் தளம் நம் மரபை அறிந்து அதைத் தலைகீழாகக் கவிழ்த்து வாசிக்கும் ஒருவனுக்கே முழுமையாகக் கிடைக்கும். அது உருவாக்கும் பாலியல் உட்குறிப்பு களைக் கடப்பதற்கே ஒரு தனி வாசிப்புமுறை தேவை.

என் வரையில் இது ஒரு பெரிய தொடக்கம் என நினைக்கிறேன். ஒரு பிரம்மாண்டமான விதைத் தொகுதி.

‘வெண்முரசு’ அடுத்த பத்தாண்டுகளுக்கு உங்களது பெரும்பாலான நேரத்தை எடுத்துக் கொள்ளப் போகிறது. வெண்முரசு, சினிமா, கட்டுரைகள் மற்றும் இன்ன பிற இணையச் செயல்பாடுகள் தவிர்த்து நீங்கள் புனைவில் ஈடுபடவியலாமல் போகலாம். பத்திரிக்கையாளர் ஞாநி கூட இதைப் பற்றிக் குறிப்பிட்டிருந்தார். வெண்முரசு வியர்த்தமான முயற்சி என்ற அவரது பார்வையைத் தாண்டி அதில் உண்மை இருப்பதாகவே படுகிறது. உங்கள் இலக்கிய வாழ்வில் முக்கியமாக அமையக்கூடிய அடுத்த பத்து ஆண்டுகளை வெண்முரசுக் கெனவே எழுதி வைத்ததை நீங்கள் எப்படி நியாயப்படுத்துகிறீர்கள்? உங்கள் திட்டப்படி வெண்முரசு எழுதி முடித்தால் ‘விஷ்ணுபுரம்’ உள்ளிட்ட உங்கள் பிற ஆக்கங்கள் பின்னுக்குக் தள்ளப்பட்டு அதுவே உங்கள் பிரதான இலக்கிய முகமாகும். அதை விரும்புகிறீர்களா?

இந்த விவாதங்கள் எல்லாமே வெண்முரசு என்ன வகையான எழுத்து என அறியாமல் வாசிக்காமல் அது மகாபாரதத்தை திருப்பி எழுதுவது என்ற ஒற்றை வரியின் அடிப்படையில் சொல்லப்படுபவை மட்டுமே. அவர்களுக்கு நான் என்ன பதில் சொல்வது?

இதன் இதுவரையிலான பக்கங்களில் வந்துள்ள சமகால அரசியல், சமகால உணர்வுநிலைகள் மிகப் பரந்துபட்டவை. ஓர் உதாரணம், பாஞ்சாலியின் பலகணவர் முறைபற்றிய பகுதிகள். அதன் பண்பாட்டுப்புலம். அவளுடைய பாலியல்சார்ந்த ஆழ்மன ஓட்டங்கள். அவற்றுடன் தொடர்புள்ள தொன்மங்கள் என அது செல்லுமிடம் சமகால அக ஆழமே. பாஞ்சாலி ஒரு நவீனப்பெண். அவளை ஆராய்வது ஒரு சமகால நோக்கு. ஆனால் அதை மேலோட்டமாக இங்கிருந்து விலக்கி தொன்மத்தில் கொண்டு வைத்தால் மட்டுமே முழுமையாக ஆராய முடியும்.

இதன் அளவைப்பற்றி எல்லாம் பேசுகிறார்கள். இந்த எழுத்துமுறை என்பது இன்றைய, நாளைய சாத்தியம் என அவர்கள் அறிவதில்லை. பாருங்கள், ஒட்டுமொத்த சிலப்பதிகாரமும் நீட்டி அடித்தால் ஒரு குறுநாவல் அளவுக்கே வரும். ஏடுகளில் எழுதப்பட்ட பெரும் பாலான நூல்கள் மிகமிகச் சிறியவை. அச்சு ஊடகம் வந்ததும் நூல்கள் பத்துமடங்கு பெரியதாயின. ‘பொன்னியின் செல்வன்’ அக்காலத்தில் மிகப்பெரிய திகைப்பை அளித்த நாவல்.

இன்று மின்னணு ஊடகக் காலம். வெண்முரசு அச்சிலும் வெளியாகிறது. ஆனால் அது அச்சு ஊடகத்திற்குரியது அல்ல. அது

சில ஆண்டுகளுக்குப்பின் அச்சிலேயே வராது போகலாம். ஆனால் மின்னணு வடிவில், இணையத்தில் இருக்கும். இணையத்தில் அது ஒரு டேட்டாபேஸ். ஒரு பெரிய கதைத்தொகுதி. ஒரு தொன்மக் குவியல். ஒரு தொன்ம விளையாட்டுக்களம். அதில் நீங்கள் எப்படி வேண்டுமென்றாலும் எங்கிருந்து வேண்டுமென்றாலும் நுழையலாம். எந்தப் பகுதியை வேண்டுமென்றாலும் வாசிக்கலாம்.

இது காகிதம் அகன்றபின் நீடிக்கப்போகும் எழுத்து. இப்போதே 70 சதவீத வாசகர்கள் செல்பேசியில் வாசிக்கிறார்கள். செல்பேசி வாசிப்பு இல்லாவிட்டால் 'வெண்முரசு' இல்லை என்பதே உண்மை.

யோசித்துப்பாருங்கள், இன்றைக்கு ஒரு சாதாரண மனிதன் வாசிப்பது சென்ற காலத்தை விட 10 மடங்கு அதிகம். ஃபேஸ்புக் வாசிப்புதான். ஆனாலும் அது வாசிப்புதானே. சென்றகாலத்தில் ஒருவாரத்தின் குமுதம், விகடன் உள்ளிட்ட அத்தனை இதழ்களையும் நாளிதழ் களையும் சேர்த்தால் வரும் அளவுக்கு இவன் ஒரே நாளில் வாசிக்கிறான். வாசிக்கும் ஊடகத்தின் வசதிதான் காரணம். எங்கும் எப்போதும் வாசிக்கலாம். இப்படி வாசிப்பு பெருகியிருக்கும் இந்தக் காலகட்டத்திற்குரியது இவ்வெழுத்து.

'வெண்முரசு' ஒரு சம்பிரதாயமான நாவல் அல்ல. அதை நூற்றுக்கும் மேல் சிறிய நாவல்களாக ஆக்கலாம். ஆயிரக்கணக்கான சிறுகதைகளாக ஆக்கலாம். அதை நீங்கள் பிறர் எழுதிக் கொண்டிருக்கும் நாவல்களுடன் ஒப்பிடக்கூடாது. அதில் இனிமேல் மேலும் மேலும் படங்கள் சேர்க்கலாம். அனிமேஷன் சேர்க்கலாம். விரைவிலேயே ஆடியோ சேர்க்கவிருக்கிறோம்.

முழுக்கமுழுக்க அது ஒரு 'ஹைப்பர் டெக்ஸ்ட்' எழுத்து. இப்போதே இதில் ஆயிரத்துக்கும் மேற்பட்ட உள்ளிணைப்புகள் உருவாகி விட்டன. சிலவருடங்கள் கழித்து அதன் குறுக்கு நெடுக்காக மேலும் மேலும் இணைப்புகள் அளிக்கமுடியும். அதைமட்டும் தொகுத்து வாசகன் அவனுக்கான ஒரு நாவலைக் குறுக்காகத் தொகுத்துக் கொள்வான். விதுரனை மட்டும் தொகுத்து ஒரு நாவலாக்கிக் கொள்ளலாம். அந்த வேலையும் நடக்கிறது. ஒருவர் எழுதும் நாவல் அல்ல இது. இதில் இப்போதே பல நிபுணர்கள் பணியாற்று கிறார்கள். எதிர்காலத்தில் இன்னும் பெருகும்.

நீங்கள் இன்றுவரை அறியாத ஒரு பெரிய இலக்கியவகை இது. நாவல் என்ற வார்த்தை இதற்கு மிகச் சிறியது. வேண்டுமென்றால் ஒரு ஹைப்பர்லிங்க் புனைவு என்று சொல்லுங்கள்.

கடந்த பத்தாண்டுகளாகவே 'அசோகவனம்' என்ற பிரம்மாண்ட நாவலைத் திட்டமிட்டிருந்தீர்கள். அது எதைப் பற்றியது? அப்பணி எந்த நிலையில் இருக்கிறது? 'வெண்முரசு' காரணமாக அது தாமதமாகிறதா? அது எப்போது வெளியாகும்?

ஒரு மூன்றுமாதம் அமர்ந்தால் முடித்துவிடமுடியும் நிலையில்தான் அசோகவனம் உள்ளது. 2016ல் 'அசோகவன'மும் வெளியாகும் என நினைக்கிறேன். 'வெண்முரசு' அதன் தாமதத்திற்குக் காரணம் அல்ல. விரிவான ஆராய்ச்சி தேவைப்பட்டது. கேரள வரலாறு. நாயக்கர் கால வரலாறு.

ஆரம்ப காலத்தில் (80களின் இறுதி?) வேறு பெயரில் பல ஜனரஞ்சகக் கதைகளை எழுதியதாகக் குறிப்பிட்டிருக்கிறீர்கள். அதே திசையில் தொடர்ந்திருந்தால் சுஜாதா மட்டுமே உங்களுக்குப் போட்டியாளராக இருந்திருப்பார் எனச் சொல்லி இருந்தீர்கள். அது பற்றிச் சொல்லுங்கள். அவற்றைத் தொகுத்து வெளியிடும் எண்ணம் உண்டா?

இல்லை. பல கதைகள் கிடைக்கவில்லை. அதற்காக நேரம் செலவிடுவது வீண்வேலை என்று தோன்றுகிறது

மொழியின் உச்ச வெளிப்பாடு கவிதை. எந்த ஒரு மொழியிலும் கவிஞனே எழுத்தாளனுக்கு மேல் உயர்ந்தவனாய்க் கொண்டாடப் படுகிறான். ('இரவு' நாவலில் வரும் கவிதைகள் தவிர்த்து) நீங்கள் ஏன் கவிதை ஏதும் எழுதுவதில்லை?

மொழியின் உச்சவெளிப்பாடு கவிதை அல்ல, காவியம்தான். இன்றைய கவிதை ஒரு முழுமையனுபவத்தை அளிப்பதில்லை. அது ஒரு துளியில் வாழ்க்கையை நோக்கி அமைகிறது. ஆகவே அது குறைபாடு கொண்டது. நவீனக் கவிதையின் இந்தத் துளித்தன்மை அதன் பலம். அதன் பலவீனமும் அதுவே. வரலாற்றை, பண்பாட்டை, மானுட அகத்தை நோக்கி எழுதும் எழுத்தாளனுக்கு அது ஆழ்ந்த போதாமையுணர்வை அளிக்கும்.

இருபதாம் நூற்றாண்டின் முக்கியமான நாவல்கள் பெரும்பாலும் கவித்துவத்தால் ஆனவையே. பாஸ்டர்நாக் சொன்னார், இருபதாம் நூற்றாண்டில் கவிஞன் எழுதவேண்டியது நாவலையே என்று. கவிஞரான அவர் டாக்டர் ஷிவாகோ எழுதி அதனூடாகவே அறியப்படுகிறார். நான் கவிதைகள் எழுதினால் அது ஒரு நாவலின் பகுதியாகவே இருக்கும். என் வரையில் 'கொற்றவை', 'நீலம்' இரண்டும் தமிழின் எந்த கவிஞரின் மொத்தக் கவிதைத் தொகுதிகளை விடவும் கவிதைகளைக் கொண்டவை.

இதுவரையிலான உங்கள் எழுத்துக்களில் மாஸ்டர்பீஸ் நாவல், சிறுகதை, நூல் என எவற்றைக் கருதுகிறீர்கள்? அதில் ஒவ்வொன்றைப் பற்றியும் கொஞ்சம் பேசுங்கள்.

'விஷ்ணுபுரம்', 'பின் தொடரும் நிழலின் குரல்', 'கொற்றவை' என நான் ஒன்றில் இருந்து ஒன்றுக்குத் தாவுகிறேன். ஒவ்வொன்றும் இன்னொன்றை நிறைப்பவை. என் வரையில் முழுமையாக்கும் போது 'வெண்முரசு'தான் என் பெரும்படைப்பாக இருக்கும். அதைக் கடந்துசெல்ல எழுதிமுடித்ததுமே முயல்வேன்.

ஓர் எளிய வெகுஜன வாசகன் உங்களை எங்கிருந்து வாசிக்கத் தொடங்கலாம்? என்னைக் கேட்பவர்களுக்கு ஆரம்பத்திலேயே 'விஷ்ணுபுரம்', 'பின்தொடரும் நிழலின் குரல்', 'ஏழாம் உலகம்' எனத் தொடங்கினால் ஒருவேளை மிரளக்கூடும் என்ற அடிப்படையில், வாசிக்க இணக்கமாய் இருப்பவை என்ற அடிப்படையில் சிபாரிசு செய்வது 'விசும்பு', 'அறம்', 'உலோகம்'. நீங்கள் வரிசைப் படுத்துங்களேன்.

'அறம்' கதைகள். அவை அவன் கண்டு அறிந்த ஒரு மானுட மேன்மையைத் திரும்பச் சொல்கின்றன. 'வாழ்விலே ஒருமுறை', 'சங்கச் சித்திரங்கள்' போன்ற நூல்களும் சிறந்த தொடக்கங்கள் என்பதைக் கண்டிருக்கிறேன்.

இடையில் 'சொல் புதிது' என்ற சிற்றிதழைத் தொடங்கி சில காலம் நடத்தினீர்கள். அந்த அனுபவத்தைச் சொல்லுங்கள். இலக்கிய உலகிற்குச் 'சொல் புதிது' இதழ் செய்த பங்களிப்புகள் பற்றி? ஏன் அவ்விதழ் தொடர்ந்து வெளியாகவில்லை? சிற்றிதழ்களின் நிலையாமை தெரிந்ததுதான். ஆனால் அது தவிர்த்து வேறு காரணங்கள் உண்டா?

'சொல்புதிது'வை என் நண்பர் எம்.கோபாலகிருஷ்ணனுடன் இணைந்து தொடங்கிச் சிலகாலம் நடத்தினேன். பின்னர் அவர் விலகினார். கடைசியில் நண்பர் சதக்கத்துல்லா ஹசநீயின் ஆசிரியத்துவத்தில் நடத்தினேன். அது பதிவுசெய்யப்படாத இதழ். போட்டிச் சிற்றிதழாளர் குழுவினர் எவரோ அவர் இஸ்லாமியத் தீவிரவாதி எனப் புகார் செய்துவிட்டார்கள். அவரைக் கூட்டி வைத்து கொஞ்சநாள் விசாரித்தபின் விட்டுவிட்டார்கள். பதிவுசெய்ய முயன்றோம். நான் அரசூழியன், என் விலாசத்தைக் கொடுக்க முடியாது. அவருக்குச் சொந்த வீடு இல்லை. அவ்வாறு நீண்டு நீண்டு சென்று அப்படியே நின்றுவிட்டது.

‘சொல்புதிது’ பலவகையில் பலதரத்தில் வெளிவந்த சிற்றிதழ். சிற்றிதழ்களில் அதிகமான பக்கங்கள் கொண்டதாக இருந்தது. என்சைக்ளோபீடியா அளவில் 120 பக்க அளவு கூட வந்துள்ளது. இலக்கியத்துடன் வரலாறு, பண்பாடு சார்ந்த ஆழமான விரிவான கட்டுரைகளைப் போட்டதுதான் ‘சொல்புதிது’ இதழின் சாதனை என்று சொல்லலாம். முக்கியமான நேர்காணல்களை எடுத்தோம். அவை ‘இலக்கிய உரையாடல்கள்’ என்ற நூலில் உள்ளன. ஒவ்வொரு இதழிலும் புத்தகப்பகுதி என்ற ஒன்று உண்டு. அதில் ஒரே தலைப்பின் கீழ் பலவகையான விஷயங்களைத் தொகுத்து அளித்தோம். மும்மாத இதழான ‘சொல்புதிது’வை வாசித்து முடிக்க மூன்றுமாதமாகும் என்பார்கள் அன்று. அறிவியல் புனைகதைகள், முக்கியமான மொழியாக்கக் கதைகள் வெளிவந்தன.

‘சொல்புதிது’தான் தமிழில் எழுத்தாளர்களை அட்டையில் பெரிய வண்ணப்படமாகப் போட்டு வந்த இதழ். அப்படி வெளியிடக்கூடாது என்ற எதிர்ப்புகள் வந்தன. சுந்தர ராமசாமியே கூப்பிட்டுச் சொன்னார். ஆனால் பின்னர் அதுவே ஒரு வழக்கமாக ஆகியது. வெங்கட் சாமிநாதனை அட்டையில் போட்டு வெளிவந்த ‘சொல்புதிது’ இதழ்தான் முக்கியமான இதழ். தட்டச்சில் 700 பக்கம் அளவுள்ள விஷயங்கள் அதில் இருந்தன. அ.முத்துலிங்கம் உட்பட ஆறு கதைகள். தேவதேவனின் கவிதைகள். மிகவிரிவான எட்டு கட்டுரைகள்.

இப்போது சிந்தித்தால் நிறைவளிக்கும் இதழ் என்றே தோன்றுகிறது. ஆனால் கடும் உழைப்பு. ஒற்றை ஆள் வேலை. ‘வெண்முரசு’ எழுதுவதெல்லாம் அந்த உழைப்புடன் ஒப்பிட்டால் குறைவுதான்.

‘சொல் புதிது’ இதழில் மனுஷ்ய புத்திரனை நொண்டி நாய் என விளித்து ‘நாச்சார் மட விவகாரம்’ என்ற கட்டுரை வெளியானதாகக் கேள்விப் பட்டதுண்டு. உண்மையில் அதை எழுதியது யார்? இதழின் ஆசிரியராக நீங்கள் அதைத் தவிர்த்திருக்கவேண்டும்தானே? உண்மையில் நடந்தது என்ன?

நான் இருபத்தைந்தாண்டுக்காலமாகச் சிற்றிதழ் இலக்கியச் சூழலில் இருக்கிறேன். ஒரு குறிப்பிட்ட வகையான ஆட்களைக் கவனித்துக் கொண்டே இருக்கிறேன். எதையுமே வாசிக்க மாட்டார்கள். ஓர் இருபது பக்கம் அச்சடித்த எழுத்தை வாசிக்கச் சோம்பல்படுவார்கள். ஆனால் இலக்கியம் சார்ந்த எல்லா வம்புகளையும் தெரிந்து வைத்திருப்பார்கள். இதிலேயே இருப்பார்கள். காலப்போக்கில் ஒரு குட்டி இலக்கியவாதி என்ற அந்தஸ்து வந்துவிடும். அதற்குவேண்டு

மென்றால் ஓர் இருபது கவிதைகள் எழுதிக் குட்டிப் புத்தகமாக போட்டுக்கொள்வார்கள். இப்போது இவர்களெல்லாம் ஃபேஸ்புக்கில் இருக்கிறார்கள் என்று அறிகிறேன்.

இவர்களால் பேசிப்பேசி வாழவைக்கப்படும் வம்பு இது. 'சொல்புதிது' எப்போதுமே மனுஷ்யபுத்திரனைப் போற்றிய சிற்றிதழ். அதில் மனுஷ்யபுத்திரனின் கவிதைகளைக் கேட்டு வாங்கிப் பல பக்கங்களுக்குப் படங்களுடன் போட்டோம். அவர் 'சொல்புதிது'வில் நிறைய எழுதினார். நான் காலச்சுவடு இதழுடன் குறிப்பாக கண்ணனுடன் முரண்பட்டு வெளியே வந்த காலம். அப்போதும் மனுஷயபுத்திரன் 'சொல்புதிது' இதழில் எழுதினார்.

எனக்கு மனுஷ்யபுத்திரனுடன் எப்போதுமே நல்லுறவுதான். அவர் என்னைப்பற்றி மிகக் கடுமையாக எழுதியதுண்டு. ஆனால் ஒரு போதும் நான் கடுமையாக எழுதியதில்லை. கடுமையான மன வருத்தம் உருவானபோதுகூட அவரைப்பற்றி இனிமேல் பேச மாட்டேன் என்பதுதான் என் எதிர்வினை. ஏனென்றால் அவர் என் கவிஞர். அந்த இடத்தில்தான் இத்தனை ஆண்டுகளாக இருக்கிறார். அவர் தன் சிறிய ஊரில் ஒரு சிற்றறையில் தனிமையில் வாழ்ந்த இளமைக்காலம் முதல் தொடங்கிய உறவு அது. அவர் வீட்டுக்கு நான் சென்றிருக்கிறேன். அவரது கவிதைகளில் என்னை மீண்டும் மீண்டும் கண்டுகொண்டிருக்கிறேன். அது அவருக்கும் தெரியும்.

சதக்கத்துல்லா ஹசநீ அவர்கள் ஆசிரியராக இருந்த நாட்களில் 'சொல்புதிது' இதழில் வெளிவந்த பகடிக்கதை நாச்சார் மடத்து விவகாரங்கள். அது ஒரு பொதுவான பகடி. அதை எம்.வேதசகாய குமார் எழுதினார். இன்று நீங்கள் வாசித்தால் அதில் எங்கே சுந்தர ராமசாமி சொல்லப்பட்டிருக்கிறார் அல்லது குறிப்புணர்த்தப் பட்டிருக்கிறார் என்றே தெரியாது. சதக்கத்துல்லா ஹசநீ அதை வாஜ்பாய் அரசைப் பகடி செய்த கதை என்றே புரிந்துகொண்டார்.

அக்கதை பிரசுரமானபோது நான் ஊரில் இல்லை. குஜராத் அருகே இருந்த டாமனில் சோமசுந்தரம் என்ற நண்பரின் விருந்தினராகச் சென்றவன் அஜந்தா செல்லும் வழியில் அஜிதன் நச்சு உணவு காரணமாகப் பலநாள் ஆஸ்பத்திரியில் இருக்க நேரிட்டதனால் தாமதமாகத் திரும்பி வந்தேன்.

நான் வரும்போதே 'காலச்சுவடு' அதை எனக்கெதிரான பெரிய ஒரு பிரச்சாரமாக ஆக்கியிருந்தது. எழுத்தாளர்களிடம் கையெழுத்து திரட்டி கண்டனத்தைப் பிரசுரித்தது. அக்கதையைத் தான் எழுதினேன் என வேதசகாயகுமார் அச்சிலேயே திட்டவட்டமாகச் சொல்லியும் கூட அதை நான் எழுதினேன் என்று அவர்கள் பிரச்சாரம் செய்தார்கள்.

அக்கதையில் நாய் வளர்க்கிறார் ஒரு பேராசிரியர். அதில் ஒரு நாய் நொண்டி. அது மனுஷ்யபுத்திரனைக் குறிக்கிறது என்றார்கள். அதை எப்படி அவர்கள் மனுஷ்யபுத்திரனை மீறிச் செய்தார்கள் எனப் பின்னர் 'காலச்சுவடு' இதழில் இருந்து வெளியே தள்ளப்பட்டபின் அவரே என்னிடம் சொல்லியிருக்கிறார்.

நான் எப்போதுமே சொல்லவேண்டியதை வெளிப்படையாகச் சொல்லி விளைவுகளை எதிர்கொள்பவன், மறைமுகமாகப் பேசுவது என் வழக்கம் அல்ல. ஒளிந்துகொள்வதும் இல்லை. ஆகவே 'காலச்சுவ'டின் அந்தத் தந்திரத்தால் சீண்டப்பட்டு சுந்தர ராமசாமி மீதான என் குற்றச்சாட்டுகளை நேரடியாகவே எழுதி அச்சிட்டு வெளியிட்டேன். இதுதான் நிகழ்ந்தது.

பல ஆண்டுக்காலம் 'காலச்சுவடு' தொடர்ந்து என் மேல் அவதூறுக் கட்டுரைகள் பிரசுரித்தது. புனைவுகளைத் தரமாக எழுதிக் கொண்டிருக்கும் வரை எந்த ஊடகமும் எழுத்தாளனை ஒன்றும் செய்துவிடமுடியாது என்பது என் நம்பிக்கை. அதையும் சோதித்துப் பார்ப்போமே என்று நினைத்தேன். அக்கட்டுரைகள் எனக்கு நல்ல வாசகர்களைப் பெற்றுத்தந்தன என்பதுதான் நடந்தது.

> சுந்தர ராமசாமி மற்றும் உங்களைப் போன்ற இலக்கிய எழுத்தாளர்கள் எனக்கு அறிமுகமானது 1990களின் இறுதியில் குமுதம் வெளியிட்ட தீபாவளி இலக்கிய இணைப்பு மலர்களின் வழியாகத்தான். அது இல்லாது போயிருந்தால் நான் ஒருவேளை சுஜாதாவோடே நின்றிருக்கக்கூடும். இலக்கியத்தரமாக எழுதினாலும் ஜெயகாந்தன் 'ஆனந்த விகடன்' வழி வெகுஜனத்தைச் சென்றடைந்தார். எஸ்.ரா. இன்னொரு உதாரணம். 'சங்கச் சித்திரங்கள்' தொடருக்குப்பின் நீங்கள் ஏன் பிரபல இதழ்களில் எழுதவில்லை? ('தி இந்து'வில் எழுதும் கட்டுரைகள் தவிர்த்து.) 'அறம்' தொகுப்பில் உள்ள கதைகள் வெகுஜன இதழ்களில் வெளியாகி இருந்தால் இன்னமும் பன்மடங்கு அதிகம் பேரைச் சென்றடைந்திருக்கக்கூடும் எனத் தோன்றுகிறது. வெகுஜன இதழின் சட்டகத்துள் நின்று இயங்குவது படைப்பாளியின் சுதந்திரத்தைப் பாதிக்கும் என நினைக்கிறீர்களா?

வெகுஜன இதழ்கள் அவற்றுக்கான வரைமுறை கொண்டவை. பக்க வரையறை மட்டும் அல்ல, உள்ளடக்க வரையறையும்கூட. அவற்றுடன் சமரசம் செய்துகொண்டு எழுதவேண்டும். அங்கே முக்கியமான படைப்புகளை எழுதமுடியாது. எழுதும் படைப்பு களுக்கு ஒரு பதாகையை அங்கே நட்டு வைக்கலாம், அவ்வளவுதான்.

'சங்கச் சித்திரங்கள்' எனக்கு ஒரு வாசகப்பரப்பை உருவாக்கி அளித்தது. ஆனால் ஆனந்தவிகடனுடன் எனக்கு ஆரம்பம் முதலே

ஒத்துப்போகவில்லை. மறைந்த பாலசுப்ரமணியனுடன் குறுகிய கடிதப் போக்குவரத்தே இருந்தது. அவரது 'எஜமானத் தோரணை'யை என்னால் ஏற்றுக்கொள்ள முடியவில்லை. அவர் பணக்காரராகப் பிறந்தவர். முதலாளி. ஏதோ ஒருவகையில் அனைவரிடமும் கட்டளையிட்டுப் பழகியவர். நான் எங்கும் கட்டளைகளை வாங்கிக்கொள்பவனாக இருந்ததில்லை. இருபத்தைந்தாண்டுக்கால அரசூழியர் வாழ்க்கையில்கூட. அது ஆணவமாகக் கூட இருக்கலாம். அப்படிப் பழகிவிட்டேன்.

என் சுதந்திரப்போக்கால் நான் பெரிய ஊடகங்களிடம் நெருங்க வில்லை. சிற்றிதழ்களிலும் 'ஓம்சக்தி' போன்ற இதழ்களிலும்தான் என் படைப்புகள் வெளிவந்தன. என் நண்பர்கள் எவரேனும் பெரிய ஊடகத்தில் இருந்து அவர்கள் கேட்கும்போது மட்டுமே நான் அவற்றில் எழுதியிருக்கிறேன். 'ஓம்சக்தி' இதழின் ப.சிதம்பரநாதன் என் பல கதைகளைக் கேட்டுப் பிரசுரித்தவர்.

ஓரளவுக்கு மேல் நாம் வாசகர்களிடம் செல்லக்கூடாது என நினைக்கிறேன். தொலைக்காட்சி நிகழ்ச்சிகள் போன்றவற்றை நான் தவிர்க்க இதுவே காரணம். நான் எழுதுவது புதிய வாசகர்களுக்குத் தெரியவேண்டும். அதற்குச் சில செய்திகள், பேட்டிகள் போன்றவையே போதும். அதன் பின் அவன் என்னைத் தேடி வர வேண்டும். நான் ஒரு மர்மமாக, சவாலாக அவனுக்குத் தெரிய வேண்டும். என்னை முட்டித்திறந்து அவன் உள்ளே வரவேண்டும். என் நல்ல வாசகர்கள் பலர் என்னுடன் மோதியவர்கள். அதில் ஓர் அறிவார்ந்த அழகு உள்ளது.

அந்த வாசகனுக்காக நான் சமைத்துப் பரிமாறும் எளிய உணவையே அவன் உண்டுகொண்டிருக்கக் கூடாது. அது என் பெரிய எழுத்துக்கள் மீதான அவனுடைய வசீகரத்தை இல்லாமலாக்கிவிடும். ஜெயகாந்தன் மேல் இல்லாத வசீகரம் என் மீது இன்றும் இளம் வாசகனுக்கு உள்ளது. காரணம் அவன்முன் என் எழுத்து ஒரு சவாலாக நின்று கொண்டிருக்கிறது.

> உங்களைப் பற்றி தொடர்ச்சியாய் வைக்கப்படும் முதன்மைக் குற்றச்சாட்டு நீங்கள் இந்துத்துவ சித்தாந்தத்திற்கு ஆதரவானவர் என்பது. நான் உங்களைக் கடந்த 15 ஆண்டுகளாக வாசிக்கிறேன். பெரும்பாலும் எனக்கு அப்படித் தோன்றியதில்லை. 'இந்து ஞான மரபின் ஆறு தரிசனங்கள்' போன்ற விஷயங்களை எழுதியவர் என்பதற்காக ஒருவர் உங்களை அப்படி விளித்தால் அதைவிட முட்டாள்தனம் வேறில்லை. Self restrospective செய்து சொல்லுங்கள்.

நீங்கள் ஓர் இந்துத்துவவாதியா? இல்லை எனில் இந்தப் பிழையான லேபிள் உங்களுக்குச் சங்கடம் ஊட்டுகிறதா?

நான் எழுதவந்த காலகட்டத்தில் ஒரு கட்டுரையில் உபநிடத மேற்கோள் ஒன்றை அளித்திருந்தேன். என் ஆசான் ஞானி அதை வெட்டிவிட்டு 'நிகழ்' சிற்றிதழில் வெளியிட்டார். நான் அவரிடம் அதைப்பற்றிக் கேட்டேன். அது மதச் சிந்தனை, நவீன இலக்கியத்தில் அதற்கு இடமில்லை என்றார். அதே இதழில் நான்கு வெவ்வேறு மேலைநாட்டு அறிஞர்களைப் பற்றிய மேற்கோள்கள் இருந்தன. அவர்கள் நேரடியாகவே மதச் சிந்தனையாளர்கள்தான். அதைப்பற்றிக் கேட்டபோது அது வேறு விஷயம் என்றார் ஞானி.

அந்த மனநிலை எனக்கு வியப்பளித்தது. அதைக் கடந்தேயாக வேண்டும் என முடிவெடுத்தேன். நமக்கு இங்கே மூவாயிரம் வருடத் தொன்மையுள்ள ஒரு மரபு உள்ளது. கலைகள், தத்துவம், இலக்கியம், தொன்மங்கள் என. அவை எல்லாம் மதமாகத்தான் தொகுக்கப்பட்டுள்ளன. அவற்றைத் தூக்கி வீசிவிட்டு நாம் என்னதான் சுயமாக எழுதிவிடமுடியும் என நினைத்தேன்.

நான் என் எழுத்தை முழுக்க முழுக்க இந்தியத்தன்மை கொண்டதாக அமையவேண்டும் என எண்ணுகிறேன். இங்குள்ள மரபிலிருந்து எழுவது, இதை விமர்சிப்பது, கடந்துசெல்வது. இதில் இருந்து துண்டித்துக்கொண்டு அரைகுறையாகத் தெரிந்த மேலைநாட்டு எழுத்துக்களை நகல்செய்து எழுதும் முறையை அபத்தம் என்று மட்டுமே என்னால் சொல்லமுடிகிறது.

இதுவே 'விஷ்ணுபுரம்' போன்ற நாவலின் பின்னணி. 'விஷ்ணுபுரம்' நாவல் வெளிவந்தபோது எந்த இலக்கியத்தையும் புரிந்துகொள்ள முடியாத அ.மார்க்ஸ் போன்ற மோட்டா விமர்சகர்கள் அதன் தலைப்பை மட்டும் வைத்து அது ஓர் இந்துத்துவப்பிரதி என்று பேசினார்கள். நம்மூரில் படிக்காமலேயே பேசும் கும்பல் அதிகம். ஒரு வாகான கருத்து கிடைத்தால் அதைத் தன் கருத்தாகச் சொல்லி விடுவார்கள். அப்படியே அது ஒரு கருத்தாக ஆகியது.

'பின் தொடரும் நிழலின் குரல்' அடுத்த வருடமே வந்தது. அது இடதுசாரிகளைக் கடுமையாக விமர்சனம் செய்வது. மார்க்ஸியத்தை அதன் ஆன்மீகசாரத்தின் அடிப்படையில், தத்துவத்தின் அடிப் படையில் ஏற்றுக்கொள்வது. அவ்விமர்சனத்தை எதிர்கொள்ள முடியாதவர்கள், 'அந்தாள் இந்துத்துவா... பாருங்க தோழர், விஷ்ணுவப்பத்தி எழுதியிருக்கார்' என்று பிரச்சாரம் செய்யத் தொடங்கினார்கள்.

சமீபத்தில் ஸ்ரீவில்லிப்புத்தூர் சென்றிருந்தேன். அம்பேத்கர் பண்பாட்டுப் பாசறையைச் சேர்ந்த பால்ராஜ் சொன்னார். 'இப்பதான் விஷ்ணுபுரம் வாசிச்சேன். எத வச்சு அதை இந்துத்துவப் பிரதின்னு சொன்னாங்கன்னே தெரியல்லை''. நான் ''விஷ்ணுவ வச்சு'' என்றேன். ''அது விஷ்ணுவே இல்லியே. தலித்துக்களோட மூப்பன்தானே?'' நான் புன்னகை செய்தேன்.

இதுதான் இங்கே நிகழ்கிறது. இந்த மொண்ணைத்தனத்துடன் மோதுவதில்லை. நல்ல வாசகன் வருவான் எனக் காத்திருக்கிறேன்.

நான் நூற்றுக்கணக்கான முறை சொல்லியிருக்கிறேன். என் இணையத்தளத்திலேயே குறைந்தது நூறு தடவை இது எழுதப் பட்டுள்ளது. இந்து ஞான மரபும் பண்பாடும் வேறு, இந்துத்துவ அரசியல் வேறு. இந்த வேறுபாட்டை விளங்கிக்கொள்ளாமல் இந்திய யதார்த்தத்தைப் புரிந்துகொள்ள முடியாது. இடதுசாரிகள் இன்று ஒருவகை குறுங்குழுவாக கண்மூடித்தனமான மூர்க்கத்துடன் உள்ளனர். இந்த வேறுபாட்டை அறியாமலிருப்பது அவர்களைத் தோற்கடித்துக்கொண்டே இருக்கிறது.

இந்துத்துவ அரசியல் அடிப்படையில் ஐரோப்பியத்தன்மை கொண்டது. ஐரோப்பாவில் பதினைந்தாம் நூற்றாண்டு முதல் நவீனத் தேசியங்கள் உருவாகி வந்தன. கத்தோலிக்கத் திருச்சபையின் முற்றாதிக்கத்துக்கு எதிராகவே அவற்றை உருவாக்கவேண்டி இருந்தது. ஆகவே வட்டாரப் பண்பாட்டுக்கூறுகளின் அடிப்படையில் மக்களைத் தொகுத்து வலுவான அடையாளங்களை உருவாக்கித் தேசியங்களை எழுப்பினர். அந்த வலுவான தேசியங்கள் உறுதியான மையம் கொண்ட அதிகாரமாக ஆக முடியும் என்றும் கண்டார்கள்.

ஆகவே இனம், மொழி, மதம் ஆகியவற்றின் அடிப்படையிலான தேசிய உருவகங்கள் பிறந்தன. நாசிசமும் பாசிசமும் அதன் உச்சகட்ட எதிர்விளைவுகள். ஆனால் ஐரோப்பாவின் எல்லாத் தேசியங்களும் அப்படிப்பட்ட பண்பாட்டு அடிப்படை கொண்ட தேசியங்களே. இனம் மொழி ஆகியவை அடித்தளமாக அமைந்தன. பின்னர் மெல்ல மெல்ல அவர்கள் நவீன ஜனநாயகத்திற்கு வந்தனர். நவீன ஜனநாயகம் ஒற்றை அடையாளத்தை, மையத்தை முன்வைப்பது அல்ல. அது தொகுப்புத்தன்மை கொண்டது. அனைவரையும் உள்ளடக்க முனைவது.

ஐரோப்பாவில் இருந்துதான் நமக்கும் நவீனத் தேசியம் என்ற கருத்துக்கள் வந்தன. மாஜினி, கரிபால்டி போன்ற பெயர்கள் இங்கே புகழ்பெற்றன. பாரதியே கூட மாஜினி கூறுவதாகக் கவிதை

எழுதியிருக்கிறார். அதே பாணியில் சிவாஜி தன் படைகளுக்குக் கூறுவது என்ற கவிதையை எழுதினார்.

ஐரோப்பாவின் இரண்டு வகை தேசியங்களும் இங்கே வந்தன. ஏற்கெனவே இங்கே இந்துமத மறுமலர்ச்சி தொடங்கிவிட்டிருந்தது. அந்த எழுச்சியில் இருந்து ஒரு நவீன ஜனநாயக தேசியம் நோக்கி காங்கிரஸ் சென்றது. காந்தி அதை வழிநடத்தினார். அதற்கு மாற்றாக இந்து மறுமலர்ச்சியில் இருந்து பண்பாட்டு அடையாளங்களை எடுத்துக்கொண்டு மதம்சார்ந்த ஒரு பண்பாட்டுத் தேசியத்தை நோக்கிச் சென்றவர்களே இந்துத்துவர்கள் எனப்படுகிறார்கள். இந்த இரண்டு அரசியலும்தான் இந்திய அளவில் இங்கு உள்ளன.

இந்த இந்துத்துவ அரசியலுக்கும் இங்குள்ள கோடிக்கணக்கான மக்களின் பாரம்பரியத்திற்கும் நேரடித் தொடர்பு ஏதும் இல்லை. இம்மக்களின் பல்லாயிரமாண்டுக்கால நம்பிக்கைகள், ஆசாரங்கள், குறியீடுகள், தொன்மங்கள் ஆகியவை இந்துமதமாக இன்று திரண்டுள்ளன. அவற்றிலிருந்தே அவர்கள் தங்கள் கலையிலக்கியங் களை உருவாக்கிக்கொள்ள முடியும். தங்கள் அறங்களை அமைக்க முடியும். அவற்றை நம்பியே அவர்கள் கனவுகாண முடியும்.

இந்துத்துவ அரசியலை எதிர்க்கிறோம் என்ற பேரில் இங்குள்ள இடதுசாரிகள் இந்துமரபுடன் மோதிக்கொண்டிருக்கிறார்கள். இந்துத்துவ அரசியலும் இந்துமரபும் ஒன்று என வாதிடும்போது நூறாண்டுக்கால வரலாறுள்ள இந்துத்துவ அரசியலை மூவாயிர மாண்டுக்கால வரலாறுள்ள இந்துமதத்துடன் பிணைக்கிறார்கள். இந்த வேறுபாட்டை நான் சுட்டிக்காட்டிக்கொண்டே இருக்கிறேன். இந்த மூடர்களிடமிருப்பது ஆணவமா அறியாமையா என்றே எனக்குப் புரியவில்லை.

இந்தியா என்ற இந்த நிலப்பரப்பு பல்லாயிரமாண்டுக்காலமாக மக்கள்திரள் இடம்பெயர்ந்து கலந்து உருவானது. இங்குள்ள பெரும்பாலான நிலப்பரப்புகளில் பலவகை இன, மொழி, மத மக்கள் வாழ்கிறார்கள். ஆகவே இந்தியா என இன்றுள்ள இந்த அரசியல் அமைப்பு மட்டுமே இங்கே உண்மையான வளர்ச்சியை அளிக்க முடியும். இந்த அமைப்பு சிதறுமென்றால் வட்டார அளவில் பெரும் பான்மைவாதமே மேலெழும். மானுடவரலாற்றின் மாபெரும் அகதிப்பெருக்கே எஞ்சும். மிகச்சிறிய போடோ, நாகா பிரிவினை வாதக் குழுக்கள் கூட சக பழங்குடிகளைக் கொன்று குவிப்பதை நாம் கண்கூடாகவே காண்கிறோம்.

இந்தத் தேசியமானது இந்தியத் தேசியநாயகர்களால் உருவாக்கப் பட்டது. காந்தியும் அம்பேத்கரும் நேருவும் அதன் தலைவர்கள். இது நவீன ஜனநாயக இந்தியத் தேசியம். தொகுப்புத்தன்மை கொண்டது. அனைவரையும் உள்ளடக்கியது. இதைச் சிதைக்க எண்ணுபவர்கள் அனைவருமே சாதியமோ மொழிவாதமோ இனவாதமோ பேசும் குறுங்குழுக்கள், ஃபாசிஸ்டுகள் என்பதைக் காணலாம்.

இந்தியத் தேசியம் என்பதே இந்துதேசியம் என்று ஒரு பிரச்சாரத்தை இங்குள்ள மதவெறியர்கள், அவர்களை இயக்கும் அன்னிய சக்திகள் முன்னெடுக்கின்றன. அவற்றை நம்பும் முற்போக்கினர் இந்தியாவின் நவீன ஜனநாயக தேசியத்தையே சிதைக்க எண்ணுகிறார்கள்.

நான் இந்து ஞானமரபில் பற்றுள்ளவன். இந்தியாவின் நவீன ஜனநாயக தேசியத்தில் நம்பிக்கை கொண்டவன். இந்துத்துவ அரசியல் இந்தியாவின் ஞானமரபின் அனைத்தையும் உள்ளடக்கும் பண்பை, விவாதங்களை அனுமதிக்கும் இயல்பை, கிளைவிட்டுப் பிரியும் செழுமையை அழித்து அதை ஒற்றைப்படையாக ஆக்க முயல்கிறது என நினைக்கிறேன். ஆகவே அதை எப்போதும் எதிர்த்தே வருகிறேன். இதை நீங்கள் சென்ற பத்தாண்டுக்காலத்தில் மதமாற்றத் தடைச்சட்டம், எம்.எஃப் ஹுசெய்ன் முதல் இன்று மாதொருபாகன் சர்ச்சை வரை நான் எழுதிய கட்டுரைகளில் காணலாம்.

நான் இந்தியா நவீன ஜனநாயக தேசமாக ஒன்றாக இருக்க வேண்டுமென விரும்புகிறேன். அதன் மேல் தாக்குதல் தொடுக்கும் பிரிவினைவாத அமைப்புகளின் கீழ்மை மிக்க ஃபாசிசப் போக்கு களைத் தொடர்ந்து அம்பலப்படுத்துபவன். ஆனால் நான் இதை இந்துத்துவர்கள் ஓர் இந்து தேசியமாக எண்ணுவதை ஏற்க மாட்டேன். இது இஸ்லாமியர்களுக்கும் கிறிஸ்தவர்களுக்கும் உரிய நவீன நாடு என்றே எண்ணுகிறேன். என் தேசிய உருவகம் நேருவால் முன்வைக்கப்பட்டதே. எப்படியும் ஓர் ஐம்பது கட்டுரைகளில் இதை எழுதியிருக்கிறேன்.

இங்கே இந்துமதம், இந்தியா மீது தொடர்ந்து தாக்குதலை முன் வைத்துவரும் கூலி அறிவுஜீவிப்படை ஒன்று உண்டு. இவர்கள் பெரும்பாலும் இங்கு சுதந்திரமாகச் செயல்பட்டுவரும் மதமாற்ற, மதவெறி அமைப்புகளிடம் நிதி பெற்று செயல்படுபவர்கள். பல்வேறு ஏகாதிபத்திய நிதியமைப்புகளின் கையாட்கள். இவர்களை நான் அம்பலப்படுத்தி விமர்சிக்கும்போது தங்களைக் காத்துக் கொள்ள என்னை இந்துத்துவத்தைப் பேசுவதாகச் சொல்லி முத்திரை குத்துகிறார்கள்.

ஒரு பத்துப்பக்கம் தொடர்ந்து வாசிக்கும் அறிவுத்திறன் இல்லாத பெருங்கும்பல் இந்தக் கூலிப்படையினரின் ஒற்றை வரிகள் வழியாக என்னை அறிந்து திரும்பித் திரும்பிச் சொல்லிக்கொண்டிருக்கிறது.

நான் நாராயணகுருவை, நித்யசைதன்ய யதியைத்தான் ஆன்மீகத் தளத்தில் முன்வைத்து வருகிறேன். எந்த வகையிலும் அவர்கள் இந்துத்துவத்தை அல்லது இந்துப் பழமைவாதத்தை ஏற்றவர்கள் அல்ல. சொல்லப்போனால் இடதுசாரிகளுக்கே நெருக்கமானவர்கள். காந்தியையும் நேருவையும் அம்பேத்கரையுமே முன்வைத்து வருகிறேன். வேறெந்த அரசியலாளரையும் அல்ல.

மீண்டும் மீண்டும் இதைச் சொல்லி வருகிறேன். இந்து மெய்ஞான மரபின் மேல் மதிப்புள்ள ஓர் இந்து நான். இந்திய நவீன தேசியம் மீது பற்றுள்ள ஓர் இந்தியன் நான்.

எழுத்து தவிர்த்து ஓர் எழுத்தாளனின் சமூகக் கடமை என எதைக் கருதுகிறீர்கள்? மேற்கில் எழுத்தாளர்கள் உள்ளிட்ட கலைஞர்கள் போராளிகளாகவும் இருந்துள்ளனர். ஓர் எழுத்தாளனை மதிப்பிடுகையில் அதுவும் கணக்கில் கொள்ளப்படவேண்டுமா? சார்பற்ற கருத்துக்களைப் பதிவு செய்வதையும், உண்மையான வரலாற்றை எழுதுவதையும் தாண்டி அவன் நேரடிக் களப்பணி ஆற்ற வேண்டியது அவசியமா? உங்கள் பங்களிப்பு இதில் எவ்வகை எனக் கருதுகிறீர்கள்?

களப்பணி ஆற்றுவதும் ஆற்றாமலிருப்பதும் அந்தந்த எழுத்தாளனின் இயல்பைச் சார்ந்தவை. இளமையில் நான் தொழிற்சங்கம் மற்றும் சூழியல் செயல்பாடுகளில் நேரடியாகக் களப்பணியாற்றியவன். நான் எழுதியவற்றில் சூழியல் துண்டுப்பிரசுரங்கள் அதிகம் உண்டு

ஆனால் காலப்போக்கில் ஒன்று தெரிந்தது. களப்பணிக்கு ஓர் ஒற்றைப்படையான வேகம் தேவை. அதுதான் நம்பிக்கையை அளிக்கிறது. சூழியல் போராளிகளை எடுத்துக்கொண்டால் சூழியல் பிரச்சினையைச் சரிசெய்தால் உலகம் சரியாகிவிடும் என்பார்கள். அந்த நம்பிக்கை இல்லாமல் அவர்கள் செயல்படுவது இயலாதது.

ஆனால் அந்த ஒற்றைப்படை வேகம் இலக்கியத்திற்கு எதிரானது. இலக்கியம் எப்போதும் அனைத்துப் பக்கங்களையும் பார்ப்பதாகவே இருக்கவேண்டும். ஆகவே எந்த வகையான தீவிரச் செயல்பாடும் இலக்கியத்தை வலுவிழக்கச் செய்யும் என்றே நினைக்கிறேன்.

தமிழின் புகழ்பெற்ற இதழாளர்கள் எழுதும் கட்டுரைகளையும் என் கட்டுரைகளையும் ஒப்பிட்டால் இதைக் காணலாம். அவர்கள் எப்போதும் ஒற்றைப்படையான குரல்கள்தான். அக்குரல்களுக்கு

ஒரு மதிப்பு உண்டுதான். ஆனால் நான் எல்லாப் பக்கங்களையும் பார்க்கவே எப்போதும் முயல்கிறேன்.

மேலும் மொழி என்பது ஒரு விசித்திரமான ஊடகம். எல்லாக் கலையும் அப்படித்தான் என்றாலும் மொழி இன்னும் சிக்கலானது. அது அன்றாடச் செயல்பாடு முதல் ஆழ்மனக் கனவு வரை பல அடுக்குகள் கொண்டது. அதிலேயே இருந்து அதிலேயே வாழ்ந்தாலொழிய அதில் உண்மையில் எதையும் சாதிக்கமுடியாது.

> எழுத்துக்கும் எழுத்தாளனுக்கும் இடையே தூரம் இருக்கலாமா? உதா: முதலாளித்துவத்தை எதிர்த்து எழுதும் ஒருவர் ஒரு முதலாளித்துவ நிறுவனத்தில் வேலை செய்து கொண்டிருக்கலாம். உங்கள் எழுத்துக்கும் வாழ்க்கைக்கும் இடையே கொள்கை அடிப்படையில் ஒற்றுமை இருக்கிறதா?

எழுத்தாளனுக்கும் எழுத்துக்கும் இடையே தூரம் இருக்கக்கூடாது என்பதே என் எண்ணம். என் வாழ்க்கைக்கும் என் எழுத்துக்கும் முரண்பாடு இருந்தால் எவரும் அதைச் சுட்டலாம். என் வாழ்க்கையில் ரகசியங்கள் என ஏதும் இல்லை. நான் எதை எழுதுகிறேனோ அதுவே நான்.

எழுத்தாளன் வாழ்வதற்காக சமரசம் செய்துகொள்ளக்கூடும். ஒத்துப்போகக்கூடும். ஆனால் அதையும் எழுத்தாக முன்வைக்கலாம். மறைத்தால் அவன் பொய் சொல்கிறான். ஒரு பொய் எல்லா வற்றையும் பொய்யாக ஆக்கிவிடும்.

முதலாளித்துவ ஊடகத்தில் வேலைபார்த்துக்கொண்டு முதலாளித் துவத்தை எதிர்க்கலாம். ஆம், நான் இங்கே வேலைபார்க்கிறேன் என அவன் சொல்லும் பட்சத்தில் அது ஒரு தரப்புதான்.

முன்பு இங்கே இடதுசாரி தீவிரவாத இயக்கங்களில் அரசு உயரதிகாரிகள் பணியாற்றினர். மக்கள் தொடர்புத்துறை உயரதிகாரி ஒருவர், திமுகவுக்கு மிக நெருக்கமான ஜால்ராக்காரர், ஒரு நக்சலைட் கட்சியைத் தலைமை வகித்து, பத்திரிகையும் நடத்தினார் என்றால் நம்ப மாட்டீர்கள். மாளிகை மாதிரி வீடு கட்டி கப்பல் மாதிரி காரில் வாழ்ந்தார் அவர். அவரை நம்பிய பல இளைஞர்கள் மனநோயாளிகள் ஆனார்கள்.

இந்த வகையான இரட்டைவேடங்கள் படைப்பூக்கத்தையே போலியாக ஆக்கிவிடும். ஒருபோதும் எழுத்து இதிலிருந்து எழ முடியாது. சரி, உங்களை மறைத்துக்கொண்டு ஒரு போலி வடிவில் நீங்கள் எழுதினால் என்ன ஆகும்? கொஞ்சம் கொஞ்சமாக அவ்வடிவை நீங்கள் கட்டி எழுப்பி நிறுவ ஆரம்பிப்பீர்கள். அது எழுத்தைப் போலியாக ஆக்கும்.

எழுத்தாளனின் சோதனைச்சாலை அவன் மனம்தான். அவன் வாழ்க்கைதான். அதைத்தான் அவன் வாசகர் முன் வைக்கிறான். என் எழுத்துக்கள் என் அகம்தான்.

கடவுள் நம்பிக்கை தொடர்பான நிலைப்பாடே ஒருவரின் எல்லாச் சிந்தனைகட்கும் மைய அச்சு என்பது என் புரிதல். நீங்கள் ஆத்திகரா நாத்திகரா? நான் வாசித்த வரை உங்கள் எழுத்துக்களில் ஆன்மீகத் தேடல், இந்து மதக் கோட்பாடுகளின் தத்துவ தரிசனம் இருக்கிறதே ஒழிய நீங்கள் கடவுள் நம்பிக்கை கொண்டவர் என்பதற்கான தடயங்கள் தட்டுப்படவில்லை. ஓர் எழுத்தாளராக உங்கள் ஆன்மீக நிலைப்பாடு எவ்வாறு உங்களைப் பாதிக்கிறது அல்லது வழிநடத்துகிறது?

ஆத்திகரா நாத்திகரா என ஒருமுறை ஜெயகாந்தனிடம் கேட்டேன். ''இது எத்தனை பழைய கேள்வி? நான் நாத்திகன் ஆனால் இந்து. நான் இறைநம்பிக்கை அற்றவன் ஆனால் ஆன்மீகவாதி'' என்றார். அதுவே ஏறத்தாழ என் பதில்.

நாத்திகம், ஆத்திகம் என்ற வாதம் செமிட்டிக் மதங்களின் முழுமுதல் இறைவன் என்ற கருதுகோளில் இருந்து வருவது. அதாவது படைத்துக் காத்து அழிக்கும் இறைவன் ஒருவன் உள்ளான் என நம்புகிறவன் ஆத்திகன். மறுப்பவன் நாத்திகன்.

இந்து, பௌத்த, சமண மதங்களுக்கு இந்தக்கேள்வியே பொருந்தாது (எளிமையாக வாசிக்க கார் சகனின் 'காட்ண்டாக்ட்' நாவலிலேயே இந்த விவாதம் வரும்). இங்கே தெய்வ உருவகங்கள் மூன்று. எளிய அன்றாட தெய்வங்கள், அதாவது சிறுதெய்வங்கள் ஒரு தளம். படைத்துக் காத்து அழிக்கும் பெருந்தெய்வங்கள் இரண்டாவது தளம். மூன்றாவது தளம் ஒன்று உண்டு. அது பிரபஞ்ச தத்துவம் ஒன்றை ஏற்றுக்கொள்வது. பௌத்தர்களின் தர்மம் போல. சமணர்களின் பவசக்கரம் போல. வேதாந்திகளின் பிரம்மம் போல. அது ஒரு கருத்து, ஒரு தத்துவ உருவகம் மட்டும்தான்.

இப்பிரபஞ்சம் இப்படி இயங்கலாம் என்ற ஓர் உருவகம் அது. அதில் நம்பிக்கை கொண்டவன் கடவுள் நம்பிக்கை கொண்டவன் அல்ல. அவனுக்கு பக்தி இல்லை. சடங்குகள் தேவை இல்லை.

ஆகவே ஒருகோணத்தில் அவன் நாத்திகன். ஆனால் இங்கே நிகழ்வன அனைத்தும் வெறும் தற்செயல் என அவன் நினைக்கவில்லை. இவற்றை வெறும் அன்றாட நோக்கால் அணுகவில்லை. ஒரு மொத்த தர்க்கத்தை நோக்கிச் செல்ல முயல்கிறான். ஒரு சாராம்சமான உண்மையை அடைய நினைக்கிறான். ஆகவே அவன் ஆன்மீகவாதி.

நாராயணகுரு வேதாந்தத்துக்கும் பௌத்தத்துக்கும் நடுவே ஒரு தரிசனத்தை முன்வைத்தார். அவரது குருமரபில் வந்த நித்ய சைதன்ய யதியின் மாணவன் நான். அதுவே என் ஆன்மீகம். அது இறைநம்பிக்கை அல்ல. ஆகவே நான் நாத்திகனே. நாத்திகன் என்றால் மற்றவர்களைப்போல சும்மா ஃபேஸ்புக்கில் சொல்வது அல்ல. எல்லா வகையிலும். சொல் செயல் அனைத்திலும். அதேசமயம் நான் வேதாந்தி, இந்து.

> நீங்கள் ஏன் மது அருந்துவதில்லை? உடல் நலன் கருதியா அல்லது ஒழுக்கக் கேடாகக் கருதுகிறீர்களா? அசைவ உணவுப் பழக்கம் பற்றிய உங்கள் கருத்தென்ன? (ஓர் எழுத்தாளனின் நேர்காணலில் இது ஏன் முக்கியத்துவம் பெறுகிறது எனில் பொதுவாய் எல்லாப் படைப் பாளிகளுமே குடிக்கிறார்கள். போதை உச்சபட்ச படைப்பூக்கத்தையும் கற்பனை ஆற்றலையும் வழங்குவதாகச் சொல்பவர்கள் கூட உண்டு. இதில் நீங்கள் விதிவிலக்காக இருக்கிறீர்கள். அதனாலேயே கேட்கிறேன்.)

நான் கல்லூரியில் சேர்ந்த முதல்நாள் என் அப்பா என்னை அழைத்துப் போய் மூன்று அறிவுரைகளை மாமரத்தைப் பார்த்தபடி சொன்னார். குடிக்காதே, குடித்தால் தெருவில் கிடப்பாய். ஒருபெண்ணுக்குமேல் உறவு தேவை இல்லை, அவர்கள் உன்னை ஆட்டிப் படைப்பார்கள். தொழில் ஏதும் செய்யாதே, உன்னால் முடியாது.

என்னை மிக நன்றாக அறிந்த ஒருவர் சொன்னது. மேலும் அவர் உடனே செத்தும் போய்விட்டார். ஆகவே அதை மீறமுடியவில்லை. அவர் சொன்னது மிகச்சரி எனப் பின்னர் உணர்ந்தேன். நான் குடித்திருந்தால் பெருங்குடிகாரனாகி அழிந்திருப்பேன். என் இயல்பு அது.

நான் விதிவிலக்கு அல்ல. குடிக்கும் படைப்பூக்கத்திற்கும் சம்பந்தம் இல்லை. தமிழின் மிக உச்சகட்ட படைப்பாளிகள் எவரும் குடித்தவர் கள் அல்ல. புதுமைப்பித்தன், ஜானகிராமன், அசோகமித்திரன். தொட்டாலே கை அதிருமோ என அஞ்சவைக்கும் உச்சகட்ட படைப்பு மனநிலையில் எப்போதும் இருக்கும் என் ஆதர்சம் ஒருவர் உண்டு, குடிப்பதில்லை அவர். இளையராஜா.

குடிப்பவர்கள் இருவகை. வெறும் குடிகாரர்கள். குடியின் குற்ற உணர்ச்சியை மறக்க கவிஞர், கலைஞர் என்றெல்லாம் பாவ்லா செய்பவர்கள். எண்ணிக்கையில் இவர்களே 90 சதவீதம்.

படைப்பு மனநிலையின் உச்சநிலையில் இருந்து இறங்கியதும் அந்தத் தட்டை வாழ்க்கையைத் தாளமுடியாமல் குடிக்கத் தொடங்கி

பெருங்குடிகாரர்கள் ஆனவர்கள் உண்டு. அது ஒரு தவறான முடிவின் விளைவு. அவர்கள் குடிப்பதனால் எழுதுவதில்லை. எழுதாதபோது எழுத முடியாதபோது குடிக்கிறார்கள். அவர்கள் மிகச்சிலர்.

என் ஆசானாகிய மலையாள எழுத்தாளர் பி.கே.பாலகிருஷ்ணன் அத்தகையவர். என்னிடம் மீளமீளச் சொன்னார், குடிக்காதே என. மூளையைக் கொதிக்கவிடு, குடியை ஊற்றி அணைக்காதே என. நான் கேட்டேன், வெடித்துவிடும்போலிருக்கிறதே மாஷே என்று. எங்காவது ஓடு. பயணம் போ. எவரையாவது திட்டு. எங்காவது சென்று அடி வாங்கு. ஆனால் மூளையைக் கொதிக்கவிடு. அதைக் கவனித்துக் கொண்டிரு.

போதை என்பது ஒரு மனமயக்க நிலை. மந்த நிலை. அதில் எந்தப் படைப்பூக்கமும் இல்லை. படைப்பூக்கம் என்பது பலமடங்கு கூர்மையான அகவிழிப்பு நிலை. வெண்முரசு போன்ற ஒரு நாவல்தொடரின் பல்லாயிரம் பக்கங்களை முழுமையாக நினைவில் வைத்திருந்து எழுதும் நிலை மனமயக்கத்தில் வருவது அல்ல. அது மூளை முழுமையாகச் செயல்படும் ஓர் உச்சநிலை. இறங்கி வந்தால் அது இருக்காது. ஒன்றுமே நினைவில் இருக்காது. நாலைந்து நாள் எழுதாவிட்டால் எழுதவே முடியாதோ என பயம் வந்துவிடும். எழுதி அச்சில் வந்த நூலைக் கண்டாலே பீதியாக இருக்கும், எப்படி எழுதினோம் என.

ஆனால் இதுவும் ஒரு போதை என்று சொல்லலாம்தான். மூளையின் ஒரு சில சாத்தியங்கள் முழுமையாக விழிக்க பல இடங்கள் அணைந்து போகின்றன. ஓரளவு மேனியா அல்லது அப்ஸெஷன் என்று சொல்லத்தக்க மனப்பிறழ்வு நிலை. நாம் கையாளக்கூடிய ஒரு கிறுக்கு நிலை.

உண்மையில் கொஞ்சம் கொஞ்சமாக அந்தக் கிறுக்கு நிலையை உருவாக்கிக்கொள்ளத் தடையாகக் குடி அமையும். அதற்குத் தேவையானது தனிமை. தன்னைத்தானே அவதானித்துக் கொண்டிருக்கும் ஒரு நிலை. அதாவது மனச்சோர்வு நோயாளி அளவுக்குப் பயங்ரமான தனிமை. கூட்டம் சேர்ந்து குடித்துக் கூத்தாடுவதுபோல அதற்கு எதிரானது ஏதுமில்லை.

எழுத்தாளனின் கடமை வெளியே கவனிப்பது. கூடவே தன்னையும் கவனிப்பது. மிகச்சிறந்த பார்வையாளனே எழுத்தாளனாக முடியும். எப்போதும் அவன் மூளை விழித்துக் கூர்ந்திருக்கவேண்டும். சாதாரண சமயங்களில் உள்ளே சென்று தேங்குவதே படைப்பின் வேகத்தில் வெளிவருகிறது. மூளையை மழுங்கடிப்பவை இரண்டு. ஒன்று போதை. இன்னொன்று வழக்கமான 'ரொட்டீன்' வாழ்க்கை.

சகல விஷயங்களுக்கும் உங்களிடம் கருத்து உண்டு என்று சிலர் கேலியாய்க் குறிப்பிடுவதுண்டு. ஆனால் மிகச்சில விதிவிலக்குகள் தவிர்த்து, ஒரு விஷயத்தில் உங்கள் அறிவு அல்லது அனுபவம் கணிசமான அளவு இருந்தால்தான் கருத்துச் சொல்கிறீர்கள் என்பதே என் புரிதல். எழுத்தாளன் எல்லா விஷயங்களுக்கும் எதிர்வினையாற்ற வேண்டுமா? ஒரு விஷயத்துக்குக் கருத்துச் சொல்லாதபோது கள்ள மௌனம் என ஜோடிக்கப்படுகிறது; கருத்துச் சொன்னால் துறைசார் பாண்டித்யம் இல்லாமல் சொல்லப்படும் கருத்து என விமர்சனம் எழுகிறது. உங்கள் நிலைப்பாடு என்ன? ஒரு விஷயத்துக்கு எதிர்வினையாற்றவேண்டுமா, வேண்டும் எனில் எப்போது என்பதை எப்படி வரையறுக்கிறீர்கள்?

பலமுறை சொல்லியிருக்கிறேன். சகல விஷயங்களுக்கும் நான் கருத்து சொல்வதில்லை. எனது துறை என நான் நினைப்பது இலக்கியம், இந்தியத் தத்துவம், தமிழக வரலாறு. இம்மூன்றிலும் மட்டுமே நிபுணனாகக் கருத்துச் சொல்கிறேன். இவற்றுடன் தொடர்புள்ள அரசியல், பண்பாட்டு விஷயங்களிலும் கருத்துச் சொல்கிறேன். இத்துறைகளில் எவருக்கும் குறையாத வாசிப்பும், அவதானிப்பும் எனக்கு உண்டு. விஷயம் தெரிந்த எவரும் என் கருத்துக்களைப் புறக்கணிக்கமுடியாது.

தொழில்நுட்பம், அறிவியல், சினிமா, இசை, பொருளியல் என எதிலும் கருத்துச் சொல்வதில்லை. சிலசமயம் இத்துறைகளில் ஓர் எளிய வாசகனாகப் பிறரது கட்டுரைகளை வழிமொழிந்திருப்பேன், அவ்வளவுதான். உங்களுடைய ஓர் அறிவியல்கட்டுரையைக்கூட அப்படித்தான் வழிமொழிந்தேன்.

கருத்துத் தெரிவிப்பதற்குச் சில விதிகளை வைத்திருக்கிறேன். ஒரு பிரச்சினை போதிய அளவு பேசப்பட்டு அடங்கிய பின்னரே கருத்துத் தெரிவிப்பேன். அப்பிரச்சினையில் பிறர் சொல்லாத ஏதேனும் விஷயத்தை எழுத்தாளனாக நான் சொல்வதற்கிருந்தால் கருத்துத் தெரிவிப்பேன். அப்போது நான் ஏதும் தீவிரமாக எழுதாமல் இருந்தால்தான் கருத்துத் தெரிவிப்பேன்.

ஒவ்வொரு முக்கிய ஆளுமையின் மறைவின் போதும் நீங்கள் எழுதும் அஞ்சலிக் குறிப்புகள் முக்கியமானவை. (எல்லா வயதான எழுத்தாளர்களுக்குமான அஞ்சலிக் குறிப்புகளும் ஏற்கெனவே ஜெயமோகனின் ட்ராஃப்டில் தயாராய் இருக்கும் என இது பற்றி ஒரு கருப்பு நகைச்சுவையும் உண்டு.) அவ்வளவாய் நான் அறியாத சிலர் பற்றி நீங்கள் எழுதும் அஞ்சலிக் குறிப்புகளைக்கொண்டே அவரது இடம் என்ன என்பது பற்றிய உடனடி மதிப்பீட்டிற்கு வந்தடைந்திருக்கிறேன்.

பொதுவாய் மறைந்துவிட்டார் என்பதற்காக ஒருவரைப் பற்றி விதந்தோதுவதே நம் வழக்கம். நீங்கள் உணர்ச்சிவசப்படாது உண்மையை எழுதுகிறீர்கள். இது எப்படி சாத்தியமாகிறது? இதனால் அவப்பெயரை எதிர்கொள்ள வேண்டி இருக்கிறதா? அஞ்சலிக் குறிப்புகளை எல்லாம் நூலாய்த் தொகுத்து வெளியிடுவீர்களா?

இன்று இணையத்தில் எதையுமே நக்கலாக்கித் தங்களுக்கென எளிய அடையாளம் தேடுபவர்களுக்கு இதைச் சொல்லிப் புரியவைக்க முடியாது. இணையத்தில் எழுதுவதென்பது அடிப்படையில் தமிழின் மொண்ணைத்தனத்தை நேருக்குநேர் சந்திப்பது.

எண்பதுகளில் கலையிலக்கியத் தளங்களில் ஆளுமைகள் மறைந்தால் ஒரு சிறிய செய்திகூட நாளிதழ்களில் வெளிவராது. பல எழுத்தாளர்கள் மறைந்து பலமாதம் கழித்து சிற்றிதழ்களில் வரும் குறிப்புகள் வழியாகவே நண்பர்கள் அச்செய்தியை அறிவார்கள்.

நான் எழுத வந்தபோது இடைநிலை இதழ்கள் வெளிவரத் தொடங்கின. 'தினமணி'யில் இராம சம்பந்தம் ஆசிரியரானார். அவர் அஞ்சலிக் கட்டுரைகள் எழுத இடமளித்தார். 'சுபமங்களா' வந்தது. 'இந்தியா டுடே' வந்தது. அவர்கள் அளித்த இடத்தைப் பயன் படுத்திக்கொண்டு இலக்கியவாதிகளைப்பற்றி அஞ்சலிகளை எழுத ஆளில்லை. ஏனென்றால் சிற்றிதழாளர்கள் ஒரு குறிப்பு எழுத ஒருவாரமாகும்.

இராம சம்பந்தம் என்னிடம் எழுதும்படிச் சொன்னார். அப்படித்தான் எழுத ஆரம்பித்தேன். செய்திகேட்ட ஒரு மணிநேரத்தில் எழுதி தினமணி நிருபரிடம் கொடுத்து டெலிபிரிண்டரில் அனுப்பி செய்தியுடன் அஞ்சலிக் கட்டுரை வெளியிட்டேன். எழுத்தாளர்களும் அஞ்சலிக் கட்டுரைக்குத் தகுதியானவர்களே எனத் தமிழ்ச் செய்தி ஊடகங்கள் அதன்பின்னரே உணர்ந்தன.

இணையம் ஒரு வாய்ப்பு. பல அஞ்சலிக் கட்டுரைகளை நான் அன்றிப் பிறர் எழுதியிருக்க மாட்டார்கள். உதாரணம் ஐராவதம் சுவாமிநாதன். ஒரு பண்பாட்டுச் செயல்பாட்டாளர் ஓர் அஞ்சலிக் குறிப்புகூட இல்லாமல் மறைவது என்பது ஒரு பெரிய அவமதிப்பு.

ஏனென்றால் எழுத்தாளனின் மரணம் ஒரு முக்கியமான நிகழ்வு. அவனுடைய பணி முழுமை அடைகிறது. அவன் அதுவரை எழுதியவை அனைத்தும் அவன் இறந்ததுமே ஒன்றாகச் சேர்ந்து ஒற்றை 'டெக்ஸ்ட்' ஆக மாறிவிடுகின்றன. அவனைப்பற்றி எழுதப் படுபவை வெறும் இரங்கல்கள் அல்ல. அவை ஓர் எழுத்தாளனின் முழுமையை சமூகம் உணரும் கணங்கள். அஞ்சலிக் கட்டுரைகள்

இல்லாமல் மறையும் எழுத்தாளன் அச்சமூகத்தால் புறக்கணிக்கப் பட்டவன். இழிவு செய்யப்பட்டவன்.

முக்கியமான படைப்பாளிகளுக்கு, சிற்றிதழ் சார்ந்த எழுத்தாளர் களுக்கு, அதுதான் நிகழ்ந்துகொண்டிருந்தது. அது மேலும் நிகழலாகாது என்பதே என் எண்ணம். ஆகவேதான் அஞ்சலிக் கட்டுரைகளை எழுதுகிறேன். இன்று என் இணையத்தளம் தமிழின் மிக அதிகமான பேர் வாசிக்கும் ஓர் ஊடகம். அதில் வரும் அஞ்சலி வழியாகவே பலர் இறப்புச் செய்தியையே அறிகிறார்கள்.

என் அஞ்சலிக்குறிப்பு அவ்வாசிரியனைப்பற்றிய ஒரு மதிப்பீட்டுக்கு வழிகாட்டுவதைக் காணலாம். அதையொட்டி அல்லது வெட்டிதான் அதன்பின் பிற அஞ்சலிக்கட்டுரைகள் வருகின்றன. சமீபத்தில் எஸ்.பொன்னுத்துரை பற்றிய குறிப்பை உதாரணமாகச் சொல்வேன். இல்லையேல் 'பாவம் நல்ல மனுஷர் போய்ட்டார்' என்ற வகை கட்டுரைகளே இங்கே வந்துவிழும்.

அஞ்சலிக் கட்டுரை எழுதுவதில் எனக்கு சில விதிகள் உண்டு. எனக்கு நேரடியாகத் தெரிந்தவர்கள், அல்லது நான் தனிப்பட்ட முறையில் பெருமதிப்பு கொண்டிருப்பவர்கள் பற்றியே அஞ்சலிக் கட்டுரைகளை எழுதுவேன். அவர்களைப்பற்றி ஒரு பேச்சு தொடங்கவேண்டும் என விரும்புவேன். ஒரு மரணம் பற்றி ஏற்கெனவே நிறைய அஞ்சலிகள் வந்துவிட்டால் என் கணக்கில் ஒன்றைச் சேர்க்க விரும்பமாட்டேன்.

உதாரணமாக மறைந்த கே.பாலசந்தர் எனக்கு நன்றாக அறிமுக மானவர். பலமுறை நேரில் சந்தித்திருக்கிறேன். கோவை பி.எஸ்.ஜி கல்லூரியில் அவருடன் ஒரே அறையில் தங்கி இரவெல்லாம் பேசியிருக்கிறேன். எனக்கு அவர் நடித்துக் காட்டியிருக்கிறார். அவ்வப்போது தொலைபேசியில் பேசுவார். ஆனால் எங்கும் அஞ்சலிக் கட்டுரைகளாகக் குவிகையில் மேலும் ஒன்றை நானும் எழுத விரும்பவில்லை. தேய்வழக்குகளை ஏன் எழுதவேண்டும் என்றுதான்.

சுந்தர ராமசாமி க.நா.சு. பற்றி எழுதிய 'க.நா.சு. நட்பும் மதிப்பும்' என்ற அஞ்சலிக் கட்டுரை எனக்கு அக்காலத்தில் ஒரு பெரிய திறப்பு. அதில் க.நா.சு.வின் நினைவுகளை விரிவாக எழுதி கூடவே கறாரான மதிப்பீட்டையும் விமர்சனத்தையும் முன்வைத்திருந்தார். நான் அதைப்பற்றி அவரிடம் கேட்டேன், அது மரியாதைதானா என்று.

சுந்தர ராமசாமி சொன்னார், 'ஓர் எழுத்தாளன் இறப்பது என்பது பிற இறப்புகள் போல அல்ல. அது ஒரு தொடக்கம். அவனை நாம்

தொகுத்துக்கொள்ளவும் மதிப்பிடவும் ஆரம்பிக்கிறோம். அவனைப் பற்றிய ஒரு விவாதமாக அந்த அஞ்சலி நிகழவேண்டும். அப்போது தான் அவன் பிறந்தெழ முடியும். வெறும் சம்பிரதாயமான சொற்களால் அந்த மறுபிறப்பு தடுக்கப்படும். அது அவனுக்குச் செய்யப்படும் அநீதி.'

என் கொள்கையும் அதுவே. கறாரான உண்மையான மதிப்பீட்டை முன்வைத்தே என் அஞ்சலியை எழுதுகிறேன். எனக்கும் அப்படி எழுதப்பட்டால் போதும்.

> உங்கள் விமர்சன அளவுகோலில் படைப்பாளியின் தனிப்பட்ட வாழ்வையும் உளவியல் ரீதியாய்க் கணக்கில் கொள்கிறீர்கள். உதாரணமாய் கமலா தாஸின் புறத் தோற்றம், மனுஷ்ய புத்திரனின் உடற் குறைபாடு. அது கடும் விமர்சனத்துக்கு உள்ளாகிறது. அதை எப்படிப் பார்க்கிறீர்கள்? உங்கள் எழுத்துக்களை மதிப்பீடு செய்ய உங்கள் தனி வாழ்க்கையை எடுத்துக் கொள்வதை ஏற்கிறீர்களா?

இலக்கியம், தத்துவம் போன்றவை உயர் அறிவுத்துறைகள். அங்கே நடுத்தரவர்க்க மனநிலைகள் உருவாக்கும் சம்பிரதாயங்கள், இடக்கரடக்கல்களுக்கு இடமில்லை. ஆனால் இங்கே இந்த இலக்கிய மதிப்பீடுகள் பரவலாகச் சென்றடையாத காரணத்தால் 'அப்பாவி' வாசகர்கள் அந்த மனநிலையிலேயே எப்போதும் இருக்கிறார்கள். அவர்கள் விமர்சனங்களை எல்லாம் திட்டுவது என்றே எடுத்துக்கொள்வார்கள். 'செத்துப்போனவங்களை குறை சொல்லக்கூடாது', 'பொம்புளைங்கள மதிக்கணும் சார், அவங்கல்லாம் பாவம்' என்பது போன்ற அசட்டு சம்பிரதாயங்களைச் சொல்வார்கள்.

எலியட் சொல்கிறார், ஓர் எழுத்தாளன் முதலில் அவனைத்தான் வாசகன் முன் வைக்கிறான் என. அவன் அந்தரங்கத்தை வைக்கிறான். சடலம் என்கிறார், அதை நம்மிடம் அறுத்து ஆராயச் சொல்கிறான் ஆசிரியன் என்கிறார். தன் வாழ்க்கையை அவன் நமக்குச் சான்றுகளாக அளிக்கிறான். ஆகவேதான் உலகம் முழுக்க எழுத்தாளர்களின் ஆளுமையும் தனிவாழ்க்கையும் ஆராயப்படுகிறது.

மேலைநாடுகளில் எழுத்தாளனின் அத்தனை அந்தரங்கங்களும் விரிவாக ஆராயப்பட்டு நூல்களாக வந்திருப்பதை நீங்கள் காணலாம், அந்தரங்கம் புனிதமானது என நம்புபவர்கள் அவர்கள். ஆனால் பொதுவாழ்க்கையில் வந்த ஒருவன், தன்னை முன்வைக்கும் எழுத்தாளன் அப்படி ஓர் அந்தரங்கத்துக்குச் சொந்தம் கொண்டாட முடியாது.

எழுத்தாளன் சொல்வதெல்லாம் அவனுடைய சொந்த மனப் பதிவுகளை, அகவெளிப்பாடுகளை. அவன் ஆய்வுண்மையைச் சொல்வதில்லை. புறவய உண்மையைச் சொல்வதில்லை. அந்தரங்க உண்மையைச் சொல்கிறான். அவனிடம் அவன் சொல்லும் ஒரு கருத்துக்குப் புறவய ஆதாரமிருக்கிறதா என நாம் கேட்பதில்லை. அது ஆத்மார்த்தமாகச் சொல்லப்படுகிறதா என்றுதான் கேட்கிறோம்.

ஆகவே அது எந்த அளவு உண்மையானது என்று அறியவேண்டு மென்றால் அந்த எழுத்தாளனை நாம் அறிந்தாகவேண்டும். இதை அவன் மறுக்க முடியாது. எழுத்தைப் பார், எழுத்தாளனைப் பாராதே என்ற வரிக்கு உலக இலக்கியத்தில் எங்கும் இடம் இல்லை. அப்படி ஓர் எழுத்தாளன் கூட விடப்பட்டதில்லை. ஷேக்ஸ்பியரின் காதலிகளை நாம் இப்போது ஆராய்ந்துகொண்டிருக்கிறோம். சில்வியா பிளாத் என்ன டிரக் எடுத்துக்கொண்டார் என்று நமக்குத் தெரியும். டெட் ஹ்யூக்ஸின் காதலிகளைத் தெரியும்.

நாம் ஒரு கவிதையை ஆராய்வது எதற்காக? அதன் அனைத்துத் தளங்களையும் அறிவதற்காக. அதில் அந்தப் படைப்பாளியின் அந்தரங்கமும் முக்கியமாக இருந்தால் அதை அறிவதில் எந்தப் பிழையும் இல்லை. உலகம் முழுக்க அப்படித்தான். அன்னா கரீனினாவை ஆராய தல்ஸ்தோயின் மனைவிக்கும் அவருக்குமான உறவு முக்கியமான பின்புலமாக இருக்கிறது அல்லவா? யோசித்துப் பாருங்கள், எவ்வளவு எழுதப்பட்டிருக்கிறது!

கமலாதாஸ் அவரே தன்னுடைய தோற்றம் மீதான தாழ்வுமனப் பான்மையை, அதுவே தன்னை எழுத்துக்குக் கொண்டுவந்தது என்பதை எழுதியிருக்கிறார். ‘என் கதை’ என்னும் சுயசரிதையில் அவரே அவரது பாலுறவுகளை விரிவாக எழுதியிருக்கிறார். அவரது எழுத்துக்களை ஆராயும் விமர்சகன் அதை குறிப்பிட்டால் ‘அய்யய்யோ கமலாதாஸின் அந்தரங்கத்தை அலசுவதா?’ எனப் பெண்ணுரிமையாளர் கொந்தளிக்கிறார்கள் என்றால் என்ன அர்த்தம்? இங்கே பெண்ணியர்கள் வெறும் பேதைகள். அவர்களின் மதிப்பீடுகள் சமையற்கட்டு நம்பிக்கை சார்ந்தவை. சும்மா வந்து மேடைகளில் பாவ்லா காட்டுகிறார்கள். அறிவார்ந்த நிமிர்வும் திமிரும் இல்லாமல் இருந்தால் இவர்களெல்லாம் என்ன இலக்கியவாதிகள்?

மனுஷ்யபுத்திரன் கவிதைகளின் தொடக்கம் அவரது உடல்குறைபாடு பற்றிய தன்னிரக்கக் கவிதைகள். அதிலிருந்து திட்டமிட்டு வெளியே வந்ததை அவரே எழுதியிருக்கிறார். அவரது உள்ளம் பல்வேறு வகையில் புறந்தள்ளப்பட்டவர்களை நோக்கிச் செல்ல அவர்

உடல்குறைபாட்டால் ஒதுக்கப்பட்டவராக இருந்த அனுபவம்தான் காரணமா என ஆராய்வதில் என்ன பிழை? அவை அப்படைப்புகளை ஆராய சில புதிய வாயில்களைத் திறக்கின்றன. அவ்வளவுதான்.

எழுத்தாளனை மேலே இருந்து இரக்கத்துடன் பார்ப்பவர்கள்தான் அய்யோ உடல்குறைபாட்டை நோக்குவதா என்றெல்லாம் பரிதாபப் படுகிறார்கள். அவன் சமகாலத்தின் ஒரு 'சாம்பிள்'. எந்த ஈவிரக்க மற்ற சோதனைக்கும் தாக்குப்பிடிப்பான் என்றே நான் நம்புகிறேன்.

ஆரம்பத்தில் கம்யூனிஸ்டாக இருந்தீர்கள். பின் இந்துத்துவ ஆதரவாளர் என்று சொல்லி உங்கள் மீது வலதுசாரி முத்திரை விழுந்தது. கடந்த சில ஆண்டுகளாக ஊழலெதிர்ப்புக்கட்சியாகத் தம்மை முன்வைக்கும் ஆம் ஆத்மியை ஆதரித்தீர்கள் (அவர்கள் ஓர் எல்லை வரை வலதுசாரிகளே.) இன்று கட்சிகளை விடுத்துக் கோட்பாட்டுரீதியாக உங்கள் அரசியல் நிலைப்பாடு என்ன?

கோட்பாடு என்ன என்று சொல்லத் தெரியவில்லை. நான் அரசியலில் ஒரு ஜனநாயக மிதவாதப்போக்கை விரும்புகிறேன். லிபரல் டெமாக்கிராட் என்று சொல்லலாமா?

பொதுவாக எல்லா வகையான தீவிரக் குரல்களையும் சந்தேகப் படுகிறேன். அவை சமநிலை இல்லாத மனிதர்களால் முன்வைக்கப் படுபவை. பெரும்பாலும் எதிரிகளைக் கட்டமைத்து வெறுப்பைக் கக்குபவை. அவர்களைக் கூர்ந்து நோக்கினால் தெரியும், அவர்கள் பேசும் தீவிரமான அரசியல் என்பது அந்தரங்கமான வெறுப்புகளின் வடிகால் மட்டுமே. இதெல்லாம் முன்னால் கொஞ்சம் புகை மூட்டமாக இருந்தது. இப்போது ஃபேஸ்புக் வந்தபின் வெட்ட வெளிச்சமாகத் தெரிகிறது.

தீவிரப் போக்குகள் பெரும்பாலும் எதிர்மறை விளைவுகளையே உருவாக்குகின்றன. மக்களின் கூட்டான அகம் திரண்ட ஓர் ஆற்றலாக ஆகி செயல்பட வாய்ப்பளிக்கும் நிதானமான அரசியலையே நான் ஏற்கிறேன். எல்லாக் குரல்களும் எழவேண்டும். எல்லாச் சமூக விசைகளும் முட்டி மோதி சமநிலையை அடையவேண்டும். வலதுசாரி என்று உறுதியாக என்னைச் சொல்லமாட்டேன். சில இடதுசாரிக் கொள்கைகளும் பிடிக்கும். இன்று நான் மிக விரும்பும் அரசியல் தலைவர் அச்சுதானந்தன்தான்.

சமகால அரசியலில் எழுத்தாளன் ஈடுபடக்கூடாது என நினைக்கிறேன். அது பெரும்பாலும் சார்புநிலை கொண்டவர்களின் வெட்டிப் பேச்சுகளால் ஆனது. அதில் மாட்டிக்கொண்டால்

சொற்கள்தான் விரயமாகும். ஆகவேதான் மொத்தப் பாராளுமன்ற அரசியலிலும் ஒரு வார்த்தை கூட எழுதவில்லை.

அரசியலை மனச்சிக்கல்கள் தீர்மானிக்கக் கூடாது. உணர் வெழுச்சிகள் தீர்மானிக்கக் கூடாது. ஆகவே உணர்ச்சிக்கொந்தளிப் பான அரசியல் பேச்சை நான் ஒருவகை வாந்தியாகவே பார்க்கிறேன். எவர் பேசினாலும். இதனால் இந்துத்துவ வாந்தி எடுப்பவர்களும் என்னைத் திட்டுகிறார்கள். முற்போக்கு திராவிட வாந்தி எடுப்பவர் களும் திட்டுகிறார்கள். மின்னஞ்சலைத் திறந்து எல்லாத் தரப்பினரின் வசைகளையும் மாறி மாறி வாசிக்கையில் சிரித்துக்கொள்வேன்.

தமிழ் வாசகப் பரப்பு என்பது ஆரம்பம் முதலே சோகையாகத்தான் இருக்கிறது. இங்கே எழுத்தாளன் எழுதி மட்டும் ஜீவிக்க முடியாது. அடுத்து எழுத்தாளனுக்கு மரியாதையும் இல்லை. சாதாரணர்கள் மத்தியில் மட்டுமின்றி பேரசிரியர்களிடமே இதுதான் இடம். பத்துக் கோடி தமிழர்களில் அதிகபட்சம் பத்தாயிரம் பேர்தான் உங்களை வாசித்திருக்கக் கூடும். இச்சூழலில் எது உங்களைத் தொடர்ந்து இயங்கச் செய்கிறது? வரலாறு உங்களை நினைவிற்கொள்ளும் என்பதுதான் உந்துதலா?

எழுத்தைக் கொஞ்சமேனும் அறிந்தவர்களுக்குத் தெரியும், உண்மையிலேயே எழுதுவதில் உள்ள பெரும் கனவே எழுத வைக்கிறது என. மிச்சமெல்லாம் ஒரு பொருட்டே இல்லை. நான் எழுதவந்தபோது 500 வாசகர்கள் கிடைப்பார்கள் என்ற நம்பிக்கை இருந்ததில்லை. 200 பிரதிகள் அச்சிடும் சிற்றிதழ்களில்தான் எழுதினேன். இதேயளவு தீவிரத்துடன். எனக்கு இன்றிருக்கும் இந்த எண்ணிக்கையே பெரியது.

எழுதுவது என்னை நான் கண்டுபிடிக்க. என் ஆழ்மனதை மொழியால் மீட்டி எழுப்ப. கனவு ஒன்றில் சமாந்தரமாக வாழ்ந்துகொண்டிருக்க. சமான இதயமுள்ள நண்பர்களுடன் அதைப் பகிர்ந்துகொள்ள. அதற்காக மட்டும்தான். எனக்கு உண்மையிலேயே ஐம்பது வாசகர்கள் போதும். அதற்குமேல் ஆசைப்படுவது புத்தகம் விற்று பதிப்பகம் நஷ்டமில்லாமல் தப்பவேண்டும் என்பதற்காக மட்டுமே.

இங்கே வாசிப்பு என்பது லௌகீக எதிர்பார்ப்பு சார்ந்ததாகவே உள்ளது. அதனால் என்ன பயன் என்பதுதான் முதல் கேள்வி. சமையல், கணிப்பொறி, ஜோதிடம், கலவி, ரைம்ஸ் நூல்கள் அதிகம் விற்க இந்த மனநிலைதான் காரணம். மாறாய் இந்திய ஆங்கில இலக்கியம் ஒப்பீட்டளவில் ஓரளவேனும் மேம்பட்ட நிலையில் இருக்கிறது. இங்கும் அதுபோல் நிகழ என்ன செய்யலாம்?

வாசிப்பு என்பது ஒரு கலாசாரச் செயல்பாடு. கலாசார ரீதியான மாற்றம் வழியாகவே வாசிப்பு பெருகும். வணிக நடவடிக்கை வழியாக அல்ல. கேரளத்திலும் வங்கத்திலும் கர்நாடகத்திலும் விரிவான வாசிப்பு இருக்கிறது என்றால் நாராயணகுரு போன்றவர்களின் சமூகமறுமலர்ச்சி இயக்கங்களும், காங்கிரஸ் மற்றும் இடதுசாரி இயக்கங்களும்தான் காரணம்.

இங்கே இடதுசாரி இயக்கம் முளையிலேயே குறுகிவிட்டது. திராவிட இயக்கம் நாடகம், சினிமா, மேடைப்பேச்சு என வளர்ந்தது. அது அறிவார்ந்த இயக்கம் அல்ல, பரப்பியல் (பாப்புலிஸ்ட்) இயக்கம். அது உண்மையான கலாசார மாற்றத்தை உண்டுபண்ண முடியாது. ஏற்கெனவே இருக்கும் கலாசார இயக்கங்களின் கொள்கைகளை எடுத்து எளிய கோஷங்களாக்கி அரசியல் நடத்தும். திராவிட இயக்கம் அதற்கு முன்பிருந்த தமிழியக்கத்தில் இருந்து சில கோஷங்களைக் கையிலெடுத்து மேடைமேடையாக முழங்கியது. அதன் சாதனைகளை இன்று தன்னுடையது என்கிறது.

தமிழில் நிகழ்ந்த கடைசிப் பெரிய அறிவியக்கம் தமிழ் மறுமலர்ச்சி இயக்கம். அதன் மூன்று முகங்களான தமிழ் பதிப்பியக்கம், தமிழிசை இயக்கம், தனித்தமிழ் இயக்கம். அதன் அலை இன்றும் நீடிக்கிறது. இன்றும் கூட தமிழகத்தில் உள்ள மிக அதிகமான இலக்கிய அமைப்புகள் தமிழ் மறுமலர்ச்சிக் காலத்தில் உருவானவைதான். இன்றும் அவை ஏதோ வகையில் செயல்படுகின்றன. உதாரணமாக கம்பன் கழகங்கள், வள்ளுவர் மன்றங்கள். நவீன இலக்கியத்திற்கு அப்படி ஓர் அறிவியக்கம் இங்கே நிகழவில்லை. அதன் குறைபாடு இங்குள்ளது. அத்துடன் நவீனக் கல்வி நவீனச் சிந்தனைகளுக்கும் இலக்கியத்திற்கும் எதிரானதாக, தொழில்நுட்பப் பயிற்சி என்ற அளவில் மட்டுமே இங்குள்ளது. மொழிக் கல்வி தேங்கியிருக்கிறது. ஒட்டுமொத்தமாகவே கல்வித்துறை அறிவார்ந்த தன்மையை இழந்து ஊழலால் சீரழிந்துள்ளது. ஆகவே இங்கே வாசிப்பியக்கம் ஆரம்பிக்கவே இல்லை.

சமூக அளவில் பெரிய வாசிப்பியக்கம் ஆரம்பிக்கவேண்டும் என்றால் நவீனத் தொழில்நுட்பம் மூலமோ அல்லது வேறு அரசியல் எழுச்சிகள் மூலமோ ஒரு பண்பாட்டு இயக்கம் நிகழவேண்டும். அதுவரை இங்கே அது ஒரு மிகச்சிறிய வட்டத்திற்குள்தான் இருக்கும்.

இணையத் தளத்தில் எழுதத் தொடங்கியது உங்கள் எழுத்தை எந்த வகையில் மாற்றி இருக்கிறது? இதை விரும்புகிறீர்களா? பிரசுர சம்பந்தமான பதற்றத்தை இணையத்தளம் அகற்றியுள்ளதல்லவா?

இணையத்தளத்தில் வருவதற்கு முன்னரே நான் தொடர்ந்து எழுதிவந்தவன். சொல்லப்போனால் சொந்தமாகச் சிற்றிதழ் நடத்தினேன். அது நின்றதுமே இணையம் வந்துவிட்டது. இணையம் வந்த ஆரம்பகாலத்திலேயே நான் 'மருதம்' என்ற இணைய இதழை ஆரம்பித்துவிட்டேன். தமிழின் மிக ஆரம்பகால இணைய இதழ்களில் ஒன்று அது. அதன் பிரதிகள் அழிந்துவிட்டன.

நான் எந்தப் பிரசுர அமைப்பையும் சார்ந்து எப்போதும் செயல் பட்டதில்லை. அதனால் பிரசுரம் சார்ந்த பதற்றமும் எனக்கு இருந்த தில்லை. என் நூல்களில் 'விஷ்ணுபுரம்' மட்டுமே பிரசுரத்திற்குச் சற்று சிக்கலை அளித்தது. அன்று அவ்வளவு பெரிய புத்தகங்கள் எளிதில் வருவதில்லை. என் வாசகர்களிடமே முன்பணம் திரட்டி அதை வெளியிட்டேன். 1997ல். 'விஷ்ணுபுர'த்தின் வெற்றிக்குப்பின் எப்போதும் பிரசுரம் ஒரு சிக்கலாக இருந்ததில்லை. எல்லா வருடமும் என் நூல்கள் வெளிவந்து கவனத்தைப் பெற்றன.

இணையம் எனக்கே உரிய ஓர் எளிய ஊடகமாக ஆகியது. இணையம் இல்லாமலிருந்தால் எனக்கு இத்தனை பெரிய வாசகர் பரப்பு உருவாகியிருக்காது. அவர்களை இணைத்து ஓர் அமைப்பாகச் செயல்பட முடிந்திருக்காது. நான் எழுதும் அனைத்து எழுத்துக் களையும் ஒன்றாகத் தொகுத்திருக்க முடியாது.

> எல்லோர் மனதிலும் இருக்கும் ஓர் ஆச்சரியக் கேள்வி. எப்படி இவ்வளவு எழுதிக் குவிக்கிறீர்கள்? அதுவும் தொடர்ச்சியாகவும் தரம் குன்றாமலும்? சுந்தர ராமசாமியின் பாணிக்கு நேர் எதிரானது இது. அதிகமாய் எழுதுவது தரத்தைப் பாதிக்கும் என்ற நெடுங்கால நம்பிக்கையை உடைத்திருக்கிறீர்கள்.

இங்கே ஏதேனும் எழுதுபவர்களில் பெரும்பாலானவர்களுக்குத் தெரியும். அவர்கள் தங்கள் வாழ்க்கையின் பெரும்பாலான நேரம் மிக எளிய அன்றாட மனநிலையில் லௌகீக வாழ்க்கையின் கடமை களைச் செய்து லௌகீகக் கேளிக்கைகளில் மூழ்கி இருக்கிறார்கள். அவர்களுக்குப் படைப்புமனநிலை மிக அபூர்வமாகவே வாய்க்கிறது. உலகியலில் இருந்து அங்கே செல்லப் பலவகையான சிக்கல்கள் இருக்கின்றன. 'தொடங்கிட்டா போதும் எழுதிருவேன்' என்று சொல்லிக் கொண்டிருப்பவர்களை வருடக்கணக்காகப் பார்க்கிறேன்.

எழுத்தின் தரம் என்பது எழுதும் மனநிலையின் தீவிரத்தை மட்டுமே சார்ந்தது. படைப்புமனநிலையைத் தக்கவைத்துக்கொள்வதுதான் முக்கியம். நான் படைப்புமனநிலையில் எப்போதுமே இருந்து

கொண்டிருப்பவன். அதை ஒரு யோகமாகப் பயில்பவன். அதை அறிவியல்பூர்வமாக அறிந்து செயல்படுத்துபவன். எனக்கு எழுத்து தற்செயல் அல்ல.

எனக்கு சுந்தர ராமசாமியை நன்றாகத் தெரியும். அடிப்படையில் அவர் ஒரு சுகவாசி. பேசிக்கொண்டிருப்பதை விரும்புபவர். உரையாடல் நிபுணரும் கூட. எழுதுவதை முடிந்தவரை ஒத்திப் போடுவார். ஒரு கதை தோணுது என ஒருவருடம் சொல்லி இருக்கிறார். ஓரிரு பத்திகளை எழுதி விட்டுவிடுவார். ஒவ்வொரு நாளும் நூறுவரி எழுதுவார். யோசித்து யோசித்து மாற்றி மாற்றி எழுதுவார்.

அத்துடன் அவர் எழுதுவதும் இல்லை. அவர் சொல்ல ஓர் உதவியாளர் தட்டச்சு செய்வார். அவர் சொல் சொல்லாகவே சொல்வார். சொற்றொடராகக் கூட அல்ல. ஆகவே சொற்றொடரின் ஒழுக்கு அவரில் இருக்காது. ஆகவே எழுதியபின் சத்தமாக வாசித்துத் திருத்தங்கள் போட ஆரம்பிப்பார். அது எழுதும் முறையே அல்ல. எழுத்து அப்படி பிரக்ஞைபூர்வமாகச் செய்வது அல்ல.

சொல்லப்போனால் அவர் கடைசிக்காலத்தில் பேசிப் பதிவு செய்து பிரசுரித்த நினைவோடை நூல்கள் சரளமானவையாக, நுட்பமானவையாக இருப்பதைக் காணலாம். குறிப்பாக பி.ஆர்.மகாதேவன் எழுதியவை. அப்போது நிறையவும் எழுதினார். அதை ஆரம்பத்திலேயே செய்திருக்கலாம். எழுதும்போது எழுதுவதாக உணர்ந்தால் அது எழுத்தே அல்ல.

அத்துடன் அவர் வணிகத்தில் தீவிரமாக இருந்தார். அதற்கான பயணங்களில் இருந்தார். ஆகவேதான் குறைவாக எழுதினார். அன்றைய சிற்றிதழ்ச்சூழலில் அவ்வளவு எழுதினாலே போதும்.

சமீபத்தில் 'விஷ்ணுபுரம்' விழாவில் ஓர் இளம் நண்பர் கேட்டார். 'சார் கசடதபற என்கிறீர்களே அது எத்தனை பக்கம்?' அந்தக் கேள்வி துணுக்குறச் செய்தது. மொத்த கசடதபற இதழ்களையும் ஒன்றாகச் சேர்த்தால் கூட ஒருமாதம் www.jeyamohan.in தளத்தைவிடச் சின்னதாகவே இருக்கும். 'சொல்புதிது' இதழின் ஓர் இதழ் அளவுக்குச் சற்று மேலே இருக்கும். அதில் பெரும்பகுதி சாதாரணமான குறிப்புகளாகவும் இருக்கும்.

தமிழ்ச் சிற்றிதழ் இயக்கம் என்பது ஓர் உண்மையான அறிவியக்கம் அல்ல. அது 'கலைமகள்', 'மணிக் கொடி'யில் தொடங்கி உடனே முடிந்துவிட்டது. டி.எஸ்.சொக்கலிங்கத்தின் 'மணிக்கொடி' சிற்றிதழ் அல்ல, அக்காலத்திற்கு ஒரு பெரிய இதழ்தான். க.நா.சு.வும் செல்லப்பாவும் தொடங்கியதுதான் சிற்றிதழ் மரபு.

சிற்றிதழ் இயக்கம் என்பது நவீன இலக்கிய மரபு அறுபடாமல் பார்த்துக்கொண்ட ஒரு தற்காலிக ஏற்பாடு மட்டுமே. சுந்தர ராமசாமி அது போதும் என அமைந்துவிட்டவர். ஆகவேதான் குறைவாக எழுதுவது, அபூர்வமாக எழுதுவது, எழுதாமலேயே இருப்பது எல்லாம் உயர்வான இலக்கியச் செயல்பாடுகள் என்ற நம்பிக்கையை வளர்த்துக்கொண்டார். அதைச் சொல்லிக்கொண்டே இருந்தார்.

உலகமெங்கும் முக்கியமான படைப்பாளிகளில் கணிசமானவர்கள் எழுதிக்கொண்டே இருந்தவர்கள்தான். என் ஆதர்சம் டால்ஸ்டாய் போன்றவர்கள். கலைக்களஞ்சியங்களையே உருவாக்கிய சிவராம காரந்த் போன்றவர்கள். பாரதி, புதுமைப்பித்தன் போன்றவர்கள் எழுதிய கால அளவை வைத்துப்பார்த்தால் எழுதிக்குவித்தவர்கள் அவர்கள்.

ஏற்கெனவே சொன்னதுபோல அச்சு ஊடகத்தைக் கடந்துவிட்டோம். ஓலையில் இருந்து அச்சு வந்தபோது எழுத்து பெருகியது போல அச்சிலிருந்து மின்னணு ஊடகம் வந்தபோதும் எழுத்து மேலும் பெருகுகிறது. அச்சு ஊடகத்தைப் பார்த்து ஓலையில் எழுதிய கவிராயர்கள் திகைத்திருப்பார்கள். அதைப்போல இன்று காகித எழுத்தாளர்கள் திகைக்கிறார்கள்.

இன்னொன்றையும் சொல்லியாகவேண்டும். கடந்தகாலத்தில் மேலைநாட்டு எழுத்தாளர்களே நிறைய எழுதினார்கள். அவர்களுக்கு அதற்கான வாழ்க்கை வாய்ப்புகள் இருந்தன. தமிழ் எழுத்தாளர்கள் வறுமையில் அடிபட்டு, வேலைசெய்து களைத்து எஞ்சிய நேரத்தில் எழுதியவர்கள். இப்போது இங்கும் அவ்வாய்ப்பு வந்துள்ளது.

சமூக வலைத்தளங்களின் வழி இன்று நிறையப்பேர் தமிழ் எழுதவும் வாசிக்கவும் தொடங்கி இருக்கிறார்கள். 12ம் வகுப்புக்குப் பின் தமிழ் வெறும் பேச்சு மொழியாக மட்டுமே மாறிப்போய் விடும் சூழலில் ஓர் எல்லை வரை இது முக்கியமான மாற்றமே. ஆனால் தமிழ் எழுத்து மற்றும் வாசிப்புச் சூழலில் இது ஏதேனும் வரவேற்கத்தக்க மாற்றங்களை ஏற்படுத்தி இருக்கிறதா? குறிப்பாய் உங்கள் வாசகப் பரப்பில் எண்ணிக்கையிலும் தரத்திலும் இதனால் ஏதேனும் மாற்றம் இருக்கிறதா?

முந்தைய வினாக்களில் இதற்கான பதிலைச் சொல்லியிருக்கிறேன். ஒரு முன்னகர்வும் ஒரு பின்னடைவும் இன்று உள்ளது. மின்னணு ஊடகமும் இணையமும் இணைந்து எழுத்து-வாசிப்பைப் பலமடங்கு பெருக்கிவிட்டன. விளைவாகவே நூல்களும் அதிகளவில் விற்கப்படுகின்றன.

ஆனால் பள்ளிகளில் தமிழ்க்கல்வி இல்லாமலாகி வருவதனால் தமிழ் வாசிப்பு பின்னடைவு கொள்கிறது. புதியதலைமுறையில் தேர்ந்த மாணவர்கள் தமிழில் வாசிக்கும் வழக்கமோ பயிற்சியோ அற்றவர்களாக உள்ளனர். ஆகவே ஒட்டுமொத்தமாக தற்காலிகமான ஒரு வளர்ச்சி உள்ளது. இன்று எனக்குள்ள வாசகர்கள் போல் தமிழில் எந்தத் தீவிரமான எழுத்தாளருக்கும் எப்போதும் இருந்ததில்லை. ஆனால் இந்த வாசகர் வட்டம் அடுத்தத் தலைமுறையில் நீடிக்குமா, தமிழ் வாசிப்பு இருக்குமா என்பதெல்லாம் குழப்பமாகவே இருக்கிறது. இப்படியே போனால் நீடிக்காது. தமிழ் வெறும் பேச்சு மொழியாகச் சுருங்கிவிடும். வெறுமே தமிழ்வாழ்க என்று கூச்சலிட்டுப் பயனும் இல்லை. ஆனால் வேறேதும் ஓர் அலை கிளம்பும் என்று ஒரு நம்பிக்கையும் இருக்கிறது.

> ஆண்டுதோறும் இலக்கியவாதிகளை அடையாளங்கண்டு விருது வழங்குதல், ஊட்டியில் நடக்கும் இலக்கிய முகாம் - இவை தவிர விஷ்ணுபுரம் வாசகர் வட்டத்தின் செயல்பாடுகள் என்ன? நீங்கள் ஆரம்பத்தில் உத்தேசித்திருந்தபடி அது செயல்படுகிறதா? (அமைப்பு களோடு அடையாளப்படுத்திக் கொள்வது ஏதேனும் ஒருவகையில் கருத்துச் சுதந்திரத்தைப் பாதிக்கும், அல்லது குறைந்தபட்சம் கருத்துச் சாய்வையேனும் ஏற்படுத்தும் எனக் கருதுவதால் நான் அதில் இணையவில்லை.)

இலக்கியம் தனிமனிதர்கள் வழியாக சமூக நிகழ்வாக வளர முடியாது. ஆகவே அதற்கு ஓர் இயக்கம் தேவை என்று க.நா.சு கருதினார். 'இலக்கியத்திற்கு ஓர் இயக்கம்' என்ற அவரது நூல் புகழ்பெற்றது. (சாகித்ய அக்காதமி விருது அதற்குத்தான் கிடைத்தது.) சிறிய அளவிலேனும் வெவ்வேறு இலக்கிய இயக்கங்கள் ஆரம்பிக்கப்படவேண்டும் என்றார் அவர். அதற்குப் பல தளங்களில் ஏராளமாக எழுதப்படவேண்டும் என வாதிட்டார். அவரே துப்பறியும் நாவல் வகையில் கூட எழுதிப்பார்த்தார்.

(அவர் இலக்கியத்தை இயக்கமாக ஆக்கக்கூடாது, தனிமனிதர்களே செயல்படவேண்டும், கொஞ்சமாக எழுதவேண்டும் என்றெல்லாம் சொன்னவர் என்று சிலர் இன்று நம்பிக்கொண்டிருக்கிறார்கள்.)

இலக்கிய இயக்கங்கள் தமிழில் எப்போதுமே இருந்துள்ளன. தீவிரமான படைப்பாளிகள் அதை நடத்தினார்கள். டி.கே.சி நடத்திய வட்டத்தொட்டி, திரிலோக சீதாராம் நடத்திய அமரர் மன்றம் போன்றவை தமிழியக்கத்துக்கான இலக்கிய இயக்கங்கள். நா.வானமாமாலையின் ஆராய்ச்சி போன்றவை நாட்டுபுறவியல், தமிழாய்வு ஆகியவற்றுக்கான அமைப்புகள்.

க.நா.சு., சிசு செல்லப்பா, சுந்தர ராமசாமி, ஜெயகாந்தன் போன்றவர்கள் அவரவர் அளவில் இலக்கிய இயக்கங்களை நிகழ்த்தியவர்கள். அவர்கள் பல ஆண்டுகாலம் தொடர்ந்து சந்திப்புகளை ஒருங்கிணைத்திருக்கிறார்கள். கூட்டங்களை நடத்தி இருக்கிறார்கள். நண்பர் குழுக்களை வழிநடத்தி இதைச் செய்தனர். க.நா.சு.வின் இலக்கியவட்டம், எம்வி.வெங்கட்ராம் காவேரிக் கரையில் நடத்திய தேனீக்கள், சுந்தர ராமசாமியின் காகங்கள், தஞ்சை பிரகாஷ் நடத்திய கதைசொல்லிகள் போன்றவை உதாரணம்.

இன்று இணையமும் பிற ஊடகங்களும் அளிக்கும் வாய்ப்பைப் பயன்படுத்தி இன்னும் விரிவான அளவில் இலக்கிய இயக்கங்களை முன்னெடுக்கிறோம். விஷ்ணுபுரம் இலக்கியவட்டம் அப்படிப் பட்ட ஓர் அமைப்பு. சமானமான எண்ணம் கொண்ட நண்பர்களின் கூட்டு இது. இன்று குழுமங்களில் உரையாட முடிகிறது. அதை அவ்வப்போது தனிப்பட்ட சந்திப்புகளாக ஆக்கிக்கொள்கிறோம்.

இது ஒரு குறிப்பிட்ட கொள்கை, அழகியல் நம்பிக்கை கொண்டவர் களுக்கானது அல்ல. எதையாவது செய்யலாமே என்று தோன்றுபவர் களின் கூட்டம் என்று சொல்லலாம். தனியாக எதையும் செய்ய முடியாது. சமமான மனநிலை கொண்டவர்களுடன் இணைந்தே செய்யமுடியும். அதற்கு நட்புதான் அடிப்படையாக இருக்கமுடியும். ஆகவே இவ்வமைப்பு.

இது இலக்கியச் சந்திப்புகளை நடத்துகிறது. கூட்டங்களை நடத்துகிறது. மற்றபடி கருத்தியல் செயல்பாடு என ஏதும் இல்லை. நாங்கள் உத்தேசித்ததும் இதுவே. ஆரம்பத்தில் உத்தேசித்தது சுந்தர ராமசாமியின் காகங்கள் போல ஒரு சின்ன சந்திப்பு முயற்சி. இத்தனை பெரிதாகும், இவ்வளவு தீவிரமாக ஆகும் என நினைக்கவில்லை. இதற்கான ஒரு தேவை இருந்திருக்கிறது.

நேற்றும் இதைப்போன்ற சிறிய அளவிலான பல இயக்கங்கள்தான் இலக்கியத்தை முன்னெடுத்து வந்தன. இலக்கியச் சிந்தனை, இலக்கிய வீதி போன்ற பல அமைப்புகள் இருந்தன. இன்றும் கோவையில் களம் போன்ற அமைப்புகள் உள்ளன.

ஆனால் க.நா.சு. கனவு கண்டது இன்னும் பெரிய ஓர் எழுச்சி. கிட்டத்தட்ட ஊருக்கு ஓர் இயக்கம். அவற்றை இணைக்கும் ஓர் ஒட்டுமொத்த இயக்கம். இதைப்போல பலவகையான இயக்கங்கள் பல தளங்களில் நடந்து மேலும் மேலும் அதிகமான வாசகர்கள் உள்ளே வரவேண்டும். இது மண்ணில் நீரூற்றிக்கொண்டே இருப்பதுதான். விதைகள் இருந்தால் முளைத்துவரும்.

கலாசாரச் செயல்பாடுகளின் விளைவுகள் மெல்லமெல்லத்தான் தெரியவரும். ஆகவே எதிர்பார்க்கலாம்.

உங்கள் சினிமா பங்களிப்பு திருப்திகரமாக இருக்கிறதா? இடைநிலைப் படங்கள் மட்டும் எனக் குறுக்கிக் கொள்ளக் காரணம் என்ன? திரைக் கதையிலும் உங்கள் பணி உள்ளதா? ஆலோசகராகவும் இருக்கிறீர்களா? (உதா: காவியத் தலைவன் போன்ற சரித்திரப் படங்களில் பயன் பட்டிருக்கக்கூடும்.) தமிழ் சினிமாவில் எழுத்தாளர்களுக்கு சரியான மரியாதையும் அங்கீகாரமும் கிடைக்கிறதா?

சினிமாவில் மதிப்பு மரியாதை பணம் எதுவும் குறைவில்லை. சொல்லப்போனால் நான் பெருமதிப்புடன் இருப்பதே சினிமாவுக்குள்தான். (அவமதிப்புகளை உணர்வது கல்லூரிகளில்.) சினிமாக்காரர்களுக்கு இலக்கியவாதிகள்மேல், அதிலும் தீவிரமாகச் செயல்படும் இலக்கியவாதிகள்மேல் பெரும் மதிப்பும் ஈடுபாடும் உள்ளன. அதை நீங்களே பார்க்கலாம். நான் நிகழ்த்தும் விழாக்களில் சினிமா நட்சத்திரங்கள் இலவசமாக வந்து பங்கெடுக்கிறார்கள். இந்த இயக்கம் முக்கியமானது, நாம் ஏதாவது செய்யவேண்டும் என்றே அவர்கள் எண்ணுகிறார்கள். அது என் மேல் உள்ள மதிப்பினால்தான்.

ஆனால் இன்னமும்கூட சினிமாவில் எழுத்தாளனின் இடமென்ன என்பது வகுக்கப்படவில்லை. ஆகவே எழுத்தாளனை எப்படி பயன் படுத்திக்கொள்வது என்று தெளிவாக இல்லை. எழுத்தாளன் என்பவன் இன்றும் ஓர் ஆலோசகனாக, விவாதித்து முடிவெடுக்கப் பட்ட விஷயத்தை மொழிவடிவில் எழுதி அளிப்பவனாக மட்டுமே இங்கே இருக்கிறான். அவ்வெழுத்துவடிவில் இருந்து வெகுவாக விலகியே சினிமா உருவாகி வருகிறது.

இது எவருடைய பிழையும் அல்ல. வணிக சினிமா என்பது பல்வேறு எதிர்வினைகள் மூலம் திரண்டுவரும் ஒரு கலை. அப்படித்தான் அது உருவாகி வந்திருக்கிறது. அதை மாற்றுவது எளிய விஷயமும் அல்ல. சினிமாவுக்குள் எழுத்தாளர் மற்றும் இயக்குநர் என பெரிய நட்புக்கூட்டு ஒன்று நிகழ்ந்து அது வெற்றிகரமாக ஆனால்தான் ஏதாவது நிகழும். எம்.டி.வாசுதேவன் நாயர் + ஹரிஹரன் போல. லோகிததாஸ் + சிபி மலையில் போல. அது ஒரு தற்செயல்தான்.

சினிமா வசனங்களில் சுஜாதா அளவு வெற்றிகரமாய் நீங்களோ எஸ்ராவோ இல்லை என்பதே பரவலான கருத்து. ஓரளவு அது உண்மையும் கூட. சுஜாதா வெகுஜன எழுத்தாளராய் இருந்தது அவர் சினிமாவிலும் அதே பாணியில் கைதட்டல் வசனங்களை எழுதச் சுலபமாக இருந்தது எனலாமா?

சினிமா கதை வசனங்களில் மிக வெற்றிகரமானவர் ஆரூர்தாஸ் மட்டுமே. அக்காலத்தில் அவரைப்போல பலர் அடுத்தடுத்த படிகளில் இருந்தனர். பாலமுருகன், வியட்நாம்வீடு சுந்தரம்.

சுஜாதாவின் ஆரம்பகால திரை எழுத்துக்கள் எல்லாமே மிகப்பெரிய தோல்விகள். குமுதம் 'சுஜாதாவை விட்டுவிடுங்கள்' என்று ஒரு பெரிய கட்டுரையையே எண்பதுகளில் வெளியிட்டு, தொடர் விவாதம் நடந்திருக்கிறது.

சுஜாதா முழுமையாகக் கதை - திரைக்கதை எழுதி வென்ற ஒரு படம் பெயர் சொல்லுங்கள். சரி, அவர் எழுதி ஓர் அறிமுக இயக்குநர் அல்லது இளம் இயக்குநர் எடுத்த வெற்றிகரமான படத்தின் பெயரைச் சொல்லுங்கள். சரி, அவர் எழுதிய ஒரு நடுவாந்தரப் படத்தை குறிப்பிடுங்கள். இன்றும் சொல்லும்படி இருக்கும் ஒரு திரைக் கதையைக் குறிப்பிடுங்கள். சுஜாதாவின் சினிமா என தமிழில் ஏதேனும் உண்டா, சொல்லுங்கள்.

சுஜாதாவின் வெற்றிகள் எல்லாமே ஷங்கர், மணிரத்னம் ஆகியோருடன் அவர்களின் வெற்றிப்படங்களில் அவர் இணைந்து இருந்ததனால் வந்தவை. அவர்களின் படங்கள் ஆரம்பம் முதல் கடைசிவரை அவர்களின் படங்கள் மட்டுமே. அவற்றுக்கு ஓர் ஆலோசகராக, எழுதித் தருபவராக மட்டுமே அவரது பங்களிப்பு இருந்தது. மணிரத்னத்தின் ஆரம்பகாலப் படங்களின் வெற்றியிலும் பிற்காலப்படங்களின் தோல்வியிலும் சுஜாதா இருந்தார். அவை மணிரத்னத்தின் வெற்றி தோல்விகளே. மணிரத்னம் சினிமாவின் அனைத்துப் பகுதிகளிலும் முழுமையாகவே கட்டுப்பாடுள்ள இயக்குநர்.

சுஜாதாவின் வெகுஜன எழுத்தில் இருந்த வெற்றிக்கும் சினிமாவுக்கும் சம்பந்தமே இருக்கவில்லை. அவர் எழுதிய படங்களின் பட்டியலை எடுத்துப் பார்த்தாலே தெரியும். எனக்காவது நான்கடவுள், அங்காடித்தெரு எனச் சில படங்கள் இருக்கின்றன. காலம் கடந்த பின்னரும் அவை பேசப்படுகின்றன. விருதுகள் பெற்றிருக்கின்றன. நான் கடவுள் ஓரளவு என் படம் எனச் சொல்ல முடியும். நான் ஒரு நவீனத் திரைக்கதையை அனைத்து நுட்பங்களுடனும் முழுமை யாகவே எழுத முடியும் என்று காட்ட ஒழிமுறி (மலையாளம்) போன்ற ஒரு படமாவது உள்ளது. சுஜாதாவிற்கு அதுவும் எஞ்சவில்லை. என்னிடம் அவரே, 'என்னோடது ஸ்க்ரீன்பிளே இல்ல, ஃபோர்பிளே' என்று சொல்லியிருக்கிறார்.

இலக்கியத்தில் தீவிரமாய் விமர்சனம் செய்யுமளவு நீங்கள் சினிமா, இசை இரண்டையும் தொடுவதில்லையே. அப்படியே சொல்லும் ஓரிரு

விமர்சனங்களும் மிக மேலோட்டமானவையாகவே இருக்கின்றன. அவையும் எதிர்மறையாய் இருப்பதில்லை. அந்தத் துறையில் பங்களிப்பதால் சங்கடம் கூடாது என்பதாலா? அல்லது அதற்கான அவசியமோ பயிற்சியோ இல்லை எனக் கருதுகிறீர்களா?

சினிமா, இசை என இரண்டையும் நான் முழுமையாக அறிந்தவன் அல்ல. சினிமாவில் என் மகனும் மகளும் பார்த்திருக்கும் மாஸ்டர் பீஸ்களை நான் பார்த்ததில்லை. இசையில் என் நண்பர் சுகாவோ ஷாஜியோ அறிந்த எதுவும் எனக்குத்தெரியாது. என் எல்லைகளைச் சொல்லிவிட்டு சில கருத்துக்களைச் சொல்வேன். இசை அல்லது சினிமாவை நான் மதிப்பிடுவதில்லை. அவற்றின் பண்பாட்டு, வரலாற்றுப் பின்புலம் பற்றி மட்டுமே சொல்வேன். என் 'ஏரியாவை' விட்டு வெளியே போய் சொல்லி விடக்கூடாது என்ற கவனம்தான்.

என் எல்லைக்கு வெளியே செல்கிறேனோ என்று தோன்றும் எந்தக் கட்டுரையையும் சம்பந்தப்பட்ட துறையின் நிபுணர் ஒருவருக்கு அனுப்பி வாசிக்கவைத்து அதன்பின்னரே பிரசுரிக்கிறேன்.

எழுத்தின் பாணி மற்றும் உள்ளடக்கத்தில் நீங்கள் தமிழில் யாருடைய நீட்சி எனக் கருதுகிறீர்கள்? போலவே இப்போது உங்கள் வாரிசு என யாரைச் சொல்லலாம்?

நான் சுந்தர ராமசாமி, அசோகமித்திரன், சுஜாதா ஆகியோரின் பாதிப்புடன் எழுதவந்தவன். அழகியல் கோட்பாட்டுத் தளத்தில் என் முன்னோடி என்றால் மலையாள எழுத்தாளர் பி.கே.பால கிருஷ்ணன். அரசியலில் எம்.கோவிந்தன்.

ஆனால் விரைவிலேயே அவர்களில் இருந்து வெளியே சென்றேன். அது என் நடையை உருவாக்கியது. இன்றைய என் எழுத்து எவருடைய நீட்சியுமல்ல. அது தனித்த ஒரு புனைவுலகம்.

இப்போது எழுதுபவர்களில் எவரிடம் என் பாதிப்பு உள்ளது என அவர்கள்தான் சொல்லவேண்டும். நான் சொல்வது முறையல்ல.

சமகாலத் தமிழ் இலக்கியம் எப்படி இருக்கிறது? இந்திய அளவில் அதன் இடம் என்ன? தமிழ் எழுத்தாளர் எவரேனும் நொபேல் பரிசுக்கான தகுதி கொண்டிருக்கிறார்களா?

தமிழ் நவீன இலக்கியம் குறைவாக எழுதப்பட்டு அதைவிடக் குறைவாகவே வாசிக்கப்படுவது. ஆனால் எப்போதுமே அது உலக அளவில் எழுதப்பட்டுவந்த நவீன இலக்கியத்திற்கு நிகரானதாகவே இருந்து வந்துள்ளது. புதுமைப்பித்தன் அவர் காலத்தில் உலக அளவில் எந்த மொழியில் எழுதிய பெரும் படைப்பாளிகளுக்கும்

நிகரானவர். இன்று எழுதுபவர்களில் அசோகமித்திரன், கி.ராஜநாராயணன் போன்றவர்கள் நோபல் பரிசுக்குத் தகுதியானவர்கள்தான்.

சமகாலத்தில் நோபல் பரிசு பெற்று வரும், பரிந்துரைக்கப்படும் எந்தப் படைப்பாளியின் படைப்புலகுக்கும் நிகரானது என் படைப் புலகம். நோபல் பரிசு பெற்ற பலரை விடவும் தீவிரமானது, விரிவானது. உதாரணமாக, 1997ல் என் பெயர் சிவப்பு நாவலும் விஷ்ணுபுரம் நாவலும் ஒரே சமயம் வெளிவந்தன. இரண்டுமே தமிழில் உள்ளன. ஒப்பிட்டுப்பாருங்கள். ஓரான்பாமுக் அவரது நாவலுக்காக நோபல் பரிசு பெற்றார்.

எந்த ஒரு முதன்மையான புனைவெழுத்தாளனையும்போல என் புனைவுலகும் தனித்தன்மை கொண்டது. ஆகவே என் ஆக்கங்களில் ஒன்றை உதிரியாக மொழியாக்கம் செய்தாலும் அதனால் பயனிருக்காது. ஆங்கிலத்தில் வாசிப்பவர்கள் ஏற்கெனவே வாசிக்கும் படைப்புகளில் ஒன்று அல்ல அது. இந்தப் புனைவுலகை இதன் நுட்பங்களுடன் மொழியாக்கம் செய்து தொடர்ந்து அறிமுகம் செய்து விவாதித்து, கொண்டுசென்று சேர்க்கவேண்டும். அவ்வகைக் கவனிப்புகள் இந்திய எழுத்தாளர் எவருக்கும் கிடைப்பதில்லை. தமிழில் சாத்தியமே இல்லை.

இந்திய அளவிலும் சரி, உலக அளவிலும் சரி, தமிழிலக்கியத்திற்குப் பெரிய மதிப்பு ஏதும் இன்று இல்லை. முதல் காரணம் மொழியாக்கங்கள். இங்குள்ள எளிய சமூக ஆவண நாவல்கள் மட்டுமே மொழியாக்கம் செய்யப்படுகின்றன. அவற்றை இலக்கிய வாசகர் எவரும் கலைப்பெறுமதி உள்ளவை என நினைக்க முடியாது. இங்குள்ள பல்வேறு தன்னார்வ அமைப்புகள், மதமாற்ற அமைப்புகள், நிதியளிக்கும் அமைப்புகள் இங்குள்ள வாழ்க்கை பற்றி உருவாக்கும் ஓர் எதிர்மறை நோக்கை மேலும் பிரச்சாரம் செய்வதற்கான புனைவுசார்ந்த ஆதாரங்களாகவே அவை மொழியாக்கம் செய்யப்பட்டு முன்வைக்கப்படுகின்றன. அது ஒரு பெரிய அரசியல் வலை.

அபூர்வமாக நல்ல ஆக்கங்கள் மொழியாக்கம் செய்யப்பட்டுள்ளன. அவை பெரும்பாலும் மோசமான மொழியாக்கங்கள். பாடப்புத்தக நடை கொண்டவை. தமிழில் இருந்து ஆங்கிலத்துக்குச் சமகால புனைவுமொழியில் நல்ல மொழியாக்கங்கள் வரவேண்டும். அவை நல்ல பதிப்பகங்களால் வெளியிடப்படவும்வேண்டும்.

அத்துடன் பரவலாக அவை சென்றடையவும்வேண்டும். இலக்கியத்தைக் கொண்டுசேர்ப்பதற்கு தேசிய ஊடகங்களிலும் உலக

அளவிலான ஊடகங்களிலும் அவற்றைப்பற்றி எழுதிக்கொண்டே இருக்கும் இலக்கிய ஆர்வலர் (கனாய்ஸியர்கள்) தேவை. அப்படி இங்கே எவரும் இல்லை. கன்னடத்திற்கு ஏ.கே.ராமானுஜம் போல, வங்காளத்திற்கு காயத்ரி ஸ்பிவாக், மீனாட்சி முகர்ஜி போல, மலையாளத்திற்கு சச்சிதானந்தன்போல.

அதாவது நல்ல அறிவுத்திறனும் கலையுணர்வும் மொழிநடையும் கொண்டவர்கள் ஆங்கிலத்தில் நல்ல படைப்புகளை முன்னிறுத்தி எழுதவேண்டும். அது இங்கே நிகழ்வதில்லை. இங்கு கொஞ்சம் ஆங்கிலம் எழுதத் தெரிந்தால் அவர் தன்னையே இலக்கியமேதை என நினைத்துக்கொண்டுவிடுகிறார். ஆங்கிலமறிந்த இளைய தலை முறைக்குத் தமிழிலக்கியத்தை அறியும் ரசனை இல்லை. அப்படி எழுதப்பட்டிருந்தால் அசோகமித்திரனோ கி.ராஜநாராயணனோ தேசிய அளவில் அறியப்பட்டிருப்பார்கள்.

ஆகவே தமிழுக்கு நோபல் கிடைக்க வாய்ப்பு இந்தத் தலைமுறையில் இல்லை. இந்திய எழுத்தாளர்களுக்கேகூட நோபல் கிடைக்க வாய்ப்பில்லை. இந்திய ஆங்கில எழுத்துக்களையே இங்குள்ள ஆங்கில ஊடகங்கள், பல்கலைகள் முன்வைக்கின்றன. அவற்றைப் பற்றியே எழுதிக் குவிக்கப்படுகிறது. அவர்களில் எவரேனும் நோபல் வெல்லலாம்.

ஆனால் என்ன பிரச்சினை என்றால் அவர்கள் பல்வேறு சக்திகளால் நோபல் வரை கொண்டு செல்லப்படுகிறார்கள். அங்கே தரமில்லை என்பதனால் நிராகரிக்கப்படுகிறார்கள். சமீபத்தில் சர்வதேசப் புகழ்பெற்ற ஒரு பிரிட்டிஷ் எழுத்தாளர் எனக்கு எழுதிய கடிதத்தில் இந்திய ஆங்கில எழுத்துக்களின் போலித்தனம் பற்றிப் புலம்பி எழுதியிருந்தார். ஆனால் இந்திய எழுத்துக்களை ஆங்கிலத்தில் வாசித்தால் அவருக்கு மொழியின் முதிர்ச்சியின்மை காரணமாக வாசிப்பனுபவம் கிடைக்கவில்லை. பெரும்பாலும் புரியவும் இல்லை. இதுதான் இன்றுள்ள நிலை.

இன்று எழுதும் இளைய எழுத்தாளர்களில் உங்களைக் கவர்ந்தவர்கள் யார்?

நம்பிக்கையூட்டுபவர்கள், கவனத்திற்குரியவர்கள் என எப்போதும் சில பெயர்களைச் சொல்வது என் வழக்கம். அது ஒரு தொடர்ச்சியை உருவாக்க அவசியம். இது ஒரு பெரிய பத்திரிகை என்றால் சொல்லி இருப்பேன். ஆனால் இங்கே அடுத்த தலைமுறையின் படைப்பாளி களில் எவர் உண்மையிலேயே முக்கியமானவர்கள் எனக் கேட்டுக் கொள்ள விரும்புகிறேன்.

கறாராக நீங்கள் சொல்லுங்கள். அடுத்த தலைமுறையில் இருந்து அப்படி உத்வேகமூட்டக்கூடிய, புதிய திறப்பாக அமையக்கூடிய ஏதாவது வந்திருக்கிறதா?

இது ஏன் என்று பார்க்கிறேன். எனக்குப் பொதுவாகச் சில விஷயங்கள் தோன்றுகின்றன. ஒன்று, புது எழுத்தாளர்கள் வாசிக்கிறார்களா என்றே சந்தேகமாக இருக்கிறது. பலர் புத்தகங்களை ஒற்றைவரியில் குறிப்பிட்டுச் செல்கிறார்கள். அந்தப் புத்தகங்களை வாசித்திருக் கிறார்கள் என்ற தடயமே அவர்களின் மொழியிலும் நடையிலும் இல்லை. கடுமையான அரசியல், கோட்பாட்டு நூல்களைக் குறிப்பிடுகிறார்கள். ஆனால் இங்கே பேசப்படுவனவற்றில் ஒரு கருத்து சற்று சிக்கலாக இருந்தால்கூடப் புரிந்துகொள்வதில்லை. அதன் மிக எளிமையான வடிவத்தையே எடுத்துக்கொண்டு மேலே விவாதிக்க ஆரம்பிக்கிறார்கள்.

அதேபோல சமகால எழுத்து அல்லது முன்னோடிகளின் எழுத்து பற்றி எழுதினால் மிக எளிமையான அரசியல் கருத்துக்களைத் தோண்டி எடுத்துவைத்துப் பேசுகிறார்களே ஒழிய வாழ்க்கை நுட்பங்கள் சார்ந்தோ கலையமைதி சார்ந்தோ ஒன்றுமே சொல்வதற் கில்லாமல் மொத்தையாக எழுதுகிறார்கள். நிராகரிக்க முனைந்து உட்காரும்போதுகூட மிக எளிய அரசியல்சரிநிலைகளைச் சொல்லித்தான் ஒரு படைப்பை அவர்களால் நிராகரிக்க முடிகிறது. சமீபத்தில் இப்படி எழுதப்பட்ட கட்டுரைகளைத் தொகுத்து வாசித்தபோது வந்த சலிப்பு கொஞ்சமல்ல.

பலசமயம் இவர்களின் அரசியல், இலக்கியக் கட்டுரைகளை வாசித்தால் பரிதாபமாக இருக்கிறது. இவர்கள் இனிமேல் ஒரு நூலைப்பற்றிச் சொன்னால் அதைப்பற்றி ஒரு குறிப்பிடும்படியான கட்டுரையை எழுதாவிட்டால் அவர்களுக்கு ஒன்றும் தெரியாது என்றே எடுத்துக்கொள்ளவேண்டும் என நினைக்கிறேன். சமகாலப் புனைவுகளைப் பற்றி ஆழ்ந்த கட்டுரை ஒன்றை எழுதாதவன் உலக இலக்கியம் அல்லது உலக சினிமா பற்றிச் சொல்வது அவனுடைய சொந்த எழுத்து அல்ல என்றே கொள்ளப்படவேண்டும்.

நல்ல நாவலாசிரியன் நல்ல கட்டுரையாளனாகவே ஆரம்பிக்கிறான் என்று இ.எம்.ஃபாஸ்டர் சொல்கிறார். சிக்கலான, பலமுனை கொண்ட ஒன்றைக் கட்டுரையாகச் சொல்லமுடியும் என்றால் மட்டுமே நாவலை எழுதமுடியும். நம் அடுத்த தலைமுறையில் அப்படி எழுதப்பட்ட ஒரே ஒரு கட்டுரையைச் சுட்டிக் காட்டுங்கள். ஒரு கட்டுரைக்கு எதிர்வினை எழுதினால் அதில் சில ஒற்றைவரிகளைப் பிடுங்கி அதைத் திரித்து வம்புக்கட்டுரைதான்

எழுதமுடிகிறது இவர்களால். இதுதான் கனமான புனைவை உருவாக்க முடியாத குறுகலை உருவாக்குகிறது. இது நிராகரிப்பு அல்ல, விமர்சனம். ஒருவகையில் எதிர்பார்ப்பும்கூட.

இன்று வரும் நாவல்களை வாசித்ததுமே தூக்கிப்போடுகிறேன். ஆங்காங்கே சில விஷயங்கள் நன்றாக இருப்பதாகத் தோன்றும், அவ்வளவுதான். இப்போது எழுதுபவர்களில் கணிசமானவர்களுக்கு இங்கோ உலகமொழிகளிலோ எழுதப்பட்ட தீவிரமான இலக்கியம் பற்றிய வாசிப்போ அக்கறையோ இல்லை என்று தோன்றுகிறது. அவ்விலக்கிய மரபின் நீட்சியாக அவர்கள் தங்களை உருவகித்துக் கொள்வதில்லை. பரவலாக வாசிக்கப்படும் பல்ப் ஃபிக்ஷனின் நீட்சியாகத் தம்மை உருவகித்துக்கொண்டு எழுதுகிறார்கள்.

ஆகவே எந்த ஆழ்ந்த அவதானிப்பும் இல்லாத மேலோட்டமான பாலுணர்வு எழுத்துத் தன்மையே அதிகமாகக் காணக்கிடைக்கிறது. அது பரவலாகக்கொண்டு சேர்த்துவிடும் என நினைக்கிறார்கள். அவைகூட அனுபவமோ அவதானிப்போ அல்ல. வெறும் பகற் கனவுகள். என்னைப்போல ஐம்பதைக் கடந்த ஒருவனால் அந்தப் பகற்கனவுலகை ஒரு சிரிப்புடன் மட்டுமே பார்க்கமுடிகிறது. இந்த வகை எழுத்துக்களைப் பார்க்கையில் சின்னப்பையன்கள் ரகசியமாக அமர்ந்து தன்புணர்ச்சி செய்வதைப் பார்ப்பது போல உணர்கிறேன். சரிதான், சின்னப்பையன்கள், செய்துவிட்டுப்போகட்டும் என்று சிரிப்புடன் கடந்து செல்லத்தான் தோன்றுகிறது

நான் ஒருவரை மனம் கவர்ந்தவர் என்று சொல்லவேண்டுமென்றால் அவர் நான் எழுதாத எழுதமுடியாது என எண்ணக்கூடிய ஓர் இடத்தை அடைந்தவராக இருக்கவேண்டும் இல்லையா? அப்படி அரிதாகவே காண்கிறேன். விதிவிலக்கு சமகாலக் கவிஞர்களில் சிலர். இசை முக்கியமானவர். அவர் எழுதும் எல்லாமே அவருடைய தனித் தன்மையுடன் ஆழத்துடன் இருக்கின்றன.

சாகித்ய அகாதமி போன்ற விருதுகளில் தொடர்ந்து நீங்கள் ஒதுக்கப்படுவதாகத் தெரிகிறது. சுந்தர ராமசாமி போன்றவர்களுக்கே கிடைக்காத விருதுதான் எனினும் சமீப ஆண்டுகளாகத் தகுதி கொண்டவர்கள் (நாஞ்சில் நாடன், சு.வெங்கடேசன், ஜோ டி குரூஸ், பூமணி) பெறுவதும் நிகழ்கிறது. இதை எப்படிப் பார்க்கிறீர்கள்? வெள்ளை யானை கூட முக்கியமான ஒரு வரலாற்று நாவல்தான். சாகித்ய அகாதமி விருது வாங்கும் நிலையை எல்லாம் தாண்டி விட்டதாக நினைக்கிறீர்களா?

சாகித்ய அக்காதமியை ஆரம்பம் முதல் விமர்சித்து வருபவன் நான். 1992ல் சாகித்ய அக்காதமியின் டெல்லி மேடை ஒன்றில் இந்தி

திணிக்கப்பட்டதற்கு எதிராகக் கடுமையாக எதிர்வினையாற்றினேன். பின்னர் கோவி மணிசேகரனுக்கு விருதளிக்கப்பட்டதற்கு எதிராக எதிர்வினை ஆற்றினேன். அதன்பின் அதன் எந்தப் பட்டியலிலும் நான் இல்லை. அதன் நிதிக்கொடைகளை நான் பெற்றுக்கொண்டதில்லை. அதன் நிகழ்ச்சிகளில் பங்குகொண்டதில்லை. அதன் பரிசுப் பரிந்துரைகளில் முதல் பட்டியலிலேயே நான் இருப்பதில்லை. அதை அறிந்துதான் நான் விமர்சித்தேன். விமர்சிக்கிறேன்.

ஆம், இன்றைய நிலையில் சாகித்ய அக்காதமி எனக்கு மிகச்சிறிய விருதுதான். அதை என் வாசகர்கள் எவரும் அறிவார்கள். 'உங்களுக்கு சாகித்ய அக்காதமி கிடைக்கணும் சார்' என ஒருவர் என்னை வாழ்த்தினால் அவர் என் எழுத்துக்களின் வாசகர் அல்ல, என் எழுத்துக்களுக்கும் அவருக்கும் தொடர்பில்லை என்றே புரிந்துகொள்வேன். அவர் ஏற்கெனவே வாசித்து ஒன்றும் பிடிகிடைக்காதவர் என்றால் அவரை முழுமையாக ஒதுக்கிவிடுவேன். அது என்னை அவமதிப்பதுதான்.

ஒரு படைப்பாளி தனக்குப் பிடித்த வேற்று மொழிப் படைப்பிற்குத் தரும் ஆகச் சிறந்த மரியாதை அதைத் தன் மொழியில் மொழி பெயர்த்தல். சுந்தர ராமசாமியின் படைப்புகளில் ஒன்றாகவே அவர் மொழி பெயர்த்த தகழியின் நாவல்களைப் பார்க்கிறேன். நீங்களும் ஒருகாலத்தில் தொடர்ச்சியாய் மலையாளக் கவிதைகளை மொழி பெயர்த்து வெளியிட்டீர்கள். இப்போது மொழிபெயர்ப்பில் ஆர்வம் இல்லையா? அல்லது அவ்வளவாய் வேற்று மொழிப் படைப்புகளை வாசிப்பதில்லையா?

முக்கியமான விஷயம் நான் புனைவுகளை வாசிப்பது குறைந்துவிட்டது. ஒருநாளில் ஐந்துமணி நேரம் வாசிக்கிறேன். ஆனால் பெரும்பாலும் இந்தியத் தத்துவம், இந்திய வரலாறு, தொன்மங்கள் போன்றவை பற்றி. புனைவுகள் என்றால் என்னை உடைத்து ஆட்கொள்ளும் படைப்புகளாக இருக்கவேண்டும்.

ஆகவே மொழியாக்கம் செய்ய நேரமில்லை. ஆனால் மொழியாக்கம் செய்ய வைப்பதுண்டு. தமிழில் பல நூல்கள் நான் தேர்ந்தெடுத்துக் கொடுத்து செம்மை செய்து வெளியானவை. கடைசியாக கல்பற்றா நாராயணனின் சுமித்ரா.

சில பெண் படைப்பாளிகள் தகுதி மீறி அங்கீகாரம் பெறுகிறார்கள் என்ற உங்கள் கருத்து சமீபத்தில் சர்ச்சைக்குள்ளாயிற்று. அம்பை உட்பட ஒரு பெண் படைப்பாளி கூட உங்கள் கருத்தில் இருக்கும் உண்மையை உணர்ந்து ஆதரித்ததாய்த் தெரியவில்லை. இதை எப்படிப்

பார்க்கிறீர்கள்? நேர்மையான சுயபரிசீலனை என்ற ஒன்றே இல்லாமல் போய்விட்டதா? அல்லது தோற்கக்கூடாது என்ற வீம்பா?

அதில் கோபம் கொள்ள ஏதுமில்லை. இயல்பான எதிர்வினைதான் அது. எதிர் விமர்சனம் கோபத்தையே முதலில் கொண்டுவரும். குழுவாகச் சேர்ந்து கொள்வதும் கன்னாபின்னாவென்று எதிர்த் தாக்குதல் செய்வதும் எல்லாம் அந்த கோபத்தின் விளைவு. ஆனால் கோபம் தணிந்ததும் சிலராவது எண்ணிப் பார்ப்பார்கள். அத்துடன் அத்தகைய கடும் விமர்சனம் வாசகர்களை சிந்திக்க வைக்கிறது. அவர்களின் எதிர்பார்ப்புகளைக் கூட்டுகிறது. அது ஒரு பெரிய மாற்றத்தைக் கொண்டுவரும். உண்மையான விமர்சனங்கள் வீணாவதில்லை.

1990ல் தமிழ் நாவல்களைப்பற்றி நான் ஒரு கடும் விமர்சனத்தை முன்வைத்தேன். அவை நாவல்களாக இல்லை, தொடர்கதைகளோ குறுநாவல்களோதான் என. நாவலுக்கு ஒரு தரிசனம் அல்லது எதிர் தரிசனமும் அதனடிப்படையிலான ஒட்டுமொத்த வடிவமும் தேவை என. எதிர்விமர்சனங்களாக வந்தவை கசப்புகள் மட்டுமே. ஆனால் அதன்பின்னரே தமிழில் நாவலின் முழுமையை நோக்கிய முயற்சிகள் தொடங்கின. ஆழிசூழ் உலகோ, காவல்கோட்டமோ, மணல்கடிகையோ அந்த விவாதம் இல்லாவிட்டால் வந்திருக்காது.

தன்னம்பிக்கை இல்லாத படைப்பாளி விமர்சனத்தால் புண்படுகிறார். தன்னம்பிக்கை உள்ளவர் சீண்டப்படுகிறார். அப்படி எவரேனும் எழுந்து வருவார்கள்.

சுந்தர ராமசாமி போல் இறுதி வரை எழுதவேண்டும் என விரும்புகிறீர்களா? அல்லது ஜெயகாந்தன் போல் ரிட்டயர்ட் ஆவீர்களா? இரண்டில் எந்த பதில் என்றாலும் ஏன்? பெரிய அளவிலான எதிர்கால எழுத்துத் திட்டங்கள் என்ன?

எழுதி எழுதி 'தீர்ந்துவிடவேண்டும்' என நினைக்கிறேன். தீர்ந்துவிட்டால் எழுதமாட்டேன். பயணம் செய்வேன். அப்படி நிகழ்ந்தால் இங்கிருந்து சென்று முற்றிலும் புதிய ஒரு நிலத்தில் முற்றிலும் புதிய ஒரு வாழ்க்கையைத் தொடங்கவேண்டும் என நினைக்கிறேன் இந்த மொழி மற்றும் பண்பாட்டுச் சூழலில் இருந்து முழுமையாகவே வெளியே சென்றுவிடவேண்டும்.

A personal question. அருண்மொழி நங்கை அவர்களைக் காதலித்துத் திருமணம் செய்த கதையைச் சொல்லுங்கள். உங்கள் பிம்பம் அறிவார்ந்த, கறாரான ஆளுமை என்பதுதான். இப்படிப்பட்டவர் காதல் முகத்தை அறியும் முகமாகவே இக்கேள்வி.

என் நண்பர்களுக்குத் தெரியும், அறிவார்ந்த கறாரான ஆளுமை அல்ல நான் என. அது என் எதிர்வினைகள் வழியாக உருவானது. அதாவது அது சூழலின் விளைவு. நான் எப்போதுமே மிகமிக விளையாட்டான, கொஞ்சம் அசட்டுத்தனமான ஆள். சிரிக்காத எந்த நட்பு உரையாடலையும் விரும்பாதவன். தொழிற்சங்க அரசியலில் 'கொஞ்சமாச்சும் சீரியஸா இருங்க தோழர்' என்ற கெஞ்சலைத்தான் கேட்டுக்கொண்டே இருந்தேன். அருண்மொழி மட்டும் அல்ல, அஜிதனும் சைதன்யாவும் கூட 'ஒரு ரைட்டரா லட்சணமா இருந்தா என்ன?' என்று கண்டிக்கும் இடத்தில்தான் இருக்கிறேன்.

அருண்மொழி என் வாசகியாக அறிமுகமானாள். 1990ல் ரப்பர் வெளிவந்தபோது. அவளை மதுரை வேளாண் கல்லூரியில் சந்தித்தேன். துடிப்பான இலக்கிய வாசகி. பெரிய கண்கள். ஜானகிராமனின் ஒரு கதாநாயகியைத்தான் மணம் செய்துகொள்ள வேண்டும் என நினைத்திருந்த நாட்கள் அவை. அவள் பேசிக் கொண்டே நடந்தபோது சட்டென்று இயல்பாகத் துள்ளி தன் கையில் இருந்த புத்தகத்தால் தாழ்வாக நின்ற கொன்றைப்பூமரக் கிளை ஒன்றைத் தட்டினாள். பொன்னிறப்பூக்கள் உதிர்ந்து அவள் தலையில் விழுந்தன. அந்தக்கணம் அவள்மேல் காதல் கொண்டேன்.

இப்போது கால்நூற்றாண்டு ஆகப்போகிறது. அந்தக் காதல் அதே வேகத்துடன் இன்றும் நீடிக்கிறது. என் வாழ்க்கையில் ஒரே பெண்தான். ஒரே காதல்தான். என்னால் எப்போதுமே பெண்களை விரும்பி நெருங்க முடிந்ததில்லை. பெண்களைத் தவிர்த்தேன். என் அறிவார்ந்த ஆணவம்தான் காரணம். பெண்கள் எனக்குச் சலிப்பூட்டி னார்கள். அழகிய பெண்கள் சூழ்ந்த கேரள அலுவலகத்தில் அவர்களைப் புறக்கணித்தே செயல்பட்டேன். எந்தப் பெண்ணிடம் பேசினாலும் மூன்றே நிமிடத்தில் சலிப்பு. இன்று என் மகனும் அதைத்தான் சொல்கிறான். நான் சலிப்படையாத பெண், ரசனையும் அறிவார்ந்த கூர்மையும் கொண்ட பெண் அருண்மொழி. அவளைக் காதலித்து மணம் செய்துகொண்டது ஒரு நல்லூழ்தான்.

பெண்களை வெறும் உடலாக மட்டுமே எண்ணி ஆர்வம் கொள்ளும் சிலர் அன்றிப் பிற அறிவார்ந்த ஆண்களுக்கு நம் பெண்கள் மிகமிக சலிப்பூட்டுபவர்கள் என்பதே என் எண்ணம். நீங்கள் இலக்கிய வாசகர் என்றால், யோசிப்பவர் என்றால், மொத்த வாழ்நாளிலும் சுவாரசிய மான நாலைந்து இந்தியப் பெண்களைக்கூட சந்திக்கப்போவ தில்லை.

ஒருபக்கம் மழலையும் பேதமையுமாகத் தங்களை ஆக்கிக் கொள்ளும் பெண்கள். இதை ஆண்கள் விரும்புகிறார்கள். இன்னொரு பக்கம்

அறிவுத்திறனோ நுண்ணுணர்வோ இல்லாமல் வெறுமே ஒருவகை பாவனையையும் தோரணையையும் மட்டும் கொண்ட பெண்ணியப் பெண்கள். பொய்யான மிடுக்குகள். மிகையான வேகங்கள். எரிந்து கொண்டே இருப்பதுபோன்ற நடிப்புகள். Repulsing என்றுதான் சொல்லவேண்டும்.

தமிழ்ப் பெண் எழுத்தாளர்களில் பலரை நேரில் தெரியும். சுத்தமாக நகைச்சுவை உணர்வே இல்லாதவர்கள். சிரிக்காத தமிழ் எழுத்தாளர்கள் என்றால் எனக்குத்தெரிந்து சிலர் மட்டும்தான். சிரிக்காத ஒருவரிடம் பேசிக்கொண்டிருப்பது எனக்கு பெரிய வதை. பெண்கள் பெரும்பாலும் அப்படித்தான் இருக்கிறார்கள். விதிவிலக்கு சிலரே. முக்கியமாக லீனா மணிமேகலை. அந்த ஒரு காரணத்துக்காகவே அவர் எனக்குப் பிடித்த பெண்கவிஞர்.

இதைச் சொன்னால் என்னை மேல்ஷாவனிஸ்ட் பிக் என்றால் சரிதான். (சைதன்யாவிடம் ஒரு பேராசிரியர் சமீபத்திய பெண் எழுத்து பற்றிய விவாதம் பற்றிக் கேட்டாராம். அவள் Yes Madame, he is a male chauvinist pig, but unfortunately we intelligent women love these male chauvinist pigs only என்று சொன்னதாகச் சொன்னாள். கேட்க ஜாலியாக இருந்தது.)

எனக்கு அருண்மொழி மேல் காதல் ஏன் என்றால் அவள் எனக்கான அறிவுத்தோழியாக இருப்பதனால்தான். அவளுடன் சேர்ந்து சிரிக்க முடியும் என்பதனால்தான். திருமணமான ஆரம்ப நாட்களில் ஒருமுறை என் நண்பரான ஓர் ஓவியர் காதலியுடன் வீட்டுக்கு வந்தார். 'ஸ்நேகிதனே ஸ்நேகிதனே செவிகொடு ஸ்நேகிதனே' பாட்டு ஓடிக்கொண்டிருந்தது.

அருண்மொழி அவர் காதலியிடம் சொன்னாள். ''இந்தமாதிரி பாட்டெல்லாம் அவர் கேக்கக்கூடாது, செவிய அறுத்து குடுத்திடுவார்''. அவர் இம்பிரஷனிஸ்ட் ஓவியர். வான்காவை கேள்விப்பட்டிராத அந்தப்பெண் விழித்துகொண்டிருந்தாள். நானும் அவரும் சிரித்தோம்.

நான் பெண்களில் இருந்து அருண்மொழியை வேறுபடுத்தி அறிவது இந்த அம்சத்தால்தான். இந்த அறிவார்ந்த தோழமைதான் காதலுக்கே அடித்தளமாக இருக்கிறது.

திருமணமாகி இத்தனை வருடங்களில் ஒருவகையான மேலாதிக்கம் அவளுக்கு என் மேல் வந்தது. மனைவி தாயாக ஆகும் இடம் என்று அதைச் சொல்லலாம். அதுவும் காதல்தான்.

அருண்மொழி நங்கை உங்கள் எழுத்து வாழ்க்கைக்கு எவ்வாறு உறுதுணையாய் இருக்கிறார்? இன்னமும் உங்கள் எழுத்துக்களின் முதல் வாசகியாக நீடிக்கிறாரா? உங்கள் பிரபல்யம் மற்றும் செல்வாக்கு தாண்டி உண்மையில் உங்கள் விஸ்தாரத்தைச் சரியாய் உள்வாங்கி இருக்கிறாரா? அவரும் எழுத்தாளர். வீட்டைக் கவனித்துக் கொள்ள அவர் தன் எழுத்தார்வத்தைக் கைவிட்டாரா?

அருண்மொழிதான் இன்றும் என் எழுத்துக்களின் முதல் வாசகி. என் எழுத்துக்களை மட்டும் அல்ல, சமகால எழுத்துக்கள் அனைத்தையும் வாசிப்பாள். அசோகமித்திரன், சு.வேணுகோபால் மீது பெரும் ஈடுபாடு உண்டு.

என் அரசியல் கருத்துக்களை அவள் பெரிதாக எண்ணுவதில்லை. அரசியலே வெறும் சில்லறை விவகாரம் எனப் பெரும்பாலான பெண்களைப்போல அவளும் நினைக்கிறாள். என் பிராபல்யம், செல்வாக்கு என ஏதும் அவளுக்குத் தெரியவில்லை. கண்டித்து ஒழுங்கா வளர்க்கவேண்டிய ஆள் என்ற எண்ணம்தான் இருக்கிறது என நினைக்கிறேன். அருண்மொழி என் தனிவாழ்க்கையில் எல்லா வற்றையும் பார்த்துக்கொள்பவள். என் நிதி விவகாரம் முதல் நண்பர்களுடனான உறவுகளைச் சீராக அமைப்பது வரை.

சமீபத்தில் சென்னை விஷ்ணுபுரம் விழாவுக்கு மனுஷ்யபுத்திரனை அழைத்திருந்தேன். பொதுவான மெயில் ஆக இருந்தாலும் அழைப்பு மகிழ்ச்சி அளிக்கிறது என அவர் எழுதியிருந்தார். மன்னிப்புக் கோரி நான் ஒரு நட்பு மின்னஞ்சல் அனுப்பியிருந்தேன். 'எதுக்கும் நேர்ல போய் ஒருமுறை கூப்பிட்டிரு, அவர் உன் கவிஞர்' என்றாள். உறவுகள் உடையாமல் கொண்டுசெல்வதில்தான் அவளுடைய மிகப்பெரிய பங்களிப்பு.

அருண்மொழி ஓரளவு எழுதிக்கொண்டிருந்தாள். ஏதோ ஓர் இடத்தில் எழுதவேண்டியதில்லை என்று தோன்றியிருக்கலாம். தொடர்ந்து எழுதும்படி அவளைத் தூண்டியிருக்கிறேன். வற்புறுத்தியும் இருக்கிறேன். ஒருமுறை கேட்டபோது நான் ரசிக்கும் படைப்புகளின் தரத்துக்கு என்னால் எழுத முடியாது என்றாள். ''எழுதினா உன் அளவுக்கு தரமா நான் எழுதணும். இல்லேன்னா என் ஈகோ ஒத்துக்காது'' என்றாள். சரிதான்.

எழுத்தாளன் என்பதைத் தாண்டி தனி வாழ்வில் உங்களை எப்படி மதிப்பிடுவீர்கள்? சமீபத்தில் திருமதி சுஜாதா அவர்கள் தன் கணவர் குடும்பத்தைச் சரியாய்க் கவனிக்கவில்லை என்ற ஆதங்கத்தை ஓர் இதழில் பகிர்ந்திருந்தார். ஒரு கணவனாக, தந்தையாக உங்கள் செயல்பாடுகள் எப்படி?

அதை நான் செத்துப்போன பிறகு என் மனைவியும் பிள்ளைகளும் சொல்லவேண்டும். கொஞ்சம் திகிலாகத்தான் இருக்கிறது. இவ்வளவு பெரிய அதிகாரத்தை நாம் எப்படி எளிதாகக் கொடுத்து விடுகிறோம்.

ஆனால் என் வரையில் அவர்களுடன் மிக இனிய நட்பார்ந்த வாழ்க்கையைத்தான் வாழ்ந்திருக்கிறேன். சுஜாதா சென்ற தலை முறையைச் சேர்ந்தவர். அவர் ஒரு விலகலை குடும்ப உறுப்பினருடன் வைத்திருந்தது அக்கால வழக்கம். எனக்கும் அருண்மொழிக்கும் பிள்ளைகளுக்கும் அந்த விலக்கம் இல்லை. நான் அவர்களின் வாழ்க்கையில் தலையிடுவதில்லை. எதையும் கட்டாயப்படுத்துவது இல்லை. படிப்பு உட்பட. எப்போதும் அவர்களுடன் மிக நல்ல உரையாடலில் இருக்கிறேன். எங்கள் வீட்டில் இதுநாள் வரை சண்டைகள் மோதல்கள் என ஏதும் நிகழ்ந்ததில்லை.

என் மனதுக்கு மிகநெருக்கமான அறிவார்ந்த துணைவர்களாகவே மூவரும் இருக்கிறார்கள். ஒவ்வொருநாளும் வெண்முரசு பற்றி மூவரிடமும் விரிவாக உரையாடுகிறேன். பதின்பருவத்துப் பிள்ளைகள் நையாண்டி நிறைந்தவர்கள். அவ்வுலகில் சென்று அதில் விளையாடுவது ஓர் அற்புதம்.

கொஞ்சநாள் முன்னால் சுசீந்திரத்தில் மதம் சார்ந்த எதிர்ப்பு என் எழுத்துக்கு வந்தது. என்னை மல்லாக்கப் போட்டு காளி என் நெஞ்சில் மிதித்து சூலாயுதத்தைக் குத்துவது போல ஒரு பெரிய பேனர் நகரில் வைத்திருந்தனர். சைதன்யா சொன்னாள், ''சே, அந்த காளியப் பாத்தா அம்மா மாதிரியே இருக்கு.''

குடும்பத்தில் இலகுவாக இருக்கக் கற்றுக்கொண்டாலே போதும், வீடும் உறவுகளும் இனிதாக ஆகிவிடும் என்றே நினைக்கிறேன்.

அதோடு இன்னொன்றும் சொல்லவேண்டும். சுஜாதா குடும்பத்தைக் கவனிக்கவில்லை என்பதெல்லாம் பெரிய பொய். அவரை அறிந்த அனைவருக்கும் அது தெரியும். அவர் ஒரு குடும்பத் தலைவனாகத் தன் கடமையை முழுமையாகச் செய்தவர். மனைவி பிள்ளை களுக்கான வாழ்க்கையை அமைத்துக் கொடுத்தவர். நானே அவரது குடும்பப் பொறுப்பை நக்கலடித்திருக்கிறேன்.

இந்தியக் குடும்பச்சூழலின் வன்முறை பற்றி நாம் யோசிப்பதே இல்லை. இங்கே மனைவி கணவனை முழுமையாக தனக்கும் குழந்தைகளுக்கும் பயன்படுத்திக்கொள்ளவேண்டும் என்று எண்ணுகிறாள். பெற்றோர் தங்கள் பிள்ளைகளைத் தங்களுக்காக வளர்க்கிறார்கள். அது தங்கள் உரிமை என்றே உண்மையில் நம்புகிறார்கள். அவர்களின் அறிவார்ந்த சுதந்திரம் ஆன்மீகமான

மலர்வு எதையும் அனுமதிப்பதில்லை. அவர்கள் அதை நோக்கிச் சென்றால் தங்கள் உரிமைகள் மீறப்படுவதாகவே எண்ணுகிறார்கள்.

நம் சூழலில் கணவன் ஒரு புத்தகம் படிப்பதை ஒப்புக்கொள்ளாத பெண்கள் உண்டு. என்னிடம் பல வாசகர்கள் சொல்வதுண்டு. புத்தகம் படித்தால் தன் மனைவி உடனே சாப்பிட மறுத்துவிடுகிறாள் என்று என்னிடம் புலம்பியவர்கள் உண்டு. ஆகவே இங்கே ஒருவர் அன்றாட லௌகீகங்களில் இருந்து கொஞ்சம் விலகி கலையிலக்கியங்களில் ஈடுபட்டால், சேவைகளைச் செய்தால், ஏன் தனக்கென ஒரு பொழுதுப் போக்கை வைத்திருந்தால்கூட குடும்பத்தினரால் குற்றம்சாட்டப் படுவார். வெறுக்கப்படுவார். அநீதி இழைக்கப்பட்டதாகக் குடும்பமே புலம்பும். நான் இதைக் கேட்டுக்கொண்டே இருக்கிறேன்.

அத்துடன் இன்னொன்று. நமது பெண்கள் பெரும்பாலும் வென்று செல்லும் முனைப்பு இல்லாதவர்கள். அப்படி முனைப்பு இருந்தால் கூட வாழ்க்கையில் சாதிப்பதென்பது எல்லாருக்கும் உரியதல்ல. ஆண்களிலேயே பெரும்பாலானவர்கள் சாதிப்பதில்லை. அவர்கள் சமூகச்சூழலைக் குறை சொல்வார்கள். பெண்கள் கணவனைக் குறை சொல்வார்கள்.

சுஜாதா கொஞ்சம் மரபான மனிதர்தான். அதை நானே எழுதியிருக்கிறேன். அவரது ரசிகர்கள் என்னை அதற்காகத் திட்டினார்கள். ஆனால் அவரது அகவுலகை அவரது மனைவியால் புரிந்துகொள்ளமுடியாது. ஆகவே அதை அவர் அந்தரங்கமாக வைத்திருக்கலாம். அதற்காகத்தான் அந்த அம்மையார் அவரைக் குறைசொல்கிறார்.

> நேர்காணல்கள் என்றால் என் மனதில் மூன்று முதன்மையாய் நினைவுக்கு வரும்: 1) சுபமங்களா நேர்காணல்கள் 2) காலச்சுவடு நேர்காணல்கள் 3) நீங்களும் சூத்ரதாரியும் இணைந்து எடுத்த இலக்கிய உரையாடல்கள். ‘தமிழ்’ மின்னிதழில் நேர்காணல்கள் முக்கியப் பங்கு வகிக்கவேண்டும் என நான் தூண்டப்படக் காரணமே அவை தாம். நீங்கள் எடுத்ததில் உங்களுக்கு மிகத் திருப்திகரமாய் அமைந்த நேர்காணல் எது? போலவே நீங்கள் கொடுத்ததில் சிறந்த நேர்காணல் களைக் குறிப்பிட முடியுமா?

பொதுவாக இங்கே நேர்காணல்கள் ஒருவகை வம்புப் பேச்சுக்கள் தான். சமீபத்தில் அசோகமித்திரனை பேட்டி எடுத்த ஒரு கும்பல் ‘கணையாழியிலே நீங்கள் பொட்டலம் மடிச்சதுக்கு மேலே என்ன செஞ்சிருக்கீங்க?’ என்று வரலாற்றுக் கேள்வியை கேட்டது. கணையாழி வழியாக ஓர் எழுத்து முறையையே உருவாக்கிய முன்னோடி மேதையிடம் இப்படி ஒரு கேள்வி!

நான் exclusive வகையிலான பேட்டிகள் தமிழில் வரவேண்டும் என விரும்பினேன். விரிவான உரையாடல். அந்த ஆசிரியரை அணுக்கமாக அறிந்து எடுக்கப்படும் பேட்டிகள். பழைய *Encounter, Esquire, Partisan Review* இதழ்களில் வந்தவை போன்ற பேட்டிகள். கோமலிடம் அதைப்பற்றிச் சொல்லிக்கொண்டே இருந்தேன். அப்படிப்பட்ட பேட்டிகள் சுபமங்களாவின் அடையாளங்களாக ஆயின. அவற்றில் எனக்கும் பங்கிருந்தது.

பின்னர் காலச்சுவடு தொடங்கியபோது அப்படிப்பட்ட பேட்டிகளை மேலும் நீளமாக எடுக்கலாமெனச் சொல்லி அதற்காக முயன்றோம். கே.சச்சிதானந்தன், டி.ஆர்.நாகராஜ், நித்ய சைதன்ய யதி மூவருடைய பேட்டிகளும் அன்று தமிழில் வந்த முக்கியமான பேட்டிகள். மூன்றுமே முக்கியமானனவை.

பின்னர் சொல்புதிதுக்கு பேட்டிகள் எடுத்தோம். ஆனால் எல்லாப் பேட்டிகளும் நல்ல பேட்டிகள் அல்ல. பேட்டிகளில் பேட்டி கொடுப்பவர்கள் கொஞ்சம் இலகுவாக இருக்கவேண்டும். பேட்டிக்கு அவர்கள் ஒப்புக்கொடுக்கவேண்டும்

சுந்தர ராமசாமி, அசோகமித்திரன் போன்றவர்கள் பேட்டிகளில் பயங்கரமாக எதிர்விசை கொடுப்பவர்கள். தப்பாக எதையும் சொல்லி விடக்கூடாது என்பதனாலேயே ஒன்றையும் சொல்லாமல் தவிர்ப்பார்கள். இலக்கியவாதி ராஜதந்திரப் பேட்டி கொடுப்பதைப் போல அபத்தம் வேறில்லை.

சுஜாதாவை ஒரு பேட்டி எடுத்தேன். கவனமான ஒற்றைவரி பதில்கள். வீட்டுக்கு வந்தபின் அவருக்கு ‘இது ஒன்றும் சென்சஸ் கணக்கு ஃபாரம் இல்லை, இலக்கியப் பேட்டி. கிழித்துவீசி விட்டேன்’ என ஒரு கடிதம் போட்டேன். ‘நல்ல விஷயம். நானே சொல்லவேண்டு மென்று நினைத்தேன்’ என்று எழுதினார்.

அவரது ‘கறுப்பு சிவப்பு வெளுப்பு’ நாவலுக்கு நாடார்ப் பேரவை அளித்த எதிர்ப்பு அவரை மிகவும் அச்சுறுத்தியிருந்தது. இளமையில் பிராமணனாக அவர் தன்னை உணர்ந்ததில்லை. இவர்கள் அதை அவர் உணர்ந்து குன்ற வைத்தார்கள். இருபதாண்டுகாலம் கழித்துக்கூட அதைப்பற்றி பேசினால் கைகள் நடுங்கும் அவருக்கு.

> எழுத்தாளன் என்ற எல்லையைத் தாண்டி தமிழின் முதன்மைச் சிந்தனையாளர்களுள் ஒருவர் நீங்கள். உங்களை ஏற்கலாம் மறுக்கலாம். ஆனால் பொருட்படுத்தாமல் கடந்து போக முடியாது. சுந்தர ராமசாமி, ஜெயகாந்தன் போன்ற ஓரிருவர் தவிர மற்ற எந்தத் தமிழ் எழுத்தாளரும் இப்படி சிந்தனைத் தளத்தில் பிரம்மாண்டம் கொண்டதில்லை.

குறிப்பாய் சமகாலத்தில் மிகக்குறைவு. இருப்பவர்களும் ஓர் அரசியல் சார்புடன் தம்மைக் குறுக்கிக் கொள்பவர்களாகவே இருக்கிறார்கள். படைப்பாளி ஜெயமோகன் ஏன் சிந்தனையாளராகவும் இருக்கிறார்?

புனைவுக்கு வெளியே வந்து சிந்தனைகளை முன்வைக்கும் எழுத்தாளர்கள் உண்டு. வைக்காத எழுத்தாளர்களும் உண்டு. இது பெரும்பாலும் சூழல் மற்றும் அவ்வெழுத்தாளனின் ஆளுமை சார்ந்தது.

எனக்கு இலக்கியமளவுக்கே தத்துவம் மீது ஈடுபாடுண்டு. சிலகாலம் தத்துவத்தையே முதன்மையாகக் கருதியும் இருக்கிறேன். இது என் ஆளுமையின் ஒரு பகுதி. புனைவிலக்கியம் தத்துவத்தைத் தவிர்த்து இயங்கினால் அது ஆழமாக இருக்காது என நினைக்கிறேன். தத்துவத்தைத் தூக்கிக்கொண்டு அது பறக்கவேண்டும். என் ஆதர்ச எழுத்தாளர்கள் எல்லாருமே தத்துவவாதிகளாகவும் இருந்தவர்கள்தான்.

நான் ஆசிரியர்களாகக் கருதும் சுந்தர ராமசாமியும் ஆற்றூர் ரவிவர்மாவும் பி.கே.பாலகிருஷ்ணனும் ஒருவரிடமிருந்து உத்வேகம் பெற்றவர்கள். கேரளச் சுதந்திரச் சிந்தனையாளரான எம்.கோவிந்தன். ஜே.ஜே-சிலகுறிப்புகளில் அவரை எம்.கே.கோவிந்தன் என்ற பேரில் சுந்தர ராமசாமி சித்தரிக்கிறார். ஜே.ஜே-யின் மூலமான சி.ஜெ.தாமஸின் நண்பர்.

கோவிந்தன் சிந்தனையாளர். 'படைப்பாளியின் சிந்தனை' என்ற விஷயத்தைப் பற்றிப் பேசியவர் என அவரைச் சொல்லலாம். படைப் பாளியின் சிந்தனையின் அடிப்படைகளாக அவர் சொன்னவை ஐந்து: 1. அச்சிந்தனைகள் அந்தப் படைப்பாளியின் அந்தரங்கமான அவதானிப்பு மூலமும் படைப்பியக்கம் மூலமும் கண்டடைந்தவை யாக இருக்கவேண்டும் 2. அவை தர்க்கபூர்வமாக இருக்கவேண்டு மென்றில்லை. அவன் முன்வைக்கும் மொழியின் உண்மையான எழுச்சியே அவற்றை நிறுவப் போதுமானது 3. அவை வெறும் சிந்தனையாக இல்லாமல் அழகியல்நோக்குடனும் கலந்திருக்கும். 4. அவை அவ்வெழுத்தாளனின் புனைவுலகுடன் பிணைந்து ஒரு முழுமையான கருத்துலகை உருவாக்கவேண்டும் 5. பிற அனைத்துச் சிந்தனையாளர்களும் சொல்லாத ஒன்றைச் சொல்ல அவனால் முடியும். அவன் பங்களிப்பு அதுவே.

பி.கே.பாலகிருஷ்ணன், சுந்தர ராமசாமி ஆகியோர் கோவிந்தன் சொன்ன முறைமையில் சிந்தனைகளை முன்வைத்தவர்கள். அவை பிற அரசியல் சிந்தனையாளர்கள், இலக்கியச் சிந்தனையாளர்கள், தத்துவச் சிந்தனையாளார்கள், சமூகச் சிந்தனையாளர்கள் சொன்ன

வற்றில் விடுபட்டுப்போகும் ஒன்றை எப்போதுமே சுட்டிக்காட்டின. நான் கோவிந்தனுடன் நேரடியாகவே தொடர்பு கொண்டிருந்தேன். சுந்தர ராமசாமி, பி.கே.பாலகிருஷ்ணன் இருவரையும் அணுகி அறிந்திருந்தேன்.

பிற சிந்தனையாளர்களின் கருவி புறவயமான தர்க்கம். புறவயமான தகவல்களைத் திரட்டி தர்க்கபூர்வமாக முன்வைப்பது அவர்களின் வழி. ஆகவே அவர்கள் எழுத்தாளர்களை முறைமை இல்லாமல் பேசுபவர்கள் என எப்போதும் சொல்வார்கள். ஆனால் எழுத்தாளன் அவர்கள் அறியாத ஓர் ஆய்வுக் கருவியைக் கொண்டவன், ஆழ்மனதை. அவன் சொல்வதை அவர் சொல்லமுடியாது என்றார் கோவிந்தன்.

அதேபோல அரசியல்வாதிகள். அவர்களுக்கு ஒரு தரப்பு உண்டு. ஒரு நிலைப்பாடு உண்டு. அதை மூர்க்கமாக வாதிட்டு முன்வைப்பார்கள். பிற அனைவரையும் எதிரிகளாகக் காண்பார்கள். எழுத்தாளன் அவர்களின் தரப்புகள் நடுவே மங்கலான பகுதிகளில் உள்ள உண்மைகளைக் கண்டு சொல்லமுடியும். அதுவே அவன் பங்களிப்பு.

படைப்பாளிக்கு வெளிஅரசியல் சார்பு தேவையில்லை, படைப் பாளிக்கு என்றே ஓர் அரசியல் இருக்க முடியும் என்று கோவிந்தன் சொன்னார். அந்த அரசியல் அவனுடைய மனசாட்சியின் அரசியல். ஆழ்மனதின் அரசியல். அதற்கும் சூழலில் ஒரு பெரிய இடமுண்டு என்றார்.

எழுத்தாளனின் சிந்தனை என்பது இவ்வகையில் தனித்தன்மை கொண்டது. அது முறைமைகளைவிடக் கூறுமுறையைப் பெரிதாக நினைப்பது; தர்க்கத்தை விட உள்ளுணர்வை நம்புவது. அது அந்த எழுத்தாளனின் புனைவுலகுடன் இணைந்து முழுமை பெறுவது. உலகமெங்கும் எழுத்தாளர்களின் சிந்தனைகளின் இயல்பு இதுவே.

தமிழில் எழுத்தாளர்களின் சிந்தனைகள் பெரிய அளவில் முன்வைக்க இடமிருந்ததில்லை. அரசியல் அமைப்புகளை ஒட்டிப்பேசும் எழுத்தாளர்களே இங்கே அதிகம் பேசியிருக்கிறார்கள். நான் எந்தத் தரப்பையும் சாராது நின்று பேசமுயல்கிறேன். மரபிலிருந்து நவீனத்தை அடையும் ஓர் அசலான பாதையை அடைய, நமக்கே உரிய அழகியலை உருவாக்க, நம் அறவியலை வகுத்துக்கொள்ள முயல்கிறேன். அதுவே என் சிந்தனையின் இலக்கு.

எல்லா நேர்காணல்களிலும் இடம்பெறும் ஒரு க்ளீஷே கேள்வி. புதிதாய் எழுதுபவர்களுக்கு உங்கள் அறிவுரை என்ன? (உங்கள் எழுத்துக்கள் தான் இக்கேள்விக்கான சிறந்த பதிலாக அமைய முடியும். ஆனாலும் explicit-ஆக உங்கள் கருத்தைப் பதிவு செய்யும் முகமாகவே கேட்கிறேன்.)

பொதுவாகச்சொல்ல விரும்பவில்லை. இப்போதுள்ள போக்குகளை வாசித்ததனால் சொல்லும் சிலவிதிகள்:

1. வாசியுங்கள். வாசித்தவற்றைப் பற்றிய விமர்சனங்களைத் தெளிவாக விரிவாகப் பதிவுசெய்யுங்கள். பிறர் எழுதிய படைப்பு களைப் பற்றிப் பேசும்போது வேறெவரும் சுட்டாத நுட்பங்களை நீங்கள் சுட்டமுடிந்தால் மட்டுமே நீங்கள் உண்மையான எழுத்தாளர்.

2. இலக்கியம் என்பது வாழ்க்கை பற்றிய அவதானிப்புகளாலும் மொழியைக் கையாளும் விதத்தாலும் மட்டுமே இலக்கிய மாகிறது. வாழ்க்கையைச் சொல்லுங்கள். அதன் நுட்பங்களை. அதன் மீதான உங்கள் சொந்த அவதானிப்புகளை. உங்கள் மனதை ஆதாரமாக்கி வாழ்க்கையை விவரியுங்கள். இலக்கியம் எப்படி எப்படி வளர்ந்தாலும் கடைசியில் மானுட மனதைச் சிறப்பாகச் சொல்வதே இலக்கியம் என்ற விதியே எஞ்சி நிற்கிறது.

3. மொழியை அளைந்துகொண்டே இருங்கள். மொழியில் உங்களுக்கென ஓர் அடையாளம் வரும் வரை நீங்கள் எழுத்தாளரே அல்ல. எளிய மொழி வாசகர்களுக்குப் பிடிக்கும். ஏற்கெனவே இருக்கும் மொழிநடையில் எழுதினால் அதிகம்பேர் வாசிப்பார்கள். ஆனால் நீங்கள் எழுத்தாளர் ஆகமாட்டீர்கள். மொழியே ஆழ்மனம். அதில் சிக்குவதே உங்களுடைய எழுத்து. அதைத் தியானியுங்கள்.

4. சிறிய அரசியலைப் புனைவுலகில் நுழைய விடாதீர்கள். அரசியல் எல்லாம் இலக்கியத்தின் முன் மிகமிகத் தற்காலிகமானவை. மிலன் குந்தேராவின் *The Book of Laughter and Forgetting*-ஐ சமீபத்தில் மகளுக்குப் பரிந்துரைத்தேன். டால்ஸ்டாய் அவளுக்குப் புதிய சமகால எழுத்தாளராகத் தெரியும்போது குந்தேரா பழையவராக தெரிந்தார். ஏனென்றால் அவர் பேசிய அரசியலே காலாவதியாகி விட்டது. அரசியல் புனைவுகளில் இருக்கும் என்றால் அது மானுட அரசியலாக, தத்துவத்தையும் ஆன்மீகத்தையும் தொட்டு விரியும் அரசியலாக இருக்கவேண்டும்.

5. வடிவச்சோதனைகளில் பிரக்ஞைபூர்வமாக ஈடுபடாதீர்கள். எந்தப் புதிய வடிவமும் பத்துவருடம் புதியதாக இருக்காது. சொல்லவரும் விஷயத்துக்கான வடிவமாகவே அது இருக்கட்டும்.

•

(தமிழ்: பொங்கல் - 2015 இதழில் வெளியானது)

அந்தரத்தில் இருக்கும் தனியன் நான்!

யுவன் சந்திரசேகர்

விரல் விட்டு (ஒற்றைக் கையின்) எண்ணுமளவு செறிவான சமகாலத் தமிழ் எழுத்தாளர்களுள் ஒருவர் யுவன் சந்திரசேகர். புனைவு, கவிதை, மொழிபெயர்ப்பு எனப் பரந்துபட்டதளத்தில் அமைந்தது அவரது படைப்புலகம். விமர்சனம், கருத்துரை என இன்று பரபரப்பை இழுத்து வரும் எதிலும் அதிகம் இவர் பங்களித்ததில்லை. அதனாலேயே அதிகம் கவனிக்கப்படாத, விவாதிக்கப் படாதவராகஇருக்கிறாரோ எனத் தோன்றுகிறது.

தமிழ் இதழுக்காக அவரை ஒரு ஞாயிறுக்கிழமை சென்னையில் அவரது இல்லத்தில் சந்தித்தேன். மிக இயல்பாக நீண்ட அவருடனான சுமார் ஆறு மணி நேர உரையாடலில் தேர்ந்தெடுக்கப்பட்ட விஷயங்களின் தொகுப்பு இது.

இந்நேர்காணலை மின்னஞ்சல்வழி பல சுற்றுக்களில் முழுமையான மின்காணலாகத் திட்ட மிட்டேன். ஜெயமோகனின் நேர்காணல் அப்படி எடுக்கப்பட்டதுதான். ஏற்கெனவே சொன்னது போல் அப்படி எழுதச் செய்வது எழுத்தாளன் மனதில் இருப்பதை உகந்த நெருக்கமான சொற்களில் வெளிப்படுத்த, தேவைப்பட்டால் திருத்தங்கள் சேர்க்க ஏதுவாய் இருக்கும் என்பதால்.

ஹெமிங்வே தன் நொபேல் ஏற்புரையில் இப்படிச் சொல்கிறார்: A writer should write what he has to say and not speak it. ஆனால் உங்கள் நேரமின்மை பொருட்டு நாம் சந்தித்திருக்கிறோம். இதுதான் என் முதல் நேர்காணல். நேர்காணல் வடிவில் ஒரு நாவலையே (நினைவுதிர் காலம்) எழுதி இருக்கிறீர்கள். அப்படிப்பட்டவரை நேர்காணல் செய்யும் ஒரு கற்றுக்குட்டி எழுத்தாளனுக்கு / இதழாசிரியனுக்குப் பதற்றம் இருக்கவே செய்யும். எனக்கு இருக்கிறது.

கேட்பதும் ஒரே ஆள், பதில் சொல்வதும் ஒரே ஆள் என்றால் நேர்காணலைப் பிரமாதமாகச் செய்து விடலாம்!

எதற்கு எழுதுகிறீர்கள்? சிலர் புகழ் என்பர். சிலருக்கு ஈகோ. சிலருக்கு சுயதேடல். உங்களுக்கு எது?

ரொம்ப நேரடியான பதில். எனக்கு வாசிக்கப் பிடித்திருந்தது, வாசித்துக் கொண்டிருந்தேன். எழுதப் பிடித்திருக்கிறது, எழுதிக் கொண்டிருக்கிறேன். எதெல்லாம் எழுதவேண்டும் எனத் தோன்று கிறதோ அவற்றை எல்லாம் எழுதுகிறேன். இதில் குறிப்பாக ஒரு விஷயம் சொல்லவேண்டுமென்றால் பெரும்பாலும் எனக்குள்ளே என்ன தோன்றுகிறதோ அதைத் தணிக்கை செய்யாமல் அப்படியே எழுதவேண்டும் என்ற ஆசை உண்டு. அதைச் செய்து கொண்டிருக்கிறேன்.

உங்களின் உங்கள் பூர்வீகம், பெற்றோர், இளமைக் காலம், இலக்கிய ஆர்வம் பற்றிச் சொல்லுங்கள்?

இது ஒரு பெரிய vistas-ஐ என்னிடம் கோருகிறது. அவ்வளவு எல்லாம் குடும்பம் பற்றிப் பேசவேண்டும் என நான் நினைக்கவில்லை. என் அப்பா எனக்குப் பெரிய inspiration. மூன்றாம் வகுப்பு வரைதான் படித்தவர். அவருக்குப் பல மொழிகள் தெரியும். கிராமத்தில் ஒரு சிறிய உணவகம் நடத்திக் கொண்டிருந்தார் - one man hotel. அதில் இருந்துகொண்டே அவருக்குப் பெரிய இலக்கிய ஆர்வம் இருந்தது. கம்பராமாயணத்தில் அவர் ஒரு authority. பின்னாட்களில் கிருபானந்த வாரியார் போன்றவர்களின் உபன்யாசங்களைக் கேட்கும் போது இவர்களை எல்லாம்விட என் அப்பா நன்றாகக் கதை சொல்வார் எனத் தோன்றி இருக்கிறது.

கம்பராமாயணத்தை மனப்பாடமாகச் சொல்வார். அதிலிருக்கும் அத்தனை செய்யுள்களும் அவருக்குப் பாட பேதங்களோடு மனப்பாடம். சில இடங்களில் பாடியும் காட்டுவார். ராமாயணம், மகாபாரதம் போன்ற structured கதைகளுக்கு வெளியே

இருக்கக்கூடிய உதிரிக்கதைகள் பலவற்றை எனக்குச்சொல்லி இருக்கிறார். கதை கேட்பதும், கதை சொல்வதைப் பார்ப்பதுமான இரட்டை அனுபவம் அப்பாவுடன் எனக்கு இருந்தது. என்னுடைய பதினொன்றரை வயதில் அவர் தவறிப் போனார். அதன் பிறகு இன்று வரை அவர் எனக்குத் தினமும் கதை சொல்லிக் கொண்டிருப்ப தாகத்தான் நினைக்கிறேன். அதனால் அவர்தான் major inspiration.

அவருக்கு உருதுகூட எழுதப்படிக்கத் தெரியும். கிராமத்துச் சூழலில், வீட்டில் சொந்தமாக ரேடியோகூட வைத்துக்கொள்ள முடியாத பொருளாதார நிலையில், அவருக்கு பிஸ்மில்லா கான் தெரிந்திருந்தது. நிலப்பரப்பு ரீதியாக அந்தக் கிராமம் வரை பிஸ்மில்லா கான் வருவதற்குரிய எந்த நியாயமும் கிடையாது. எதிர்ப்புறம் இருந்த மிலிட்டரி ஹோட்டலில் போய் அமர்ந்து இரவு ஒன்பதரை மணிக்கு மேல் அகில பாரத சங்கீத சம்மேளனக் கச்சேரி கேட்டு முடித்து விட்டுத்தான் வீட்டுக்குத் திரும்புவார். என் அம்மா, அக்கா எல்லோரும் கேலி செய்வார்கள், ''ஷெனாய் கேட்கப் போயிருக்கார்'' என.

அவரிடம் இருந்துதான் கதை சொல்லும் ஆசை எனக்கு வந்தது என நான் நினைக்கிறேன். ஆனால் அப்படி ஒரு ஆசை என்னுள்ளே இருக்கிறது என்பதைக் கண்டுகொள்ள அவர் இறந்து பத்து, பன்னிரண்டு ஆண்டுகள் காத்திருக்க வேண்டி இருந்தது. புதுமைப்பித்தன், கி.ராஜநாராயணன், கல்கி போன்றவர்களை வாசிக்க ஆரம்பித்த பின் அந்த ஆசை வெளிப்படையாக மலர்ந்தது.

ஜெயமோகன், சாரு நிவேதிதா இருவரும் தீவிரமாய் இணையத்தில் இயங்குகிறார்கள். இவர்கள் அளவு இல்லை என்றாலும் எஸ்.ராமகிருஷ்ணனும் சொல்லிக் கொள்ளுமளவு இணையத்தில் எழுதுகிறார். ஒருவகையில் பரவலான, புதிய, ஓரளவு நல்லவாசகர்களை அடைய இன்று இணையம் தேவையாய் இருக்கிறது என்பதே என் அபிப்பிராயம் (தமிழ் மின்னிதழாய் வருவதன் கிளைக் காரணங்களுள் அதுவும் ஒன்று.) நீங்கள் ஏன் இணையத்தில் எழுதுவதே இல்லை? இணையத்தில் எழுதத் தொடங்கினால் உங்கள் எழுத்தில் தெறிக்கும் வாசிப்பின்பத்துக்கு தமிழ்ச் சூழலில் நீங்கள் ஸ்டார் எழுத்தாளர் ஆகி விடக்கூடும்.

புனைகதைகளை, கவிதைகளை நான் எழுதும் முறை பற்றி முதலில் சொல்லவேண்டும். இன்று எழுதியதை நாளை திருத்தி எழுதி, அதை அடுத்தநாள் திருத்தி, அப்புறம் ஆறுமாதம் போல ஆறப்போட்டு, மீண்டும் தோண்டியெடுத்துத் திருத்தி எழுதி என்கிற மாதிரி ஒருவித இடியாப்ப முறை அது. அதன் காரணமாகவே, இன்றுவரை

உருப்படியான back-up எதையும் என் எழுத்துக்குப் பேண முடிவதில்லை. ஆக, அவற்றை எழுத எழுதத் தரவேற்றுவது என்பது - என்னளவில் - சாத்தியமான வேலை அல்ல.

அ-புனைவுகளைப் பொருத்தவரை, இயல்பாகவே எனக்கு ஆர்வம் குறைவு. கருத்துக்கள் இன்று இருக்கும் - இன்றே கூட மாறிவிடும் என்கிற மாதிரி நிரந்தர நிலையாமை கொண்டவை என்று கருதுகிறேன். அவற்றைப் பதிவு செய்வதும், அடுத்த சந்தர்ப்பத்தில் எனது முரண்பாடு விமர்சனத்துக்குள்ளாவதுமான கோமாளித் தனங்களைத் தவிர்த்துவிடலாமே என்றுதான் எப்போதும் தோன்றும்.

தவிர, நான் முழுநேர எழுத்தாளன் அல்ல. கிடைக்கும் அவகாசம் மிகமிகக் குறைவு. இணையத்தில் ஏற்கெனவே கொட்டிக்கிடக்கும் அக்கப்போர்களில் எனது பங்காகக் கொஞ்சம் சேர்க்க விருப்ப மில்லை.

ஆனால், இவ்வளவும், இன்றைய மனோநிலை. நாளையோ, அடுத்த வருடமோ என்னவேண்டுமானாலும் நடக்கலாம்!

ஸ்டார் எழுத்தாளன் ஆவதற்கான விழைவு ஆரம்ப காலத்திலிருந்தே எனக்குக் கிடையாது. ஆரம்பித்த காலத்தில் எனது கனவுகள் இரண்டேதான். ஒன்று, நான் விரும்பி வாசிக்கும் எழுத்தாளர்களுக்கு என்னுடைய எழுத்து பொருட்படுத்தத் தக்கதாக இருக்கவேண்டும். முந்தைய தலைமுறையைச் சேர்ந்தவர்களும், என் சமகாலப் படைப்பாளிகளும் அவ்வப்போது சொல்லும் அபிப்பிராயங்களைக் கேட்கும்போது, அந்த எல்லையைக் கிட்டத்தட்ட நெருங்கி விட்டேன் என்றே தோன்றுகிறது!

இரண்டாவது, ஒரு சீரிய வாசகன், எனது பெயரைப் பத்திரிகையில் காணும்போது அதைத் தாண்டிப் போகக் கூடாது என்னும் ஆசை. இது நியாயமானது என்றே இப்போதும் படுகிறது. இதை எட்டி விட்டேனா என்பதை அறிவது அவ்வளவு சுலபமான விஷயம் இல்லை - புத்தக விற்பனை எண்ணிக்கையை வைத்து அளவிடக் கூடியதும் இல்லை. அடுத்த முறை மத்திய அரசாங்கம் மக்கள் தொகையைக் கணக்கெடுக்கும் போதுவேண்டுமானால், தமிழ் நாட்டுக்கு மட்டுமாக, இந்த ஒரு கேள்வியையும் ஒரு ஷரத்தாகச் சேர்த்துக்கொள்ள விண்ணப்பிக்கலாம்.

> உங்கள் மகன் கெட்டுப் போய் விடுவான் என இணையம் பயன்படுத்துவதில்லை என நேர்ப்பேச்சில் நீங்கள் குறிப்பிட்டதாக சாரு நிவேதிதா ஓரிடத்தில் எழுதி இருக்கிறார். இப்போதும் உங்கள் நிலைப்பாடு அதே தானா? இணையம் அப்படி புதிய தலைமுறையைக் காவு வாங்குமளவு மோசமானதென எண்ணுகிறீர்களா?

திரு. சாரு நிவேதிதாவுக்கு நான் மிகவும் நன்றிக்கடன் பட்டிருக்கிறேன். மரியா வர்காஸ் லோஸா, ரொஆல்ட் டால், ஜெர்ஸி கொஸின்ஸ்கி, அலெஜோ கார்ப்பெந்த்தியர் போன்று தமிழ்ச்சூழலில் அவ்வளவாக அறியப்படாத மிகப் பல பெயர்களை எனக்கு அறிமுகப்படுத்தியவர் அவர். என்னுடைய ஆரம்பநாள் கதைகளை நான் எழுத எழுத வாசித்து, எனக்கு அளப்பரிய உற்சாகம் தந்தவர். மரபான சிறுகதை வடிவத்தைக் கலைத்துப் பார்க்கும் தைரியம் எனக்குக் கிடைத்ததற்கு அவருடைய நட்பு ஒரு முக்கியமான காரணம். நண்பர்களுடனான விளையாட்டுப் பேச்சுக்களுக்கு வரையறை உண்டு என்ற ஞானம் சித்தித்ததற்கும்தான்.

உறவில் விரிசல் என்று ஏற்பட்ட பிறகு, சற்றுக் குறைத்தோ திரித்தோ பேசுவது சகஜம்தானே. ஆனால், ஒரு நட்பு முறியும்போது எனக்குள் உருவாகும் வெற்றிடம் நிரந்தரமானது என்றே உணர்ந்து வந்திருக்கிறேன். இன்னொரு புதிய நண்பர் வந்து நிரப்பிவிடக் கூடியதல்ல அது. பழைய நாட்களை அவற்றின் இனிமைக்காக மட்டுமே நினைவுகூர விரும்புகிறேன். இன்றைய எதிர்நிலை போன்றே, முந்தைய பிரியமும் நிஜமானது என்றே நம்ப ஆசை.

தவிர, எனக்கும் எனது குழந்தைகளுக்கும் ஏன், மனைவிக்குமான உறவுநிலை என்பது பொதுவெளியின் விவாதப் பொருள் அல்ல. எனது படைப்புகள் மட்டுமே வாசகத்தரப்பு பொருட்படுத்த வேண்டியவை.

மிக அதிகமான பார்வைக் குறைபாட்டை முன்னிட்டு தடித்த கண்ணாடி அணிந்திருந்தவன் நான். பின்னர் அறுவை சிகிச்சை மூலம் அதை ஓரளவு சரிசெய்துகொண்டேன். ஆனாலும், அதிகாலையில் கண்விழித்த மாத்திரத்தில் பார்வை துலக்கமாய் இருக்காது. அது மெல்ல இயல்புநிலைக்கு மீளும்வரை, கிட்டத்தட்ட முக்கால் மணிநேரம், ஒளிரும் திரையைப் பார்ப்பது தவிர வேறு வழியில்லை. அந்த நேரத்தில் இணையத்தை ஆர்வமாய் மேய்ந்துகொண்டிருப்பேன். அபூர்வமான சாஸ்திரீய இசைத் தொகுப்புகளும் மின் நூல்களும் அகப்படும். அந்த நாளை உற்சாகமானதாக ஆரம்பிக்க வகை செய்யும்.

எனவே, நான் இணையவிரோதி அல்ல.

எழுத்தாளர்கள் பொதுவாய் இலக்கியம் தாண்டி அரசியல், சமூகம் குறித்த தங்கள் கருத்துக்களைத் தொடர்ந்து பதிவு செய்வது தமிழ்ச் சிற்றிதழ் வழக்கம். அசோகமித்திரன், சுந்தர ராமசாமி தொடங்கி தற்போது ஜெயமோகன் வரை இது தொடர்கிறது. ஆனால் நீங்கள்

உங்கள் புனைவுலகம் தாண்டி வேறு பேசியோ எழுதியோ அறிந்ததில்லை. ஏன் அப்படி ஒரு மௌனம்? அது திட்டமிட்டு மேற்கொண்ட முடிவா?

சிற்றிதழ் வழக்கம் என்று நீங்கள் குறிப்பிட்டதால், இலக்கியம் தவிர வேறு எதுவுமே எழுத்தில் பதிவுசெய்யாத எனது முன்னோடிகளின் பெரும் பட்டியல் நினைவுக்கு வருகிறது. மணிக்கொடி எழுத்தாளர்களில் பெரும்பாலானவர்கள் அன்றைய அதிதீவிர சமூக நெருக்கடியான சுதந்திரப் போராட்டம் பற்றி எதையுமே எழுத வில்லை என்பதுவும்தான்.

எழுத்தாளனின் படைப்புச் செயல்பாட்டுக்கும் இதுபோன்ற நிலைப்பாட்டுக்கும் நேரடித் தொடர்பு இருக்கிறது என்றே நினைக்கிறேன். அவனுடைய கவனம் குவியும் பிரதேசம் எது என்பதைப் பொருத்தது அது.

சமூகம், அரசியல் போன்ற விஷயங்களை விடுங்கள். இசை, நடனம், சினிமா உள்ளிட்ட நிகழ்த்து கலைகள் தனிநபர் அனுபவம் சார்ந்தவை, அதனால் அவை குறித்து எழுதுவதில்லை என ஒருமுறை குறிப்பிட்டிருக்கிறீர்கள். இலக்கிய உலகம் பற்றிக் கூட நீங்கள் மூச்சு விடுவதில்லையே? சமகாலப் படைப்புகளை வாசிக்கிறீர்களா? அது பற்றிய உங்கள் அபிப்பிராயம் என்ன? உங்களைக் கவர்ந்த இளம் எழுத்தாளர்கள் யார்? இலக்கிய விமர்சனம் எழுதினாலே குழு அரசியல் முத்திரை விழுகிறதா?

கடைசிக் கேள்விக்குத்தான் முதலில் பதில் சொல்லவேண்டும். ஆமாம் விழுகிறது. அப்புறம் இன்னொரு விஷயம் - இலக்கிய விமர்சனம் எழுதாவிட்டாலும் குழு முத்திரை விழத்தான் செய்கிறது. அது தமிழ்ச் சூழலில் தவிர்க்க முடியாத ஒன்று. அதனால் அப்படி முத்திரை விழுவதைப் பற்றி சீரிய எழுத்தாளன் பொருட்படுத்த மாட்டான். அவனுக்குச் சொல்ல ஒரு விஷயம் இருக்கிறது, சொல்லும் ஒரு விதம் இருக்கிறது. இரண்டிலும் அவன் பிடிவாதமாக இருப்பான் என நினைக்கிறேன்.

வாசிப்பு updation பற்றிக் கேட்டீர்கள். இன்று அப்படி இருப்பது சாத்தியமே இல்லை. நான் எழுத வந்தபோது இரண்டு அல்லது மூன்று பதிப்பகங்களே இருந்தன. க்ரியா, அன்னம் போல். வருடத்துக்கு மூன்று அல்லது நான்கு புத்தகங்கள் போடுவார்கள். பல தடைகளை, பல சல்லடைகளைத் தாண்டித்தான் ஒரு புத்தகம் அச்சுக்கு வரும். அவற்றை உடனடியாகப் படித்து விடுவோம். 'பிறகு' வந்ததென்றால் அதற்கு அடுத்த மாதம் படித்திருப்பேன். 'ஜேஜே -

சில குறிப்புகள்' வந்ததென்றால் அதற்கு அடுத்த மாதம் படித்திருப்பேன். அசோகமித்திரன் தொகுப்பு வந்ததென்றால் அதற்கு அடுத்த மாதம் படித்திருப்பேன். இந்த மாதிரி உடனடியாக ஒரு updation சாத்தியமாய் இருந்தது. அந்தக் காலகட்டத்தில் கி.ராஜநாராயணன், அசோகமித்திரன் எழுதிய அத்தனையுமே வாசித்திருக்கிறேன். தி.ஜானகிராமன், ஜி.நாகராஜன் என update செய்துகொள்ள முடியும். இப்படி ஓர் எழுத்தாளரையோ, அந்த ஆண்டு வெளியான புத்தகங்களையோ update செய்து கொள்ள முடியும்.

இன்று அப்படி இல்லை. நூற்றுக்கணக்கான புத்தகங்கள் வெளியா கின்றன. அதனால் இதில் தேர்வு என்பது பிரச்சினையாக இருக்கிறது. புதிதாக ஒரு பெயர் வந்ததென்றால் முதல் பத்து பக்கங்களில் அது எனக்கு நம்பகமானதாக இருக்கவேண்டும். நான் அப்படி வாங்கி, பத்து பக்கம் படித்து, இருபது பக்கம் படித்து, இருநூறு பக்கம் படித்து, நேரம் விரயம் ஆகிறது, வேண்டாமென கீழே வைத்த புத்தகங்கள் நிறைய உண்டு. பெயர்கள் சொல்லலாம். ஆனால் அதனால் வேண்டாத அசௌகர்யங்கள் கேட்பவர்களுக்கு வரும்.

மற்றபடி, இளம் படைப்பாளிகளைத் தொடர்ந்து வாசித்துக் கொண்டுதான் இருக்கிறேன். பல பேர் சம்மந்தமாக அதில் ஏமாற்றங் களைச் சந்தித்துக்கொண்டுதான் இருக்கிறேன். ஏமாற்றம் எதனால் வருகிறதெனில் ஒன்று ஒரு புத்தகத்துக்குள் consistency இருக்க வேண்டும் அல்லது அவரது படைப்புலகத்துக்குள் consistency இருக்க வேண்டும் - சீர்மை என்ற வார்த்தையை இங்கே உபயோகிக்கலாம். அல்லது அந்த வடிவம் சம்மந்தமாக அவருக்கு முழுப் பிரக்ஞை இருப்பதாக அப்புத்தகத்திலிருந்து தெரிய வரவேண்டும். இந்த மாதிரியான நம்பகத்தன்மை கொண்ட இளம் எழுத்தாளர்கள் மிகக் குறைவாகவே இருக்கிறார்கள்.

இப்போது இரண்டு, மூன்று பெயர் குறிப்பிட முடியும். ஆனால் அடுத்தடுத்த படைப்புகளில் அவர்களே அந்த நம்பிக்கையை முழுக்க உடைத்து விடும் அபாயம் இருக்கிறது.

அடுத்தவிஷயம் ஒரிஜினல் குரல் கேட்பது மிக அபூர்வமாக இருக்கிறது. ஜெயமோகன் சாயல் இருக்கிறது, கோணங்கி சாயல் இருக்கிறது. சாரு நிவேதிதா சாயல் இருக்கிறது, எஸ்.ராமகிருஷ்ணன் சாயல் மிக நிறைய இருக்கிறது. இதுபோல நிழல்கள்தாம் நிறைய நடமாடுகின்றன.

இதில் ஒரிஜினலாக ஒரு குரலைக் கேட்டு விட மாட்டோமா என மிக ஆசையாக இருக்கிறது. சில நேரம் எனக்கு ஒரு தயக்கம் வருகிறது.

எனக்கு வயதாகிக் கொண்டிருக்கிறதோ? இக்குரல்களில் புதிதாக ஏதும் எனக்குக் கேட்கத் தெரியலையோ எனத் தோன்றுகிறது. ஆனால் வருடத்திற்கு மூன்று, நான்கு ஆங்கில எழுத்தாளர்கள் புதிய குரல்களாக எனக்கு அறிமுகம் ஆகிறார்கள். 3 வருடங்கள் முன்புதான் இஸ்மாயில் காதர் என்ற பெயரே எனக்கு அறிமுகம். ஆனால் அவர் மீது சொக்கிக் கிடக்கிறேன். அவரை முழுக்கப் படித்து விட வேண்டும் என ஆசைப்படுகிறேன். அப்படி ஒன்று இங்கே கிடைக்க மாட்டேன் என்கிறது.

இத்தனைக்கும் அவர்கள் எல்லோரும் ஆங்கிலம் வழியாகக் கிடைக் கிறார்கள். வெவ்வேறு மொழியில் எழுதுபவர்கள். சிலேவிலிருந்து ஒருவர், பெருவிலிருந்து ஒருவர், அர்ஜென்டினாவிலிருந்து ஒருவர். இவர்கள் எல்லோரிடமும் ஒரிஜினலாக ஏதோ ஒன்று எனக்குக் கேட்கக் கிடைக்கிறது.

இது ஆங்கிலம் மீதான மயக்கம் அல்ல. இன்னும் சொல்லப் போனால் ஒரு மொழிபெயர்ப்பை விட இன்னொரு மொழிபெயர்ப்பு மோசமாக இருப்பதை அடையாளம் காண முடிகிறது. உதாரணமாய் போர்ஹேஸுக்கே ஜியோவானி கலெக்ஷன்ஸ்தான் தரமான மொழிபெயர்ப்பு என்ற பிரமை எனக்கு உண்டு. அதனால் ஆங்கிலம் என்று இதைக் குறுக்கிப் பார்த்து விட முடியாது.

அப்படி ஒரு அகலமான, பரந்துபட்ட அசல் குரல்களைத் தமிழில் கேட்பதற்குக் காத்திருக்கிறேன்.

சமீபத்தில் கவிதைகளில் இசையின் குரல் எனக்கு மிகப் பிடித்திருக்கிறது. அக்குரல் மிக வித்தியாசமாய் இருக்கிறது. முதிரா மனத்தின் முதிர்வு ஒன்று அதில் தொடர்ந்து ஒலித்துக் கொண்டே இருக்கிறது. ஆனால் இன்னும் பத்து வருடம் கழித்தும் இசை தொடர்ந்து இப்படியே எழுதிக்கொண்டே இருப்பார் என்றால் அவர் எனக்கு என்ன மாதிரியான திருப்தியைக் கொடுப்பார் என இப்போது சொல்ல முடியவில்லை.

அதுபோலவே எஸ்.செந்தில்குமாரின் கதைகளில் மிக அபூர்வமான தருணங்களும், கதைக்கள வேறுபாடுகளும் காணக் கிடைக்கின்றன. ஆனால் அவர் எஸ்.ராமகிருஷ்ணனின் மொழிக்குள் சிக்கிக் கொண்டிருக்கிறார். அவருடைய ஒரிஜினல் வாக்கியம் ஒன்றை எழுதி, படித்துப்பார்க்கவேண்டும் என ஆசையாய் இருக்கிறது.

இலக்கிய விமர்சனம் ஏன் செய்வதில்லை என்பது பற்றி. நான் விமர்சகன் அல்ல. எனக்கு எல்லாவற்றின் மீதும் விமர்சனம் உண்டு. ஆனால் விமர்சகனாய்ச் செயல்பட விமர்சன அறிவு மட்டும்

போதாது, அதைப் பதிவு செய்வதற்கான ஒரு மொழி நடையும் ஒரு conviction-ம்வேண்டும். என் கருத்துக்கள் மீது எனக்குத் தீவிரமான பற்று கிடையாது. இப்போது ஒன்று நினைத்து, அடுத்த நிமிடம் அதை மாற்றிக் கொள்ளத் தயாராய் இருக்கும் volatile-ஆன மனம் என்னுடையது. இந்த அளவில் இருந்து விமர்சனம் செய்யக்கூடாது. சில மதிப்புரைகள் எழுதி இருக்கிறேன். நானே அவற்றைப் பெரிதாக எடுத்துக் கொள்வதில்லை.

உங்கள் எழுத்து எப்படி நிகழ்கிறது? திட்டமிட்டு பிரக்ஞைப் பூர்வமாகவா அல்லது உங்களை மீறிய ஒரு பெருவெடிப்பாகவா? ஜெயமோகன் இரண்டாவது வகையிலேயே எழுதுவதாகச் சொல்கிறார். நினைவுதிர் காலம் நாவலில் ஸ்ரீ ஹரிசங்கர் தீட்சித் ஒரு கட்டத்துக்கு மேல் உங்களை மீறி / விடுத்து தானாகவே பேச ஆரம்பித்தார் என்று குறிப்பிட்டிருக்கிறீர்கள். பொதுவாய் வாசித்ததை வைத்து எனக்கு உங்கள் எழுத்து ரஹ்மானின் இசை போல் ஒரு craft-ஆகப் படுகிறது. வெளிக்கொணர்வதற்கும் வெளிப்படுவதற்கும் இலக்கிய அந்தஸ்தில் ஏதேனும் வித்தியாசம் இருப்பதாக நினைக்கிறீர்களா?

நல்ல கேள்வி. Spontaneity என்ற சொல்லும் craft என்ற சொல்லும் ஒன்றுக்கொன்று எதிரானது என்பது போல் நாம் புரிந்து வைத்திருக் கிறோம். எந்தவொரு spontaneity-க்குப் பின்னாலும் ஒரு craft இருக்கும். எந்தவொரு craft-க்கும் பின்னால் ஒரு spontaneity இருக்கும். அவை இரண்டும் நாணயத்தின் இரு பக்கங்கள் போல. முதுகொட்டி இருக்கும் சயாமீஸ் இரட்டையர் போல. Spontaneity எனக்குள் தன்னிச்சையாக இயல்பாக ஒரு கருத்து உருவாகும் போக்கை அனுமதிக்கும். ஆனால் எங்கே ஆரம்பித்து எங்கே முடிக்கப் போகிறேன் என்பதை நான்தான் பிரக்ஞைப்பூர்வமாகமுடிவு செய்கிறேன் - கவிதை, சிறுகதை, நாவல் எதுவாய் இருந்தாலும்.

ஒரு நாவலின் கடைசி வரியை நான் அறிந்தே தீர்மானம் செய்கிறேன். என்னை அறியாமல் என் பேனா தானாகவெல்லாம் நிற்காது.

80களின் முடிவில், 90களின் துவக்கத்தில் automatic writing என்ற விஷயம் ஒரு concept-ஆகத் தமிழுக்கு வந்தது. Automatic writing எனில் சரஸ்வதி நாக்கில் எச்சிற் தம்பலம் துப்பி, அதிலிருந்து கலகலவென எழுத்து கொட்டும் என்பதாகநான் புரிந்துகொள்ள வில்லை. ஒரு thread ஆரம்பிக்கையில் மனத்தின் வேகம் அபரி மிதமாய்ப் பொங்கி, பல வரிகள், பல பக்கங்கள் மனத்தடை இன்றி தொடர்ந்து எழுதிக் கொண்டே போனால் அதை நான் automatic writing என்பேன். நகுலனின் பல படைப்புகள்atomatic writing போலத் தோன்றும். அப்படி அல்ல. Automatic writing-ல் உரிய இடத்தில் ஓர்

உரிய வார்த்தைப் பிரயோகம் வந்து விழுமென நான் நினைக்க வில்லை. மனம் அதற்கான பத நிலையில் இருக்கிறது, அதற்கான பயிற்சியில் தொடர்ந்து காலங்காலமாக இருக்கிறது. இந்தச் சந்தர்ப்பத்தில் அது கட்டற்றுத் தன்னைத் திறந்து கொள்கிறது.

இப்போது உங்களுக்குச் சொல்லிக் கொண்டிருக்கும் பதில்கள் எதுவும் ஒத்திகை பார்க்கப்பட்டது அல்ல; உங்களிடமிருந்து இந்தக் கேள்விகள் வரும் என்று எனக்குத் தெரியாது. ஆனால் நீங்கள் கேட்ட மாத்திரத்தில் தடையில்லாமல் பேசிக் கொண்டே போகிறேன் அல்லவா, இது போன்றதுதான் Automatic writing என நினைக்கிறேன்.

அதே போல் Autofiction. இந்த auto என்ற முன்னொட்டு சேரும் எல்லாவற்றிலும் குழப்பம். Autofiction என்றால் டைரி எழுதுவது என நினைத்துக் கொண்டிருக்கிறார்கள். அப்படி இருக்கும் எழுத்தாளர்களே உண்டு. அது அப்படி இல்லை. நாட்குறிப்பு போல, சுயகுறிப்பு போலத் தென்படக்கூடிய புனைகதைகள்.

என்னுடைய எழுத்துக்கள் பலவற்றை வாசித்துவிட்டு கிருஷ்ணனும் வங்கியில் வேலை செய்கிறான், அப்படியானால் அவனது கதைகள் எல்லாம் உன்னுடைய அனுபவங்களா எனக் கேட்கிறார்கள். இதுவரை எழுதிய கிருஷ்ணன் கதைகள் அனைத்தையும் நான் வாழவேண்டும் என்றால் நான் மூன்று ஜென்மங்கள் வாழ்ந்தாக வேண்டும், குறைந்தது பத்து முறை தற்கொலை செய்துகொள்ள வேண்டும். அவ்வளவு எளிமையாகத் தமிழ் வாசக மனம் யோசிக்கிறது என்பது சில சமயங்களில் சலிப்பாக இருக்கிறது.

ஒரு சொற்றொடரைத் தவறாகப் புரிந்துகொண்டு எழுத்தாளன் மேல் போட்டுப் பார்ப்பது பொறுப்பற்ற செயல். அந்த சொற்றொடரைத் தன்னளவில் புரிந்துகொள்ள முயலவேண்டும். அப்படி அல்லாமல் abuse-ஆன வார்த்தைகள் தமிழ் படைப்புச் சூழலில் கொட்டிக் கிடக்கின்றன. உதாரணமாக படிமம், பிரக்ஞை, வெளி. இப்படியான சொற்கள் எல்லாம் கவனமின்றி உதிர்க்கப்படும் வார்த்தைகளாக இருக்கின்றன.

ஒரு படைப்பின் கரு உருவாகும் விதம் இன்னமும் மர்மமானதாய்த்தான் இருக்கிறது. ஆனால், அது சற்றுத் தெளிவுறும் விதமாகத் திரண்ட பிறகு, அதற்கு ஓர் உருவம் அளிப்பதில் பிரக்ஞைபூர்வமான செயல்பாட்டின் பங்கு அதிகம். ஆனாலும், ஒரு குறிப்பிட்ட விகிதம் ஆழ்மனச் செயல்பாடும் அதில் கலந்திருக்கிறது. உதாரணமாக, ஒரு தரிசனம் போல வாய்க்கும் கருவுக்குக் கதாபாத்திரங்களையும், கதைச் சூழலையும் கோக்கும் பணியில்

மனத்தின் இரண்டு தளங்களுமே ஈடுபடுகின்றன. எதிர்ப்புறத்தில், ஒரு கதாபாத்திரத்தை, அல்லது கதைக்கான சூழல் தன்னிச்சையாக உதித்து, அதன் ஆதாரப் புள்ளியைத் தேடும் வாக்கியங்களின் வழி பயணம் தொடரும்போதும் இதுவேதான் நிகழ்கிறது. முழுவதும் எழுதி முடிக்கப்பட்ட பிறகு, நான் உத்தேசிக்கும் இலக்குக்கு மிக நெருக்கமாக அதை நகர்த்திக்கொண்டு போவதில்தான் படைப்பின் வெற்றி என்று நான் கருதும் அம்சம் உறைந்திருக்கிறது.

ஆக, கருவைத் தரித்த அதே ஆளுமையை வாசகர் சந்திப்பதற்கான வாய்ப்பு மிகவும் குறைவுதான். உருவம் கொடுக்கும்போது செயல் படுகிற தொகுப்பாளனுடன்தான் வாசகனுக்குப் புழங்கக் கிடைக்கிறது. மிகமோசமான எழுத்து நடைகொண்ட நல்ல கருக்களுக்கும், மிக நல்ல நடை கொண்ட சராசரி எழுத்துக்களுக்கும் தமிழில் பஞ்சமே இல்லை. எல்லா எழுத்தாளர்களுக்குமான ஒரு பொது எழுத்து உத்தியைக் கண்டுபிடித்துவிட/ வரையறுத்துவிட முடியும் என்று தோன்றவில்லை!

என்னுடைய எழுத்தைப் பொருத்தவரை நான் எப்படி எழுதுகிறேன் என்பதைத் தீர்மானமாகச் சொல்ல முடியாது. எம்.எஸ்.விஸ்வநாதன் போன்ற இசையமைப்பாளர்கள் சொல்கிறார்கள் - சில சமயம் மெட்டுக்குப் பாடல் எழுதுகிறார்கள், சில சமயம் பாடலுக்கு மெட்டு அமைக்கிறேன் என. அது போல் சில சமயம் ஒரு outline தயார் ஆகிவிடும். அதனுள் colouring மட்டும் செய்து கொண்டே போவேன். இது ஒரு process, சில சமயம் வேறொரு process இருக்கிறது. இஷ்டம் போல் தீட்ட ஆரம்பித்து அது தானாய் ஒரு வடிவத்தை வந்தடைவது. அப்போது அந்த வடிவத்தைச் சிதைக்காதபடி அதன் மேலே ஒரு frame-ஐப் பொருத்திப்பார்ப்பது.

குறுநாவல் அளவிலான 60 - 70 சிறுகதைகள், ஐந்தாறு நாவல்கள் என நான் எழுதியிருக்கும் அனைத்துக்குமே ஒரே மாதிரியான படைப்பூக்கம், படைப்புப் பாணி இருக்கும் என எதிர்பார்ப்பதே சரியில்லை. ஒவ்வொன்றுமே ஒவ்வொன்றை demand செய்யும். அந்தக் கதை அல்லது நாவல் என்ன கோருகிறதோ அதைக் கொடுக்கத் தயாராகவே இருக்கிறேன். ஒருவேளை தயார் நிலையில் இல்லை எனில் தயார்படுத்திக் கொள்வேன்.

உதாரணமாக என் கதையில் வரும் ஒரு பேராசிரியர் பாத்திரம் புறநானூற்றுப் பாடலை மேற்கோள் காட்டினால் நன்றாய் இருக்கும், பழந்தன்மை சேரும் என நினைத்தால் அதற்குத் தேவையான அளவு மட்டும் புறநானூற்றை வாசிப்பேன். சமீபத்தில் ஒரு கதையில் திரிகடுகத்திலிருந்து ஒரு பாடலை மேற்கோள் காட்டி இருந்தேன்.

இதற்காகத் தேடி திரிகடுகத்தைப் படித்ததுதான் - என் அப்பா திரிகடுகம் சொல்லிக் கொடுத்து, அது என் ஞாபகத்தில் இருந்து கதையில் நுழைந்தது என்பதல்ல. ஆனால் அது போல் தொனிக்க வைப்பதுதான் எனக்கான சவால். வாசிப்பவருக்கு அப்படித் தோன்றினால் அதில் நான் ஜெயித்ததாக அர்த்தம்.

> ஒரு நல்ல எழுத்தாளனால் காமத்தை எழுதாமல் இருக்க முடியாது என்பது என் அபிப்பிராயம். காமம் தாண்டி சமூக விதி மீறிய உறவுகள் தொடர்ந்து உங்கள் புனைவுகளில் பேசப்படுகிறது. சமூகத்தை ஊடுருவிப் பார்க்கும்போது நம்மைச் சுற்றி இதெல்லாம் நடந்து கொண்டிருக்கிறது என்பது புலப்படும். அவ்வளவு ஏன், தினத்தந்தியை ஒரு வாரம் வாசித்தாலே போதும். நாமே கள்ளக்காதலில் இருப்பதான பிரமை தட்டும். உங்கள் எழுத்தின் முக்கியக்கூறாக இந்த விதி மீறல் குறித்த விஷயங்களைப் பார்க்கிறேன்.

சுவாரஸ்யமான கேள்வி. என் எந்தப் படைப்பையும் வாசிக்காமல், இந்த நேர்காணலின் மற்ற கேள்விகளையும் வாசிக்காமல் இதை மட்டும் படிக்கும் ஒரு வாசகருக்கு நான் முழுக்க முழுக்க கொக்கோகம் எழுதும் ஒருவன் என்பதாய்த் தோன்றும். உண்மையில் நான் அவ்வளவு எழுதி இருப்பதாகத் தோன்றவில்லை. நான் எழுதவேண்டும் என ஆசைப்படுமளவு கூட இன்னும் எழுதவில்லை.

இன்னும் நிறைய எழுதுவேன். ஒருவேளை வயது கூடக்கூடக் காமம் பற்றிய இன்னும் வேறு பார்வைப் புள்ளிகள் கிட்டுமோ என்னவோ. அப்போது அவற்றையும் எழுதிப் பார்ப்பேன்.

எழுத்தாளனால் காமத்தை எழுதாமல் இருக்க முடியாது என ஒப்புக் கொள்கிறேன். அதே போல் எழுத்தாளனால் உறவுகளைக் குறித்தும் எழுதாமல் இருக்க முடியாது.

உறவு என்றால் என்ன? ஒன்று சக ஆணுடனான உறவு அல்லது சக பெண்ணுடனான உறவு. இதில் நான் முதலாவதைத்தான் நிறைய எழுதி இருக்கிறேன். பாலுறவு சார்ந்த உறவைச் சொல்லவில்லை. ஆணுக்கு ஆணோடு இருக்கும் நட்பையும், நட்புச் சிதைதலையும் திரும்பத் திரும்ப எழுதி இருக்கிறேன். அதேபோல ஆணுக்குப் பெண்ணோடு இருக்கும் நட்பையும், நட்புச் சிதைதலையும் எழுதி இருக்கிறேன். ஒரே வித்தியாசம் பெண்ணுடனான நட்பு இயல் பாகவே அடுத்த நிலைக்கு நகர்வதற்கான வாய்ப்பு இருக்கிறது.

நான் காமத்தைப் பாலுணர்வுச் சித்திரமாக மட்டும் என் கதைகளில் பதிவு செய்யவில்லை. எந்த அளவில் காமம் எழுதப்பட வேண்டியதாக இருக்கிறதோ, அந்த அளவுக்கு மட்டும்தான் எழுதி

இருக்கிறேன். அதைத் தாண்டி, கிளுகிளுப்பு ஊட்டுவது போல் ஓரிடத்தில் கூட போகவில்லை என உறுதியாகச் சொல்ல முடியும்.

காமம் தொடர்பான விசாரணையை உருவாக்கும் விதமாகவே நான் சில பாத்திரங்களை, சந்தர்ப்பங்களை கதைகளில் உருவாக்கி இருக்கிறேன். உதாரணமாக காளை மாட்டுக்குப் பசுவின் மீது உண்டாகக்கூடிய காதல் என்பது அதன் மடுவைப் பார்த்து அல்ல என ஓரிடத்தில் எழுதி இருக்கிறேன். பாலுணர்வு என்பது மற்ற உயிரினங்களுக்கு எல்லாம் உடல் சார்ந்ததாக மட்டும் இருக்கும் போது. மனிதனுக்கு மட்டும் மனம் சார்ந்ததாகவும் மாறுவது தொடர்பான ஆச்சரியம் எப்போதும் இருந்துகொண்டே இருக்கிறது.

பருவம் தவறி ஒரு நான்கு கால் பிராணி இன்னொரு நான்கு கால் பிராணியை இணையாகத் தேடி ஓடாது. ஆனால் மனிதனுக்கு வருடத்தின் எல்லா நாளுமே காமத்துக்கு இசைந்த நாளாக இருக்கிறது. இது ஓர் ஆச்சரியம். இது எப்படி நடந்தது? ஏன் நடந்தது? அப்படியானால் அது உடலின் தேவையால் மட்டுமல்ல, மனதில் பதிந்திருக்கும் பிம்பங்களின் காரணமாகவும்தான். காமம் தொடர்பான ஒரு மாறாத பிம்பம் நம் மனதில் இருக்கிறது, அப்பசியைத் தீர்ப்பதற்கான இடத்தை நோக்கி போய்க்கொண்டே இருக்கிறது மனித குலம்.

இதைப் பற்றித்தான் பேச நினைக்கிறேன்.

> சென்ற கேள்வியின் தொடர்ச்சியாக ஒரு விஷயம். காமத்தை, விதிமீறல்களைப் பற்றியதாக இருந்தாலும் ஜி.நாகராஜன் போல விளிம்புநிலை மனிதர்களைப் பற்றியதாக அல்லாமல் நாம் தினசரி சந்திக்கக்கூடிய மனிதர்கள் குறித்ததாக உங்கள் புனைவுகள் அமைகின்றன. ஓர் ஆரம்ப நிலை வாசகனுக்கு உங்கள் எழுத்து தரும் அதிர்ச்சியே அதுதான். ஒருவகையில் அதுவே அவனுக்கான வசீகரமும் கூட. மிக மிக மேலோட்டமாக ஒப்பிட்டால் கே.பாலச்சந்தர் சினிமாவில் இதைத்தான் செய்தார். இதைக் கனமான கூறாகக் கருதுகிறீர்களா?

இதில் இரண்டு பெயர்கள் பயன்பட்டிருக்கின்றன. ஒன்று ஜி.நாகராஜன், இன்னொன்று கே.பாலசந்தர். இவர்கள் இருவரும் ஒரே கேள்வியில் இடம்பெறும் சந்தர்ப்பம் பத்து வருடங்கள் முன் சிற்றிதழ்ச் சூழலில் இருந்திருக்குமா எனக் கேள்வி எழுகிறது எனக்குள்.

ஜி.நாகராஜன் எழுத்திலிருக்கும் சரளத்தன்மை, so-called பிறழ்வுகள், கே.பாலச்சந்தர் படங்களிலிருக்கும் சரளத்தன்மை, பிறழ்வுகளைக் காட்டும் தைரியம் - இந்த இரண்டு தவிர இவர்களுக்குள்ளேயே எந்த

ஒற்றுமையும் இல்லை. என்னிடம் இக்கேள்வி வருவதையும் அப்படியேதான் பார்க்கிறேன். என் எழுத்தில் இருக்கும் சரளத் தன்மையும் பிறழ்வுகளை நான் காட்டிய தொனியும் காரணமாக இருக்கலாமோ என்று தோன்றுகிறது.

இரண்டு பகுதியாக பதில் சொல்லலாம் என நினைக்கிறேன். ஜி.நாகராஜன் எனக்கு மிக அபிமானமான எழுத்தாளர். மதுரையைப் பற்றி மிக அழகாகச் சித்தரித்த எழுத்தாளர்களுள் ஒருவர். மதுரை வட்டாரத்தைக் களமாக வைத்து எழுதும் தைரியத்தை எனக்கு அளித்தவரும் அவர்தான்.

ஜி.நாகராஜன் விளிம்பு நிலை மனிதர்களைப் பற்றி எழுதி இருந்தாலும் அவரிடம் ஒரு wishful thinking இருந்தது - இதெல்லாம் இப்படி இல்லாமல் இருந்திருந்தால் நன்றாகஇருந்திருக்குமே என்கிற மாதிரி.

குறத்தி முடுக்கில் தங்கம் சொல்வாள் - ''நடந்ததெல்லாம் நடக்காம இருந்திருக்கணுங்க''. இதுதான் நாகராஜனின் மொத்தக் கதை உலகத்தின் அடியோட்டம். அதன் மேல் அவருக்குப் புகார் இல்லை. ஆனால் அனுதாபம் உண்டு. அந்த அனுதாபம் எங்கிருந்து வருகிறதென்றால், அது அல்லாத மாற்று உலகத்தில் எல்லாமே சுபிட்சமாகவும், நேர்மையாவும், நேர்மறையாவும், நன்றாகவும் இருக்கும்போது இது மட்டும் இப்படிக் கழிசடையாக இருக்கிறதே, ஐயோ பாவம் என்ற பச்சாதாபம்தான் நாகராஜனின் அடியோட்டம்.

கே.பாலசந்தரிடம் இதெல்லாம் காட்டி இன்னும் கொஞ்சம் கிளுகிளுப்பு ஏற்றலாம் என்ற நம்பிக்கைதான் இருக்கிறது. அதைத் தாண்டி அது தொடர்பான அக்கறையும், சரி செய்யவேண்டும் என்ற ஆசையும், குறைந்தபட்சம் பச்சாதாபமும் இருப்பதாய் நான் நினைக்கவில்லை.

என்னுடைய படைப்புலகத்தை இவர்கள் இருவரையும் ஒப்பிட்டுக் கேட்கும்போது நான் எங்கே வித்தியாசப் படுகிறேன் என்றால், என்னுடைய உலகம் amoral ஆனது. நான் அறத்தையும் பேசவில்லை, அறப்பிறழ்வையும் பேசவில்லை. அறத்தையும் முன்வைக்க வில்லை, அதற்கு எதிராக நடந்து கொண்டிருக்கிறதே என்ற ஆதங்கத்தையும் முன்வைக்கவில்லை. இப்படி இரண்டாகப் பார்க்க வேண்டியதே இல்லை என்ற ஒரு தளம் உண்டு, ஒரு neutrality உண்டு. நான் அங்கிருந்துதான் பேச முயல்கிறேன்.

அங்கிருந்து பேசுகையில் நான் அறத்தின் ஆளாகவும் இல்லாமல் அறமின்மையின் ஆளாகவும் இல்லாமல் இருப்பதுதான் நீங்கள் சொல்லும் அந்தப் புது வாசகர்களை அதிர்ச்சிக்கு உள்ளாக்குகிறது.

இவன் என்னதான் சொல்லவருகிறான் என்ற குழப்பத்தைத் தருகிறது. இந்த amorality புதிய வாசகனுக்கு வசீகரமாய்ப் படுகிறது என்றால் சந்தோஷமே. ஏனெனில் அறத்தின் சார்பாகப் பேச ஆரம்பித்தால் அதற்குத் தகுந்தாற் போல் சம்பவங்களை, அவற்றினுள் ஓடும் உணர்வோட்டங்களைத் திருக ஆரம்பிப்பேன். இந்த நிகழ்வுக்கு எதிரான ஒரு மனப்போக்கை நிறுவும் ஆளாக இருப்பேன்.

ஒருவேளை அறமின்மை - அதுதான் பின்நவீனத்துவம் என நம்புகிறேன் எனில் இதை ஒரு பெரிய celebration-ஆக, ''பார்த்தியா! அவன் தப்பு பண்ணிட்டான், இவன் தப்பு பண்ணிட்டான், வா நாமும் தப்பு பண்ணுவோம், தப்புதானே, யார் செய்தால் என்ன?'' என்பது மாதிரியான கிளுகிளுப்பை, பரபரப்பை உருவாக்கும் ஆளாக இருந்திருப்பேன். நான் இரண்டையுமே செய்யவில்லை.

இந்த amorality-யில் பார்ப்பவன் கண்களிலிருந்து ஒரு நிறம் நிகழ்வின் மீது பீய்ச்சி அடிக்கப்பட்டு, அந்த நிறம் தனக்குத் தெரிவது போன்றதான ஒரு பாவனை இருக்கிறது. அதை நோக்கித்தான் பேசுகிறேன்.

உண்மையில், புற உலகின், உறவுகளின் சகல அலகுகளுமே நிறமற்றுத்தான் இருக்கின்றன - பார்க்கும் கண்கள் வழங்கும் வண்ணத்தையும் பெறுமானத்தையும் ஏற்கும் விதமாக. மட்ஸுவோ பாஷோவின் கவிதை ஒன்று எனக்கு மிகவும் பிடித்தது:

நேற்றிரவும் அல்ல
இன்று காலையும் அல்ல -
பூசணிப் பூக்கள் மலர்ந்தது.

உங்கள் எழுத்தில் பிடித்ததற்குப் பிறகு வருகிறேன். முதலில் பிடிக்காதது. உங்கள் முதல் நாவலான குள்ளச்சித்தன் சரித்திரம். மாற்றுமெய்மை அதன் மையச்சரடு என்பது ஒரு நாத்திகனான எனக்கு அத்தனை உவப்பானதல்ல என்பதை ஒரு காரணமாகக் கொண்டாலும், அதையும் தாண்டி கலாபூர்வமாகவும் அதன் மீது விமர்சனங்கள் உண்டு. ஜெயமோகன் சொல்வது போல் மாய யதார்த்தப் படைப்பாக அதை என்னால் பாவிக்க இயலவில்லை. அதன் சில யுவன் சந்திரசேகர் பாணிச் சம்பவங்கள் மற்றும் நடை தவிர அது ஒரு மாய மந்திரப் புனைவாகவே எனக்குத் தோன்றுகிறது. உங்களுக்கு அது திருப்தியளித்த படைப்பா? முதல் நாவலாக எழுத ஏன் அதைத் தேர்ந்தெடுத்தீர்கள்? இன்று அதன் இடம் என்ன என நினைக்கிறீர்கள்?

ஒரு கேள்விக்குள் பன்னிரண்டு கேள்வி இருக்கிறது!

நாத்திகம் என்பது பற்றி முதலில் பேசுவோமா? நீங்கள் உங்களை நாத்திகர் எனப் பிரகடனப்படுத்திக் கொள்கிறீர்கள். வைதீகப் பழமாகத் துலங்கும் இன்னொருவர் தன்னை ஆத்திகர் எனச் சொல்லிக் கொள்கிறார். இரண்டு எல்லைகளுமே பாக்கியவான் களுக்கு உரியவை. இரண்டு பேரையும் பார்த்தால் பொறாமையாக இருக்கிறது. எல்லாவற்றிலுமே இரண்டுங்கெட்டான்களாக இருக்கும் தீனர்களின் பெருந்தொகுப்பில் இருக்கும் கடைசி ஆள் என்றே என்னைக் கருதிக்கொள்கிறேன்.

இப்படி ஒரு determination, ஒரு தீர்மானத்திற்கு வந்து விட்டோம் எனில் காரியங்களை அதற்குத் தக்கவாறு நடத்திக் கொண்டே போகலாம். இரண்டின் மேலேயும் அவநம்பிக்கை இருக்கக்கூடிய ஆளை எங்கே பொருத்துவது? சார்ந்திருக்க எதுவுமே இல்லா திருக்கும் ஒரு தனியன் - அவனை எங்கே பொருத்துவது?

அறிவியல், ஆன்மீகம் - எதன் மீதும் சாய்ந்து நிற்காத ஓர் ஆள்தான் என் எழுத்தில் பதிவாகிக்கொண்டே இருக்கிறான். இப்படி ஒரு மனநிலைதான் அந்தக் கதாபாத்திரங்களையும், அவர்களுடைய கிலேசங்களையும், பீதிகளையும், சந்தோஷங்களையும், நிறைவு களையும் உற்பத்தி செய்கிறது.

அதைக் கேள்விக்குட்படுத்த முடியாது என்றுதான் தோன்றுகிறது. இந்தியாவின் பிரதம மந்திரி ஒருவர் தன்னை agnostic என்று சொல்லிக் கொண்டார். ஆனால் ஓர் சாதாரண எழுத்தாளனுக்கு அந்தச் சலுகை இல்லை என்பது பயமாக இருக்கிறது. நாம் என்ன செய்து கொண்டிருக்கிறோம்?

ஒரு விஷயத்தை அழுத்திச் சொல்லவேண்டும். நான் எதையும் சர்ராதவன். நடைமுறைத் தேவைகள், நிர்ப்பந்தங்களின் பொருட்டு வேறு வேறு அமைப்புகளுக்குள் சிக்கியிருக்கிறேன். மற்றபடி, அந்தரத்தில் இருக்கும் தனியன் என்ற உணர்வே எனக்குள் எந்நேரமும் மேலோங்கியிருப்பது.

அடுத்து, குள்ளச்சித்தன் சரித்திரம் பற்றிச் சொல்கையில் அதில் யுவன் சந்திரசேகர் பாணிச் சம்பவங்கள் என்ற phrase-ஐப் பயன் படுத்தினீர்கள். அப்படி ஒரு பாணிச் சம்பவங்களை தமிழ் எழுத்துலகத்தில் நான் புழங்க விட்டிருக்கிறேன் எனக் கேட்கவே உற்சாகமாக இருக்கிறது, ஆச்சரியமாகவும் இருக்கிறது.

நல்லவேளை, நீங்கள் அப்படிச் சொன்னீர்கள். சிலர் அதை சேஷாத்ரி சுவாமிகள் பாணி சம்பவங்கள், ஜே.கிருஷ்ணமூர்த்தி பாணி சம்பவங்கள் என்றெல்லாம் சொல்கிறார்கள். அவை நடைமுறை

அறிவியல் மனோபாபாவத்திற்கு மாற்றாய் இருக்கும் சம்பவங்கள் என்பதே என் கருத்து.

இது போல் மாற்றாய் இருக்கும் சம்பவங்களைப் பற்றிப் பேச இரண்டு துறைகளுக்குத்தான் அருகதை உண்டு. ஒன்று அறிவியல். அதுதான் கட்டமைத்த நம்பிக்கைப் புலத்தைத் தானே மீறிப் பார்க்கும் தைரியமும், ஆர்வமும் கொண்டது. அதன் விசாரணை முறையின் தன்மையே அதுதான். அடுத்தது ஆன்மீகம்.

அறிவியல் ஒரு கால, வெளிச் சட்டகத்தை எனக்கு நிறுவிக் கொடுத்திருக்கிறது. அதை நான் நம்புகிறேன். உதாரணமாக இன்று ஞாயிற்றுக்கிழமை. இதற்குப் பிறகு திங்கட்கிழமைதான் வரும். ஒருபோதும் செவ்வாய்க்கிழமையோ சனிக்கிழமையோ வராது என்பது இந்த அறிவியல் மனோபாவம் வடிவமைத்துக் கொடுத்த தர்க்கப்பூர்வமான கிரம சட்டக முறை. இதை மீற ஓர் அறிவியலாளன் முயற்சி செய்யலாம். Time travel. எதிர்காலத்திற்கோ பழங் காலத்துக்கோ போவதற்காக ஓர் எந்திரத்தை வடிவமைப்பது. அங்கே போகும்போது இருக்கும் மனோநிலை, அச்சங்கள், கிளர்ச்சிகள் பற்றி அவன் பேச முயற்சிக்கலாம்.

ஆன்மீகமும் இதை முயற்சி செய்யலாம். ஆன்மீகம், தத்துவம் போன்றவைதாம் மனத்தின் இண்டு இடுக்குகள் பற்றிப் பேசுகின்றன. உளவியல் என்ற சட்டகத்தின் வழி அறிவியல் மனம் பற்றி பேச ஆரம்பிக்கும்போது கடந்த காலம், நிகழ்காலம், எதிர்காலம் என்ற முப்பட்டை அமைப்பு; அங்கே x இங்கே என்ற வெளித் தொலைவு - இவை இரண்டையும் மாறாமல் வைத்துக்கொண்டு அதை ஆராய முனைகிறது. இதெல்லாமே இல்லை என்று சொல்ல ஆன்மீகத்துக்கும் தத்துவத்திற்கும் தைரியம் உண்டு. ஏனெனில் அவை தர்க்கப்பூர்வமாய் எதையும் நிறுவிக்காட்டும், அல்லது செய்துகாட்டும் நிர்ப்பந்தத்துக்குள் சிக்கிக் கொள்ளவில்லை.

புனைவுப் பீறல்களை நிஜம் போலவே சொல்லிக் காட்டலாம். அப்படி நடந்தால் உள்ளே நிலைப்பட்டிருக்கும் கால அமைப்பு, இட அமைப்பு என்னவாகத் தென்படும்? ரிச்சர்ட் பாக்கின் *Illussions* நாவல் படித்த போது எனக்குக் கிடைத்த ஓர் அனுபவம்: ஒரு கதாபாத்திரம் சுவரை அப்படியே துளைத்துச் செல்லும். பௌதீக அறிவுப்படி சுவர் என்பது திடப்பொருள். அப்படியான அஃறிணைப் பொருளை ஓர் உயிர்ப்பொருள் ஊடுருவிச் செல்ல முடியாது. பாறையை இளக்கி செடி நீள்கிறதுதான் - ஆனால் அதற்கு எடுக்கும் காலம் எவ்வளவு! *Illusions*-ஸிலோ, ஒருவன் சுவரை ஊடுருவிப் போய்விட்டான். எழுத்தாளன் சொல்லி விட்டான் என்றால் நம்பித்தான் ஆக

வேண்டும். அந்நம்பிக்கையின் பேரில் எனக்குள் ஸ்திரப்பட்டிருக்கும் என்னுடைய இட, கால அமைப்பு என்னவாகிறது என்கிற கேள்வி மிக முக்கியமானது. இந்தக் கேள்வியை முன் வைக்க மாயாதீத சம்பவங்களின் வழியே பயணப்பட வேண்டி இருக்கிறது.

மாயமந்திரப் புனைவுகளின் ஒரு குறிப்பான, சிறப்பான அம்சம் - பொதுவான, நிறுவப்பட்ட கால - வெளிக் கட்டமைப்பை அவை அசைத்துப் பார்க்கின்றன என்பது. தமிழ்ச் சூழலைப் பொருத்தவரை ஒரு விசித்திரமான வயிற்றெரிச்சல் என்னவெனில் ஆன்மீகம் என்ற சொல் விழுந்தவுடனே அது ஒரு மதத்துடன் போய் ஒட்டிக் கொள்கிறது. உலகில் வேறு எங்குமே அப்படிப் பார்ப்பதாகத் தெரியவில்லை.

கார்லோஸ் காஸ்டநெடா, கென் வில்பர், ரிச்சர்ட் பாக் போல் ஆட்கள் ஆன்மீக விவாதங்களில் இறங்கும் போது அவர்கள் மீது கிறிஸ்துவத்தைப் போட்டுப் பார்ப்பதில்லை. ஒரு சூஃபி ஞானியின் சொற்கள் காதில் விழுகையில் அதன்மீது இஸ்லாமியத்தைப் போட்டுப் பார்ப்பதில்லை. ஜென், தாவோ தொடர்பாகப் பேசும் போது அதை பௌத்தத்துடன் நேரடியாக இணைத்துப் பார்ப்பதே இல்லை. ஜென்னில் உள்ளபுதிர்த்தன்மையை மட்டும் தமிழ் மனம் ஆசையாய்ப் பேசுகிறது. ஆனால் ஆன்மீகம் என்ற சொல்லுக்குத் தமிழில் இப்படியொரு connotation வந்திருக்கிறது. இதன் காரணமாக இதற்குள் மட்டும்தான் நீ பேசவேண்டும், இந்தச் சட்டகத்துக்கு மட்டும்தான் நீ விசுவாசமாகப் பேசவேண்டும் என ஓர் எழுத்தாளனை நிர்ப்பந்திப்பதுதான் நடக்கிறது.

'பிரம்மாண்டமான சிறகுகள் கொண்ட கிழவன்' என மார்க்கேஸ் கதை எழுதி விட முடிகிறது. பிரேதத்தின் உடலில் ரோமம் வளரும் கால அலகு பற்றிப் பேச முடிகிறது. அவற்றை கிறித்தவ நம்பிக்கை களோடு யாரும் உழப்பிக் கொள்வதில்லை. கிறித்துவத்தில் இருக்கும் தேவதைகள் போல இந்தக் கிழவன் என்ற interpretation இருப்பதாக எனக்குத் தெரியவில்லை.

ஆனால் தமிழ்ச்சூழலில் மட்டும் இதெல்லாம் நடக்கும். இதை எல்லாம் பொருட்படுத்தினால் காலம் தொடர்பாகவும், இடம் தொடர்பாகவும் நமக்கு இருக்கக்கூடிய குழப்பங்கள், நடைமுறை விசாரணைகள் இவற்றை எப்படித்தான் எழுத்தில் செய்து பார்ப்பது? இதைப் பொருட்படுத்த வேண்டிய அவசியம் இல்லை என்ற முடிவுக்கு பத்தாண்டுகள் முன்பே நான் வந்தாயிற்று, இன்று வரை செய்து கொண்டிருக்கிறேன்.

குள்ளச்சித்தன் சரித்திரம் பற்றி நீங்கள் கேட்கிறீர்கள். 'சித்தர் மரபு இப்படி எல்லாம் செய்யாதே, இது சித்தர் மரபு சார்ந்த புத்தகம் அல்ல' என ஒரு நண்பர் கோபமாக என்னிடம் வாதிட்டார். சித்தர் மரபு சார்ந்த புத்தகம் என எந்த இடத்திலாவது சொல்லப்பட்டிருக்கிறதா? சில சித்தர்கள் வந்து போனார்கள் என்பதால் அது சித்தர் மரபு சார்ந்த புத்தகம் ஆகாது. அப்படிப் பார்த்தால் நகரத்தார்தான் இதன் பிரதானமான கதைமாந்தர். அதற்காக இது நகரத்தார் பற்றிய நாவல் என ஒருவர் எடுத்துப் பேச முடியுமா என்ன? அபத்தமாக இருக்கிறது. நாவல் என்பது ஒரு totality. அந்த முழுமைக்குள் உங்களுக்கு வாகான ஒரு பகுதியை மட்டும் எடுத்துக்கொண்டு இப்படி இல்லையே, அப்படி இருக்கிறதே என்று பேசுவது எனக்கு நியாயமாகப் படவில்லை. அது ஒரு விமர்சனம் என்றும் தோன்றவில்லை.

கடைசியாக, நீங்கள் கேட்டது. இதை ஏன் முதல் நாவலாகத் தேர்ந்தெடுத்தீர்கள். நான் ஆரம்பத்திலிலேயே சொன்னேனே, தோன்றுவதை, தோன்றும்போது, தோன்றும் விதமாக எழுதுவது என்னுடைய சுதந்திரம் என்று நம்புகிறேன். அதற்காகத்தான் பாப்புலர் மீடியாவின் பக்கம் போகாமல் இருக்கிறேன். அங்கே போனால் இந்த சுதந்திரம் குன்றும் என்று தோன்றுகிறது. அதற்கான அவசியம் இல்லை. அதற்கான புறத்தேவையோ அகத்தேவையோ இல்லை என்பதால் இவ்விதமாக செயல்பட்டுக்கொண்டிருக்கிறேன். குள்ளச் சித்தன் சரித்திரம் முதல் நாவலாக வந்தது எதேச்சையான விஷயம். அதைத்தான் முதல் நாவலாக எழுதவேண்டும் என்று திட்ட மிட்டெல்லாம் நடக்கவில்லை.

> இந்தக் கேள்வி கேட்டதன் காரணம் நான் என்னுடைய முதல் கவிதைத் தொகுப்பு எதுவெனத் தீர்மானிக்க வேண்டி வந்தபோது என் முன் மூன்று முழுமையான வெவ்வேறு தொகுப்புகள் இருந்தன. முதல் கவிதைத் தொகுப்பு என்பது என் அடையாளத்தைத் தீர்மானிப்பதாக அமையும். நான் பரத்தை கூற்றை அதன் சமூக ப்ரக்ஞைக்காகவும், அதிர்ச்சி மதிப்புக்காகவும் தேர்ந்தெடுத்தேன். அதை வைத்துக் கேட்கிறேன்.

அதிர்ச்சி மதிப்பீடு, அல்லது ஒன்றின் மூலமாக அறியப்படுவது இவை குறித்து ஒன்று சொல்ல நினைக்கிறேன்.

என்னுடைய மிக நல்ல கவிதை என நான் நினைக்கும் ஒன்று ஒரு சின்னப் பத்திரிகையில் பிரசுரம் கண்டது. புதுக்கோட்டையிலிருந்து 'ஒரு' என்ற பத்திரிகை. அப்போது நான் மதிக்கும் ஒரு தமிழ்க்கவிஞர் ''என்னய்யா இந்தக் கவிதையைப் போய் அந்தப் பத்திரிகைக்குக் குடுத்துட்டே, காலச்சுவடுக்குக் குடுத்திருக்கலாமே?'' எனக்

கேட்டார் (அப்போது சுந்தர ராமசாமியின் ஆசிரியத்துவத்தில் காலச்சுவடு வெளிவந்து கொண்டிருந்தது.).

எனக்கு அப்படித் தோன்றவே இல்லை. என் கையில் ஒரு கவிதை இருக்கிறது. யாரோ ஒரு நண்பர் கேட்கிறார், கையிலிருப்பதை அனுப்புகிறேன், அவ்வளவுதான். பிறகு சுந்தர ராமசாமி கேட்கும் போது, அல்லது அவருக்கு அனுப்பத் தோன்றும்போது, அந்தச் சமயம் கையிலிருக்கும் ஒன்றை அனுப்புவேன். இதை இங்கே அனுப்பினால் க்ளிக் ஆகும் என்பது போன்ற கணக்குவழக்குகள் இன்று வரை என்னிடம் இல்லை. கடைசிவரை இருக்காது என்றே நம்புகிறேன்.

என்னுடைய முதல் தொகுப்பை with a bang கொண்டுவரவேண்டும் என ஆசைப்பட்டிருந்தால் அந்தத் தொகுப்பைக் கொண்டு வந்திருக்கவே மாட்டேன். அது வரவில்லை என்றால் அடுத்த தொகுப்பும் வந்திருக்காது. முதல் கவிதைத் தொகுதி வந்தபோது கையெழுத்துப் பிரதியில் 200 கவிதைகள் வரை எழுதி வைத்திருந்தேன். அப்போது கவிதை மட்டுமே எழுதிக் கொண்டிருந்தேன். அபரிமிதமான எண்ணிக்கையில். 200ல் 60 கவிதைகள் வரை பிரசுரமாகி இருந்தன. அவற்றில் 30-35 கவிதைகள் தேர்ந்தெடுத்துத் தொகுப்பாகக் கொண்டு வந்தேன். காணாமல் போன 25-30 கவிதைகள் பிரசுரமானவைதான் ஆனாலும் தொகுப்பில் சேர்த்துக் கொள்ளவில்லை. ஏன் என இப்போது சொல்லத் தெரியவில்லை. ஆனால் ஏதோவொரு தெளிவு அல்லது தீர்மானம் (அல்லது குழப்பம்!) காரணமாக அவற்றைச் சேர்க்கவில்லை.

அதுபோலவே, இன்னும் தொகுப்பாக வெளிவராத ஆனால் பிரசுரமான சுமார் பத்து சிறுகதைகள் இருக்கின்றன. அப்படி ஒரு கதை எழுதினோம் அல்லவா என்ற அளவில் ஞாபகம் இருப்பவை. யுவன் சந்திரசேகர் என்கிற ஆளுடைய எழுத்துப் பரப்பின்வெளி ஓரத்தில் ஒட்டி இருக்கக்கூடிய அல்லது இந்த எழுத்துப்பரப்புக்கு தூண்டுகோலாக இருக்கும் ஒரு spring board எனும் அளவில்தான் அவற்றுக்கு முக்கியத்துவம்.

அவற்றைப் பெரிதுபடுத்த வேண்டியதில்லை.

சில சிறுகதைகளிலும் (உதா: 'நான்காவது கனவு') 'குள்ளச்சித்தன் சரித்திரம்', 'வெளியேற்றம்' போன்ற நாவல்களிலும் தொடர்ந்து மாற்று மெய்மை பற்றி எழுதி இருக்கிறீர்கள். ஜெயமோகன் நிழல்வெளிக் கதைகள் எழுதி இருக்கிறார் என்றாலும் அவர் அவற்றில் நம்பிக்கை கொண்டதான பிம்பம் வரவில்லை. தொடர்ந்து அவரது ஆன்மிக

நிலைப்பாடுகள் பற்றி அவர் எழுதி வருவது காரணமாக இருக்கலாம். நீங்கள் அவற்றைத் தெளிவுபடுத்தலாம். 'வெளியேற்றம்' நாவலின் பின்னுரையில் மாற்று மெய்மை போன்ற விஷயங்களை நம்புவதாகக் குறிப்பிட்டிருந்தீர்கள். அதைப் பற்றிய உங்கள் அனுபவங்களைச் சொல்லுங்கள்.

என் படைப்புகள் பற்றி விரிவாகப் பேசுவதில் எனக்கு அவ்வளவாக ஆர்வம் கிடையாது. ஆனால் வாகாக இருக்கும் என்பதால் ஓரிரண்டு கதைகளை மேற்கோள் காட்டுவதில் தவறில்லை என நினைக்கிறேன். 'குறிப்பேடு' என்ற கதையில் வெள்ளைக்கார துரையின் அறைக்கு ஒரு பெண் ஆவி ரூபத்தில் வந்து போவாள், மறுநாள் கொலுசு மட்டும் அங்கே கிடக்கும். இதுபோல் நடக்க சாத்தியம் உண்டா எனக் கேட்டால், 'இதற்கு அப்பனானதெல்லாம் எனக்கே நடந்திருக்கிறது' என்று உங்கள் பக்கத்து வீட்டுக்காரரே சாட்சியம் சொல்வார். இந்திய மண்ணில் ஊறியிருக்கும் நம்பிக்கைகள் மற்றும் குறளிகளின் தன்மையும் வீச்சும் அத்தகையது. கால - வெளி நிர்ணயம் தொடர்பாக எழும் ஐயங்களைப் பேசுவதற்கு வாகாக இருக்கக்கூடியவை.

இப்போதைய எழுத்துமுறையில், முதன்முதலாக நான் எழுதிப் பிரசுரமான புனைகதை 23 காதல் கதைகள். அதில் இது போன்ற மாற்று மெய்மை சமாசாரம் ஏதும் இருந்த நினைவில்லை. ஆனால் அதற்கு நிகரான, ஃபேன்டஸி போலவே தென்படுகிற அம்சம் கொண்ட கதை ஒன்று உண்டு. அதன் கடைசிக்கதை. கிருஷ்ணன் ஒரு பெண்ணிடம் 'நாம் திருமணம் செய்து கொள்ளலாமா?' என்று கேட்டிருப்பான். அவள் 'வேண்டாம், நண்பர்களாகவே இருப்போம்' என அந்தக்கால ரொமான்டிக் நாயகியின் பாணியில் சொல்லி விடுவாள். இவனுக்குத் திருமணம் எல்லாம் ஆன பிறகு அவளை ஒரு பொருட்காட்சியில் சந்திக்கும்போது அவள் சொல்வாள்: 'அன்று திருமணத்துக்கு ஒப்புதல் சொல்லக் கிளம்பி வந்தேன், ஆனால் இந்திரா காந்தியை சுட்டுக் கொன்று விட்டதால் கலவரம், கடையடைப்பு, திரும்பிப் போய்விட்டேன்.'

இதில் உள்ள ஃபேன்டஸித்தனமான அம்சம் என்னவென்றால், கதைசொல்லியான கிருஷ்ணன் இருக்கிறான், அதே ஊரில் நான்கு பேருந்து நிறுத்தம் தள்ளி அவளும் இருக்கிறாள். தன் வாழ்க்கையின் மிக முக்கியமான முடிவைச் சொல்ல வந்து கொண்டிருக்கிறாள். எங்கோ டெல்லியில் பிரதம மந்திரி கொல்லப்பட்டதினால் இந்தியா முழுக்க ஒரு restlessness உருவாகிறது. அதன் ஒரு சொட்டு, ஒரு தனி மனிதனின் வாழ்க்கையில் வீழ்ந்து இப்படி ஒரு நிரந்தர மாறுபாட்டை உருவாக்கி விடுகிறது. மொத்தமாக மடை மாற்றி விட்டுவிடுகிறது.

இதற்குப் பின்னால் இருக்கக்கூடிய வலைப்பின்னலை சாதாரணமாக ஒருவர் யூகிக்க முடியாது. ஆனால் இது நிஜமாகவே நடந்தபின் 'அடேயப்பா!' என்று பிரமிக்கலாம்!

இன்னொரு விஷயமும் சொல்லலாம். இங்கிருந்து கோவில் பட்டிக்கு தேவதச்சனைச் சந்திக்கப் போகிறேன் என்றால் என்னென்ன அம்சங்களை எல்லாம் கணக்கில் எடுப்பேன், அலுவலகத்தில் எத்தனை நாள் விடுமுறை எடுக்க முடியும், என்ன விதமான சௌகர்யங்களுடன் நான் பயணித்தால் அடுத்த நாள் அவருடன் நிம்மதியாய் அமர்ந்து பேச முடியும், என் பையில் எவ்வளவு பணம் இருக்கிறது, என் ஆரோக்கியம் எப்படி இருக்கிறது, அப்போதைய தட்பவெப்பம்... இப்படி எத்தனையோ விஷயங்களை யோசித்து கணக்கில் கொண்டு ஒரு முடிவெடுத்து பயணச்சீட்டு எடுத்து வண்டி ஏறி விடுகிறேன். ஆனால் திருச்சி பக்கம் என் ரயில் தடம் புரண்டு விடுகிறது. மறுநாள் மதியம்தான் கோவில்பட்டி போய்ச் சேருகிறேன்.

இதன் பின்னாலேயும் ஒரு statistics செயல்பட்டிருக்கிறது, இந்தியாவில் இத்தனை ஆயிரம் ரயில்களுக்கு ஒரு ரயில் தடம் புரள்கிறது என்று துல்லியமான புள்ளி விவரம் இருக்கிறது. எடுத்துப் பார்த்தால் அதற்கான due date அது. அந்த ரயிலில்தான் நான் போயிருக்கிறேன். ஆனால் அது எனக்குத் தெரியாது.

இது போல் அறிவியல்பூர்வமான, புள்ளிவிவரபூர்வமான ஒரு தற்செயல் நிகழ்வு நடக்கும்போது அதற்குப் பின்னாலிருக்கும் வலைப்பின்னல் தெரிய ஆரம்பிக்கிறது. அது பற்றிய யோசனை ஆரம்பிக்கிறது. அதன் மூலம் அந்த வலைப்பின்னலை நான் சார்ந்திருப்பவன், முழுக்க நம்புபவன் என அர்த்தம் ஆகி விடுகிறது.

நடைமுறையான சம்பவங்களுக்குக் கூட குறி கேட்கப்போகும் நண்பர்கள் இருக்கிறார்கள். நான் அது போல் ஏதும் செய்வதில்லை. அப்படிச் செய்வதுதான் இதற்கான நிரூபணம் என்றால் நான் அதைச் சார்ந்தவன் இல்லை என்றாகி விடுகிறது. ஆனால் அவற்றைக் கதையாக எழுதுகிறேனே, நம்பாமல் அதை எழுதுவேனா எனக் கேட்டால் முழுக்க அதில் நம்பிக்கை உள்ளவன் ஆகி விடுகிறேன்.

நான் இதில் நம்பிக்கை இருப்பவனாகவோ இல்லாதவனாகவோ இருப்பது வாசகனுக்கு ஒரு பொருட்டே கிடையாது என்றுதான் நினைக்கிறேன். மிஞ்சிப் போனால், இன்னும் 20 - 30 வருடம் இருப்பேனா? ஆனால் என் புத்தகம் அதற்குப் பின்னும் இருக்க வாய்ப்பிருக்கிறது என்றே நினைக்கிறேன். அந்தத் தலைமுறை வாசகன் அன்று நிலவும் ஆன்மிக அறிவியல் நம்பிக்கைகள் சார்ந்து

அப்புத்தகத்தை அணுகும்போது சில திறப்புகள் அவனுக்குக் கிடைக்குமா அல்லது அதை நிராகரிக்கக்கூடிய நிலை வருமா என்பதுதான் கேள்வி.

இது முழுக்க முழுக்க வேறொரு விசாரணையின் பயணம். தமிழகத்தின் ஓர் ஓரத்தில் இருந்து எழுதிக் கொண்டிருப்பதால் நான் மட்டும் தனியாக இதைச் செய்து கொண்டிருப்பதாக நினைக்க வேண்டாம். உலகம் பூராவும் இது மாதிரியான சிந்தனைகள் இருக்கின்றன. போர்ஹேஸிடம் இருக்கிறது. மார்க்கேஸிடம் இருக்கிறது.

போர்ஹேஸின் ஒரு கதையில் ஒரு நாடக ஆசிரியனை கலகக்காரன் எனக் குற்றம்சாட்டிக் கொல்வார்கள். அப்போது துப்பாக்கியின் குதிரை அமுக்கப்பட்டு, தோட்டா விடுபட்டு, அவன் நெற்றியை அடையும் அந்த fraction of a second-ல் அவன் ஒரு முழு நாடகத்தை எழுதி, ஒத்திகை பார்த்து, அரங்கேற்றி இறந்தான் என எழுதுகிறார். அதை நம்பினாரா அவர்? அந்த நாடகத்தைப் பார்த்தாரா? மின்னலின் தசம பாகத்திலான வேகத்தில், அந்த அவகாசத்தில் இது நடந்தது என போர்ஹேஸ் எங்கே இருந்து conceive செய்தார்?

ஃபேன்டஸி பற்றி இன்னும் ஒன்று சொல்லலாம் எனத் தோன்றுகிறது. ஆலிவர் சாக்ஸ் என்று ஒரு சமகால உளவியல் மருத்துவர். நிறைய புத்தகங்கள் எழுதி இருக்கிறார். *'The Man who mistook his Wife for a Hat'* என்ற அவரது புத்தகத்தில் ஒருவருக்கு குறிப்பிட்ட நிகழ்வுடன் உள்ளுக்குள் காலம் நின்று போகிறது. இந்த இடத்தில் அவர் இருக்கிறார். எல்லாமே அதற்கு முன்பு உள்ளதுதான். இதை எப்படி உள்வாங்கிக் கொள்வது எனத் தெரியவில்லை. இன்னொருவருக்கு விழித்திரையில் ஏற்பட்ட பிரச்சினையால் செம்பாதி உலகம்தான் தெரியும். அதன் கீழே உள்ளது தெரியாது. கீழே பார்த்தால் மேல் பாதி காணாமல் போய்விடும்.

பரம்ஹம்ஸ யோகாநந்தாவின் *'Autobiography of a yogi'*-யில் ஒரு குருநாதர் தன் சீடனை நெஞ்சில் தட்டுகிறார் - ஒலிகளே கேட்பது சடாரென்று நின்றுவிடுகிறது. இதை ஒரு neurotic effect என உளவியல் சொல்லலாம்... அது ஏற்கெனவே ஒரு சட்டகம் தயார் செய்து வைத்திருக்கிறது. எல்லாவற்றையும் அதில் போட்டுப் போட்டு, அந்த pigeon hole-ஐ நிரப்பினால் நிம்மதி ஆகிவிடும். ஆன்மிகம் இதைச் செய்யாது. இந்நிகழ்வை இதன் அற்புதத்தோடு தக்க வைத்துக்கொள்ள முயற்சி செய்யும். அதை விசாரணைக்குரியதாக, ஆராய்ச்சிக்குரியதாக ஆக்காது. இப்படி ஒன்று இருக்கிறது பார் என்று சொல்லி விட்டு விடும். ஒருபோதும் காரண காரியங்கள் கற்பிக்காது.

காரண காரியங்கள் கற்பிப்பதோ அதை நிவர்த்திப்பதற்கான சடங்குகளை முன்வைப்பதோ மதம். ஆன்மிகம் அல்ல. இந்தப் பிரிக்கும் கோட்டை நாம் தெளிவாகத் தெரிந்துகொள்வது நல்லது என நினைக்கிறேன்.

இந்த ஃபேன்டஸி எல்லாவற்றுக்கும் பின்னால் வேறு ஏதோ இருக்கிறது. அது காலத்தை, இட அமைப்பை விசாரிக்கும் ஒன்றாக இருக்கிறது. காலம், இடம் என்றதும் ஏதோ பெரிய விஷயங்கள் பேசுவதான பிரமை வந்து விடுகிறது. அது பெரிய ஆட்கள் பேசுவது நாம் எல்லாம் பேசலாமா என. அப்படி எல்லாம் இல்லை.

நான் உங்களிடம் உட்கார்ந்து பேசிக் கொண்டிருக்கிறேன். சம மட்டத்தில் பேசிக் கொண்டிருக்கிறேன். மாடியில் இருந்தேன் எனில் நீங்கள் எனக்கு ஆழத்தில் இருக்கிறீர்கள். நீங்கள் மாடிக்குப் போனால் எனக்கு உயரத்தில் இருக்கிறீர்கள். எனக்கு இடப்பக்கம் உள்ளது, நான் 180 டிகிரி திரும்பின உடனே வலப்பக்கம் இருப்பதாக மாறி விடுகிறது. அவ்வளவு தன்னியல்பாக, சுலபமாக, சரளமாக நடக்கும் ஒன்றுதான் இது.

அதன்பேரில் நமக்கிருக்கும் மனத்தடையின் காரணமாக அது வேறு என ஒத்திப் போடுகிறோம். நான் உங்களிடம் பேசிக் கொண்டிருக்கும் போது என் அப்பாவைப் பற்றி refer செய்தேன். அப்போது நான் என் மனக்கண்ணில் என் அப்பாவைப் பார்த்துக்கொண்டுதானே இருந்தேன். அவரது தாட்டியமான உருவம், அவரது நிறம், ஒரு வார முட்தாடி - இவை எல்லாமே எனக்குத் தெரியத்தான் செய்தது. நான் பார்த்த அந்தக் காட்சியை நீங்கள் ஒருபோதும் பார்க்கவில்லை. அப்படி என்றால் நம் இருவருக்கான இடைவெளி என்பது கிட்டத்தட்ட அரை நூற்றாண்டு. இந்த அறைக்குள் ஓர் அரை நூற்றாண்டு இடைவெளி இப்போதே இருந்தது - ஒரு ஆள் பார்த்தார், இன்னொருவர் பார்க்கவில்லை என்ற பேதத்தின் வழியாக. அது ஒரு தனிநபர் அனுபவமாக இருந்ததே, அதை நான் எப்படிப் பகிர்ந்து கொள்ள முடியும் என்ற நியாயமான கேள்வி எழத்தான் செய்யும். ஆனால், அதை நான் சொல்ல ஆரம்பித்ததுமே அது பொது அனுபவம் ஆகி விடுகிறது.

நான் என் அப்பாவைப் பற்றிச் சொல்லிக் கொண்டிருக்கும்போது உங்களுக்குள் ஓர் மனித உருவம் வந்திருக்கும். இந்த உருவத்திற்கிருந்த இதே குணாம்சங்கள் அந்த உருவத்திற்கு இருந்திருக்க வாய்ப்பில்லை. நான் மரம் என்று சொன்னால் நீங்கள் பாறையை நினைத்துக் கொள்வதில்லை. நான் குதிரை என்று சொன்னால் நீங்கள் பூனைக்குட்டியை நினைத்துக் கொள்வதில்லை.

இது எங்கிருந்து வந்தது? மொழி சார்ந்து நமக்குள் ஒரு பொது ஒப்பந்தம் உருவாகி இருக்கிறது. நான் குதிரை என்றதும் உங்கள் மனதில் ஒரு குதிரை பிம்பம் வந்து விடும். அந்த பிம்பத்துக்கு விசுவாசமாக தொடர்ந்து கேட்க ஆரம்பிப்பீர்கள். நானோ நான் பார்த்த குதிரைக்கு விசுவாசமாகப் பேச ஆரம்பிப்பேன். நாம் இருவரும் பேசுவது ஒரே குதிரையைப் பற்றி அல்ல; ஆனால் குதிரையைப் பற்றி. இந்தத் தெளிவு மொழி மட்டத்தில் நமக்கு உண்டு.

அதே போல் ஆன்மிக சமாசாரங்களுக்கு, தரவுகளுக்கு ஒப்பந்தம் இருக்குமானால் ஒரு குழப்பமும் கிடையாதே. ஒரு ஜோதிடர் பன்னிரண்டு கட்டங்களைப் பார்த்து என்னென்னமோ சொல்கிறார். அவரிடம் உட்கார்ந்து அதைக் கேட்பவருக்கு அதில் ஒரு குழப்பமும் இல்லை. ஒரு அவநம்பிக்கையும் இல்லை. ஏனென்றால் அவர்களுக்குள் பொது ஒப்பந்தம் இருக்கிறது. கட்டங்களுக்குள் ஏகப்பட்ட சூத்திரங்கள் ஒளிந்திருக்கின்றன - அவற்றைப் பார்க்கத் தெரிந்த ஒருவர் சொல்லிக் கொண்டிருக்கிறார், கேட்க ஆசைப்படும் ஒருவர் கேட்டுக்கொண்டிருக்கிறார். இந்த ஒப்பந்தத்தின் பேரில் அது சுமுகமாக நடந்து முடிகிறது.

இந்த நிலையை எட்டுவதுதான் விஷயம். இந்தப் பொது ஒப்பந்தம் செயல்படாத ஏகப்பட்ட மாற்று மெய்மைகள் இருக்கின்றன. அவற்றில் ஒரு பிராந்தியத்தை நாம் புழங்கிப் பார்க்கிறோம்.

அடுத்தது இதையெல்லாம் நீ நம்புகிறாயா என்ற கேள்வி. நம்பிக்கை முக்கியமே இல்லை. ஏனெனில் நம்பிக்கை நிரந்தரமானது கிடையாது. நிரந்தரமானதாக ஒரு நம்பிக்கை இருக்குமானால் நாம் அந்த அளவுக்கு மூளைச்சலவை செய்யப்பட்டிருப்பதாக அர்த்தம். நாம் ஏன் ஒவ்வொரு கணத்துக்கும் நம் மனதை, நம் கருத்துப் புலத்தைத் திறந்து வைக்கக்கூடாது? அதீத சுதந்திரத்துடன் ஏன் எல்லாவற்றையும் சந்திக்கக்கூடாது? காலங்காலமாக சொல்லப் பட்டதின், நம்பப்பட்டதின் வழியாக மட்டுமே இந்நிமிடத்தின் வாழ்க்கையை நடத்தவேண்டுமா என்ற கேள்வி இருந்துகொண்டே இருக்கிறது.

'மணற்கேணி' தொகுப்பில் ஒரு கதை இருக்கிறது. கிருஷ்ணன் எக்மோர் மின் ரயிலில் ஒரு நண்பனைப் பார்ப்பான். ரயில் புறப்படும் நேரத்தில் கையசைப்பான். அக்கதையில் எல்லாமே பூடகமாக இருக்கும். அவன் கிருஷ்ணனைப் பார்த்துத்தான் கையாட்டினானா என்பது குழப்பமாக இருக்கும். அவன் கையாட்டிய திசையில் கிருஷ்ணன் நின்றான் என்பது மட்டுமே உண்மை. அந்த முகம்

அவனுக்குத் தெரிந்த முகமாக இருக்கிறது என்பதும் உண்மை. ஆனால் அதே முகம்தானா அது என்பதற்கு எந்த நிரூபணமும் இல்லை. வீடு திரும்பியதும், அதே நண்பன் மதுரையில் இறந்து விட்டதாகத் தொலைபேசித் தகவல் வரும்.

இது சாத்தியமா என்ற கேள்வி பொருத்தமற்றது. நான் ஏற்கெனவே சொன்னது போல், எல்லாமே நடைமுறை சாத்தியமாக நடந்து கொண்டிருக்கும் விஷயங்கள்தாம். இதற்குப் பின் ஏதோ இருக்கிறதோ, நடந்து கொண்டிருப்பது ஒரு திரையின் மீதான ஒளிப்படம்தானோ என்ற சந்தேகம் இருக்கிறது. அதை உருவாக்குவது மட்டும்தான் என் நோக்கம். அதற்கு இந்த உபகரணங்கள் வசதியாக இருக்கின்றன.

என் குடும்பப் பின்புலம், வாசிப்புப் பின்புலம், இந்தியப் பின்புலம் சார்ந்து இதெல்லாம் வாகாக இருக்கிறது. இருக்கக்கூடிய கருவிகளை நான் பயன்படுத்துகிறேன். அவ்வளவுதான். ஒரு பட்டறையில் போய் உளி, சுத்தியல் எல்லாம் நானே தயார் செய்து தச்சுவேலை செய்வதற்குப் பதிலாக ஏற்கெனவே இருக்கும் உளியையும் சுத்தியலையும் கொண்டு என் கைக்குக் கிடைத்த மரத்தில் வனைய ஆரம்பிக்கிறேன்.

சுமார் ஐந்நூறு பக்கங்கள் நீளும் 'வெளியேற்றம்' நீங்கள் எழுதியதிலேயே பெரிய நாவலாக இருக்கும் என நினைக்கிறேன். இதிலும் மாற்று மெய்மை கணிசமாய் இடம் பெற்றாலும் என் வாசிப்பில் பிரதானமாய் வீட்டை விட்டு வெளியேறுபவர்கள் குறித்த கதைதான் இது. அதனாலேயே 'குள்ளச்சித்தன் சரித்திரம்' போல் அல்லாமல் இது எனக்குப் பிடித்தமான நாவலாகவே இருக்கிறது. வெளியேற்றத்தில் மட்டும் அல்லாது பொதுவாகவே உங்கள் பாத்திரங்கள் தொடர்ந்து வெளியேறிக் கொண்டே இருக்கிறார்கள். வாழ்க்கையை விட்டு, வீட்டை விட்டு, பொறுப்புகளை விட்டு, உறவுகளை விட்டு. இயல்பு மீறிய அதன் அடர்த்தியை உங்கள் படைப்புகளில் காணும்போது அப்படி வெளியேறுதல் தொடர்பான ஒரு charm உங்களுக்கு இருப்பதாகப் படுகிறது. பிரச்சினைகளுக்கான தீர்வு என்ற கட்டம் தாண்டி வெளியேறுதலை ஒரு சாகஸமாகப் பார்ப்பதுபோல் தோன்றுகிறது. அது குறித்துச் சொல்லுங்கள். உங்களுக்கோ அல்லது நெருக்கமானவர்களுக்கோ நிகழ்ந்த அனுபவங்களின் வெளிப்பாடுதான் இந்த வெளியேற்றங்களா? வெளியேற விரும்புகிறீர்களா?

தேசாந்திரம் போவது என்பது சர்வசாதாரணமாக நடந்து கொண்டிருக்கிறது. அதற்கான வேட்கை என்பது தப்பித்து ஓடும்

வேட்கையாகச் சிலருக்கும், தப்பித்தலாக அல்லாமல் - எனக்கு இதன்மேல் ஏதும் புகார் இல்லை, ஆனாலும் வெளியே போக வேண்டும் போல் இருக்கிறதே என்பதாக - வெளியே போகும் விழைவாக சிலருக்கும் என இரண்டு தரப்பும் இருக்கிறது. 'வெளியேற்றம்' நாவலில் இரண்டுமே வருகிறது.

ஒருவரது கையை வெட்டி விட்டுத் தப்பித்து ஓடும் ஒருவன், ஒருவரது மரணத்துக்குப் பிறகு அவ்வீட்டில் இருக்க முடியாமல் வெளியேறும் ஒருவன், அதே மரணத்தின் காரணமாக தன் தாய் வேறெங்கோ இருப்பதாக நம்பித் தேடிப் போகும் ஒருவன் - இப்படி வேறு வேறு மனிதர்கள்.

'குள்ளச்சித்தன் சரித்திரம்' படித்து விட்டு அது போன்ற விஷயங்களில் நம்பிக்கை இருக்கிறதா எனக் கேட்டீர்கள் அல்லவா, மிக வலுவான நம்பிக்கை தொனிக்கக்கூடிய ஒரு நாவலாக வெளியேற்றத்தைப் பார்க்கிறேன். மிக உறுதியாக நம்பிக்கை தொனிக்கிறது என நான் நம்பும் புத்தகம் உங்களுக்குப் பிடித்ததாகவும், அப்படி எல்லாம் இல்லை, பாரதூரமாகத்தான் இருக்கிறது என நான் நினைக்கும் புத்தகத்தை இது எனக்கு வேண்டாம் என்றும் நீங்கள் சொல்வதும் எனக்கு சுவாரஸ்யமாக இருக்கிறது.

அடுத்தது இதில் தேசாந்திரம் போனவர்கள் அனைவரும் தொலைத் தொடர்பு சௌகர்யங்கள் இவ்வளவு இல்லாத காலத்தில் போனவர்கள். இன்று ஒருவன் இமயமலைக்குப் போய் உட்கார்ந்து கொண்டால், எங்கே போனாலும் நான் வந்து பிடித்து விடுவேன் தம்பி, எங்கே போய்விடப் போகிறாய் என்ற குரல் கேட்கும்.

ஐந்நூறு பக்கங்கள் விரியும் ஒரு நாவலைத் தொகுத்து ஒரு synopsis எழுதிக்கொள்ள ஒரு வாசகருக்கு முடியும். இன்னொரு வாசகர் அதற்கு இன்னொரு synopsis எழுத முடியும். இதே நாவலை ஆன்மிகப் பிரயாணங்கள் சம்பந்தமானது என்று ஒரு நண்பர் சொன்னார். எல்லா அத்தியாயங்களிலும் மரணத்தைப் பற்றிப் பேசப்பட்டுக்கொண்டே இருக்கிறது என்பதால் மரணம் பற்றிய நாவல் என்றார் இன்னொருவர். இது போலான இந்தியத்தன்மை உள்ள multiplicity (பன்முகத்தன்மை) என்னுடைய படைப்புகளில் உண்டாகவேண்டும் என்பது என் ஆசை. நடந்திருக்கிறதா எனச் சொல்லத் தெரியவில்லை. மற்றபடி ஓரிடத்தில் ஆணியடித்து அதை மட்டுமே சுற்றி வருவதில் எனக்கு நம்பிக்கை இல்லை.

பொதுவாக தமிழ் இலக்கியப்பரப்பில் புதுமைப்பித்தன், லா.ச.ராமாமிருதம், கு.ப. ராஜகோபாலன் எனப் பெரிய பட்டியலை

எடுத்துப் பார்த்தால் இவர்கள் குடும்பக்கதைதான் எழுதி இருக்கிறார்கள். லா.ச.ரா. குடும்பத்தை விட்டு வெளியிலேயே போகவில்லை. தி.ஜானகிராமனாவது திண்ணை வரை வந்து தெருவையும் சேர்த்து தன் கதைகளைக் கட்டமைத்தார். லா.ச.ரா. அய்யர் வீட்டு அடுக்களையை விட்டு வெளியே வரவில்லை. இதை நான் ஒரு புகாராகச் சொல்லமாட்டேன். அவர் தாம் நன்கு அறிந்த, தமக்குள் சதா உறுத்தலாக இருந்த ஒரு களத்தை முன்வைத்துத் தன் பிரயாணத்தை நிகழ்த்தினார்.

ஜி.நாகராஜன் கதைகளில் யாராவது குடும்பத்தில் சம்பந்தப் பட்டவர்கள் இருக்கிறார்களா? ஆனால் குடும்ப உறவுகளோடு ஒப்பிட்டுக்கொண்டேதான் அவர் கதைகள் நடக்கின்றன. ஒரு குலஸ்த்ரீக்கு இது நடக்குமா ஆதங்கம் அவர் உருவாக்கியுள்ள ஒவ்வொரு தாசிக்குப் பின்னாலும் திரையாகத் தொங்குகிறது. ஆனால் யாருமே அதிலிருந்து வெளியேறவில்லை. தொழில் செய்து கொண்டிருந்து அதிலிருந்து வெளியேறுவதாக நமக்குக் கிடைக்கும் ஒரே ஆள் தங்கம்தான். அவளும் தான் எந்த இடத்திலிருந்து வந்தாளோ அங்கே மீண்டும் போய்ச் சேர்கிறவளாக இருக்கிறாள். இது மாதிரியான குடும்பக்கதைகள்தான் திரும்பத் திரும்ப நாம் படித்துக் கொன்டிருக்கிறோம். அல்லது குடும்பத்தின் பகுதியாக இருந்தவாறே தெருவுக்குப் போனவர்களைப் பற்றி.

முழுக்க முழுக்க வெளியே போகவேண்டும் என்றெண்ணும் கதாபாத்திரங்கள் தொகுக்கப்படும்போது அது எனக்கான charm-ஆகத் தெரிகிறது. இது எல்லோருக்கும் இருக்கும் charm தானே. இருக்கும் இடம் புளிப்பதென்பது எல்லோருக்கும் நடக்கும் விஷயம்தான். வெளியேறலாம் எனச் சிலர் முடிவெடுக்கிறார்கள்.

நீங்கள் பெங்களூரிலிருந்து என்னைப் பேட்டி எடுக்க வந்திருக் கிறீர்கள். இது வெளியேறுதல் இல்லையா? உங்களுக்கென ஓர் இடம் இருக்கிறது, விடுமுறை நாள் இருக்கிறது, வீட்டில் ஆனந்தமாகப் படுத்துக்கொண்டு World Cup finals பார்த்திருக்கலாமே. You chose to come here to meet me. இதற்குப் பின்னாலிருப்பது என்ன?

எழுத்தாளன், எழுத்து என வந்துவிட்டாலே நீர்மட்டத்துக்கு மேல் தலையை மட்டுமாவது மேலே வைத்துக் கொள்ளவேண்டும் என்ற தவிப்பு. இதன்பேரில்தான் இத்தனை வேலையும் நடக்கிறது. இவற்றைக் காத்திரமாக ஓரிடத்தில் பதிவு செய்கையில், அதன் மீது கவனம் குவிகையில் இதுபோல் கேள்விகள் வரும்.

மற்றபடி வெளியே போகவேண்டும் என்பது எனக்கு ஆசைதான். தொடர்ந்து போய்க்கொண்டும் இருக்கிறேன். ஆனால் இங்கே

இருந்துகொண்டே வெளியே போய்க் கொண்டிருக்கிறேன் எனலாம். இதன் மேல் புகார் இருந்தால் இதையும் விட்டுவிட்டுப் போகலாம். எனக்கு இது புகார் தருவது மாதிரி இல்லை. ஏனெனில் பல நூற்றாண்டு காலமாக பரிசோதிக்கப்பட்டு, போதுமான அளவுக்கு வெற்றி கண்ட ஓர் அமைப்பு இது. இந்த அமைப்பு நன்றாக இருக்கிறதென்றே நினைக்கிறேன். இந்த அமைப்பில் இருக்கும் சில குறைகளை நிவர்த்திக்க முயற்சி செய்யலாம். அது அந்தந்தத் தனி மனிதன் அவனவன் அளவில் செய்ய வேண்டிய விஷயம். இதை ஒரு சமூக இயக்கமாக எல்லாம் ஆரம்பித்துச் செய்ய முடியாது.

உங்கள் நாவல்களுள் எனக்கு மிகப் பிடித்தது 'பகடையாட்டம்'. குறிப்பாய் போதையூட்டும் மொழிநடையில் அமைந்த அதன் பூர்வ கிரந்தப் பகுதிகள். நாவல்களில் கவித்துவத்தின் சாயை சேர்ந்தால் சரிப்படாது என்பது என் அபிப்பிராயம். ஆனால் அதையும் மீறி 'பகடையாட்டம்' சிறப்பான நாவல். உங்கள் நாவலில் நான் முதலில் வாசித்ததும் அதுவே என நினைவு. கல்லூரி காலத்தில் ஐந்நூறு ரூபாய் வைத்துக்கொண்டு புத்தகக்காட்சிக்கு வரும் புதிதாய் வாசிக்கத் தொடங்கும் நண்பர்களுக்கு தலா ரூ.100 விலையில் ஐந்து நூல்கள் சிபாரிசு செய்வது வழக்கம். அதில் 'பகடையாட்ட'மும் ஒன்று. தொடர்ந்து நீங்கள் வெவ்வேறு பின்புலங்களில் அடுத்தடுத்த நாவல்களை சிறப்பாக எழுதி விட்டாலும் இதுவரை 'பகடையாட்ட'த்தை முறியடிக்கும் வகையில் இன்னொரு நாவல் எழுதவில்லை என்பதே என் அபிப்பிராயம். உங்கள் மற்ற நாவல்கள் அனைத்திலிருந்தும் இது முழுமையாக வேறுபட்ட வகைமை - Fantasy. அதன் சுவாரஸ்யமான திருப்பங்களைக் கொண்டு பார்க்கையில் ஒரு பிரம்மாண்ட சினிமாவாய் எடுக்கலாம் அதை. அது பற்றிச் சொல்லுங்கள்.

பொதுவாக என் எழுத்து தொடர்பாக விமர்சனபூர்வமாக, எதிர்மறையாகச் சொல்லப்படும் கருத்துகள் என்னை ஒருபோதும் உணர்ச்சிவசப்படுத்தாது. ஆனால் பாராட்டைத் தாங்கிக் கொள்வது கஷ்டமாக இருக்கிறது. அந்நேரத்தில் அப்படித் தோன்றியது, அப்படி எழுதினேன் என்று சொல்லலாம்.

'பகடையாட்ட'த்தை முதலில் ஒரு சிறுகதையாகத்தான் எழுதினேன். என்னுடைய ஸ்டைலில் 10 - 12 பக்கங்கள். என் நண்பன் தண்டபாணி அதைப் படித்துவிட்டு ''ஏன் அவசரப்பட்டுட்டே? இதை ஒரு நாவலாக எழுதலாமே, ஒரு நாவலுக்கான potential இருக்கே!'' என்றான். இப்போது நீங்கள் சொல்கிறீர்களே இதில் சினிமாவுக்கான potential இருக்கு என. அதேபோல். இருக்கலாம்.

அவன் இன்னொன்றும் சொன்னான். ''ஜெயகாந்தன் 'அக்கினிப் பிரவேசம்' என்ற சிறுகதை எழுதினார். பிறகு அதையே 'சில நேரங்களில் சில மனிதர்கள்' என நாவலாக விரித்து எழுதினார். நீ அப்படி எல்லாம் செய்ய மாட்டாய். ரிபீட் செய்யக்கூடாது என்ற பிடிவாதம் இருக்கும். அதனால் சிறுகதையாகப் பிரசுரம் செய்யாதே'' என்றான். நான் எழுதி முடித்து பிரசுரம் செய்யாத ஒரு முழுச் சிறுகதை அது.

தெற்கில் ஒரு பயணம் சென்றிருந்தபோது மதுரையில் ஒரு நாள் அவனுடன் தங்கியிருக்கையில் மேற்படி உரையாடல் நடந்தது. பயணத்தின் தொடர்ச்சியாக திருநெல்வேலி சென்றேன். பழைய புத்தகக்கடை ஒன்றில் Auschwitz பற்றி, அதன் பொறுப்பாளராக இருந்த ஒருவர் (ரொம்ப வருடம் ஆயிற்று, பெயர் மறந்து விட்டது) எழுதிய புத்தகம் கிடைத்தது. அதே சமயத்தில் ஹெய்ன்றிக் ஹாரர் எழுதிய '*7 years in Tibet*' புத்தகம் படிக்கக் கிடைத்தது. பின்னால் பிராட் பிட் நடித்து நல்ல திரைப்படமாக வெளிவந்தது அது.

தண்டபாணி சொன்ன யோசனை தொடர்ந்து உள்ளே உருண்டு கொண்டே இருந்தது. பிறகு நாவலாக விரித்து எழுதினேன். ஏற்கெனவே எழுதிய சிறுகதை ஓர் அவுட்லைனாக இருந்ததால் எழுதுவதற்குப் பெரிய பிரயாசை எல்லாம் இல்லை.

'குள்ளச்சித்தன் சரித்திரம்' உங்களுக்கு அப்பீல் ஆகவில்லை என்றும் அதற்கு அடுத்து எழுதிய 'பகடையாட்டம்' பிடித்திருக்கிறது என்றும் சொல்வது திரும்பவும் எனக்கு ஓர் ஆச்சரியம் தருகிறது. அதிலும் குறிப்பாக அந்த பூர்வ கிரந்தப் பகுதி பிடித்திருப்பதாகச் சொல்கிறீர்கள்.

அந்த பூர்வ கிரந்தத்தில் நான் எதெல்லாம் பேசி இருக்கிறேனோ அதையேதான் 'குள்ளச்சித்தன் சரித்திர'த்திலும் பேசி இருக்கிறேன். பூர்வ கிரந்தத்தில் திரும்பத்திரும்ப காலம், வெளி பற்றிய வர்ணனையும், விசாரணையும் போய்க்கொண்டே இருக்கும். இது அப்படி எனில் அது இப்படி; அது இப்படி எனில் இது அப்படி என்று சூத்திரங்கள் உருவாகிக்கொண்டே இருக்கும். அவை யாவும் ஒருவித சுலோகச் சாயல் கொண்டமொழியில் உள்ளவை. அதையே நடைமுறையாய் எழுதப்பட்ட 'குள்ளச்சித்தன் சரித்திர'த்தின் மீது உங்களுக்கு resistance வருகிறது.

காரணம் என்னவென்று எனக்குப் படுகிறதென்றால், சூத்திரமாய் இருக்கும்வரை அதைக் காலம், வெளி பற்றிய வாதமாக உங்களால் பார்க்க முடிகிறது. கதாபாத்திரங்கள் மீது ஏற்றிப் பார்க்கும்போது

அவற்றை வாழ்வில் நடந்த சம்பவங்களாகப் பார்க்கத் தோன்றுகிறது. அப்போது ஒரு மனத்தடை வந்து விடுகிறது.

என்னுடைய நாவல்கள் ஒவ்வொன்றும் வெவ்வேறு களத்தில், வெவ்வேறு மாதிரி இருக்கவேண்டும் என்றுதான் நான் ஆசைப் பட்டிருக்கிறேன். 'பகடையாட்ட'த்திற்குப் பிறகு கானல் நதி எழுதினேன். அது முழுக்க வேறொரு களம், வேறுபட்டபுலம். 'பயணக்கதை' சொல்லலாம், 'மணற்கேணி' சொல்லலாம்.

நீண்ட படைப்பு ஒன்று உருவாகும்போது ஆரம்பத்தில் ஒரு உத்தேசம் இருக்கிறது, பிறகு அது கூட்டிப் போகும் விதத்தில் மனம் செல்கிறது. இன்று என்னைக் கேட்டால் 'பகடையாட்டம்' போன்ற ஒரு நாவலை நான் இப்போது எழுத மாட்டேனோ என்றுதான் தோன்றுகிறது. ஏனெனில் அந்த நாவலில் ஒரு ஐரோப்பியத்தன்மை இருக்கிறது. இன்று நான் வேறுவிதமாக எழுதிப் பார்க்கலாம், ஒருவேளை. அந்த வயதில் இருந்த ஒரு சாகஸ வேட்கை (எழுத்துக்குள்) அதுவும் சேர்ந்துதான் அந்த நாவல் உருவானதென நினைக்கிறேன்.

என்னுடைய நாவலில் முக்கியமானதென நான் 'பகடையாட்ட'த்தை நினைக்கவில்லை. அது மோசமானது எனச் சொல்ல வரவில்லை. அது தன்னளவில் முக்கியத்துவமும் செறிவும் கொண்ட நாவல்தான். ஆனால் அதில் இருக்கும் thriller அம்சத்தை இன்று எழுதி இருந்தால் mysterious ஆக மாற்றி இருப்பேன். அதன் மர்மம் அல்ல விஷயம்; அதன் மாயத்தன்மைதான் விஷயம் என அழுத்தத்தை வேறொரு பக்கம் கொடுப்பேன்.

அப்புறம் இன்னொரு விஷயம். பொதுவாகப் பல பேட்டிகள் கொடுத்திருக்கிறேன். ஆனால் நீங்கள் எல்லாவற்றையும் படித்து விட்டு வந்திருக்கிறீர்கள் என்பது சந்தோஷமாக இருக்கிறது.

> ஜெயமோகன் உங்களை சிறிய விஷயங்களின் எழுத்தாளர் எனக் குறிப்பிடுகிறார். அதற்கான சிறப்பான உதாரணம் 'மணற்கேணி'. ஒவ்வொருவரும் கடந்து போயிருக்கக்கூடிய பல்வேறு சுவாரஸ்ய கணங்களைக் கோர்த்திருக்கிறீர்கள். இவை இக்குறுங்கதைத் தொகுப்புக்கென எழுதப்பட்ட கதைகளா அல்லது சிறுகதையாய் நீளவியலாமல் மனதிலோ காகிதத்திலோ தேங்கி நின்றவற்றைத் தொகுத்து விட்டீர்களா?

என்னுடைய சிறுகதைகள் யாவும் குறுங்கதைகளின் தொகுப்புதான் என்றொரு பார்வை உண்டு. அதனாலேயே அவை சிறுகதை கிடையாது என்றும் சொல்கிறார்கள். கதைக் கொத்து என்பது நான் கண்டுபிடித்த விஷயம் அல்ல; இந்தியக் கதை மரபில் ஏற்கெனவே

இருக்கும் விஷயம்தான். 'மகாபாரதம்', 'மதனகாமராஜன் கதைகள்', 'விக்ரமாதித்தன் கதைகள்' இவை யாவும் குறுங்கதைகளின் தொகுப்பாக இருக்கும் பெருங்கதைகள். இது இந்தியாவில் மட்டும்தான் இருக்கிறது என்றில்லை. பொதுவாக கீழை மனத்தின் விஷயம் என்று சொல்லலாம். உதாரணம் 'ஆயிரத்தோரு இரவுகள்'.

இந்த உத்தியில் கதை சொல்லும்போது கதைசொல்லி ஒரு நிலைப்பாட்டினை எடுத்துக் கொள்ளும் நிர்ப்பந்தம் இல்லை. ஒற்றைச்சரடில் ஒரு கதையை எழுதும்போது சார்புத்தன்மை தொனிக்கத்தான் செய்யும். அதை முறிக்க அதற்கு நேர் எதிரான சம்பவத்தை juxtapose செய்கையில் இவ்விரண்டும் சேர்ந்து வேறொரு மனநிலையை, அறிதலை உருவாக்க வாய்ப்புண்டு. என் கதை எல்லாவற்றிலும் இது நடக்கிறது என சொல்லவில்லை. ஆனால் இதற்கான வாய்ப்பு உண்டு.

எனக்கும் அப்படிச் சொல்லத்தான் பிடித்திருக்கிறது. அதற்குக் காரணம் எனக்கு ஆரம்பத்தில் வாசிக்கக் கிடைத்த எழுத்தாளர்கள் நடைமுறைக் கணத்தின் மீது கவனத்தைச் செலுத்து என திரும்பத் திரும்பச் சொல்கிறார்கள். முந்தைய கணம் என்னாகிறது? நடைமுறைக் கணத்தின் வழியாக அதற்கு ஒரு மதிப்பீடு, பெறுமானம் கிடைக்கிறது. நடைமுறைக்கணம் அடுத்த கணத்தைத் தீர்மானிக்கிறது. முன்பின் இருக்கும் கணங்களை அறுத்து விட்டால் நடுவில் இருக்கக்கூடிய நிகழ்கணம் என்னவாக இருக்கும்? நிகழ்கணம், அடுத்த நிகழ்கணம், அதற்கடுத்த நிகழ்கணம். ஆக வந்து கொண்டிருப்பது எல்லாமே நிகழ்கணங்களாக மட்டுமே இருக்கும். அறுபட்ட இந்தத் துண்டுநிலை அமைப்பைக் கதைக்குள் செய்து பார்த்தால் என்ன?

கவிதைகளில் இதை முதலில் செய்து பார்த்திருக்கிறேன். ஒன்றுக்கும் மேற்பட்ட படிமங்கள். தமிழ்க் கவிதை ஒரு படிமத்தை அல்லது ஒரு உருவகத்தை எடுத்துக்கொண்டு, அதைப் பெரியதாக இழுத்து elasticize செய்து வந்திருக்கிறது - சமயங்களில் அது அறுந்து விடும்! ஒன்றுக்கும் மேற்பட்ட, ஒன்றுக்கொன்று சம்பந்தமற்ற படிமங்களை அருகருகே வைப்பதன் மூலமாக என்ன விதமான கிளர்ச்சி, என்ன விதமான வாசிப்பு முறை உருவாகிறது என்று செய்து பார்த்திருக்கிறேன். அதே மாதிரியான முயற்சியை பிற்பாடு சிறுகதைகளில் செய்து பார்த்தேன் என்று சொல்லலாம்.

ஜெயமோகன் சிறிய விஷயங்களின் கதைசொல்லி என்று என் எழுத்தைப் பற்றிச் சொல்லியதைப் பற்றிக் குறிப்பிட்டீர்கள். தமிழில் என் படைப்புகளைப் பொருட்படுத்தி மிக அதிகமாகப் பேசிய ஒருவர்

ஜெயமோகன். நண்பன் என்பதற்காக அவன் அதைச் செய்ததாக நான் நினைக்கவில்லை. அவனுக்கு நிஜமாகவே பிடித்திருக்கவேண்டும். பொருட்படுத்த வேண்டியதாக எண்ணியிருக்கவேண்டும்.

ஜெயமோகன் இந்த மாதிரி சொன்னதால் புண்பட்ட நண்பர்கள் இருக்கிறார்கள். ஒருவர் மதிப்புரை எழுதி இருந்தார். ஆமாம், யுவன் சந்திரசேகர் சிறிய விஷயங்களைப் பேசக்கூடியவர்தான். காலம், பிரபஞ்சம் போன்ற சிறிய விஷயங்கள் என்று தன் கட்டுரையை முடித்திருந்தார். நான் அப்படி நினைக்கவில்லை. சிறிய விஷயங்கள் எனில் இதெல்லாம் மதிப்புக் குறைவானது என்ற அர்த்தத்தில் ஜெயமோகன் சொல்லவில்லை. வண்ணதாசனின் எழுத்தில் நீங்கள் பார்க்கலாம். ஒரு நுட்பமான விவரிப்பு இருந்துகொண்டே இருக்கும். சாதாரண பொதுப் பார்வைக்குத் தவறக்கூடிய விஷயங்கள் எல்லாமே முக்கியத்துவத்துடன் இருக்கும். அது எப்படி எனில் pixel அதிகமான கேமராவில் புகைப்படம் எடுத்தால் அந்தப் புள்ளிகள் எல்லாம் இன்னும் திருத்தமாகத் தெரிவது மாதிரியான விஷயம். அப்படித்தான் ஜெயமோகன் சொல்ல வருகிறான் என நான் எடுத்துக் கொள்கிறேன்.

அடுத்து அனுபவத்தின் அடிப்படையில் சின்ன விஷயம், பெரிய விஷயம் என்றெல்லாம் ஏதும் இல்லை. அனுபவத்தைத் தொகுத்துக் கொள்ளும்போது ‘அடடா, நேற்றிருந்தோம் அந்த வீட்டினிலே’ என்று சொல்லும்போது மனம் துக்கமாகி விடுகிறது. இதுவே நேற்று இருக்கும்போது அது ரொம்பப் பெரிய விஷயம், செத்திருப்போம் என்று ஒரு பயம் உள்ளே இருக்கிறது அந்தப் புயல் அடிக்கும்போது. இன்று ஞாபகப் பொருளாக அது மீண்டெழும்போது, வீரியத்தின் மாற்று குறைகிறது - அதற்காக, நேற்றைய அனுபவத்தை சிறியது என்று சொல்வோமா என்ன!

‘மணற்கேணி’யையும் ‘பகடையாட்ட’த்தையும் பக்கத்தில் பக்கத்தில் வைத்துப் பார்த்தாலே ஜெயமோகன் என்ன சொல்ல வருகிறான் என்பது புரிந்துவிடும்.

> கிருஷ்ணனுக்கும் உங்களுக்குமான இடைவெளி குறைந்த படைப்பும் ‘மணற்கேணி’. பிடித்திருப்பது தாண்டி ஒப்பீட்டளவில் உங்கள் நாவல்களில் நேரடித்தன்மை வாய்ந்த எளிமையான புனைவாகவும் ‘மணற்கேணி’யையே பார்க்கிறேன். எல்லோருக்கும் இது பிடிக்கக் கூடியது. அறிந்தே செய்தீர்களா?

ஏற்கெனவே சொன்னதுபோல் அறிந்து செய்தாயா அறியாமல் செய்தாயா என்ற கேள்வியையே எழுதியவனிடம் கேட்கக்கூடாது

என நினைக்கிறேன். ஏனெனில் சந்தர்ப்பத்திற்கேற்றாற் போல் அவன் பொய் சொல்லவும் வாய்ப்புண்டு. ரொம்ப நல்லா இருக்கு என்றால் மிகத் திட்டமிட்டுச் செய்தேன் என்றும் சரியா வரலயே என்றால் நான் நினைத்தேனா இப்படி வரும்னு என்றும் சொல்லி விடக் கூடும்! அதனால் அப்படிக் கேட்பது சரியில்லை.

அந்த விஷயம்தான் அதை முடிவு செய்யும். உதாரணமாக 'பகடையாட்ட'த்தின் பூர்வ கிரந்தப் பகுதிகளை நடைமுறை மொழியில் எழுத முடியாதல்லவா? மொழி மிக முக்கியமான விஷயம். ஒரு செய்தித்தாள் மொழியில், ஒரு விமர்சகன் வாசிக்கும் கட்டுரை மொழியில் எழுதலாம். நான் அது போல் எல்லாம் செய்து பார்த்திருக்கிறேன். 'சோம்பேறியின் நாட்குறிப்பு' என்பது சீனாவிலிருந்து ஒரு தத்துவ ஞானி பற்றிய வர்ணிப்பு உள்ள கதை. அது முழுக்க முழுக்க ஒரு யுனிவர்சிட்டி பேப்பர் போல் இருக்கும்.

மோசமான மொழியில் சொல்லப்பட்ட நல்ல கதை, நல்ல மொழியில் சொல்லப்பட்ட கேவலமான கதை என சிறுகதைகளில் இருக்க முடியும். கவிதைகளில் சாத்தியமில்லை. கவிதையைப் பொருத்த வரை மொழியும் அதன் இறைச்சிப் பொருளும் ஒன்றுக்கொன்று பிரிக்க முடியாமல் பிணைந்திருக்கிறது.

சிறுகதையில் அப்படி இல்லை. ஆகவே, சிறுகதையில் மொழி சம்பந்தமான கவனம் அதிகம் கொள்ள வேண்டி இருக்கிறது. கவிதை தன் மொழியைத் தானே முடிவு செய்துகொள்ளும். சிறுகதை மிக சுதந்திரம் அளிப்பதாகத் தோன்றும், அதனாலேயே அதில் கவனமாக இருக்கவேண்டி இருக்கிறது; மொழி தொடர்பாக மேலதிக ப்ரக்ஞை சிறுகதைக்குத் தேவைப்படுகிறது.

'பயணக்கதை'யும் எனக்கு உவப்பான நாவலே. ஆனால் மூன்று பேர் சொல்லும் வெவ்வேறு கதைகளை (ஒரு மாதிரி குறுநாவல்கள் எனச் சொல்வேன்) வலுக்கட்டாயமாய்ச் சேர்த்து நாவலாக்கி இருப்பதாய்த் தான் என்னால் எடுத்துக் கொள்ள முடிகிறது. ஒரு கதைக்கும் மற்றொன்றுக்கும் ஆங்காங்கே மெல்லிய ஒற்றுமைகளை / வேறுபாடு களைச் சுட்டும் அடிக்குறிப்புகளைச் சேர்த்திருந்தாலும் அடிப்படையில் அதை நாவலாக ஏற்கவில்லை. மாறாக நீங்களே வெளிப்படையாக மறுத்து விட்ட 'மணற்கேணி'யை குறுங்கதைத் தொகுப்பாக அல்லாமல் நாவலாகவே பார்க்கிறேன். படைப்பாளியிடம் படைப்புக்கு விளக்கம் கேட்பதை விட அசந்தர்ப்பம் வேறில்லை. ஆனாலும் கேட்கிறேன். நாவல் எனில் இது பேசும் மைய விஷயம் என்ன?

ஏற்கெனவே சொன்னதுபோல் என்னுடைய படைப்புகளுக்கு நானே வியாக்கியானம் சொல்வதற்குக் கூச்சமாகவும், தயக்கமாகவும் இருக்கிறது. சில சமயம் இந்த வியாக்கியானத்தை விடவும் அதிகமாய் ஒருவருக்குப் பிடித்திருக்கலாம், அதை நாமாகப் போய் ஏன் கலைக்கவேண்டும்!

ஆனால் நீங்கள் இரண்டு நூல்களை அருகருகில் வைத்துக் கேட்பதால் பதில் சொல்லத் தோன்றுகிறது. நூறு கண்டங்களாக நூறு துணுக்குகளாக சிதறி இருக்கும் ஒரு புத்தகத்தை உங்களால் ஒரு நாவலாகக் கோத்துப் பார்த்துக்கொள்ள முடிகிறது. ஆனால் மூன்றே மூன்று துண்டுகளாக இருக்கக்கூடிய புத்தகத்தை நாவலாகப் பார்க்க முடியவில்லையே, ஏன் என்று நான்தான் உங்களிடம் கேட்க வேண்டும்!

ஒரு காரணம் கிருஷ்ணன் என்ற கதைசொல்லி 'மணற்கேணி' முழுக்க வருகிறான். கிருஷ்ணன் என்கிற characterization இதில் வலுவாக உருவாகிறது. அவன் மட்டுமின்றி அவன் அப்பா உள்ளிட்ட சில பாத்திரங்களும் தொடர்ந்து இதில் வருகிறார்கள். அதனால் அதைக் கிருஷ்ணனின் வாழ்வில் நிகழ்ந்த சம்பவங்களின் தொகுப்பு என்பதாக ஒற்றைப்படையாக எடுக்கமுடிகிறது. மாறாக 'பயணக்கதை'யில் அப்படி ஏதும் இல்லை. கிருஷ்ணன், இஸ்மாயில், சுகவனம் என்ற மூன்று வெவ்வேறு கதாபாத்திரங்கள் சொல்லும் மூன்று வெவ்வேறு கதைகள்தான் அந்நாவல். அந்தக் கதைகளுக்கு இடையே காலம், இடம், கதாபாத்திரங்கள் என எவ்வகையிலும் எந்த சம்பந்தமும் இல்லை. முற்றிலும் வேறுபட்ட கதைகள். அந்த மூன்று கதைகளுக்கான இணைப்புக்கண்ணி பிடிபடவில்லை. அவற்றைச் சுற்றி 'பயணக்கதை' ஒரு wrapper போல் தென்படுகிறது.

அது போக, தர்க்கபூர்வமாகப் பிரித்து நிறுவாமல் படைப்பைப் படித்து முடிக்கையில் ஏற்படும் உணர்வு. 'மணற்கேணி' படித்து முடித்தபோது ஒரு நாவல் நிறைந்த திருப்தி. மாறாக 'பயணக்கதை' படித்து முடித்த போது மூன்று வெவ்வேறு கதைகளைப் படித்த உணர்வு மட்டும்தான் ஏற்பட்டது. அதன் அடிப்படையிலும் எழுந்த ஒப்பீடுதான் இது. Infact, 'மணற்கேணி' பின்னுரையில் அதை வாசித்தவர்கள் அதை நாவல் என்று சொல்வதாகவும் ஆனால் நீங்கள் நாவலுக்குரிய விஸ்தாரப் பார்வை அதில் இல்லை என்று மறுத்ததாகவும் குறிப்பிட்டிருக்கிறீர்கள். அதைப் படித்த பின்புமே கூட 'மணற்கேணி' நாவலாகவே படுகிறது. அவ்வளவு கறார் அளவுகோல் கொண்ட நீங்கள் 'பயணக்கதை'யை நாவல் என claim செய்கிறீர்கள். அதனால்தான் இக்கேள்வி.

ஏற்கெனவே சொன்னதுபோல் எழுத்தாளனிடமே போய் அவன் எழுத்துக்கு கோனார் நோட்ஸ் கேட்பது சங்கடம்தான். இதை நான் சக வாசகர் ஒருவரிடம்தான் விவாதித்துத் தெளியவேண்டும். ஆனால் யுவன் சந்திரசேகரே யுவன் சந்திரசேகரின் ஒரு வாசகராக இருப்பார் என்பதால் அந்த வாசகர் 'பயணக்கதை'யை எப்படி நாவலாகப் பாவிக்கிறார் என்ற அடிப்படையில் கூட இக்கேள்வியை அணுகலாம்.

ஆமாம். சந்தேகமே இல்லை. ரொம்ப அக்கறையான வாசகர்!

முதலில் 'மணற்கேணி' உங்களுக்கு ஏன் நாவலாகத் தோன்றுகிறது எனப் பார்க்கலாம். அதில் ஒரு தொடர்ச்சி இருக்கிறது. முதல் கதையில் வந்த அதே கதாபாத்திரம் நூறாவது கதையிலும் இருக்கிறது. அப்படி இல்லாமல் முதல் கதையில் யுவன் சந்திரசேகர், மூன்றாவது கதையில் சந்தானராஜ், எட்டாவது கதையில் ஹென்றி டேனியல், அறுபத்தெட்டாவது கதையில் அப்பாஸ் இப்ராஹிம் இப்படி வந்திருந்தால் அது உங்களுக்கு நாவலாகத் தெரிந்திருக்குமா? இதே சம்பவங்கள்தாம். இதே சூழல்தான். அப்போது அவை குறுங்கதைகளாக மட்டுமே உங்களுக்குத் தோன்றி இருக்கலாம் அல்லவா?

கிருஷ்ணனுக்கு ஒரு அப்பா இருந்தார். ஹென்றி டேனியலுக்கு அப்பாவாக ஒரு ஜோசஃப் செல்வராஜ் இருந்திருக்கலாம். ஆக, தன்மை ஒருமையில் சொல்லப்பட்டதினாலேயே இது ஒரு நாவல் என்ற தோற்றம் கிடைத்துவிடுகிறது. ஆனால் அக்குறுங்கதைகள் வழியாக ஒட்டுமொத்தமான வாழ்க்கைப்பார்வை, விசாரணை ஏதும் முன்வைக்கப்படவில்லை. அவை ஒரு நடுத்தர வாழ்க்கையின் சிறுசிறு சித்திரங்கள். கதாசிரியனின் சாயல் கொண்ட ஒரே பாத்திரத்தின்வழி சொல்லப்படுவதால் நாவல் என்ற பிம்பம் ஏற்படுகிறது.

வாழ்க்கை என்பது ஒரு நீண்ட கோடு அல்ல; ஒன்றோடு ஒன்று இணைக்கப்பட்ட நூறு புள்ளிகளின் சரடு என்று பார்த்தால் அதற்கு ஒரு நாவலுக்கான தோரணை கிடைக்கும். ஆனால் கிருஷ்ணன் அதில் எதையாவது தேடிப் போகிறானா? எதையாவது அடைகிறானா? அப்படி எதுவுமே இல்லை. அப்படி ஒரு கண்டடைதலை நோக்கி ஒரு நாவல் பயணப்படவேண்டும் என நினைக்கிறேன். அப்படி அதில் நடக்கவில்லை என்பதால் அதைக் குறுங்கதைத் தொகுப்பு என்று சொல்கிறேன்.

நீங்கள் சொல்லி விட்டதால் ஒரு வாசக சுதந்திரம் எடுத்துக்கொண்டு 'பயணக்கதை' பற்றியும் பேசலாம்.

‘பயணக்கதை’யை நான் வாசித்தால், அந்த மூன்று குறுநாவல் அல்ல ‘பயணக்கதை’ எனும் நாவல்; அதற்கு ஒரு முன்னுரை இருக்கிறது, மூன்று நண்பர்களையும் அறிமுகப்படுத்துவதில் தொடங்கி அடிக் குறிப்புகள் வழியாகப் போவதுதான் நாவல் என்றே புரிந்து கொள்வேன். ஆக நாவல் மொத்தமே இருபது பக்கங்கள்தான். 98 அடிக்குறிப்புகள் இருக்கின்றன என ஒரு நண்பர் படித்துவிட்டுச் சொன்னார். அந்த 98 அடிக்குறிப்புகளும் முன்னுரையும்தான் நாவல். அந்த நாவலுக்கு substantiate செய்யும் உபகதைகள்தாம் மேலே இருக்கும் மூன்று குறுநாவல்களும். இந்த போதத்தோடு படித்தால் அது வேறு ஒன்றாகத் தெரிய வாய்ப்பிருக்கிறது.

அடுத்து பயணக்கதை என்ற பெயரில் நாம் பொதுவாகப் பார்ப்பவை. ஓரிடத்திற்குப் போனார்கள், அந்த இடத்தைப் பற்றிய reportage என்பதாகத்தான் பயணக்கதை என்ற சொற்றொடர் தமிழில் இதுவரை இருந்திருக்கிறது. ஆனால் இந்தப் ‘பயணக்கதை’யில் ஏதேனும் reportage இருக்கிறதா? எங்கேயோ போய்ச் சேர்ந்தார்கள் அல்லவா, அந்தப் பயணத்தில்தானே எல்லாவற்றையும் பேசுகிறார்கள். சேரும் இடத்தைப் பற்றி ஏதேனும் சொல்லப்படுகிறதா? இல்லை. எனில் இதில் சொல்லப்படும் பயணம் எது?

‘வெளியேற்ற’த்தில் எல்லோரும் வீட்டை விட்டு வெளியேறு கிறார்கள் என்பது சுலபமாகப் பார்க்கக் கிடைக்கிறது அல்லவா? அதே போல் ‘பயணக்கதை’யில் எல்லோருமே பயணத்தில் இருக்கிறார்கள் என்பது பார்க்கக் கிடைத்து விடுமானால் அதை என் வெற்றி எனச் சொல்லலாம். அப்படிக் கிடைக்கவில்லை எனில் அதை என் தோல்வியாகக் கொள்ளவேண்டும். நான் சரியாகக் காட்ட வில்லை என்று அர்த்தம்.

அதுதான் அதன் பின்புலம். எல்லோருமே அதில் பயணத்தில் இருப்பார்கள். ஒருவன் பத்திரிகையாளனாக இருப்பான், தொடர்ந்து பயணத்தில் இருப்பான். அவன் பெங்களூரிலிருந்து திருவனந்த புரத்துக்கு ரயிலில் போகையில் ஒரு சம்பவம் நடக்கும். இப்படி தொடர்ந்து பெரும்பாலான சம்பவங்கள் நிஜப் பயணங்களும், virtual பயணங்களும், அகரீதியான பயணங்களுமாக இருந்துகொண்டே இருக்கும்.

கடைசிக்கதையில் ஒரு தாசி வருவாள். மூன்றாம் தலை முறையிலிருந்து அவள் பயணம் தொடங்குகிறது. ஒரு குரு இருப்பார், அவருடைய குருவின் குருவிலிருந்து அவரது பயணம் தொடங்குகிறது. திவானுக்கு ஏதோ ஒரு பயணம் இருக்கிறது. வண்டியோட்டிக்கு ஒரு பயணம் இருக்கிறது. அவனது தந்தைக்கு ஒரு

பயணம் இருக்கிறது. இப்படி எல்லாரும் இடம் மாறிக்கொண்டே இருக்கிறார்கள். எல்லாவற்றிலும் ஒரு பயணம் இருக்கிறது. Big Bang-ல் ஆரம்பித்து பிரபஞ்சம் ஒரு பெரும் பயணத்தில் இருக்கிறதல்லவா அது மாதிரியான ஒரு grandeur-க்கு நகர்த்த முடிந்தால் இதை வெற்றி பெற்றதாகக் கொள்ளலாம்.

எவ்வளவோ சிறுகதைகள் சிதறலாக எழுதி இருக்கிறேன். அவற்றைத் தொகுத்து உள்வாங்கி நன்றாக இருக்கிறதெனச் சொல்லிய நண்பர்கள் இருக்கிறார்கள். இதில் இன்னும் அதிகமாக சிதறி இருக்கிறேன் போலிருக்கிறது. கோத்துப் பார்க்க இன்னும் அதிகப் பிரயாசை தேவைப்படுகிறதென நினைக்கிறேன். அல்லது எனக்கு இன்னும் முறையாகக் கோத்துத் தரத் தெரியவில்லையோ என்னவோ!

> தமிழில் இசையைக்கொண்டு புனைவெழுதியவர்கள் நானறிந்த வரை லா.ச.ரா.வும், தி.ஜா.வும் மட்டும்தான். பிறகு நீங்கள். 'கானல் நதி', 'நினைவுதிர் காலம்' என்ற இரு நாவல்கள். அவர்கள் கூட இசையை மையமாய் வைத்துப் படைப்புகள் எழுதியதில்லை. அவர்களின் கதாபாத்திரம் இசை அறிந்தவர்களாக இருப்பார்கள். அல்லது சம்பவத்திற்கு மேலும் வலுவேற்ற அவர்கள் அறிந்த இசையைப் பயன்படுத்தி இருப்பார்கள். அப்படி அல்லாது இசைக் கலைஞர்களை, அவர்களின் இசை வாழ்க்கையை நெருக்கமாக அணுகிப் புனைவு எழுதியது என்றால் நீங்கள் மட்டும்தான் மிஞ்சுகிறீர்கள். (இவ்வகையிலும் நீங்கள் கே. பாலச்சந்தரை நினைவு படுத்துகிறீர்கள்!) அந்நாவல்களைப் பற்றிக் கொஞ்சம் சொல்லுங்கள். இசைக் கலைஞர்கள் பற்றி எழுத மேலும் விஷயம் உள்ளது என நினைக்கிறீர்களா? இன்னொரு நாவல் வருமா?

கே.பாலச்சந்தர் ரொம்பத் தொந்தரவு செய்கிறார்! அவர் நாவல் எழுதவில்லை. நான் திரைப்படம் இயக்கவில்லை - பின் எதற்காக இந்த ஒப்பீடு. ஆரம்பத்தில் நான் எழுதிய கவிதை ஒன்று பற்றி நண்பர் ஒருவர் தெரிவித்த அபிப்பிராயம் நினைவு வருகிறது: 'இந்தக் கவிதை ஸ்ரீனிவாசன் எழுதிய கவிதையேதான்.' லேசான படபடப்போடு, ஏன் அப்படிச் சொல்கிறீர்கள் என்று கேட்டேன். இரண்டு கவிதை களிலுமே ஒரு பன்றி சாகிறதாம்!

இசையை அடிப்படையாகக்கொள்ளாத 'சொல்லத்தான் நினைக்கிறேன்' படத்திற்கும் இசையை அடிப்படையாகக் கொண்ட 'அபூர்வ ராகங்கள்' படத்துக்கும் ஏதேனும் வித்தியாசம் இருக்கிறதா என்ன? இசையை மட்டுமே அடிப்படையாக வைத்து எடுத்த 'அபூர்வ ராகங்கள்' படத்திற்கும் 'சிந்து பைரவி' படத்துக்கும் ஏதேனும்

சம்பந்தம் இருக்கிறதா என்ன? அப்படங்களில் களம் - setting-ஆக இசைக் கலைஞர்கள் இருக்கிறார்கள், அவ்வளவுதான். இசை வாழ்க்கை சம்பந்தமான விவாதங்கள் அல்ல அந்தப் படங்கள். அதனால் நமக்கு உடனடியாகத் தெரியக்கூடிய உதாரணங்களை மறுபரீசிலனை செய்வது நமது கடமை என நினைக்கிறேன்.

மேலோட்டமான ஒப்பீடுகள் வழி நாம் இலக்கியத் தரவுக்கு வந்து சேர்கிறோம் என்பது ஓர் அவசரம்தான். அல்லது அந்தரங்கமாக ஏதோ ஒரு புரியாமை இருக்கிறது.

ஓர் இசைக்கலைஞன், அவனது நிம்மதியின்மை, கடைசிவரை அதற்கு எந்தக் காரணமுமே கண்டுபிடிக்க முடியாமல் போவதுதான் 'கானல் நதி'யின் அடியோட்டம். இசையினால் தோல்வி அடையவில்லை, காதலினால் தோல்வி அடையவில்லை. எதனால் தோல்வி அடைந்தான் எனக் கடைசி வரை தெரியாததே அந்நாவலின் mystery.

இதனால்தான் தோல்வி அடைந்தான் என்றால் அவன் இப்படிச் செய்து பார்த்திருக்கலாமே என்று ஆலோசனை சொல்ல ஆரம்பிப்போம். அப்படி இல்லை. அவனை எது துரத்தியதென்றே தெரியாது. மனுஷ்யபுத்திரன்தான் அந்த நாவலைப் பதிப்பித்தார். ஒருமுறை அவர் சொன்னார் - ''அவனை எது துரத்துச்சுன்னே தெரியல சந்திரசேகர், அதுதான் சந்தோஷமா இருந்துச்சு படிக்கறதுக்கு.''

காரணம் தெரிந்து விட்டால் solution என்னிடம் இருக்கிறது. இல்லை. காரணமே இல்லை. அவனுடைய மன அமைப்பு அப்படி இருந்திருக்கிறது. அது ஏன் அப்படி இருந்தது? அதற்கு ஏதேனும் genetic காரணங்கள் இருந்திருக்குமா என்பதெல்லாம் நாவலின் வெளியே இருக்கும் விஷயங்கள்.

'நினைவுதிர்கால'த்தைப் பொருத்தவரை ஒதுக்கப்பட்ட, நிராகரிக்கப் பட்ட ஓர் ஆளுக்குள் இயல்பாக இருக்கும் இசை வேட்கை. அது வெற்றியாகப் பரிணமிப்பது. ஆனால் 'கானல் நதி'தான் உணர்ச்சி பூர்வமான நாவல். 'நினைவுதிர்காலம்' இசை உலகம் பற்றிய ஒரு சித்திரத்தை உருவாக்க முயன்றது. அவரது தனி அனுபவம் தனிப் பிரயத்தனங்கள் பற்றி அதிகமாகச் சொல்லப்படவில்லை. இசை உலகம், அதில் இருக்கும் மனித மனங்கள் ஒன்றோடு ஒன்று தொடர்பு கொள்கையில் என்ன நிகழ்கிறது, அதிலிருக்கும் alchemy, openness, குழப்பங்கள், உள அரசியல் பற்றி.

என் நண்பர் ஓர் இசைக்கலைஞர். இந்நாவலைப் படித்துவிட்டு மிகப் பிடித்திருக்கிறது, நிறைய இடங்களில் தன்னை ஞாபகப்படுத்துகிறது என்று சொன்னார். அதை ஒரு compliment-ஆக எடுத்துக்கொள்கிறேன்.

'கானல் நதி'யைப் பொருத்தவரை எனக்கு மிகத் திருப்தியான விமர்சனம் ஒன்றை ஒரு நண்பர் சொன்னார். அவர் பெரிய வாசகரும் அல்ல; பெரிய இசை ரசிகரும் இல்லை. ஆனால் வாசிப்பவர், வாசிப்பைப் பற்றி உருப்படியான அபிப்பிராயங்கள் சொல்பவர். ஏனெனில் அவருக்கு பிம்பம் உருவாக்க வேண்டிய அவசியம் இல்லை. மனத்தில் பட்டதைச் சொல்லலாம். அபிப்பிராயம் சொல்வதை செஸ் விளையாடுவது போல் செய்ய மாட்டார். இசையும் தோய்ந்து கேட்பார். தனக்கு என்ன தோன்றுகிறதோ சொல்வார். துருபத் சங்கீதம் கேட்டு அவர் சொன்னது நினைவு வருகிறது ''என்னங்க, இந்த அரை எல்லாம் அரைச்சா தாங்க முடியாதுங்க.''

'கானல் நதி' வாசிப்பது ஹிந்துஸ்தானியில் ஒரு பந்திஷ் (கீர்த்தனை) கேட்பதுபோல் இருக்கிறது என்றார். அது அப்படித்தான் மெதுவாகத் துவங்கும். அந்த நாவலில் பார்த்தால் துவக்கத்தில் ஒரு ஊருக்குப் போய்ச் சேருவது எப்படி என்ற வர்ணனை நீளமாக வரும். மிக மெதுவாக ஓர் ஆலாப் ஆரம்பித்து, மத்திய காலத்துக்கு வந்து பின் ரொம்பத் துரிதமாக நகரும். இதைத்தான் அந்த நண்பர் குறிப்பிட்டார். அதுதான் அந்த நாவலுக்குக் கிடைத்த best compliment எனக் கருதுகிறேன்.

இசை பற்றி மேலும் எழுதுவீர்களா எனக் கேட்டீர்கள். இன்னும் பத்து நாவல் எழுதலாம் இசையைப் பற்றி. அப்படி எழுதுகையில் தொடர்ந்து இசை கேட்பேன். அது இன்னும் என்னென்னவோ கொடுத்து விடும்.

இசையின் மூலமாக எனக்குக் கிடைப்பது வெறும் துய்ப்பு இன்பம் மட்டும் அல்ல என்று நினைக்கிறேன். அது வேறு என்ன என்னவோ உள்ளே கொடுக்கிறது. அதிகாலையில் ஹிந்துஸ்தானி குரல் சங்கீதத்தைக் கேட்டால் மிகப்பெரிய வெளியில் இறக்கை விரித்துக் கிளம்புவதுபோல் ஓர் உணர்வு கிடைக்கிறது. அந்த உணர்வில்தான் என்னுடைய பல படைப்புகளை எழுதி இருக்கிறேன். எந்நேரமும் அதனோடுதான் இருந்து கொண்டிருக்கிறேன். இப்போது நீங்கள் வரும்வரைக்கும்கூட புல்லாங்குழல் கேட்டுக்கொண்டிருந்தேன். அது என் பின்புலமாக இருந்துகொண்டே இருக்கிறது. அப்படி ஒரு ரீங்காரம் வேண்டி இருக்கிறது. ஒருவேளை அந்த அளவு நிம்மதியற்ற மனமோ என்னவோ தெரியவில்லை. அதனால் அதைச் சமனப் படுத்தும் ஓர் அம்சம் பின்னால் தேவையாய் இருந்துகொண்டே இருக்கிறதோ என்னவோ.

இரு நாவல்களுமே ஹிந்துஸ்தானி சங்கீதக்காரர்களைப் பற்றியது. அதற்கான காரணத்தை நாவல்களின் பின்னுரைகளில் மேலோட்டமாய்ச் சொல்லி இருந்தீர்கள். அதில் முக்கியமான ஒரு விஷயம் கர்நாடக இசையை விட ஹிந்துஸ்தானி இசை இலக்கணத்தை உடைத்து மேலே செல்ல இடம் அளிக்கிறது என்பது. அது இசை வகைமையின் குறைபாடா அல்லது இசைக்காரர்கள் அதைச் செய்வதில்லையா? அது பற்றிப் பேசமுடியுமா? சஞ்சய் சுப்ரமணியன் உள்ளிட்ட உங்கள் கர்நாடக இசை நண்பர்களிடம் அதைச் சொல்லியதுண்டா?

இசை வகைமையின் தன்மை அது எனச் சொல்லலாம். குறைபாடு எனச் சொல்ல நமக்கு என்ன அருகதை இருக்கிறது? இது ஒரு வகைமை, அது இன்னொன்று. இங்கேயே கூட துக்கடா பாட்டுப் பாடுகையில் எழுந்து போகக்கூடிய அதிதீவிரமான இசை ரசிகர்கள் இருக்கிறார்கள். அவர்கள் ராகம், தானம், பல்லவி மட்டும்தான் பாடவேண்டும் என்பார்கள். ஹிந்துஸ்தானி சங்கீதத்திலுமே கயால் சங்கீதம் என்ற சாதாரணமாய், சரளமாய்ப் பாடும் முறை குறைவானது, துருபத் இசைதான் ஹிந்துஸ்தானி சங்கீதத்தின் நோக்கத்துக்கு மிக அருகில் இருக்கிறது என்பார்கள் சில ரசிகர்கள்.

நமக்குத்தான் ஒரு தடையும் கிடையாதே, பிடித்ததெல்லாம் கேட்கலாம். இதைத்தான் கேட்கவேண்டும் என வரையறுத்துக் கொள்ளவில்லை. ஹிந்துஸ்தானியில் சஞ்சாரம் அதிகம் இருக்கிறது என்று தோன்றுகிறது. இலக்கணத்தின் பிடிமானம் உடையும் இடங்கள் நிறைய இருக்கிறது என நினைக்கிறேன். எனக்கு அது பிடித்திருக்கிறது. பாடகர்களைப் பொருத்தவரை அவர்களின் voice culture-ஐ வைத்துப் பார்க்கும்போது கர்நாடக சங்கீதம் அதன் பக்கத்திலேயே போக முடியாது என நினைக்கிறேன்.

சஞ்சய் சுப்ரமணியன் போன்ற நண்பர்களிடத்தில் இதுபற்றி மட்டுமல்ல எதைப் பற்றிவேண்டுமானாலும் பேசலாம். நிறையப் பேசி இருக்கிறேன். அவர் கிண்டலாகச் சொல்வார் 'வருடாவருடம் பூனே போய் விடுவார் கச்சேரி கேட்க, இவர் ஹிந்துஸ்தானிதான் கேட்பார்' என்றெல்லாம். ஏதோ ஒரு பேட்டியில் 'கானல் நதி' அவருக்குப் பிடித்திருந்ததாகச் சொல்லி இருந்தார். அப்போதுதான் எனக்கு அது தெரியும். அப்போது நான் நினைத்துக் கொண்டேன். இசை சம்பந்தமான அனுபவங்களை எழுத்தாக்கப் போகும்போது அதிகம் உளறவில்லை போலிருக்கிறது. அவர் பொறுத்துக் கொள்ளுமளவு உளறி இருக்கிறேன்!

எழுத்தாளனிடம் போய் அவனுடைய எழுத்தைப் பற்றிக் கேட்கத் தயக்கமாக இருக்கிறது எனச் சொன்னீர்கள். அதேபோல்தான் சஞ்சயிடம் அவருடைய இசையைப் பற்றி நான் அதிகமாகப் பேச மாட்டேன். பார்க்கப்போனால், இசை பற்றியே அதிகம் பேச மாட்டேன். எனக்கு அவ்வளவு தெரியாது. தெரியாத விஷயத்தை அவரிடம் ஓர் இமேஜ் create பண்ணுவதற்காகப் பேசுவது சரியில்லை. 'இல்லை சஞ்சய், இது எனக்கு ஏனோ அப்பீல் ஆகலயே!' என்பதுபோல மேலோட்டமாகத்தான் அபிப்பிராயம் சொல்வேன்.

அவர் எனக்கு இசைக்கலைஞராக அறிமுகம் ஆனார். இன்றுவரை என் அபிமான இசைக்கலைஞர் அவர். ஆனால் அவரிடம் நேரில் பழகும்போது நான் ஒரு நண்பராகத்தான் உணர்கிறேன். அவர் அந்த மாதிரியான மனோபாவம் கொண்டவர்.

> பொதுவாய் இரண்டு நாவல்களிலுமே கண்ட க்ளீஷேவான ஒரு விஷயம் எந்த ஓர் அபாரமான சங்கீத வாசிப்புக்கும் பின்பும் அதைக் கேட்கும் சங்கீதம் அறிந்த பாத்திரங்கள் 'கண்கள் கசிகின்றன'. அதைக் கொண்டே அவ்விசையை உயர்த்திச் சொல்ல முற்படுகிறீர்கள். நல்ல இசைக்கு கண்கள் கசிவதுதான் அளவுகோலா? அல்லது உங்களை அறியாமல் மறுபடி மறுபடி நிகழ்ந்துவிட்ட ஒன்றா!

கண் கசிவது என்ற அம்சத்தை உங்கள் சுயம் தன் பிடிமானத்தை விட்டு நெகிழ்கிறது என்றுதான் பார்க்கிறேன். துக்கம் பொங்குகிறது, ஆனந்தக் கண்ணீர் வருகிறது என்ற பொருளில் சொல்லவில்லை.

அரியக்குடியோ அது போல் யாரோவோ சொன்னதாக சஞ்சய் தன் பேட்டியில் சொல்கிறார்: ''கேட்கறவன் அழணும்டா, பாடறவன் அழப்படாது.'' கேட்பவன் அழவேண்டும் என்பது ஒரு scale போலிருக்கிறது. கதாபாத்திரங்களுக்கு மட்டுமல்ல, நிஜமான இசை ரசிகர்களுக்கும் இது இருக்கிறது. தி.ஜா.வும், லா.ச.ரா.வும் கூட இந்தக் கண் கசிவதைப் பேசி இருக்கிறார்கள். அது ஒரு state.

பார்க்கப்போனால் ஓரிடத்தில் இசை கேட்க நூறு பேர், ஆயிரம் பேர், பத்தாயிரம் பேர் கூடும்போது என்ன ஆகிறது என்று நினைக்கிறீர்கள்? கச்சேரி ஆரம்பிப்பதற்கு முன் ஒவ்வொருவருக்கும் இருந்த தனி அடையாளங்கள் எல்லாவற்றையும் மொத்தமாக ஓர் அண்டாவுக்குள் போட்டு கரைத்தாயிற்று. பிறகு உருவாகும் ஒற்றை அடையாளம் தான் உடம்பு முழுக்க காதாக ஆகி சங்கீதம் கேட்கிறது.

அப்புறம் எல்லா ராகமும் கசிய வைக்கும் என நான் நம்பவில்லை. சில ராகங்களுக்குக் கசிய வைக்கும் தன்மை இருக்கிறது. உதாரணமாக தேஷ், சிந்து பைரவி, ரஞ்சனி. இந்த ராகங்களை

எல்லாம் ரொம்ப சுமாரான ஒரு பாடகர் பாடினாலும் ஆதார மையமான ஓர் இடத்தை அவர் பிடித்து விட்டாரெனில் 'மளுக்' என உள்ளே ஏதோ ஒன்று முறியத்தான் செய்யும்.

நீங்கள் இசை ரசிகர் மட்டும்தானா? அல்லது இசைக் கருவி அல்லது வாய்ப்பாட்டில் அறிமுகம் உண்டா? இசை குறித்த ஏதேனும் நிறைவேறாத கனவு உண்டா உங்களுக்கு? அப்படித் தோன்றுகிறது.

நான் இரு நாவல்களை இசையைக் கருப்பொருளாக வைத்து எழுதி இருக்கிறேன் என்பதைத் தவிர இசை தொடர்பான கேள்விகள் எதற்குமே பதில் சொல்ல மாட்டேன் என மிகப் பிடிவாதமாக இருக்கிறேன்.

யாராவது முக்கியமான இசைக்கலைஞர்கள் இறந்தால் என்னிடம் அஞ்சலிக் கட்டுரைகள் கேட்பதுண்டு. நான் மறுத்து விடுவேன். பீம்ஸென் ஜோஷி இறந்த போதுகூட நான் அவர் குறித்து ஏதும் எழுதவில்லை.

அவ்வளவுதான். இந்த அளவுக்கு ஓர் உணர்வுபூர்வமான ரசிகன் என்ற இடத்திலிருந்து இசையைப் பற்றிப் பேசினால் போதும் என நினைக்கிறேன். எனக்குக் கருவிகள் ஏதும் வாசிக்கத் தெரியாது. பாத்ரூம் சிங்கர்தான். உல்லாசமான மனநிலையில் இருக்கும்போது பாடுவேன். இப்போது அதையும் குறைத்துக் கொண்டாயிற்று. நல்ல சங்கீதம் நிறையக் கேட்கக் கேட்க பாட வேண்டாம் என்று தோன்றிவிட்டது.

எழுத்தும் கூட அப்படித்தானே!

இல்லை, அப்படி இல்லை. அட, இதென்ன நாம் தொட முடியாத எல்லையா? தொட்டுப் பார்த்து விடலாமே எனத் தோன்றிவிடும். இசபெல் அலெண்டே ஒரு பேட்டியில் சொல்கிறார்: மார்க்கேஸின் '*One Hundred Years of Solitude*' படித்தவுடன், 'இவர் இதைச் செய்ய முடியுமென்றால் நானும் ஏன் செய்ய முடியாது' என்று அவருக்குத் தோன்றியதாம்.

என் துறை இது என்ற தீர்மானம், வரையறை இருந்ததென்றால் அதை ஒரு சவாலாக எடுத்துச் செய்து பார்க்கலாம். இசை என் துறை கிடையாது. அங்கே நான் ரசிகன் மட்டும்தான். உதாரணமாக தினசரி ரயிலில் போகிறேன். ஒருநாளாவது ரயில் ஓட்டிப் பார்க்கவேண்டும் என நினைப்பேனா!

ஆனால், என் பால்யக் கனவுகளில் நான் ஒரு பெரிய பாடகனாக வேண்டும் என நினைத்திருக்கிறேன். எழுத்தாளனாக வேண்டும் என

எண்ணியதே இல்லை. இப்படித்தான் நினைப்பது நடக்காது; நினைக்காதது நடக்கும்!

இசை பற்றி இத்தனை எழுதியதால் கேட்கிறேன். சாஸ்திரிய சங்கீதம் தாண்டி சினிமாப் பாடல்கள் கேட்பதுண்டா? இளையராஜாவின் தீவிர ரசிகன் நான். அவரது வாழ்க்கை வரலாற்றை எழுதுவதாக ஒரு பதிப்பகத்திடம் ஒப்புக்கொண்டு பல்வேறு காரணங்களால் தள்ளிப் போய்க் கொண்டிருக்கிறது. 'கானல் நதி' வாசித்தபோது இளைய ராஜாவின் வாழ்க்கையை அப்படி எழுதிப் பார்க்கவேண்டும் என்ற ஆசை வந்தது. 'நினைவுதிர்காலம்' வாசித்தபோது இளையராஜாவை அப்படி ஒரு நேர்காணல் செய்யவேண்டும் என ஆசை ஏற்பட்டிருக்கிறது. இப்படி தனிப்பட்ட முறையில் எனக்கு அளவுக்கு மீறிய பாதிப்பை ஏற்படுத்தி விட்டீர்கள்.

சினிமாப் பாடல்களில் நிறைய ஆசை உண்டு, நிறையக் கேட்டிருக்கிறேன். Infact நான் சாஸ்திரிய சங்கீதம் கேட்க ஆரம்பித்தது வாலிபனான பிறகுதான். 26, 27 வயதில் தொடங்கினேன். அதற்கு முன் அப்பா அகில பாரத சங்கீத சம்மேளனம் கேட்க வைப்பார். சில பெயர்கள் மனத்தில் பதிந்ததே ஒழிய இசை ஏதும் பெரிதாக மனதில் பதியவில்லை. ஆனால் சினிமாப்பாடல் குழந்தையாக இருந்ததிலிருந்தே கேட்கிறேன். பழைய சினிமாப்பாடல்களின் அபூர்வமான தொகுப்பு என்னிடம் இருக்கிறது. ஆசையாகக் கேட்பேன்.

நான் இளையராஜாவின் பரமரசிகன். தமிழ் சினிமா சங்கீதத்தில் மிக முக்கியமான பல வேலைகள் பார்த்திருக்கிறார். குறிப்பாக எழுபதுகளின் தொடக்கம் முதல் இறுதிப்பகுதிவரை காணாமல் போயிருந்த melody-யை திரும்ப reintroduce செய்தது இளையராஜாதான் என்பதில் சந்தேகமே இல்லை. எனக்கு மிக அபிமானமான ஓர் இசையமைப்பாளர். அவரைப் பற்றி அப்படி ஒரு புத்தகம் எழுதலாம்தான். எழுதப்பட முழுத் தகுதி உள்ளவர். அவர் மேல் எனக்கு மிகப் பெரிய மரியாதையும் அபிமானமும் பிரியமும் இருக்கிறது.

நான் ரசிக்கக்கூடிய அவரது மிக நல்ல பாடல்கள் பலவும் பொதுத்தளத்தில் காணாமல் போய்விட்டது, அதிகம் பேர் கேட்காமல் ஹிட் ஆகாமல் போய்விட்டது என்ற வருத்தம் உண்டு. சமீபத்தில்கூட நண்பர்கள் பழைய பாடல்கள் பற்றிப் பேசிக் கொண்டிருக்கையில் 'கரும்பு வில்' படத்தில் இளையராஜா மெட்டமைத்து மலேசியா வாசுதேவன், ஜானகி பாடிய 'மலர்களிலே ஆராதனை' பாடல் பற்றி பேச்சு வந்தது. அப்போது உணர்ச்சிவசப் பட்டுச் சொன்னேன்: ''முக்கியமான பாட்டு அது, கர்ணன்

பாடல்களுக்குப் பக்கத்தில் வைக்க வேண்டிய பாடல்'' என்றேன். அது மாதிரியான classical heights எல்லாம் அவர் சினிமாப் பாடல்களில் கொடுத்திருக்கிறார். ரொம்ப melodious பாடல்கள் தந்திருக்கிறார். 'நிழல்கள்' படத்தில் 'தூரத்தில் நான் கண்ட உன் முகம்' என்ற பாடல் (படத்தில் இல்லை). அந்தப் பாடல் இப்போது வரை கேட்கும்போதெல்லாம் ஒரு க்ளாஸிக்கல் ஹிந்துஸ்தானி கொடுக்கக்கூடிய அதே நிறைவைத் தரும். அதில் அந்தத் தந்திவாத்தியம் எப்படி இறைஞ்சும்!

உங்கள் பிரதான பலம், படைப்பு வாகனம் சிறுகதை என்பதாக அவதானிக்கிறேன். 'மணற்கேணி', 'வெளியேற்றம்' போன்றவை கூட ஒருவகையில் சிறுகதைகளால் ஆன நாவல்களே. நேரடியாகவும், மறைமுகமாகவும் தமிழில் இத்தனை வளமாய் சிறுகதை எழுதித் தள்ளிய இன்னொருவரைத் தேடவேண்டும். ஏன் சிறுகதை? மற்ற வடிவங்களை விட அது உங்களுக்கு நெருக்கமானதாக ஆனதேன்?

நீங்கள் இவ்வளவு தூரம் நாவல்கள் பற்றிப் பேசியதை வைத்து நாவல்கள்தான் எனது பிரதான பலமோ என்பதான ஒரு பிரமை எனக்கே ஏற்பட்டிருந்தது! இப்போது இப்படிக் கேட்கிறீர்கள்.

சிறுகதை வடிவத்தை என்னுடைய பலம் என்று நீங்கள் கருதுவதே மிகவும் மகிழ்ச்சி தருகிறது.

சமீபத்தில்தான் எனது மிக நெருங்கிய நண்பர், ஒரு செய்தி சொன்னார்: ''அவனைப் பத்தி என்னய்யா விசேஷமாச் சொல்றீங்க? அவனுக்கு சிறுகதை வடிவமே பிடிபடல. ஒரு கதையையும் ஒழுங்கா ஆரமிக்கத் தெரியலெ. முடிக்கவும் தெரியலெ. வளவளன்னு எழுதுறான்.'' இப்படிச் சொன்னவர், நான் மிகவும் மதிக்கும், மூத்த தலைமுறை எழுத்தாளர். எனது கதைகள் பற்றி இப்படி ஒரு கருத்தும் நிலவுகிறது என்பதை நீங்கள் அறியவேண்டும் என்பதற்காகக் குறிப்பிட்டேன்!

என்னைப் பொருத்தவரை, வடிவ விசுவாசம் முக்கியம் அல்ல. அந்த அக்கறையையும், கறார்த்தனத்தையும் கவிதையிடம் வைத்துக் கொள்வேன். எனது கதைகளை, சிறுகதைகள் என்று நான் குறிப்பிடுவதில்லை. அவை கதைகள். நவீனத்துவத்தின் எழுச்சி காரணமாக உலகமொழிகளில் எழுதப்பட்டிருக்கும் சிறுகதைகள் அனைத்துக்கும் ஓர் சமத்தன்மை இருக்கிறது. தற்போதைய தலைமுறை அதைக் குலைத்துப் பார்க்க முயல்கிறது. நேர்கோட்டை

இஷ்டம்போல ஒடித்து, புதிய சொல்லல் வடிவங்களை உருவாக்குவது இந்திய மரபின் கதைசொல்லலுக்கு அந்நிய மானதல்ல. எனக்கு இந்த பாணியில் கதைசொல்லப் பிடித்திருக்கிறது!

கல்லூரியில் எனது பேராசிரியராக இருந்தவர் சொல்வார் - 'சிறுகதை என்பது மூன்றே அம்சங்களினால் ஆனது, எடுப்பு, தொடுப்பு, முடிப்பு.' அப்படியான ஓர் அறிதல்தான் பரவலாக இருக்கிறது.

'உங்கள் கதைகள் எல்லாமே கதைக்கொத்துகளாகவே இருக்கின்றனவே?' என்று ஆதங்கப்பட்ட நண்பரிடம் சொன்னேன்: 'மரபான சிறுகதை வடிவத்தில் பல்லாயிரக்கணக்கான கதைகள் எழுதப்பட்டிருக்கின்றன - அந்த எழுத்தாளர்களிடம் ஏன் ஒரே மாதிரி எழுதுகிறீர்கள் என்று யாரும் கேட்பதில்லை! ஏதோ ஒரு மாற்று முறையில் ஆசைவைத்து முயற்சிக்கிறவனைப் போய் இப்படிக் கேட்கிறீர்களே!'

ஆனால், முழுக்க முழுக்க, சிறுகதையின் சொல்லப்பட்ட இலக்கணத்துக்கு ஒத்த கதைகளும் ஒரு சில எழுதியிருக்கிறேன் - உடனடியாக நினைவு வரும் இரண்டு கதைகள், 'தபஸ்வினி', 'விருந்தாளி'.

மற்றபடி, அவ்வப்போதைய மனநிலையின் பிரகாரம், தோன்றும் உந்துதலின் பிரகாரம், ஏதோவொரு வடிவத்தைத் தேர்கிறேன் - அல்லது பேச எடுத்துக்கொள்ளும் சமாசாரம், தனது வெளிப்பாட்டு வடிவத்தை முடிவுசெய்துகொள்கிறது. எனது பிற படைப்புகளை விடவும் சிறுகதைகள் உங்களை வெகுவாகக் கவர்ந்திருக்கின்றன என்று புரிந்துகொள்கிறேன்.

> 'ஒளி விலகல்', 'ஏற்கனவே' இரண்டும் மிகச் செறிவான சிறுகதைத் தொகுதிகள். வடிவ பரிசோதனை முயற்சிகளில் ஆகட்டும், உள்ளடக்கத்தின் புதுமையிலாகட்டும் அவை மிக முக்கியமான ஆக்கங்கள். அதிலும் ஆச்சரியகரமாய் அவைதாம் உங்கள் முதல் புனைவு முயற்சிகள். சுந்தர ராமசாமியே தன் ஆரம்பகாலக் கதைகள் சிலவற்றைப் பலவீனமானவை எனக் கருதி தன் முழுத் தொகுதியிலிருந்து நீக்கி இருக்கிறார். அப்படி அல்லாமல் உங்கள் ஆரம்பக் கதைகளே எப்படி தனித்துவம் கொண்டன?

நீங்கள் அப்படி நினைப்பது சந்தோஷமாக இருக்கிறது. ஆனால் நான் அப்படி நினைக்கவில்லை. இந்த இரு தொகுப்புகளுக்குப் பிறகு வந்த 'கடல் கொண்ட நிலம்', 'நீர்ப்பறவைகளின் தியானம்' தொகுப்பு களிலும் அதே மாதிரியான கதைகள் இடம் பெற்றிருப்பதாக நினைக்கிறேன். அதிலும், 'கடல் கொண்ட நிலம்' எனது அபிமானத்

தொகுப்பு. என்னுடைய ஆரம்பகாலக் கதைகள் சிலவற்றைத் தொகுப்புகளில் சேர்க்கவில்லை, இத்தனைக்கும் அவை பிரசுரமானவைதாம். சுந்தர ராமசாமி கதைகள் சம்பந்தமாகச் செய்ததை நான் என் கவிதைகளில் செய்தேன் என ஏற்கெனவே சொல்லி இருக்கிறேன். நீங்கள் குறிப்பிடும் தொகுப்புகள் குறித்து பெரிய அதிப்ருதி ஏதும் எனக்கு இதுவரை வரவில்லை.

‘இருபத்து மூன்று காதல் கதைகளை’ப் பற்றிச் சொல்லாமல் விடுத்தால் இந்நேர்காணல் நிறையாது. ஒரு விஷயம் சொல்கிறேன். அப்போது 20 வயது இருக்கும். அந்தக் கதையின் பக்கங்களை மட்டும் ஒளிநகல் செய்து அப்போது காதலியாக இருந்த என் மனைவிக்கு வாசிக்கக் கொடுத்திருக்கிறேன். அந்தக் குறுநாவல் பற்றி ஏதேனும் சொல்ல விஷயமிருக்கிறதா? அப்போதே அது அளவில் அங்கீகாரம் பெற்ற கதைதானே?

அது பற்றிச் சொல்ல சுவாரஸ்யமான சில சம்பவங்கள் இருக்கின்றன.

சாரு நிவேதிதாவும் நானும் தினசரி சந்தித்துக்கொண்டிருந்த காலம். கரட்டுப்பட்டியில் நான் சிறுவனாக இருந்த சமயம் நடந்த ஏதோ ஒரு சம்பவம் பற்றி அவரிடம் சொல்லிக் கொண்டிருந்தேன். அப்போது ஏதோ ஒன்றை நான் அவருக்கு வார்த்தைகளில் சொல்லி விளங்க வைக்க முடியவில்லை என தரையில் காலால் கோடு போட்டு, இந்த இடத்தில் அவர் நின்றிருந்தார் அந்த இடத்தில் நான் நின்றிருந்தேன் என்பது போலச் சொல்லி முடித்தவுடன் சாரு சொன்னார்: ‘‘நீங்க ஃபிக்‌ஷன் எழுதலாமே, ஏன் எழுதாம இருக்கீங்க?’’

அதற்கு அடுத்த நாள் வசந்தகுமார், பஷீர், நான் மூவரும் நின்று பேசிக் கொண்டிருந்தோம். ஏதோ ஒன்றை விலாவாரியாகச் சொல்லிக் கொண்டிருந்தேன் வசந்தகுமாரிடம். அப்போது வசந்தகுமார் கேட்டார், ‘‘ஏன் சேகர், நீங்க கதை எழுத மாட்டேங்கறீங்க?’’ ஓ! நாம் கதை எழுதலாம் போலிருக்கிறது எனத் தோன்றியது.

அதற்கு முன்னால் பத்து, பன்னிரண்டு சிறுகதைகள் எழுதி பிரசுரமும் கண்டிருந்தன. ஆனால் நான் மதிக்கும் இரண்டு பேர் என்னிடம் ‘கதை எழுதலாமே’ என்று முதலில் சொன்ன சந்தர்ப்பம் அது.

அந்தச் சமயத்தில் நண்பன் தண்டபாணி வந்திருந்தான். என் எழுத்துக்கள் எல்லாவற்றுக்கும் பின்னால் இருப்பவன். அவனை வழியனுப்பப் போனபோது, கையில் சில காதல் கதைகள் எழுதலாம் எனத் தோன்றுகிறது எனச் சொன்னேன். ‘‘அப்படியா! கதை எல்லாம் எழுதப் போறியா நீ?’’ என ஆச்சரியமாகக் கேட்டான். ‘‘ஆம், tentative-ஆக ஒரு தலைப்பு கூடத் தோன்றி இருக்கிறது’’ என்றேன்.

‘இருபத்தி மூன்று காதல் கதைகள்’. ஏன் 23 என்று அவனும் கேட்க வில்லை. நானும் சொல்லவில்லை. இப்போதுவரை எனக்கும் தெரியாது!

இப்படித்தான் அதை எழுத ஆரம்பித்தேன். முதல் இரு கதைகள் எழுதி முடித்ததும் சாரு நிவேதிதாவிடம் படிக்கக் கொடுத்தேன். ‘‘இதுதான் post-mortem. தொடர்ந்து எழுதுங்க’’ என்றார். அப்புறம் இருபத்தி மூன்று காதல் கதைகள் எழுதி முடித்தவுடன் அவர் மிகவும் மதிக்கும் ஒரு போஸ்ட் மார்டனிஸ விமர்சகரிடம் கொடுக்கச் சொல்லி சிபாரிசு செய்தார். நான் கொடுத்தேன். அவர் வாசித்து விட்டு அது மொத்தமும் குப்பை என்று சொன்னார். அதைக் கேட்டு எனக்கு மிகவும் மகிழ்ச்சியாகிவிட்டது. உடனடியாக அதைப் பிரசுரம் செய்தேன்!

‘ஆரண்யம்’ இதழில் அது பிரசுரமானது. ஸ்ரீபதியும் சுதேசமித்திரனும் அதன் ஆசிரியர்கள். சாரு நிவேதிதா மூலமாக அவர்கள் அறிமுகம். அவர்கள் அதைப் பெரும் கொண்டாட்டத்துடன் பிரசுரம் செய்தார்கள். அதற்கு அடுத்த இதழில் அக்கதை பற்றிய லதா ராமகிருஷ்ணனின் 3 பக்கக் கட்டுரை ஒன்று வந்தது.

அக்கதையைப் பிரசுரம் செய்ததில் ஒரு விபத்து நேர்ந்து விட்டது. நண்பருக்கான ஒரு கடிதம் என்பதோடு அக்கதை முடியும். ‘நண்பரே, இருபத்தி மூன்று காதல் கதைகளை இத்துடன் இணைத்திருக்கிறேன், உங்கள் அபிப்பிராயத்துக்குப் பின்புதான் இதைப் பிரசுரம் செய்வேன்’ என்று சொல்லும் கடிதம். அதாவது பிரசுரம் ஆன கதையில் இனிமேல்தான் இதைப் பிரசுரம் செய்யப் போகிறேன் என்று. அப்போதிருந்த ஒரு கேளிக்கை, வேடிக்கை, சாகச மனநிலையில் செய்தது. அந்தக் கடிதம் ‘இப்படிக்கு கிருஷ்ணன்’ என்று முடியும். அவர்கள் கதைக்கு ஓர் ஓவியம் போட்டிருந்தார்கள். ஓவியத்தின் கோடு கிருஷ்ணன் மீது அழுத்தமாய்ப் படிந்து, பார்த்தால் ‘இப்படிக்கு’ என்பதோடு நின்றுவிட்டது போல் தோற்றம் உண்டாக்கி விட்டது. அதை ‘இப்படிக்கு யுவன் சந்திரசேகர்’ என்று எடுத்துக் கொண்டார் போல லதா ராமகிருஷ்ணன். அதாவது, ‘ஆரண்யம்’ இதழ் ஆசிரியருக்கு யுவன் சந்திரசேகர் எழுதிய கடிதம் என்று.

அக்கட்டுரையில் என்னை வசவான வசவு. ‘இது உங்களின் Literary Catharsis-ஸா யுவன்?’ என்று முடிந்திருந்தது. அக்கட்டுரைக்குப் பக்கத்திலேயே அதே கதை பற்றிமுருகேச பாண்டியனின் ஒன்றரைப் பக்கக் கட்டுரை ஒன்றையும் வெளியிட்டிருந்தார்கள். அவர் இதைக் கொண்டாடித் தள்ளி இருந்தார். எனக்கு இரண்டுமே புரியவில்லை. இவை ஒரே இதழில் அடுத்தடுத்து இருந்தது ஆச்சரியமாக இருந்தது.

யதேச்சையாக, ஒரு கடிதத்தில் எழுப்பப்பட்ட கேள்விகளுக்கு, மற்றதில் பதில் இருந்ததும் சுவாரசியமாக இருந்தது.

அதில் ஒரு குறிப்பிட்ட கதையை அம்பை படித்துவிட்டு ஓர் அதிகாலையில் தொலைபேசியில் அழைத்தார், ''ரொம்பப் பிரமாதமான கதை. நான் எழுதி இருக்க வேண்டிய கதை அது'' என்றார். அம்பைக்கும் எனக்குமான நட்பு மிக அபூர்வமானது. பல வருடங்கள் கழித்து சந்தித்துக்கொள்வோம். விட்ட இடத்திலிருந்து பேச ஆரம்பிப்போம். ஒரு நெருக்கமான, அபூர்வமான சிநேகிதி யாகத்தான் அம்பையை நினைக்கிறேன்.

அச்சமயம் தமிழினி மாநாடுக்கு அம்பை வந்திருந்தார். இடையில் லதா ராமகிருஷ்ணனின் கட்டுரை பிரசுரமாகியிருந்தது. அம்பையிடம் கேட்டேன், ''நீங்கள் பெண்ணியவாதி, உங்களுக்கு இந்தக் கதை பிடித்திருக்கிறது. லதா ராமகிருஷ்ணனும் பெண்ணியவாதி, அவர் திட்டுகிறாரே!'' ''நீ சின்னப் பையன். பெண்ணியத்தில் நிறைய வெரைட்டி இருக்கு, உனக்குப் புரியாது'' என்று சொல்லிச் சிரித்தார் அவர்!

அப்புறம் அது என் டைரிக்குறிப்பு, அதில் 23 பெண்களுடன் நான் பழகி அவர்களை ஏமாற்றி விட்டேன் என்பது மாதிரியான ஓர் அறிதல் முறை அப்போது தமிழில் இருந்தது. அதில் ஒரு பாட்டி இருப்பார். பார்க்கின்ஸன்ஸ் வியாதியால் பீடிக்கப்பட்டவர். அவருக்குப் புடவை கட்ட முடியாது. அவர் கணவர் கட்டி விடுவார். 'அதுவும் கூட நான்தான் என நினைக்கிறார்கள் போலிருக்கிறது. அந்தக் கிழவியையும் நான்தான் கைவிட்டுவிட்டேனோ!' என்று நண்பர்களிடம் கேட்டுச் சிரித்தது நினைவு வருகிறது.

எனக்கு மிகப் பிடித்த ஒரு குறுநாவல் அது. நான் எழுதிய முதல் குறுநாவல். ஆனால் அதைக் குறுநாவல் என இன்றுவரை நான் மட்டும்தான் சொல்லிக் கொண்டிருக்கிறேன்! அநேகம் பேர் அவற்றை உதிரிக்கதைகள் என்றே கருதுகிற மாதிரி இருக்கிறது. நாம் குறுநாவல், சிறுகதை பற்றியும் திரும்ப விவாதிக்கத்தான்வேண்டும்.

எந்த ஓர் எழுத்தாளரையும் போல் கவிதைகளில்தான் நீங்களும் துவங்கி இருக்கிறீர்கள். ஒரு படைப்பாளியாக கவிதைக்கும் புனைவுக்குமான வேற்றுமை என்ன? கவிதையிலிருந்து புனைவுக்கு நகர்ந்த பயணம் எப்படி இருந்தது? கவிஞன் - எழுத்தாளன் எந்த அடையாளத்தை விரும்புகிறீர்கள்?

ஒன்றுக்கும் மேற்பட்ட வடிவங்களில் புழங்கியவர்கள் என தமிழில் குறைந்தது பத்து, பதினைந்து பேர் இருந்திருக்கிறார்கள். அவர்களில்

நானும் ஒருவன். நான் இத்தனை சிறுகதைகளும் நாவல்களும் எழுதிய பிறகும் இன்றுவரை பிடிவாதமாக என்னைக் கவிஞர் யுவன் என்று சொல்லிக் கொண்டிருப்பவர்கள் இருக்கிறார்கள். 'அடுத்து, கவிஞர் யுவன் பேசுவார்' என்பார்கள். நானும் எழுந்துபோய்ப் பேசிவிட்டு வருவேன்!

குறிப்பாக இந்த அடையாளம்தான் வேண்டும் என நான் நினைக்க வில்லை. என்னைப் பொருத்தவரை இந்த இரு வடிவங்களுக்கு இடையில் நான் எதாவது காத்திரமான, பொருட்படுத்தத்தக்க வித்தியாசத்தை உருவாக்கிக் காட்டி இருக்கிறேனா என்பதுதான் கேள்வி. என்னுடைய கவிதைகள் எதுவுமே ஒரு நாவலில் ஒரு சிறுகதையில் - அதாவது உரைநடைப் புனைவில் இடம் பெறக்கூடியது என்று நான் கருதவில்லை. அந்த விதமாக மட்டுமே எழுதப்பட முடிந்த விஷயங்களை மட்டுமே நான் கவிதையாக எழுதி இருக்கிறேன்.

சிறுகதையில் அல்லது நாவலில் கவிதைக்கூறுகள் உள்ள இடங்கள் இருந்திருக்கலாம். கைப்பழக்கத்தில் வந்ததாக இருக்கும் அது. ஆனால் அதெல்லாம் கவிதை என நானே claim செய்ய மாட்டேன். கவிதைகளில் புனைகதை அளவுக்கு நான் சுதந்திரமாக உணர வில்லை. என் சிறுகதைத் தொகுப்பின் முன்னுரையில் அதைச் சொல்லி இருந்த ஞாபகம். புனைகதை கொடுக்கக்கூடிய சௌகர்யம், இட விஸ்தாரம் வேறு.

ஒருவேளை கவிதை என்பதை மிகத் தீவிரமான விஷயமாக நான்தான் பார்த்துக்கொண்டிருக்கிறேனோ என்னவோ! கவிதை தொடர்பாக எனக்குள் இருக்கும் கோட்பாடு அத்தகைய தீவிரத்தன்மையைக் கோரக்கூடியதாக இருக்கிறதோ என்னவோ! இப்படி அது என் பிரச்சினையாகவும் இருக்கலாம்.

ஏனெனில் மிக சரளமான, நெகிழ்வான மிகப்பல கவிதைகள் இருக்கின்றன. உதாரணமாக கல்பற்றா நாராயணன் எழுதும் கவிதைகள். தமிழில் ஞானக்கூத்தன் எழுதும் மிகப்பல கவிதைகள் எனக்கு அத்தகைய கிளர்ச்சியைக் கொடுத்திருக்கின்றன. கவிதாம்சமும் ஓங்கியிருக்கும். பகடியும் நிறைந்திருக்கும். ஆனால் எனக்கு அப்படி எழுதத் தெரியவில்லை. நான் அப்படி எழுத யோசிக்கவும் இல்லை.

மற்றபடி, இரண்டும் இரு வெவ்வேறு வடிவ ஒழுங்கு கொண்டவை என்பதில் சந்தேகம் இல்லை. கவிதை இன்னமும் நுட்பமானது என நினைக்கிறேன்.

நீங்கள் கடைசியாய்க் கவிதை எழுதி ஆறேழு ஆண்டுகள் இருக்கக் கூடும் அல்லவா! பிற்பாடு ஏன் கவிஞராகத் தொடரவில்லை? அல்லது முன்போலத் தீவிரமாக இயங்கவில்லை? அது ஏதும் மனநிலை தொடர்புடைய விஷயமா? புனைவே உங்கள் இயல்பான வெளிப்பாட்டு முறை என நினைக்கிறீர்களா? இன்றைய இலக்கிய உலகம் புனைவுக்கிணையாய் கவிதைக்கு முக்கியத்துவம் அளிக்கவில்லையா?

இந்தக் கடைசிக் கேள்வியை நான் நிராகரிக்கிறேன். இன்று உலகில் எது saleable-ஆக இருக்கிறது என்று பார்த்து எழுத்தாளன் செயல்பட மாட்டான். நான் அப்படிச் செயல்படவில்லை.

நான் இப்போது கவிதை எழுதவில்லை என நீங்கள் நினைத்துக் கொள்கிறீர்கள். ஒரு தொகுப்பு போடுமளவு கவிதைகள் என்னிடம் இருக்கின்றன. நான் பிரசுரம் செய்யவில்லை. இருநூற்றைம்பது வரிகள் கொண்ட ஒரு நீள்கவிதை கூட எழுதி வைத்திருக்கிறேன். அதை எழுதி மூன்று, நான்கு வருடங்களாகின்றன.

கவிதைகளில் வேறொரு விதமான எழுத்துமுறைக்கு, உருவ முறைக்கு மாறவேண்டும் என நினைத்துக் கொண்டிருக்கிறேனோ என்றுகூடத் தோன்றி இருக்கிறது. 'புகைச்சுவருக்கு அப்பால்' தொகுதியையும் 'தோற்றப்பிழை' என்ற தொகுதியையும் ஒப்பிட்டாலே இந்த வித்தியாசம் புலப்படும். இன்னும் நெகிழ்வான, இன்னும் சரளமான ஒரு சொல்முறையை நோக்கி நகரும் விழைவு உள்ளே இருந்து கொண்டே இருக்கிறது. அது முழுக்க திருப்திப்பட்ட பிறகு அக்கவிதைகளை நான் பிரசுரம் செய்வேன்.

புனைகதை எழுதுவதற்கும் கவிதை எழுதுவதற்கும் என்னளவில் ஒரு வித்தியாசம் உண்டு. நான் கவிதை எழுதும் முறையில் எனக்கு ஒரு கவிதை முழுமையாய் உள்ளே தோன்றிவிடும். அதைக் காகிதத்துக்கு நகர்த்தி விட்டு, அதன் வடிவச் செறிவு சம்பந்தமாகச் சில வேலைகள் செய்வேன். அப்படித்தான் நான் எழுதும் முறை இருக்கிறது.

எப்போதும் கவிதையை கனவுக்கு ஒப்பிட்டு நண்பர்களிடம் பேசுவது வழக்கம். கனவு முழுமையாகவே வரும். இன்று கொஞ்சம் வந்து, நாளை மீதி தொடராது. சிறுகதை அப்படி இல்லை. இன்று கொஞ்சம் தோன்றும். நாளை கொஞ்சம் வளர்க்கலாம், சில விஷயங்கள் சேர்க்கலாம், நீக்கலாம். இதுபோல் ஓர் எடிட்டிங்கிற்கு சாத்தியம் கொண்ட விஷயம் புனைகதை. ஆனால் கவிதை முழுமையாகி விட்டது என மனத்தில் தோன்றாத வரை அதைக் காகிதத்துக்கு நகர்த்துவதில்லை எனத் தீர்மானமாக இருக்கிறேன்.

கவிதை மேல் பெரும் ஆசை உண்டு. எப்போதுமே இவ்வளவுதான் எழுதி வந்திருக்கிறேன். வருடத்துக்குப் பத்து கவிதை. மூன்று அல்லது நான்கு வருஷத்துக்கு ஒரு தொகுப்பு. அதே விகிதத்தில் இன்னமும் எழுதிக் கொண்டிருக்கிறேன். இப்போது உபரியாக கவிதை பற்றிய கட்டுரைத்தொடர் ஒன்று 'காலச்சுவடி'ல் எழுதிக் கொண்டிருக்கிறேன். இதைச் செய்வேன் என நான்கு வருடங்களுக்கு முன் தெரியாது. இப்போது தோன்றி இருக்கிறது. செய்கிறேன்.

தமிழில் ஜென் கவிதைகள் குறித்து யார் தொடக்கப் புள்ளி கேட்டாலும் 'பெயரற்ற யாத்ரீகன்' நூலையே முதன்மையாகக் குறிப்பிடுவது என் வழக்கம். அந்த முயற்சி பற்றிச் சொல்லுங்கள்.

உயிர்மை பதிப்பகம் ஆரம்பித்திருந்த நேரம். அதற்குக் கொஞ்சம் நாட்கள் முன்னால் 'காலச்சுவடி'ல் 10 - 12 ஜப்பானியக் கவிதைகள் - அதில் ஜென் கவிதைகளும் அடக்கம் - என் மொழிபெயர்ப்பில் வெளியாகின. மனுஷ்யபுத்திரன் உயிர்மைக்கு ஏதாவது புத்தகம் கொடுங்கள் எனக் கேட்டார். 'ஏற்கனவே' தொகுப்பின் அத்தனை கதைகளும் அப்போது தயாராக இருந்தன. அதைக் கொடுத்தேன்.

அவர் எனக்கு நண்பர். அதனால் ஒரு புத்தகத்தோடு நிறுத்தக்கூடாது எனத் தோன்றி, ''ஜென் கவிதைகள் ஒரு தொகுப்பு போடலாமா ஹமீது?'' என்று கேட்டேன். நாங்கள் இருவரும் சேர்ந்து அதற்கான வேலைகளைத் தொடங்கினோம். அவர் இணையத்தில் இருந்தும், புத்தகங்களில் இருந்தும் வண்டி வண்டியாக ஜென் கவிதைகள் எனக்கு எடுத்துத் தருவார் (இப்போதுகூட அது என்னிடம் சிடியாக இருக்கிறது). கிட்டத்தட்ட இரண்டாயிரம் கவிதைகள் அப்படி சேகரித்தோம். அதில் 250 கவிதைகளை shortlist செய்து மொழி பெயர்த்தேன். அதில் 175 மட்டும்தான் அப்புத்தகத்தில் இடம் பெற்றிருக்கின்றன.

ஒவ்வொரு பக்கத்திலும் இணையத்திலிருந்து படங்கள் தேடிப் போடுவதில் தொடங்கி, அந்தப் புத்தகத்தின் ஆக்கத்தில் ஹமீது எல்லாவற்றையும் ரொம்ப ஆசையாகச் செய்தார். அழகான புத்தகமாக அது வெளியானது. அந்தப் புத்தகத்துக்கு மட்டும்தான் அவர் பதிப்பாளர் குறிப்பு என ஒன்று எழுதி இருக்கிறார். அப்போது சொன்னார், ''இப்புத்தகத்தில் நானும் இருக்கணும்னு ஆசைப் படறேன் சந்திரசேகர், அதனால்தான்.''

மனுஷ்யபுத்திரனுடனான என் உறவு கடந்த சில வருடங்களாக அவ்வளவு சீராக இல்லை. அதனால் அப்புத்தகம் மறுபதிப்பு காண்பதற்கான வாய்ப்பும் இல்லை. என்னுடைய ஒரிஜினல்

படைப்புகளை விடவும் அதிக காலம் உயிருடன் இருக்கும் என்று நான் நினைத்த புத்தகம். ஆனால் அதற்கு இப்படி ஒரு அற்ப ஆயுள் வாய்த்தது என்பது சற்று வலிக்கத்தான் செய்கிறது. மனுஷ்ய புத்திரனுடனான நட்பில் தேக்கம் உண்டானதும் வருத்தமான விஷயம்தான்.

ஆனால் இப்போது யோசிக்கும்போது இலக்கிய வாழ்க்கையில் இதுபோல நிறைய நண்பர்கள் வந்து தங்கி, என் காரணமாகவோ அவர்கள் காரணமாகவோ விலகிப்போய் இருக்கிறார்கள். அப்படிக் காணாமல் போன நண்பர்களில் நான் இன்றுவரை ஒரு வலியாக உணர்வது மனுஷ்யபுத்திரனைத்தான். அந்த அளவு அவரிடம் அபிமானமாக, நெருக்கமாக இருந்தேன். அவரோடு இருந்த நாட்களில் நான் மிக உற்சாகமாகவும் உல்லாசமாகவும் இதமாகவும் உணர்ந்தேன் என்பதையும் சொல்லத்தான்வேண்டும். என் ஞாபகத்தில் இருக்கும் ஹமீதுடன் எனக்கு இருக்கும் நட்பு கெடவே இல்லை. இன்றுவரை அதே நேசத்துடன் இருந்துகொண்டிருக்கிறது.

இன்றிருக்கும் ஹமீது நான் நெருங்க முடியாத தொலைவில் இருக்கிறார் என நினைக்கிறேன்.

ஓர் உறவு காணாமல் போனவுடன் ஒன்றாய் இருந்த அந்தக் காலகட்டமும் சேர்ந்து காணாமல் போகாது. ஆனந்தின் ஒரு கவிதை உண்டு.

> ‘சற்றைக்கு முன்
> ஜன்னல் சட்டமிட்ட வானில்
> பறந்து கொண்டிருந்த
> பறவை
> எங்கே?
> அது
> சற்றைக்கு முன்
> பறந்து கொண்டிருக்கிறது.’

நீங்கள் திரும்ப அந்தப் பறவையைப் பார்க்கப் போனீர்கள் என்றால் அந்தக் கணத்தோடு சேர்ந்துதான் இருக்கும். நான் ஹமீது சம்பந்தமாய் அப்படித்தான் உணர்கிறேன். அந்த நாட்கள் நிஜமாகவே அன்பு மிகுந்தவை.

அந்த மொழிபெயர்ப்பு ஒரு முக்கியமான பங்களிப்பு. ஜென் மீதான உங்கள் ஆர்வத்தைப் பற்றிப் பேசுங்கள். அது இலக்கியம் சார்ந்ததா அல்லது ஆன்மிகம் சார்ந்ததா, இரண்டுமா?

ஜென் இலக்கியம் சார்ந்ததா எனக் கேட்டால் ஆம். ஒரு முக்கியமான கவிதை உருவம் அது. ஜென் கவிதை என்றதுமே பலரும் ஹைக்கூ என்று புரிந்து கொள்கிறார்கள். ஹைக்கூ மட்டுமில்லை, இன்னும் அநேக ஜென் கவிதை உருவங்கள் இருக்கின்றன. நீளக்கவிதைகள், குறுவடிவங்கள், ஹைக்கூவை விடவும் கூடகுறுகலாக இருப்பவை எல்லாம் இருக்கின்றன.

ஆன்மிகமானதா எனக் கேட்டால் ஆம். அதுவும்தான். ஜென் என்பது ஒரு பார்வைக் கோணம். விடுகதை போல், புதிர் போல் தோற்றம் தந்து நுட்பமான விஷயங்களைப் பேசும் ஒரு வடிவம் அது.

அதில் எனக்குப் பிடித்தது அதிலிருக்கும் ஓர் உடனடித்தன்மை. வாசகனைத் தயார் செய்து அக்கவிதைகள் அவனிடம் பேசுவதில்லை. ஓர் எரி நட்சத்திரம் போல அக்கணம் பேசி, அக்கணமே முடிந்து விடும். வாங்கினால் சரி, இல்லை எனில் வாங்கிக் கொள்ள முடியாது. அதற்காக அது எப்போதுமே புரியாமல் இருந்துவிடுமா? இல்லை. பத்து வருடம் கழித்து வேறொரு context-ல் திரும்ப அவ்வரிகள் ஞாபகம் வரும்.

உடனே முடிந்து விடும் என்ற ஒரு instantanity அதில் இருக்கிறது. நிகழ்கணத்தின் அந்தரங்கத்தை அது நிகழும்போதே பிடித்து விடுவது என்பதே ஜென்னின் சாரம். High-end photography மாதிரியான விஷயம் அது.

> நீங்கள் செய்த இன்னொரு மொழிபெயர்ப்பு ஜிம் கார்பெட்டின் 'எனது இந்தியா'. ஏன் அந்நூல்?

நான் வேட்டை இலக்கியம் தொடர்பாய் இரண்டு நூல்கள் படித்திருந்தேன். ஒன்று ஜிம் கார்பெட்டின் 'குமாவும் புலிகள்'. தி.ஜ.ரங்கநாதன் மொழிபெயர்ப்பில். இன்னொன்று கென்னத் ஆண்டர்ஸனின் 'சீவனப்பள்ளியின் கருஞ்சிறுத்தை'. மொழி பெயர்ப்பு எஸ்.சங்கரன். 1996-97ல் படித்தது.

இவ்விரு புத்தகங்களுக்கும் இடையே மிகத் துலக்கமாக இரண்டு வித்தியாசங்கள் தெரிந்தன. ஒன்று; ஒரு நூலை மொழிபெயர்த்தவர் தி.ஜ.ரங்கநாதன் என்ற நவீனப் படைப்பிலக்கியவாதி. இன்னொரு நூலை மொழிபெயர்த்த எஸ்.சங்கரன் படைப்பிலக்கியம் சார்ந்தவரா என்று எனக்குத் தெரியாது. ஆனால், மொழிபெயர்ப்பில் வித்தியாசம் இருந்தது. ஒன்று ஒரு புனைகதை படிப்பதுபோல் இலகுவான, சுவாரஸ்யமான மொழிநடையில் இருந்தது. அடுத்தது விவரணைகள் நேர்த்தியாய் இருந்தாலும் ஒரு புனைகதைக்கான தோரணை இருக்கவில்லை.

இதை மொழிபெயர்ப்பாளர்கள் இடையேயான வித்தியாசம் மட்டும் என நான் நினைக்கவில்லை. எழுதிய ஜிம் கார்பெட்டின் ஆளுமைக்கும் கென்னத் ஆண்டர்சென் என்ற வேட்டைக் காரருக்குமான வித்தியாசம்.

காலச்சுவடு கண்ணன் என்னிடம் ''ஜிம்கார்பெட்டின் புத்தகம் மொழிபெயர்ப்பு செய்து தருகிறாயா?'' என்று கேட்டபோது எனக்கு 'குமாவும் புலிகள்' ஞாபகத்தில் இருந்ததால் சந்தோஷமாய் ஒப்புக்கொண்டேன்.

அந்த மொழிபெயர்ப்பை மேற்கொண்டபோது ஜிம் கார்பெட் பற்றி நான் ஏற்கெனவே கொண்டிருந்த அறிதல் செறிவடைந்தது. மனித உறவுகள், காட்டு வாழ்க்கை, பூர்வகுடிகள், விலங்குகள் தொடர்பாக ஜிம் கார்பெட்டுக்கு இருக்கும் பார்வை முக்கியமானது. அது பொதுவாய் ராஜாக்களும் ஜமீந்தார்களும் துப்பாக்கியுடன் காட்டுக்குப் போகும் வேட்டைக்கார மனநிலை அல்ல.

அவரது கூடாரத்துக்கு வந்து தங்கிச் சென்ற மலைப்பாம்பு பற்றி அவர் எழுதி இருப்பதெல்லாம் வாசிக்கும்போதே நெகிழ்ச்சி தரும் சம்பவங்கள். அது கூடாரத்தில் தங்கி இருந்தபோது அங்கிருந்த மற்ற உயிரினங்களைத் தொந்தரவே செய்யவில்லை என்று எழுதியிருப்பார்.

அப்புத்தகத்தை மொழிபெயர்த்தது எனக்கு மிகுந்த திருப்தி அளித்தது. அந்த நூலின் வழியாக எனக்கு வேறொரு அவதானமும் கிடைத்தது. 50 வருடம் கழித்து ஜிம் கார்பெட்டின் ஒரு நூல் தமிழில் மொழிபெயர்க்கப்பட்டு வெளியாகிறது. தி.ஜ.ரங்கநாதன், யுவன் சந்திரசேகர் இருவரும் 50 வருட இடைவெளியில் ஒரே எழுத்தாளரின் நூலைத் தமிழாக்கும்போது தமிழ்ப் புனைவுமொழியில் எவ்வளவு பாரதூரமான வித்தியாசங்கள் உருவாகி இருக்கின்றன என்று ஒருவர் வேறுபடுத்திப் பார்க்க முடியும்.

இப்போது தஞ்சாவூர்க் கவிராயர் என்பவர் *'The man-eater of Rudraprayag'* என்ற நூலைத் தமிழுக்குக் கொண்டு வந்திருக்கிறார். இன்னும் படிக்கவில்லை. படித்தால் தி.ஜ.ரங்கநாதன், யுவன் சந்திரசேகர், தஞ்சாவூர்க் கவிராயர் இந்த மூன்று புள்ளிகளில் ஏதும் ஒற்றுமை இருக்கிறதா, எந்த இடத்தில் வேறுபடுகிறார்கள் என்று பார்த்தால் சுவாரஸ்யமாக இருக்கும் எனத் தோன்றுகிறது.

பிறமொழியிலிருந்து புனைகதைகள் கூட மொழிபெயர்த்திருக்கிறீர்கள் அல்லவா?

சென்ற வருடம் ‘குதிரை வேட்டை’ என்ற நார்வேஜியன் நாவலை மொழிபெயர்ப்பு செய்தேன்.

நனவோடை என்ற உத்தி தமிழில் செயல்படும்போதெல்லாம் சிடுக்கான, குழப்பமான மொழிப் பிரயோகம், வாக்கிய அமைப்புகள், சிந்தனை முறை வழியாகத்தான் நடந்திருக்கிறது. உதாரணமாக ஜி.நாகராஜனையோ, தி.ஜானகிராமனையோ சரளமாகப் படிப்பதுபோல் நகுலனைப் படித்துவிட முடியாது. புதுமைப்பித்தனின் ‘கடவுளும் கந்தசாமிப்பிள்ளையும்’ படிப்பது போல ‘கயிற்றரவு’ படிக்க முடியாது. ஒரு கட்டத்தில் நனவோடை என்பதற்கு கயிற்றரவு என்ற பெயரே தமிழ் படைப்புச் சூழலில் புழங்கியது.

‘குதிரை வேட்டை’யில் அப்படி அல்லாமல் அசோகமித்திரன் கதை சொல்வதுபோல் நேரடியான பாணியில் நனவோடை எழுதப் பட்டிருக்கிறது என்பது முதல் சுவாரஸ்யம். நான் கதை சொல்லும் முறைக்கும் அந்நாவலின் கதை சொல்லும் முறைக்குமான ஒப்புமை மனதில் ஓடிக்கொண்டே இருந்தது. அவரும் என்னைப்போலத்தான். பால்ய காலத்தில் ஒன்றைச் சொல்லி, நடைமுறைக் காலத்துக்கு வந்து, மீண்டும் பால்ய காலத்துக்குப் போய் என்று மாறி மாறி வருகிறது. என் கதைகளில் இருப்பதுபோலவே, தகப்பனாருடனான உறவு திரும்பத் திரும்ப அந்தக் கதையில் சொல்லப்பட்டிருக்கிறது. அதெல்லாம் சேர்ந்து அதை மொழிபெயர்த்தது ஒரு சுவாரஸ்யமான அனுபவமாக இருந்தது.

இந்தியக் கதைகள் படிப்பதற்கும் ஐரோப்பியக் கதைகள் படிப்பதற்கும் வாசகநிலையிலேயே நிறைய வித்தியாசங்கள் இருக்கின்றன. முழுக்க முழுக்க வேறான கலாசாரப் பின்னணி, சீதோஷ்ணப் பின்னணி, அதைச் சார்ந்த உணவு, உடை முறைகள், அங்கிருக்கும் வாழ்முறை, உறவுமுறை, இவை யாவும் கிளர்ச்சி தருவதாகவும், நூதனமானதாகவும், எளிதில் புரிந்துகொள்ள முடியாததாகவும் இருக்கின்றன.

‘குதிரை வேட்டை’யில் ஒரு நீளப் பத்தி, வாசிக்கும்போதும் மொழிபெயர்க்கும்போதும் மிகவும் சிரமப்பட்டேன். பிறகுதான் புரிந்தது அவர்கள் ஒரு வைக்கோல் போர் கட்டுகிறார்கள் என. நம்மூரில் தாள்களை முடிச்சிட்டு, மூட்டையளவு சேர்ந்த பின் ஒரு கட்டுப் போட்டு, ஒன்றின் மேல் ஒன்றாக அடுக்கி வைக்கோல் போர் அமைப்போம் அல்லவா. அவர்கள் அப்படிச் செய்வதில்லை. பலகைகள் அடித்து, வேலி அமைத்து, தொட்டிபோன்ற ஒரு சட்டகத்தை உருவாக்கி, அதற்குள் தாள்களை நிரப்பி, வைக்கோல்

போர் அமைக்கிறார்கள். அந்தப் பத்தி வைக்கோல் போர் அமைப்பதைப் பற்றித்தான் பேசுகிறது என்பது பிடிபட கிட்டத்தட்ட ஒரு வாரம் பிடித்தது எனக்கு. அந்தக் குறிப்பிட்ட பத்தியை திரும்பத் திரும்பப் படிக்க வேண்டி இருந்தது.

பொதுவாய் மொழிபெயர்ப்பு நூல்களில் ஒரு படைப் பெழுத்தாளனுக்கு என்ன அனுகூலம் கிடைக்கிறது? அவன் ஏன் தன் நேரத்தை அதற்கு ஒதுக்கவேண்டும் என்பது எப்போதுமே கேட்கப்படும் கேள்வி.

தண்டபாணி கூட அடிக்கடி இதைச் சொல்வான். நான் அப்படி நினைக்கவில்லை. பயன்படுத்தப்படாமல் உள்ளுக்குள் சேகரமாகி இருக்கும் நிறையச் சொற்கள் ஆழ்மனக்கிடங்கில் இருக்கின்றன. அதைக் கிளறி விட இந்த மொழிபெயர்ப்பு முயற்சி பயன்படும். தெரியாத வார்த்தைகள் கற்கலாம், புது வாக்கியக் கோவைகள் சாத்தியப்படும். சில சமயம் புதிய வார்த்தைகளை உருவாக்க வேண்டி இருக்கும். காரணம் வேறு கலாசாரப் பின்னணியிலிருந்து வரும் ஏதோ ஒரு பொருளுக்குத் தமிழில் வார்த்தையே இருக்காது.

இப்படி சவால்கள் இருக்கின்றன. அவற்றை எதிர்கொள்வதன்மூலம் எனக்குள் ஸ்திரப்பட்டிருக்கும் மொழிப்பரப்பை முழுக்கக் கிளறி fresh ஆக்கிவிட்ட மாதிரியான உணர்வு கிடைக்கும். இது என் அடுத்த படைப்புக்கு நகர்கையில் என் மொழியைக் கையாள்வதற்கு அனுகூலமாக இருக்கும். என் சொல் முறையில் நுட்பங்களை மாற்றங்களை உருவாக்குவதற்கு உதவியாக இருக்கும். அதனால் மொழிபெயர்ப்பு நான் ஆசையாகத்தான் செய்கிறேன்.

இப்போதுகூட ஸ்பானிய மொழித் தொகுப்பின் உட்பிரிவான கட்டலன் என்ற மொழியில் சுமார் அறுபது ஆண்டுகளுக்கு முன் வெளிவந்த ஒரு நாவலைப் பெரும் போராட்டத்திற்குப் பிறகு மொழிபெயர்த்து முடித்திருக்கிறேன். இதில் எனக்கு இருந்த சவால்கள் பலவிதமானவை. ஒன்று, அதன் ஃப்ரெஞ்ச், ஸ்பானிய, ஜெர்மானிய கலாசாரப் பின்னணிகள், அவை ஒன்றோடொன்று ஊடாடும் விதமும் அந்த நாவலில் சரளமாக வெளிப்பட்டிருக்கிறது. அடுத்தது, அது ஓர் இறையியல் நாவல். பைபிள் சம்பந்தமான தெளிவு இருக்கும் ஒருவர்தான் அதை வாசித்துப் புரிந்துகொள்ள முடியுமோ என்னுமளவு ஓர் அழுத்தத்தை உள்ளே உண்டு பண்ணக்கூடிய நாவல்.

சமீப ஆண்டுகளில் தொடர்ச்சியாய் கிட்டத்தட்ட வருடம் ஒரு நாவல் என்ற கணக்கில் எழுதிக் கொண்டிருக்கிறீர்கள் ('மணற்கேணி',

‘வெளியேற்றம்’, ‘பயணக்கதை’, ‘நினைவுதிர் காலம்’). அதற்கு முந்தைய ஆண்டுகளில் ஒப்பீட்டளவில் இத்தனை வேகம் இல்லை. இதைத் தற்போதைய காலகட்டத்தில் படைப்பூக்கத்தின் உச்சநிலையில் நீங்கள் இருப்பதாகக் கொள்ளலாமா அல்லது பதிப்பக ஊடகச் சூழல் தற்போது சாதகமாய் இருப்பதால் கிடைக்கும் தூண்டுதலாக எடுக்கலாமா?

பதிப்பக ஊடகச் சூழல் எல்லோருக்கும்தானே சாதகமாய் இருக்கிறது! எல்லோருமே எழுதிக் குவிக்கவேண்டுமே! அப்படி நடப்பதில்லையே!

பதிப்புச் சூழல் சாதகமாகவோ எதிர்மறையாகவோ இருப்பது ஒருவனின் படைப்பூக்கத்தை பாதிக்கும் வாய்ப்புண்டு அல்லவா! எழுதினாலும் வாசகனைப் போய்ச் சேருமா என்ற சந்தேகம் இருக்கும் சூழலில் சரக்கும் முயற்சியும் கொண்டவன் கூட ஒரு கட்டத்தில் ஊக்கமிழக்கக்கூடும்.

நான் அப்படி நினைக்கவில்லை. நான் 90களின் ஆரம்பத்தில் எழுத வந்தபோதே பதிப்பகங்கள் ஓரளவு நிலைபெற்றுத்தான் இருந்தன. சீரியஸ் புத்தகங்கள் வரமுடியும் என்ற சூழல் வந்தாயிற்று. இப்போது இன்னும் பரவலாகியிருக்கிறது.

நான் தினசரி எழுதுகிறேன். இது புனைகதை எழுதும் யாருமே செய்வதுதான். அப்படிச் செய்கையில் ஆறு மாதங்களில் ஒரு நாவல் தயாராகி விடும். ஒரு டிசம்பரில் எழுதி முடிக்கப்பட்ட ஒரு நாவல் அடுத்த டிசம்பரில்தான் வெளிவரும். அதாவது நான் எழுத ஆரம்பித்து இரண்டு வருடங்கள் கழித்துத்தான் ஒரு நாவல் வெளிவரும். இப்போது நீங்கள் பார்க்கும் நாவல் இரண்டு வருடங்களுக்கு முன் நான் எழுதியது.

என்னுடைய 36வது வயதில்தான் என் முதல் கவிதைத்தொகுப்பு வெளியானது. 38ல் அடுத்தது. அப்போது கவிதைகளை வாசகர்கள் அமோகமாக வாங்கிக் குவித்ததாக அர்த்தமா? அப்படி இல்லை. அந்த நேரத்தில் அது தோன்றியது, எழுதினேன். வேகத்துக்கும் சூழலுக்கும் சம்பந்தமில்லை.

படைப்பூக்கத்தின் உச்சமா எனக் கேட்டால், திரும்பிப் பார்த்தால் ‘ஒளி விலகல்’ கதைகள் எழுதிய காலத்தில்தான் அப்படி இருந்தேன் என்பேன். அந்தத் தொகுப்பின் மொத்தக் கதைகளும் ஆறே மாதத்தில் எழுதப்பட்டவை. ‘வேறொரு காலம்’ கவிதைத்தொகுப்பு என் அபிமான நூல். அதை எழுதிய காலகட்டமும் உச்சமான ஒரு காலகட்டம்.

கவிதை மட்டுமே எழுதிக் கொண்டிருந்த நாட்களில் மிகுந்த சோம்பேறி நான். அவ்வளவு சோம்பல் இருந்தால்தான் அந்த மாதிரியான கவிதைகள் எழுத முடியுமோ என்னவோ! என்னுடைய உலகத்தில் என்னை மறந்து தனிமையில் இருக்கும்போது உருவாகும் வாக்கியங்கள் கவிதைக்கான ஸ்திதிக்கு வேகமாய் நகரும்.

மற்றபடி வெளியில் நிலவுகிற சூழல் அனுகூலமாய் இருக்கிறது என்பதில் சந்தேகமில்லை. ஆனால் அதுதான் என்னை எழுத வைக்கிறது என்றில்லை. எனக்கு மிக அதிகமாக எழுதப் பிடித்திருக்கும் காலகட்டம் இது எனலாம்.

> தமிழில் சமகாலத்தில் மிகப் பிரபலமான இலக்கிய / இதழ்களாக மற்றும் பதிப்பகங்களாகத் திகழும் காலச்சுவடு, உயிர்மை இரண்டிலுமே மாற்றி மாற்றி எழுதினீர்கள். பொதுவாய் குழுக்களாய் பிரிந்துநின்று எதிரெதிராய் இயங்கும் தமிழ் சிற்றிதழ்ச்சூழலில் இது அபூர்வம். எப்படி சாத்தியப்பட்டது? பொதுவாய் நீங்கள் சண்டைகளற்ற ஓர் (ஒரே?) எழுத்தாளனாய் இங்கே இருப்பதாய்த் தோன்றுகிறது.

அப்படி ஒரு தோற்றத்தை உண்டாக்கி இருக்கிறேன் என்பது கேட்க நன்றாய்த்தான் இருக்கிறது. ஆனால் இப்போது அதிகம் பத்திரிகை களில் எழுதுவதில்லை அல்லவா! இப்போதிருக்கும் மனநிலையில் கேட்டால் கொடுக்கலாம் என்றுதான் இருக்கிறேன். உயிர்மையில் என்னை அழைத்து கதை கொடு என்று கேட்டால் கொடுப்பேன். உயிர்மையில் மசி கூட உதற மாட்டேன் என்பது போன்ற பிடிவாதமெல்லாம் ஏதுமில்லை!

தமிழில் முக்கியமாக எழுதும் எல்லா எழுத்தாளர்களும் ஒரே பத்திரிகையில் எழுதக்கூடாது என்று சொல்ல எந்தக் காரணமும் இல்லை. ஆளுமை உரசல்கள் தவிர அவர்கள் கோட்பாட்டு ரீதியாக ரொம்பவும் பிரிந்து கிடப்பதாக நான் நினைக்கவில்லை. பெரும் பாலான எழுத்தாளர்கள் ஒரே பத்திரிகையில் எழுத முடியும், ஒரே மேடையில் பேச முடியும், ஒரே விஷயம் சம்பந்தமாக இப்போது இருக்கும் தகராறுகள் இல்லாமல் விவாதிக்க முடியும், அப்படி எல்லாம் தமிழில் முன்பு இருந்தது.

ஒருவேளை அப்படி எல்லோரும் இணைந்து செயல்பட்டிருந்தால் தமிழில் இருக்கும் வணிகப் பத்திரிகைச் சூழலுக்கு எதிராக காத்திரமான ஓர் இயக்கம் இங்கே உருவாகி இருக்கும். அப்படி நடக்காமல் போனதற்குக் காரணம் இந்த விலகல்களும் விரிசல்களும்தான்.

என்னைப் பொருத்தவரை நபர்களுடனான உறவும், எழுத்துடனான உறவும் ஒன்றோடொன்று பிணைந்து இருப்பதாக நினைக்கவில்லை. இரண்டும் தனித்தனி.

ஒருவேளை, முழுக்க இடதுசாரிச் சார்புள்ள ஒரு இதழில் என்னிடம் படைப்பு கேட்க மாட்டார்கள்.

இங்கே தமிழ் இதழ் பற்றி ஒருவிஷயம் குறிப்பிட விரும்புகிறேன். எனக்கு ஒப்புதல் நிலைப்பாடு கொண்ட விஷயங்களை மட்டும் தமிழ் இதழில் எழுதப்படவேண்டும் என நான் நினைக்கவில்லை. மாற்று அல்லது எதிர்ச் சிந்தனைகளுக்கும் களமாக இருக்கவேண்டும் என நினைக்கிறேன். அதன் வழி ஒரு நேர்மையான, நேர்மறையான பன்முகத்தன்மையை இவ்விதழ் தக்க வைத்துக் கொள்ளவேண்டும் என விரும்புகிறேன்.

பல்வேறு துறைகளில் பிராமணர்கள் புறக்கணிக்கப்படுகிறார்கள் அல்லது ஒதுக்கப்படுகிறார்கள் என்ற பொருளில் கிழக்கு பதிப்பக அதிபர் பத்ரி சேஷாத்ரி சமீபத்தில் எழுதிய சில கட்டுரைகள் விவாதத்துக்கும் சர்ச்சைக்கும் உள்ளானது. ஓர் எழுத்தாளராக நீங்கள் அப்படி ஒதுக்கப்படுவதாகக் கருதுகிறீர்களா?

'நான் பிராமண எழுத்தாளன் என்பதால் புறக்கணிக்கப்படுகிறேன்' என ஜெயமோகன் ஒரு கட்டுரை எழுதி இருந்தார். அதை மேற்கோள் காட்டி சுகுமாரன் ஒரு மேடையில் பேசினார்.

நான் அப்படி நினைக்கவில்லை. தமிழ் வாசக சமூகம் அப்படிச் செய்யும் என நான் கொஞ்சம்கூட நம்ப மாட்டேன். என் மாதிரியான எழுத்து முறைக்கு, என்போன்ற சுபாவம் உள்ள ஒருவனுக்கு, இவ்வளவுதான் அங்கீகாரம் கிடைக்கும். என் முந்தைய தலை முறையில் அவ்வளவுதான் கிடைத்தது, அதற்கு முந்தைய தலை முறையிலும் அப்படித்தான்.

வாசகப்பரப்பு மிகப் பெரிதாகி விட்டதான ஒரு நினைப்பு இருக்கிறது. எஸ்.ராமகிருஷ்ணன் ஆனந்த விகடனில் எழுதிய விஷயங்கள் புத்தகமாக வரும்போது நிறைய விற்கலாம். ஆனால் உயிர்மையில் எழுதும் புத்தகங்கள் இதே அளவுதான் விற்கும். ஒருவேளை அதன் மூலம் கிடைத்த பிரபலத்தின் காரணமாக கூட ஐந்நூறு அல்லது ஆயிரம் பிரதிகள் விற்கலாம். விகிதாசாரம் அதேதான். இத்தனை கோடிப் பேரில் இத்தனை நூறு சீரிய வாசகர்கள் என்ற அடிப்படையிலான பெருக்கம்தான். இதைப் பெரிய முன்னேற்றம் என்றெல்லாம் நான் நினைக்கவில்லை.

என் வகையான எழுத்துக்கு இவ்வளவுதான் அங்கீகாரம் கிடைக்கும். நான் புறக்கணிக்கப்பட்ட எழுத்தாளனாக ஒருபோதும் உணர்ந்ததில்லை. அப்படி உணர்ந்திருந்தால் நான் இவ்வளவு எழுதி இருக்க முடியாது.

நான் எனக்குப் பிடித்ததை எழுதுகிறேன். வாசகன் அவனுக்குப் பிடித்ததை வாங்கி வாசிக்கிறான்.

> இருவிஷயங்கள் இருக்கின்றன. ஒன்று, புறக்கணிக்கப்படாதிருத்தல், இன்னொன்று, புறக்கணிக்கப்பட்டாலும் அதைக் கண்டுகொள்ளாது எழுதுதல். ஒருவேளை அதுவா?

இல்லை. நான் புறக்கணிக்கப்பட்டதாகவே நினைக்கவில்லை.

கிழக்கு பதிப்பகத்தில் என் புத்தகம் ஒன்று சென்ற ஆண்டு 600 பிரதிகள் விற்றிருக்கிறது என்றார்கள். எனக்கு ஒரே ஆச்சரியம். அவ்வளவு பேரா வாங்கிப் படிக்கிறார்கள். எத்தனையோ தலைப்புகளில் எத்தனையோ நூல்கள் வெளியிட்டுக் கொண்டிருக்கும் கிழக்கு பதிப்பகத்தில், மறுபதிப்பு காணும் என் முந்தைய நூல்களுக்கு இத்தகைய வரவேற்பு இருப்பது ஆச்சரியமாகத்தான் இருக்கிறது.

தெருமுனை பரோட்டாக்கடையில் இருக்கும் அதே அளவு கூட்டத்தை நட்சத்திர ஓட்டலில் எதிர்பார்க்க முடியாது அல்லவா! அதற்கான takers வேறு, செலவு வேறு. எல்லாம் சேர்ந்ததுதான்.

> எனக்குப் பிடித்த உங்களுடைய ஒரே படைப்பை மட்டும் சொல்ல வேண்டுமெனில் உங்கள் முழு சிறுகதைத் தொகுப்பைச் சுட்டுவேன். உங்களுக்குப் பிடித்த உங்களுடைய படைப்பு எது? ஏன்?

நீங்களே மூன்று புத்தகங்களை அல்லவா சொல்லி இருக்கிறீர்கள். 'ஒளிவிலகல்', 'ஏற்கனவே', 'கடல் கொண்ட நிலம்' ஆகிய மூன்று நூல்களின் தொகுப்புதான் அந்த சிறுகதைத் தொகுப்பு.

எனக்கு எல்லாப் படைப்புகளுமே பிடித்தவைதாம். பிடித்ததை மட்டும்தானே எழுதுகிறேன்!

இப்போது ஒரு விஷயம் எழுதிக் கொண்டிருக்கிறேன் அல்லவா, இது தொடர்பான யோசனைகளும் பதற்றங்களுமே எப்போதும் மீறி இருக்கும். முன்பு வந்த நூல்கள் எல்லாம் எழுதி முடித்தாயிற்று. அது என் பால்ய காலத்தைப் பற்றி விசாரிப்பதைப் போன்றது. ஒரு புத்தகத்தை முடித்து அடுத்ததற்குள் போகும்போது நான் ஒரு பருவம் முடிந்து அடுத்த பிராயத்துக்குள் நுழைவதாய்த்தான் அர்த்தம். ஆக

எனக்கு ரொம்பப் பிடித்த புத்தகம் என்றால் இப்போது எழுதிக் கொண்டிருப்பதுதான்!

உங்கள் முன்னோடிகள் என யாரைக் கருதுகிறீர்கள்? இரண்டு வகைமைகளில். ஒன்று உங்களை எழுதத் தூண்டியவர் என்ற அடிப்படையில். இன்னொன்று எழுத்து பாணியின் அடிப்படையில்.

ரொம்பப் பெரிய பட்டியல் அது. என் மீது செல்வாக்கு உள்ள, என்னை எழுதத் தூண்டியவர்கள் நிறையப் பேர். சுப்ரமணிய பாரதியில் தொடங்கி இன்று புதிதாய் வந்திருக்கும் இசை வரையில் நிறையப் பேரிடம் நிறைய விஷயங்கள் நான் வாங்கிக் கொள்கிறேன். ஆனால் நேரடியாக என் எழுத்து வாழ்க்கைக்கு உறுதுணையாக இருந்தவர்கள் என்றால் நாலைந்து பேரைச் சொல்லலாம்.

ஒன்று சுந்தர ராமசாமி. அவருடைய படைப்புக் களத்துக்கும் என்னுடையதற்கும் ஏகப்பட்ட வித்தியாசங்கள் உண்டு. உதாரணமாக 'குள்ளச்சித்தன் சரித்திரம்' மாதிரியான ஒரு நாவலை சுந்தர ராமசாமி எழுதவும் மாட்டார், அதை அங்கீகரிக்கவும் மாட்டார். ஆனால் அவர் எனக்கு அறிமுகமான நாளிலிருந்து அவரது இறுதி நாட்கள் வரை என்னிடம் மிகப் பிரியமாகவும் நெருக்கமாகவும் இருந்தார். என் எழுத்து, உடல்நிலை, மனநிலை பற்றி அக்கறை கொண்டவராக இருந்தார். சக எழுத்தாள நண்பர்களுடன் சுமுகமாக இருப்பது என்ற விஷயத்தை நான் அவரிடமிருந்துதான் கற்றுக் கொண்டேன். அப்படி இல்லை எனில் நான் வீண் சண்டை போடும் ஒருவனாகவே இருந்திருப்பேன் எனத் தோன்றுகிறது.

அடுத்தது தேவதச்சன். கோவில்பட்டியில் தேவதச்சனின் கைகளில் நான் போய்ச் சேர்ந்த பிறகுதான் நான் எழுத்தாளனாக உருவாவதற்கான சேர்மானங்கள் காரணிகள் அத்தனையும் எனக்கு வந்தது என்று நினைக்கிறேன். அவருக்கு நான் முழுக்க நன்றிக்கடன் பட்டிருக்கிறேன். அடுத்தது ஆனந்த். அவரும் தேவதச்சனும் அக்காலகட்டத்தில் எனக்கு மிக உறுதுணையாக இருந்தவர்கள்.

அடுத்தது சாரு நிவேதிதா. அவர் கொடுத்த ஊக்கம் இல்லை எனில் நான் சிறுகதைத் துறையில் இவ்வளவு ஆர்வமாக ஈடுபட்டிருக்க மாட்டேன் என்றுதான் நினைக்கிறேன். அவருக்கு நான் மிகவும் கடன்பட்டிருக்கிறேன்.

என் கவிதைகளை கைப்பிரதிகளிலேயே ஆசையாய் வாசித்தும், அபிப்பிராயம் சொல்லியும், தன் பத்திரிகையில் பிரசுரித்தும் ரொம்ப நெருக்கமாக இருந்தவர் மனுஷ்யபுத்திரன்.

ஜெயமோகன் சொல்லவே வேண்டியதில்லை. என் எல்லா எழுத்துக்களையும் படித்து தொடர்ந்து அபிப்பிராயங்கள் சொல்லிக் கொண்டே இருக்கும் ஒரு மிக முக்கியமான ஆளுமை அவன்.

கடந்த சில ஆண்டுகளாக சுகுமாரன். 'நினைவுதிர்காலம்' எழுதிவந்த போது, மனத்தடைக்கு ஆட்பட்டு அது பாதியில் நின்றிருந்தது. சுகுமாரன் அளித்த ஊக்கம் மட்டும் இல்லாவிட்டால், அந்த நாவல் ஒருவேளை வெளிவந்தே இருக்காது.

இவர்களுக்கெல்லாம் மனப்பூர்வமான நன்றியைச் சொல்ல வேண்டும். இப்போது நீங்கள் பேட்டி எடுக்க வந்திருக்கிறீர்கள். உங்களையும் அந்தக் கணக்கில் வைக்கத்தான்வேண்டும்.

> மேற்கு இலக்கியத்தில் உங்கள் பரிச்சயம் பற்றிச் சொல்லுங்கள். எழுத்தாளனுக்கு வாசிப்பு அவசியமே. ஆனால் உலக இலக்கியங்களின் அறிமுகம் எந்த அளவு முக்கியம் என நினைக்கிறீர்கள்? உங்கள் எழுத்தில் உங்கள் வாசிப்பின் பாதிப்பு இருக்கிறதா? குறிப்பாய் உலக இலக்கியங்கள்?

உலக இலக்கியம் என்ற சொற்றொடர் போட்டவுடன் நான் மிகப் பெரிய வாசகன் என்பது மாதிரியான ஒரு பிம்பம் உருவாகிறது. அப்படி எல்லாம் நான் claim பண்ணமாட்டேன். ஆனால் நீங்கள் முக்கியம் எனக் கருதும் உலக எழுத்தாளர்களில் பெரும்பான்மை யானவர்களின் ஒரு புத்தகமாவது நான் வாசித்திருப்பேன்.

இலக்கியத்துக்கு வெளியேயும் எனக்குப் பிடித்த எழுத்தாளர்கள் இருந்திருக்கிறார்கள். உதாரணமாக, பாப்புலர் சயின்ஸ் எழுதும் மிகப்பல எழுத்தாளர்களிடம் நான் சொக்கிக் கிடந்திருக்கிறேன். Richard Feynman, Gary Zukav, Eric Berne, Oliver Sacks, Richard Dawkins போல. ஆனால், இதுபோலப் பெயர்கள் உதிர்ப்பதில் தயக்கம் இருக்கிறது.

இலக்கியத்துக்கு வெளியே என்றால் ஆன்மிகம், அறிவியல் ஆகிய வகைமைகளில் வாசித்திருக்கிறேன். நான் அறிவியல் மாணவன் அல்ல. அதைப் பற்றி எதுவுமே தெரியாது. ஆனாலும் இயற்பியல் பற்றிய சில கடினமான புத்தகங்களைக் கூட வாசிக்க முயற்சி செய்திருக்கிறேன். அறிவியலை அறிந்து கொள்வதற்காக அல்ல. அந்த சொல்முறையில் ஒரு தர்க்கம் செயல்படுகிறது. அந்த தர்க்கத்தை அவர்கள் வளர்த்துக்கொண்டு போகும் விதம், தங்களின் வாதங்களை அவர்கள் அடுக்கிக்கொண்டு போகும் விதம் எனக்குப் பிடிக்கும். அதனால் தர்க்கபூர்வமான புத்தகங்களை வாசிக்கவேண்டுமெனில்

அறிவியல் புத்தகங்களை வாசித்துத்தான் ஆகவேண்டும். அப்புறம் அதில் அவர்கள் போகிறபோக்கில் உதிர்த்து விட்டுப் போகும் வாக்கியத் தெறிப்புகள் எனக்கு கவிதைகளுக்கும் சிறுகதைகளுக்கும் மிக உபயோகமாக இருந்திருக்கிறது.

CG.Jung எழுதிய *'Memories, Dreams, and Reflections'* புத்தகத்தில் ஒரு வரியைப் படித்தபோதுதான் 'ஏற்கனவே' என்ற சிறுகதையை எழுதத் தோன்றியது. இத்தனைக்கும் அதில் நான் முன்வைத்திருக்கும் Déjà vu என்ற விஷயத்தை சுஜாதா உட்பட நிறையப்பேர் பேசி இருக்கிறார்கள். அந்த அனுபவம் எல்லோருக்குமான அனுபவம்தான். எனக்கும் பலமுறை நடந்திருக்கிறது. ஆனால் அதை ஒரு சிறுகதைக்குள் கொண்டுவரவேண்டும் என்ற எண்ணம் அந்த ஒரு வாசகத்தால்தான். எந்த வாசகமென இப்போது குறிப்பாய் நினைவிலில்லை.

இதுபோன்ற ஒரு வாசிப்பு எழுத்தாளனுக்கு அவசியம் என்றுதான் நினைக்கிறேன். சிரமப்பட்டாலும் அவர்களைக் கூடுமானவரை ஆங்கிலத்திலேயே வாசித்து விடுவது நல்லது. ஏனெனில், மொழி பெயர்ப்பில் அவர்கள் கிடைக்கும்போது மிகக் கொடூரமாக இருக்கிறார்கள் அநேக சந்தர்ப்பங்களில். அணுக முடியாதவர்களாக இருக்கிறார்கள். உதாரணமாய் மார்க்கேஸ் பற்றித் தமிழில் எழுதப் பட்ட எல்லா வரிகளையும்விட மார்க்கேஸின் ஒரிஜினல் படைப்புகள் நட்பானவை, நெருக்கமானவை. சரளமாக வாசிக்கலாம். ஆனால் அவர் பற்றி எழுதப்பட்டவை யாவும் அவ்வளவு சரளமானவையோ, நட்புரீதியானவையோ, வாசகன் மேல் கரிசனம் கொண்டவையோ அல்ல என்பதே என் அபிப்பிராயம்.

> சுஜாதாவிடம் அவர் கணேஷா வசந்த்தா எனக் கேட்டதற்கு இரண்டின் தீற்றல்களும் தனக்குள் உண்டு என்றார். கிருஷ்ணன், இஸ்மாயில், சுகவனம் மூவரில் நீங்கள் யார்? என் புரிதல் சமனப்பட்ட கிருஷ்ணன் நீங்கள். உங்கள் ஆல்டர்ஈகோவின் இரு அதீத முனைகள் இஸ்மாயிலும் சுகவனமும். உங்கள் ஆதர்சமாகவும், நீங்கள் வெறுக்கும் ஒருவராகவும். மிடில்க்ளாஸுக்கு பணக்காரனையும் ஏழையையும் போல. இஸ்மாயிலும், சுகவனமும் கிருஷ்ணனை விட வெவ்வேறு கோணங்களில் நேர்த்தி எனச்சொல்லிக்கொண்டே கிருஷ்ணனே நடைமுறைக்கு உகந்தவன் எனத் தொடர்ந்து நிறுவ முயல்வது (உங்களுக்கு நீங்களே?) போல் தோன்றுகிறது.

இந்த மூவர் என்றில்லை, நான் உருவாக்கும் சகல பாத்திரங் களிலுமே, என் அந்தரங்கத்தின் நேரடியான அல்லது தொலைதூர விழைவின் துளி இருக்கத்தான் செய்யும். சிலவேளைகளில்

நேர்மறையாக, சிலவேளைகளில் எதிர்மறையாக. கூடுவிட்டுக் கூடு பாயும் வித்தை கைவரப் பெறாதவன் எழுத்துக்காரனாக இயங்க முடியாது என்றே தோன்றுகிறது.

இல்லை, அது பொம்மலாட்டம் நிகழ்த்துவது போலத்தான் என்று சொல்பவர்களும் இருக்கிறார்கள். இரண்டுவகை எழுத்துக்கும் உள்ள அடிப்படை வித்தியாசம் வாசிக்கும்போதே விளங்கக் கூடியது.

'குள்ளச்சித்தன் சரித்திரம்', 'வெளியேற்றம்' எழுதிய ஆள் 'பகடையாட்ட'த்தையும் எழுதப் போகும்போது இந்த மூன்றையும் எழுதும் ஒரே மனோபாவத்தை எப்படிப் புரிந்து கொள்வது? அதுபோல்தான் இது.

அப்புறம் உங்களிடம் ஒரு கேள்வி. தீவிரமான எழுத்தில் ஈடுபட்ட எண்ணற்ற எழுத்தாளர்கள் இருக்கும் போது சுஜாதா வழியாக என்னை அளக்க முற்படுவதுபோல் தோன்றுகிறது. இதன் காரணம் என்ன?

நிச்சயம் இது எழுத்தின் வகைமை அல்லது தரம் குறித்த ஒப்புமை அல்ல. கதாபாத்திரத்துக்கும் எழுத்தாளனுக்குமான குண ஒற்றுமை குறித்த ஒப்புமை முயற்சி மட்டுமே. வாசகர் மனதில் இடம் பெற்ற கதாபாத்திரங்கள் என்றால் கணேஷ் - வசந்தைத்தான் சட்டெனச் சொல்ல முடியும்.

ஏன், தி.ஜானகிராமனின் பாபு-யமுனா இருக்கிறார்களே!

'மோகமுள்' எனக்கு அத்தனை உவப்பான நாவல் அல்ல. அதனால் அதை விட்டு விடலாம்.

ரொம்ப முக்கியமான நாவல் அது.

சுந்தரராமசாமியின் ஜேஜேவைச் சொல்லலாம். அதை விடவா பிரபலமான பாத்திரம் இருக்க முடியும்! ஆனால் நான் சொல்வது தொடர்ச்சியாய் வெவ்வேறு கதைகளில் ஒரே கதாபாத்திரம் வருவது. அதை தன் துப்பறியும் புனைவுகளில் கணேஷ்-வசந்த் என சுஜாதா செய்திருக்கிறார். விஞ்ஞானப் புனைவுகளில் ஆத்மா-நித்யா எனச் செய்திருக்கிறார். கிருஷ்ணன்-பத்மினி-இஸ்மாயில்-சுகவனம் என நீங்கள் செய்கிறீர்கள். அந்த அடிப்படையில்தான் அக்கேள்வி எழுந்ததே ஒழிய சுஜாதாவுக்கும் உங்களுக்குமான ஒப்பீடாய் அல்ல.

அசோகமித்திரன் எழுதும் புனைவுகளில் வரும் 'நான்' ஒரே ஆள் எனத் தோன்றியதில்லையா? அதுபோலவே ஜி.நாகராஜன், லா.ச. ராமாமிர்தம், வண்ணதாசன் ஆகியோர் புனைவுகளில் வரும் 'நான்' என்பதும்.

ஓர் எழுத்தாளன் தன்மை ஒருமையில் எப்போதெல்லாம் கதைகள் எழுதுகிறானோ அப்போதெல்லாம் அக்கதைகளில் வரும் அந்த 'நான்' கிட்டத்தட்ட ஒன்றுதான். அவர்களிடம் எல்லாம் அந்தக் கேள்வியைக் கேட்கத் தோன்றவில்லையே உங்களுக்கு? என் கதைகளில் நான் கிருஷ்ணன் என்ற ஒரே பெயரைப் பயன்படுத்துவதால் அது வெளிப்படையாகத் தெரிகிறது. அவ்வளவுதான்.

> நாவல்களுக்கு எப்போதும் முன்னுரை எழுதாமல் பின்னுரை எழுதுவதேன்? இதை திட்டமிட்டுச் செய்வதாகத் தெரிகிறது. முன்னுரையில் நாவலின் உள்ளடக்கம் குறித்துப் பேசினால் அதன் வசீகரம் குறையும் என்பதாக நினைத்துக் கொள்வேன். ஆனால் இன்னொருபுறம் நாவலை வாசித்தவனை மட்டுமே நான் சந்திப்பேன் என்ற அர்த்தமுள்ள புலமைச்செருக்காகவும் படுகிறது. அப்படித்தானா?

இரண்டாவது சொன்னது உங்கள் புரிதல். எப்படிவேண்டுமானாலும் இருக்கலாம். அதை விட்டு விடலாம்.

பின்னுரை ஏன் எழுதுகிறேன் என்றால், நாவலை இப்படி எல்லாம் வாசிக்கவேண்டும் என்று ஒரு ப்ளூப்ரிண்ட் போட்டுக் கொடுக்கக் கூடாது என நினைக்கிறேன். வாசகன் தன்னிச்சையாக, சுதந்திரமாக ஒரு படைப்பைப் படித்த பின் அது குறித்து அந்த ஆசிரியருக்கு ஏதேனும் சொல்ல இருந்தால் கேட்டுக் கொள்ளலாம் அல்லது கேட்காமலும் போகலாம்.

நான் மிக மதிக்கும் ஒரு நண்பர் 'வெளியேற்றம்' பற்றிச் சொன்னார். ''அந்தப் பின்னுரையை நீ எழுதாமல் இருந்திருக்கலாம். மிக நன்றாக இருந்திருக்கும் நாவல்.'' அது அவர் அபிப்பிராயம். ஆனால் முன்கூட்டியே வாசகனை நாவலுக்குத் தயார்படுத்தவேண்டும் என்று நான் நினைக்கவில்லை. மாறாய் என் கவிதைத் தொகுதிகள் அனைத்துக்கும் நான் முன்னுரை எழுதியிருப்பதையும் நீங்கள் கவனத்தில் கொள்ளவேண்டும்.

ஆனால் பின்னுரையைப் படித்து விட்டுத்தான் நாவலையே படிப்பேன் என்பவர்கள் இருக்கிறார்கள். அது அவர்கள் இஷ்டம்.

> இன்னொன்றும் தோன்றுகிறது. சில சமயம் நாவலையே ஒரு பாத்திரம் எழுதுவதாக இருக்கும் (உதா: 'கானல் நதி', 'நினைவுதிர் காலம்'). அதனால் அங்கே அந்தப் பாத்திரம் எழுதும் முன்னுரைதான் வரும். அங்கே நிஜமாய் நாவலை எழுதும் யுவன் சந்திரசேகர் முன்னுரை எழுத முடியாது அல்லவா!

அப்படி எல்லாம் ஒரேயடியாய் நீங்கள் நிம்மதியாய் இருந்து விடக் கூடாதல்லவா, அதனால் இப்போது எழுதிக் கொண்டிருக்கும் நாவலில் பாத்திரத்தின் பின்னுரை, என்னுடைய பின்னுரை இரண்டும் இருக்கின்றன!

உங்கள் எழுத்தின் புறவடிவத்தில் காணும் முக்கிய வித்தியாசம் பாத்திரங்களின் வசனங்களை மேற்கோள் குறிகளின்றி பத்திக்கு increased indent விடுவதுபோல் எழுதுகிறீர்கள். அதற்கு ஏதேனும் குறிப்பிட்ட காரணம் / பொருள் உண்டா? அல்லது மேலோட்டமான வித்தியாசத்துக்குச் செய்வதா?

யதேச்சையாக ஆரம்பித்த வழக்கம்தான் அது. ஆரம்பகாலத்தில் நான் பயன்படுத்திய Mylai-plain என்ற எழுத்துருவில் நிறுத்தற்குறிகளின் பயன்பாடு கொஞ்சம் சிரமம் தரக்கூடியது. சில கதைகளை இப்போதிருக்கிற விதமாக எழுதிய பிறகு, அதில் ஒரு தனித்துவம் இருக்கிற மாதிரி, எனது உத்தேசத்துக்கு அருகில் வந்துவிட்டது மாதிரி ஒரு பிரமை ஏற்பட்டது. அதையே தொடர்கிறேன், இன்றுவரை.

சொல்முறையில் ஒரு வித்தியாசம் புலப்பட வைக்கும் என்பதில் ஐயமில்லை. ஆனால், நீங்கள் கடைசியாய்க் குறிப்பிட்டிருப்பது போல, அது மேலோட்டமானதுதான்.

எதிர்கால எழுத்துத்திட்டங்கள் என்ன? ஏதேனும் பிரம்மாண்ட விஷயம் மனதில் இருக்கிறதா? ‘மொழியின் உச்ச வடிவம் காவியம்’ என்கிறார் ஜெயமோகன். காவிய முயற்சி ஏதேனும் செய்வீர்களா?

நான் ஒரு சாதாரண எழுத்தாளன். காவியகர்த்தா அல்ல. அதனால் அந்த முயற்சி எல்லாம் செய்ய மாட்டேன். அதற்கான வலு, ஞானம், ஆசை, ஆர்வம் எதுவும் இல்லை. இப்போது நீங்கள் பேட்டியை முடித்து விட்டுப் போன பிறகு என்ன செய்யப் போகிறேன் என்பதே எனக்குத் தெரியாது. அதனால் நாளைக்கு, அடுத்த வருடம் என்ன செய்யப் போகிறேன் என்கிற மாதிரி நீண்ட காலத் திட்டம் எல்லாம் வைத்துக்கொண்டு செயல்படுவதில்லை. தோன்றினால் எழுதுவேன்.

என்றாவது ஒருநாள் எழுத வேண்டாம் என்று தோன்றினால் abrupt-ஆக நிறுத்திவிட்டு வெளியேறி விடுவேன். அதற்கான சுதந்திரத்தையும் என்னிடம் தக்கவைத்துக் கொண்டிருக்கிறேன்.

இந்தக் கேள்வியின் பின்னணி ‘பகடையாட்டம்’தான். மேலோட்டமாய் அது ஒரு த்ரில்லர் என்றாலும் ஒரு காவியம் எழுதும் potential கொண்ட

ஓர் ஆளின் எழுத்தாகத் தோன்றுகிறது. கிரந்தப் பகுதிகள் காவிய பாவனை தானே! அதனால் வலு இல்லை என்று நீங்கள் சொல்வதை மட்டும் நான் ஏற்கவில்லை.

ஆனால் அப்படி ஏதும் திட்டமில்லை.

ஜெயமோகனுடனான உங்கள் நட்பு குறித்து சொல்லுங்கள். அவரது எழுத்துக்கள் பற்றியும்.

ஜெயமோகனுடன் எனக்கு நட்பு ஏற்பட்டது 1989ல். குற்றாலம் இலக்கியப் பட்டறையில் சந்தித்தோம். சந்தித்த மூன்று நிமிடங்களில் நண்பர்களாகி விட்டோம். இன்றுவரை அந்த நட்பு ஆரோக்கியமாகத் தொடர்ந்துகொண்டிருக்கிறது. எல்லா நட்புகளையும் போல் இதிலும் ஏற்றத்தாழ்வுகள், சமரசங்கள், ஊடல்கள் இருக்கத்தான் செய்யும். அதெல்லாம் இல்லாமல் இரண்டு உருளைக்கிழங்குகள் ஒரு மூட்டைக்குள் இருப்பதுபோல் இரண்டு நண்பர்கள் இருக்க முடியாது. என் எழுத்து பற்றி ஜெயமோகனுக்கு அபிப்பிராய பேதங்களும், அவன் எழுத்து பற்றி எனக்கு அபிப்பிராய பேதங்களும் இருக்கவே செய்யும்.

ஜெயமோகன் தனக்குத் தோன்றும் எல்லாவற்றையும் பதிவு செய்பவன். நான் அப்படிப் பதிவு செய்பவன் இல்லை என்பதால் இந்த அபிப்பிராயங்களையும் பதிவு செய்யமாட்டேன். அபிப்பிராயம் சொல்வதில் ஒரு முக்கியமான விஷயம் இருக்கிறது. எதிர்முகம் அதை எப்படி வாங்கிக்கொள்ளும் என்பது பற்றிய உங்கள் அனுமானம். இதன்பேரில் சிலவற்றைச் சொல்வோம், சிலவற்றைத் தவிர்ப்போம்.

இத்தலைமுறையின் முக்கியமான எழுத்தாளன் ஜெயமோகன். அதில் எனக்கு எந்தச் சந்தேகமும் இல்லை. அவனது வேகமும் வீச்சும் அப்படிப்பட்டது. ஆனால் இவ்வளவு வேகமும் அவசரமும் இருக்கும்போது கால் இடறுவதற்கான சந்தர்ப்பங்களும் நிறைய இருக்கும்.

உதாரணமாக 'அறம்' சிறுகதைத் தொகுப்பை எல்லோரும் உற்சாகமாகக் கொண்டாடினார்கள். ஆனால் நான் அதில் பல கதைகள் கட்டுரைகளாக எழுதப்பட்டிருக்கின்றன என நினைக்கிறேன். அதில் எல்லாக் கதைகளுக்கும் ஒரே மாதிரியான உணர்ச்சிப் பிரவாகம் மட்டுமே பின்னணியாக இருக்கும். நீங்கள் ஏற்கெனவே கேட்டீர்களே அதுபோல் craft அதிகமாகச் செயல்படுகிறது, எழுத்து தன்னிச்சையான ஒரு பாய்ச்சலுக்கு இடம் கொடுக்காமல் போகிறது என்பது என் அபிப்பிராயம்.

இதுபோல் ஜெயமோகனின் ஒவ்வொரு படைப்பு பற்றியும் சில அபிப்பிராய பேதங்களும், ஆதரவான கருத்துகளும் இருப்பது சகஜம்தானே.

விழாக்கள், இலக்கியச் சந்திப்புகள், சுற்றுப்பயணம் உள்ளிட்ட பல்வேறு விஷ்ணுபுரம் வாசகர் வட்ட நிகழ்வுகளில் உங்களைப் பார்க்க முடிகிறது. வட்டத்தின் செயல்பாடுகளில் உங்கள் பங்களிப்பு என்ன?

சமீபகாலமாக விஷ்ணுபுரம் வாசகர் வட்டத்தின் கூட்டங்களில் நான் அதிகமாகத் தென்படுகிறேன் என்றால், கூப்பிடுகிறார்கள், போகிறேன். எனக்கு மனதில் படுவதைப் பேசுகிறேன். இதேபோல் காலச்சுவடு கூட்டங்களில் நான் பேசிக்கொண்டுதான் இருக்கிறேன். உயிர்மையில் எஸ்.ராமகிருஷ்ணன் நூல் வெளியீட்டிற்கு அழைத்தார்கள் போய்ப் பேசினேன். ஒரு காலகட்டத்தில் உயிர்மை நடத்திய அத்தனை கூட்டங்களிலும் நான் பேசி இருக்கிறேன். இது தவிர அமைப்புகளுக்கு வெளியே பேச அழைத்தாலும் போகிறேன். உதாரணமாக அபிலாஷின் ‘கால்கள்’ நாவல் பற்றிப் பேச அழைத்தார்கள், போனேன்.

நான் விஷ்ணுபுரம் வாசக வட்டத்தின் அங்கத்தினன் கிடையாது. அவர்களின் குழுச் செயல்பாடுகள் எதிலும் எனக்குப் பங்கு கிடையாது. அவர்கள் எல்லாம் சேர்ந்து ஒரு டூர் போனால் என்னையும் அழைத்தால் நானும் போவேன். அவர்கள் ஒரு கூட்டம் நடத்தி அதில் என் பங்களிப்பு அவசியப்படும் என நினைத்து அழைத்தால் பேசப் போவேன். என்னை அழைக்காமல் அவர்கள் நடத்திய மிகப்பல விவாத அரங்குகள் இருக்கின்றன. அது பற்றி எனக்குப் புகாரும் இல்லை. கூப்பிட்டால் போவேன். இல்லை என்றால் இல்லை. அந்த அழைப்பும் தன்னியல்பாக இருக்கிறது. என் ஏற்பும் தன்னியல்பாக இருக்கிறது. அமைப்பு நடத்தும் கூட்டங்களுக்குத்தான் இப்படி.

ஜெயமோகன் தனி நபராக இருந்து நடத்திய கூட்டங்கள் அனைத்திலுமே பங்கேற்றிருக்கிறேன் - அவற்றில் நான் பங்கேற்காமல் இருந்தாலோ, பங்கேற்றவற்றில் ஊக்கமாகப் பேசாமல் இருந்தாலோ ஜெயமோகன் வருத்தமடைந்த சந்தர்ப்பங்களும் உண்டு.

உங்கள் எழுத்து பரவலான வாசகர்களை அடைய ஜெயமோகன் உதவி இருக்கிறார் என நான் நினைக்கிறேன். அது குறித்து?

நிச்சயமாக. என் எழுத்து பரவலாக வாசிக்கப்படவேண்டும் என்ற அக்கறை கொண்ட மிக முக்கியமான ஆள் ஜெயமோகன். அனேகமாக எனது எல்லா நூல்கள் பற்றியுமே ஜெயமோகன் எழுதி

இருக்கிறான். என் படைப்புலகம் பற்றிய பொதுவான கட்டுரைகளும் நிறைய எழுதி இருக்கிறான். ஆனால் அவனுக்கு நிஜமாகவே என் எழுத்துக்கள் பிடித்திருந்து, இதைப்பற்றி எல்லாம் பேசவேண்டும் என நினைத்தால் பேசுவதுதான் நியாயம் அல்லவா! அதனால் நட்பின் அடிப்படையில் நன்றி எல்லாம் சொல்லக்கூடாது.

சாரு நிவேதிதா ஆரம்ப காலத்தில் உங்களை எழுதத் தூண்டியவர் எனக் குறிப்பிட்டிருக்கிறீர்கள். அவருடனான உங்கள் நட்பு பற்றி? என் முதல் கவிதைத் தொகுதியை வெளியிட்டவர் அவர்.

பொதுவாகவே நான் நண்பர்கள் பிரிந்துபோன பின் அவர்களை ஜென்மவிரோதிகளாகக் கருதுவதில்லை. முன்பு சொன்ன ஆனந்தின் கவிதைதான் மறுபடி நினைவுக்கு வருகிறது.

2000 மற்றும் அதைச் சுற்றிய இரண்டு மூன்று வருடங்கள். நானும் சாரு நிவேதிதாவும் சேத்துப்பட்டு ரயில் நிலையத்திலோ, கோடம்பாக்கம் ரயில் நிலையத்திலோ ஓவர்ப்ரிட்ஜ் படிக்கட்டுகளில் உட்கார்ந்து மணிக்கணக்காகப் பேசி இருக்கிறோம்.

சில சமயம் சிலரை நான் சந்திக்கவேண்டும் என ஆசைப்பட்டு அவர் அழைத்துப் போயிருக்கிறார். சில இடங்களில் சௌகர்யமாகவும், சில இடங்களில் அசௌகர்யமாகவும் இருந்திருக்கிறேன். அவரோடு நான் நெருக்கமாக இருந்தது ஏற்கெனவே என்னுடன் நெருக்கமாக இருந்த பல நண்பர்களுக்கு உறுத்தலாக இருந்தது. அதைப் பொருட் படுத்தாமல்தான் அவரோடு நட்புடன் இருந்தேன். அதேபோல, என்னோடு அவர் நெருக்கமாக இருந்தது ஏற்கெனவே அவருடன் நெருக்கமாக இருந்த நண்பர்களுக்கு உறுத்தலாக இருந்திருக்கலாம். ஆனால் அவற்றை எல்லாம் மீறி நாங்கள் நல்ல நண்பர்களாக இருந்தோம்.

இப்போதும் நேரில் பார்க்கும் சந்தர்ப்பங்களில் நான் முகம் திருப்பிப் போவேன் என நினைக்கவில்லை. அப்படிச் செய்ய மாட்டேன். எப்போதெல்லாம் சிறுகதை தொடர்பாக யாரேனும் என்னைப் பாராட்டி ஒரு வார்த்தை சொல்லக் கேட்கிறேனோ அந்த வார்த்தைக்குப் பக்கத்தில் சாரு நிவேதிதா கட்டாயம் இருப்பார்.

அவருக்கு நன்றிக்கடன் பட்டிருக்கிறேன். சந்தேகமே கிடையாது.

உரையாடல் அமைப்பு நடத்திய சிறுகதைப் பட்டறை போன்ற நிகழ்வுகள் இளம் எழுத்தாளர்களை ஊக்குவிக்குமென நினைக்கிறீர்களா? மறுபடி அதுபோல் ஏதும் செய்யவில்லையே?

அதில் பங்கேற்றது எனக்கு மிக உற்சாகமான அனுபவமாக இருந்தது. நிறைய நண்பர்களை ஒரே இடத்தில் பார்த்த மாதிரியான சந்தோஷம். நானும் மனம் திறந்து அவர்களிடம் பேசிக் கொண்டிருந்தேன். என்னவெல்லாம் பேசினேன் என்பது நினைவில் இல்லை. ஆனால் அந்த செஷனில் எல்லோருமே சந்தோஷமாக சிரித்துக் கொண்டிருந்தது நினைவிருக்கிறது.

அது இளம் எழுத்தாளர்களுக்கு உபயோகமாக இருக்குமா எனக் கேட்டால் அதை இளம் எழுத்தாளர்களிடம்தான் கேட்கவேண்டும். அதற்குப் பின் அப்படி ஒரு பட்டறை ஏன் நடத்தவில்லை என்பதையும் நீங்கள் சிவராமனிடமும் ஜ்யோவ்ராமிடமும்தான் கேட்கவேண்டும். அவர்கள் நடத்தினார்கள், என்னை அழைத்தார்கள், நான் போய்ப் பேசினேன். நான் நடத்தவில்லை.

> அந்நிகழ்வில் நான் கலந்துகொள்ளவில்லை. அதில் எழுத்து, இலக்கணப்பிழைகள் மலிந்து எழுதுவதை ஆவேசமாகக் கண்டித்தீர்கள் எனக் கேள்விப்பட்டேன். இன்று இணையத்தில் எழுதும் பலருக்கும் உள்ளடக்கம் இருந்தும் இவற்றில் கோட்டை விடுகிறார்கள். அவர்களுக்கு உங்கள் செய்தி?

மிக மிக நல்ல கேள்வி.

சந்திப்பிழைகள், எழுத்துப்பிழைகள் பரவலாக இருப்பது குறித்து தமிழ்மேல் நிஜமான ஆசை இருப்பவர்கள் துக்கப்படவேண்டும். இலக்கண ஒழுங்கு என்பது ஓர் அதிகாரச்செயல்பாடு என்பதாக நினைத்துக் கொண்டிருக்கிறோம். அதை மீறுவதாக நினைத்து நம் சௌகர்யம்போல் பேசவும் எழுதவும் செய்கிறோம். அப்படி இல்லை.

மொழி இன்னொரு மொழியுடன் உரசப்போகையில் அதிகாரத்தைக் கையில் எடுத்துக்கொள்ளுமாயிருக்கும். தன் பாரம்பரியம், வரலாறு சார்ந்து, தன்னைப் பேசக்கூடிய ஜனத்தொகை சார்ந்து ஒரு மொழி அதிகாரப் பரப்பாக ஆகலாம். ஆனால் தன்னளவில் ஒரு மொழி எப்படி ஒரு அதிகாரப்பரப்பாக இருக்க முடியும்?

மொழி தனக்கே உரிய அழகுகளையும் பலவீனங்களையும் கொண்ட ஒரு நிலை. அதில்கூட கவனம் செலுத்த முடியவில்லை என்றால் நாம் மொழியை உதாசீனம் செய்வதாகத்தான் அர்த்தம். உதாரணமாக 'அவைகள்', 'அது எடுத்துச் செல்லப்பட்டன' என்றெல்லாம் எழுதுகிறோம்.

குழந்தைக்கு அந்தச் சலுகை உண்டு. 'நாளைக்கு வந்தேன்' என்று சொல்லும். அது குழந்தைமையின் ஒரு வெளிப்பாடு. வாலிபனான

பிறகு காமம், அரசியல், புரட்சி, சாதி, இன்னும் எதை எல்லாமோ பற்றி வீராவேசமான கருத்துகள் உதிர்ப்பேன், ஆனால் மோசமான மொழியில் உதிர்ப்பேன் என்பது வெகுளித்தனம் சார்ந்தது அல்ல; மொழி மீதான உதாசீனம்தான்.

இந்த மொழிதான் என் வெளிப்பாட்டு சாதனம், இதன் வழியாகத்தான் நான் சொல்லி ஆகவேண்டும் எனும்போது அதைச் சரியாகப் புழங்கவேண்டும் என்ற ஆசையும் ஒருவருக்கு இருக்க வேண்டும்.

'எனது இந்தியா' புத்தக வெளியீட்டு விழாவில் ம.இலெ. தங்கப்பா பேசினார். அவர் ஒரு தமிழ்ப் பேராசிரியர். தமிழ்க் கவிஞரும் கூட. மொழிபெயர்ப்பைப் பற்றிப் பேசிவிட்டு, ''ரொம்ப நாளைக்குப் பிறகு ஒற்றுப் பிழை இல்லாத நூல் வாசிக்கக் கிடைத்தது மிகவும் மகிழ்ச்சியாக இருந்தது'' என்றார். அவை கை தட்டியது.

கடைசியாய் ஏற்புரை ஆற்ற வருகையில் நான் சொன்னேன்: ''ஒற்றுப் பிழை இல்லாத நூல் வாசிக்கக் கிடைத்தது மகிழ்ச்சியாக இருந்தது என்று அவர் சொல்கிறார். நாமெல்லாம் கை தட்டுகிறோம். நாம் இதற்குத் தலைகுனிய வேண்டாமா? ஏனெனில் ஒரு புத்தகம் ஒற்றுப்பிழை இல்லாமல் வந்திருக்கிறது என்றால் அத்தனை புத்தகங்கள் ஒற்றுப்பிழையோடு வந்து கொண்டிருக்கின்றன என்று அர்த்தம். நாம் வெட்கப்பட வேண்டிய விஷயம் இது. இன்னும் கொஞ்சம் காலம் கழித்து இலக்கண ஒழுங்கு கெடாமல் ஒரு புத்தகம் வந்திருக்கிறது, அது மகிழ்ச்சியாக இருக்கிறது என ஒருவர் சொல்வார். அப்போதும் நாம் கைதட்டுவோம். கை மட்டுமே தட்டிக்கொண்டு இருப்போம்'' என்று ஆதங்கமாகச் சொன்னேன்.

தமிழின் சிறப்புகளில் ஒன்று சந்தி. ஒற்றுக்கு அவசியம் இருக்கிறது. ஒற்று இருப்பதால்தான் வர்க்க எழுத்துக்கள் இல்லாமலேயே தமிழ் இத்தனை காலம் உயிர் வாழ்ந்து கொண்டிருக்கிறது. பக்கத்தில் இருக்கும் மலையாளம், தெலுங்கு, கன்னட மொழிகளில் வர்க்க எழுத்துக்கள் இருக்கின்றன. ஒரு 'க'வையும் ஒரு 'ச'வையும் வைத்துக்கொண்டே நாம் இத்தனை நூற்றாண்டுகளை ஓட்டி விட்டோம் என்பது ஒற்று இருப்பதனால்தான். ஒற்று இருப்பதால் 'க'வின் உச்சரிப்பு தன்னால் வித்தியாசப்படுகிறது.

உச்சரித்துப் பார்த்து எழுதினால் போதும். இந்த ஒற்றுப்பிழைகள் எல்லாம் காணாமல் போகும். 'என்றுச் சொன்னான்' என எழுதுகிறார்கள். வலிக்கிறது. 'என்று சொன்னான்' தானே வரும்? உச்சரித்துப் பார்த்தாலே தெரியுமே! அவ்வளவு கிட்டே இருக்கும் விஷயம். அப்புறம் தமிழின் சிறப்பு ழகரம். அது கிட்டத்தட்ட

காணாமலே போய் விட்டது. 'ழ' என உச்சரிக்கக்கூடியவர்கள் அநேகமாய் இல்லை - பேராசிரியர்கள் உட்பட, மேடைப் பேச்சாளர்கள் உட்பட. நாமும் கேட்டுக் கொண்டிருக்கிறோம்.

சமஸ்கிருதச் சொற்களை எழுத மாட்டேன் என்று பிடிவாதமாகச் சொல்பவர்கள் கூட தமிழைச் சரியாக எழுதுவேன் என்று சொல்வதில்லை. அது என்னவிதமான மொழிப்பற்று என்று தெரியவில்லை.

சமீப காலமாய் தமிழ்நாட்டில் எழுத்தாளர்கள் படைப்புகளுக்காக பிற்போக்கு சக்திகளால் மிரட்டலுக்கு உள்ளாகும் போக்கு அதிகரித்து வருகிறது. அதைப் பற்றி என்ன நினைக்கிறீர்கள்? எழுத்தாளனுக்கான எல்லைகள் என்ன? சாதி, மதம், இனம், இடம் போன்றவற்றைக் குறிப்பிட்டு எழுதுவதைத் தவிர்த்து விடவேண்டுமா? இதை ஊக்குவித்தால் நாளை பச்சை சட்டை போட்டவன் கொலை செய்தான், மூக்கருகே மச்சம் கொண்டவள் சோரம் போனாள் என்று எழுதினால் கூட எதிர்ப்பு எழும் நிலை உருவாகக்கூடும். கருத்துச் சுதந்திரத்தில் படைப்புச் சுதந்திரமும் அடக்கம்தானே? சமகால தமிழ் எழுத்தாளன் இதை எப்படி எதிர்கொள்வது? இந்தச் சம்பவங்கள் உங்கள் எழுத்தில் ஏதும் மாற்றத்தைப் புகுத்தி இருக்கிறதா?

கு.ப.ராஜகோபாலன் சிறுகதைகள் எழுதிக் கொண்டிருந்தபோது அவருக்கும் இந்த மாதிரியான எதிர்ப்புகள் இருந்தன. 'என்னைப் பற்றியும் என் மனைவியைப் பற்றியும் நான் எழுதுவதாக நினைத்துக் கொள்கிறார்களா?' என மிக வேதனையாகக் கேட்டதாக எதோ ஒரு கட்டுரையில் படித்திருக்கிறேன். பாரதிக்கும் புதுமைப்பித்தனுக்கும் கூட இந்தப் பிரச்சினை இருந்தது.

இன்று இந்த சக்திகள் வேகமாக எழுந்திருக்கிறதென்றால், நான் எழுத்தாளனுக்குத்தான் ஆலோசனை சொல்வேன். அந்த சக்திகளைப் பார்த்துப் பேசும் திராணியும் வலிமையும் எனக்குக் கிடையாது.

யதார்த்தவாத எழுத்து இம்மாதிரியான இடர்களைக் கொண்டு வருகிறது என்றால் நாம் ஏன் மேஜிகல் ரியலிசம் உள்ளிட்ட வேறு முறைகளை முயற்சித்துப் பார்க்கக்கூடாது?

'ஈசாப் நீதிக்கதைகள்' எழுதப்பட்ட சூழல், காரணம் ஆகியவற்றைத் தெரிந்துகொண்டால் ஒருவேளை உபயோகமாய் இருக்கக்கூடும். ஏன் மனிதர்களின் இயல்புகளை மிருகங்கள் மீதேற்றி அவற்றை வாதம் செய்ய வைத்தார்கள்?

நான் எழுதுபவை நேரடி சமூக விழைவுகள் குறித்து ஆராய்ச்சி செய்பவை அல்ல. இந்த எழுத்துக்களில் வேறொரு புலம்

செயல்படுகிறது. அதனால் எனக்கு எழுத மனத்தடை ஏதும் ஏற்படும் எனக் கருதவில்லை.

சுமார் முப்பது ஆண்டுகள் முன்புவரையில் தமிழில் யதார்த்தவாதப் படைப்புகளின் கதாபாத்திரங்களுக்கு இயல்பான அடையாளம் இருந்தது. அவர்களின் சமூகப் பின்னணியும் சேர்த்தே பேசப்படும். அந்தக் கதாபாத்திரங்களுக்கு வழங்கப்பட வேண்டிய சமூக நீதி பற்றிய விவரிப்பும் கோரிக்கையும் இருந்தன.

இப்போது அதைத் தவிர்த்த எழுத்துக்கள் வருமானால் படைப்புகள் ஒரு மொஸைக் தன்மைக்குள் போய் விடும். குறிப்பான அடையாளம் இல்லாத கதாபாத்திரங்கள் வழியாகக் கதை நிகழ்த்துதல் நடக்கும். அது எழுத்திலக்கியம் இன்னும் சீக்கிரமாக மரணமடைவதற்கு வழி வகுக்கும் என்றுதான் நினைக்கிறேன்.

ஆனால் வேறு விதமான உத்திகளில் எழுத்தாளர்கள் எழுதிப் பார்க்கலாம். எழுத்துக்கு சாதிக்குறிப்புகள் ஒரு தடையாக இருக்க வேண்டிய அவசியமில்லை என்றுதான் நினைக்கிறேன். சமூகத்தின் எல்லா அலகுகளிலும் சாதியையும் அதன் அபத்தங்களையும் வைத்துப் பேணிக்கொண்டு, எழுத்திலக்கியத்தில் மட்டும் கழுவிச் சுத்தமாக்கிவிட்டால், இலக்கிய வாசனை இருக்காது. ஃபினைல் நெடிதான் அடிக்கும்!

> 20 வருடங்களாக எழுதிக் கொண்டிருக்கிறீர்கள். தமிழ் வாசக உலகம் உங்களின் சரியான இலக்கிய ஸ்தானத்தைக் கண்டறிந்து உரிய மரியாதை கொடுத்து அங்கீகரித்து விட்டதாகக் கருதுகிறீர்களா? இன்னும் உங்களுக்குக் காலமிருக்கிறது என்றாலும் சாகித்ய அகாதமி உள்ளிட்ட எந்த விருதையும் அரசோ அமைப்புகளோ அளிக்கவில்லை என்ற ஆதங்கம் எனக்குண்டு. என்ன நினைக்கிறீர்கள்?

என்னுடைய எழுத்துக்கள் மீது உங்களுக்கு இருக்கும் அபிமானத்திற்கு நான் நன்றி சொல்கிறேன்.

> தமிழில் சீரியஸ் எழுத்தாளர்கள் சினிமாவில் பரவலாய்ப் பங்களிக்கும் காலம் இது. நீங்கள் ஏன் சினிமாவில் பங்கேற்கவில்லை? உங்கள் கதைகளில் வரும் நிறைய சம்பவங்கள் fresh ஆனவை, potential சினிமா காட்சிகள். உங்கள் எழுத்துக்களைப் படித்த இயக்குநர்கள் நிச்சயம் உங்களை அணுகி இருப்பர் என்றே நினைக்கிறேன். ஒருவேளை சினிமா உலகினுள் நுழைய விரும்பவில்லையா?

நீங்கள் சொல்வதுபோல் என் எழுத்தில் வரக்கூடிய சம்பவங்கள் fresh ஆகவும் potential ஆகவும் இருக்கிறது என்று அந்த எழுத்தை வாசித்து,

ஆசைப்பட்டு என்னை ஓர் இயக்குநர் கூப்பிடுவார் என்றால் அவரோடு உட்கார்ந்து விவாதம் செய்யலாம். இதற்கு முன் சில அழைப்புகள் வந்திருக்கிறது. நான் மறுத்திருக்கிறேன்.

ஒன்று, என்னை அழைத்தவர்கள் என் எழுத்துக்களைப் படித்திருந்தார்களா எனத் தெரியவில்லை. இந்த மாதிரியான ஆள்வேண்டும் என அவர்கள் நினைத்தார்களா எனத் தெரியாது. யார் மூலமாகவோ என் பெயர் சிபாரிசு செய்யப்பட்டு இப்படி ஒரு ஆள் எழுதிக் கொண்டிருக்கிறான், கூப்பிட்டுப் பார்க்கலாமே என அழைத்தால் அவருடன் போய் வேலை பார்க்க நான் தயாரில்லை.

அடுத்து, இப்போதிருக்கும் தமிழ் சினிமாச் சூழலில் நான் போய் புதிதாக ஏதும் செய்து விட முடியும் என எனக்கு நம்பிக்கை இல்லை. ஏற்கெனவே இருப்பதில் சிறுசிறு மாற்றங்களை ஏற்படுத்த என்னைப் பயன்படுத்திக் கொள்வார்கள் என்றுதான் தோன்றுகிறது. அதற்கு நான் தேவை இல்லை.

ஒருவேளை என் படைப்புலகத்தை முழுக்க வாசித்து ஈடுபாடு கொண்டு என்னோடு இணைந்து வேலை செய்யவேண்டும் என ஓர் இயக்குநர் - அவர் முதியவராகவோ இளைஞராகவோ புதியவராகவோ பழையவராகவோ இருக்கலாம் - யாராவது கூப்பிட்டால் அவர்களோடு உட்கார்ந்து பேசிப் பார்த்து அவர்களின் தேவைகள் என்ன, என்னிடம் இருக்கும் சரக்கு என்ன, இதை எல்லாவற்றையும் சேர்த்து வைத்து ஒரு முடிவுக்கு வரலாம். அப்படி எல்லாம் நடக்கும் என நினைக்கிறீர்களா என்ன!

> நிஜமான பத்மினி பற்றிச் சொல்லுங்கள். உஷா என்பது அவரது பெயர் என நினைக்கிறேன். வெவ்வேறு இடங்களில் மனதிற்குகந்த இணை என அவர் குறித்து நீங்கள் எழுதியதை வாசித்த நினைவு. பொதுவாய் எழுத்தாளர்களுக்கு இத்தகைய விஷயம் கொடுப்பினை.

பத்மினியின் பெயர் உஷா என்றால் உஷா என்றே எழுதி இருப்பேனே! எதற்கு பத்மினி எனப் பெயர் வைக்கவேண்டும்!

> பத்மினி 100% உஷா அல்ல; எப்படி கிருஷ்ணன் 100% யுவன் சந்திரசேகர் இல்லையோ அதே போல். ஒரு வலுவான பாதிப்பை யுவன் சந்திரசேகர் கிருஷ்ணனுக்குக் கொடுத்ததைப் போல் உஷா பத்மினிக்குக் கொடுத்திருக்கலாம் என்ற அடிப்படையில் கேட்கிறேன்.

யுவன் சந்திரசேகர் உஷாவைப் பற்றிப் பேசலாம். என்ன இருந்தாலும் பத்மினி அடுத்தவன் பெண்டாட்டி இல்லையா! (சிரிக்கிறார்)

அவரைப் பற்றி அபிப்பிராயம் சொல்வது முறை இல்லை என நினைக்கிறேன்!

எங்களுடையது பெற்றோர்கள் பார்த்துச் செய்து வைத்த திருமணம். ஆனால் இன்றுவரை நாங்கள் மனப்பூர்வமான காதலர்கள். என் மணவாழ்க்கையின் ஒவ்வொரு கணத்தையும் மிக ஆனந்தமாகக் கொண்டாடிக்கொண்டுதான் இருக்கிறேன். அவருக்கும் அப்படித் தானா என நீங்கள் அவரை ஒரு ஐம்பது பக்க பேட்டி எடுத்துத்தான் தெரிந்து கொள்ளவேண்டும்!

அவர் உங்களை வாசிக்கிறாரா?

என்னுடைய சில சிறுகதைகளை வாசித்திருக்கிறார். ஆச்சரியகரமாக 'வெளியேற்றம்' நாவலை முழுக்க வாசித்துவிட்டு உணர்ச்சிப் பரபரப்போடு பேசியது ஞாபகம் இருக்கிறது. ஆனால் அவரது அபிமான எழுத்தாளன் நான் இல்லை! அவர் வாசிக்கக்கூடியவர்தான். அவருடையது வேறுவிதமான வாசிப்பு.

உங்கள் தற்போதைய வாழ்க்கை, தொழில், குடும்பம் பற்றிச் சொல்லுங்கள். வீட்டில் - குறிப்பாக மனைவி, பிள்ளைகளிடம் - உங்கள் இலக்கியப் பணி பற்றிய புரிதலும் உதவியும் உண்டா?

இக்கேள்விகளுக்கு பதில் சொல்வதில் இயல்பாகவே தயக்கம் இருக்கிறது.

நான் ஏதாவது சொல்லப் போக, பத்து வருடம் கழித்து ஒருவர் அதை வாசித்துவிட்டு வந்து 'உங்கள் குடும்பத்தைப் பற்றி இப்படிச் சொன்னீர்களே, ஏன் இப்படி ஒரு முரட்டு ஆணாதிக்கவாதியாக, வெறியனாக, முட்டாளாக இருந்திருக்கிறீர்கள்' எனக் கேட்டுவிடக் கூடாதே என்று கவலையாக இருக்கிறது.

என் குடும்பம் இணக்கமாக இல்லை என்றால் நான் இவ்வளவு எழுதி இருக்க முடியுமா என்ன? என் மகன் பெங்களூரில் ஒரு மென்பொருள் நிறுவனத்தில் வேலை பார்க்கிறார். என் மகள் மும்பையில் எம்டெக் படிக்கிறார். அவர்களுக்கும் எனக்குமான உறவு எப்போதுமே எனக்கு வாஞ்சை நிரம்பியதாக, திருப்திகரமாக இருந்திருக்கிறது. அவர்களுக்கு எப்படி என அவர்களிடம்தான் நீங்கள் கேட்கவேண்டும்.

அவர்கள் பொதுவாய் என் புத்தக வெளியீட்டு விழாக்களுக்குக் கூட வருவதில்லை. அவர்கள் அவர்களுடைய போக்கில் இருப்பார்கள். நானும் அவர்களின் போக்கில் தலையிடுவதில்லை. அது போன்றதான ஒரு நல்ல பரஸ்பரப் புரிந்துணர்வின் மீதுதான் இந்தக்

குடும்ப வாழ்க்கை நடந்து கொண்டிருக்கிறது. நான் ஒரு தேசிய மய வங்கியில் வேலை பார்த்துக் கொண்டிருக்கிறேன்.

பொதுவாகவே எழுத்தாளனின் அந்தரங்க வாழ்க்கை, சொந்த விவகாரங்கள் பற்றி எல்லாம் வாசகர்கள் அதிகமாகத் தெரிந்து கொள்ள வேண்டாம் என்றுதான் நினைக்கிறேன். படைப்புகளின் மூலமாக உருவாகும் ஆளுமைதான் முக்கியம். அதை அறியும்போது எழுத்தாளன் பற்றிக் கிடைக்கும் சித்திரம் போதுமானது.

இது reverse-ஆக நடக்கும்போது இதன் வலி தெரியவரும். பெருமாள் முருகன் என்ற பேராசிரியர் எந்தளவுக்கு மாணவர்களுக்கு உறுதுணையாக இருந்திருக்கிறார், எந்தளவு சமநிலையாக ஆராய்ச்சிக் கட்டுரைகள் எழுதி இருக்கிறார், எந்தளவு தமிழுக்காக உழைத்திருக்கிறார் என்று தெரிந்திருந்தால் ஒரு கும்பல் இப்படி வந்து தகராறு செய்திருக்காது.

எழுத்தாளன் பற்றித் தெரிந்துகொள்ள வேண்டிய சமாசாரங்கள் வேறாக இருக்கிறது. அதெல்லாம் தெரிந்துகொள்ள வேண்டும் என்பது முக்கியம். அவற்றை அவன் எழுத்துக்கள் மூலமாகத் தெரிந்து கொள்ளவேண்டும். அதுபற்றி எதுவுமே தெரியாமல் அவனது சொந்த வாழ்க்கை பற்றிய தகவல்கள் வருவது பிம்பத்தை உருவாக்குவதற்கும் பிம்பத்தை நிர்மூலம் செய்வதற்கும்தான் பயன்படும்.

அது வேண்டாம் என்றே நினைக்கிறேன்.

> வங்கியில் பணிபுரிந்துகொண்டு வங்கிப் பின்புலத்தை வைத்து ஏன் நீங்கள் எழுதவில்லை? அப்படியே வந்தாலும் அந்தப் பாத்திரம் வங்கியில் பணிபுரிவதாக ஒரு செய்தி மட்டும் வரும். அவ்வளவுதான். அது தாண்டி வங்கி என்பதை மையமாக்கி புனைவுகள் அதிகம் எழுதவில்லை. இதழியல் அனுபவம் கொண்ட சுகுமாரன் அதைக் கொண்டு நிறைய நல்ல புனைவு எழுதி இருக்க முடியும் என தனிப்பேச்சில் சொன்னீர்கள். அதே பாதையில் இக்கேள்வியை எடுத்துக் கொள்ளலாம்.

நல்ல கேள்வி.

ஒரு முதிய தலைமுறை எழுத்தாளரிடம் பேசிக்கொண்டிருந்தபோது சொன்னேன், ''இலக்கியம் மட்டும் படித்து எழுத்தாளனாகிட வேண்டும் என நினைப்பவர்கள்தான் நிறையப் பேர். அது பிரயோஜன மில்லை. ஒரு கிணற்றிலிருக்கும் தண்ணீரை பம்ப் செய்து வெளியே எடுத்து, திரும்ப அந்தக் கிணற்றுக்குள்ளேயே விடுவதுபோன்றது. பொதுவாக எழுத்தாளனுக்கு வேறேதோ ஒரு துறை மீது ஆசை

இருக்கவேண்டும். வரலாறு, அறிவியல், தத்துவம், உளவியல் என மற்றொரு துறை மீது ஆர்வம் இருந்து, அது தொடர்பாக வாசித்துக் கொண்டிருந்து, யோசித்தும் கொண்டிருந்து, அதில் கிடைக்கும் பெறுபொருட்களை இலக்கியத்துக்குள் பாய்ச்சலாம். அது இலக்கியம், வாசகன் இருவருக்கும் உபயோகமானது.''

அப்போது அவர் கேட்டார், ''இப்போது நீங்கள் வங்கியில் இருக்கிறீர்கள், இதை வைத்து எழுதக்கூடாதா?''

நான் சொன்னேன். அறிவுத்துறை என்பது தொடர் செயல்பாடு. அது சில அடிப்படைக் கேள்விகளைக் கையில் வைத்திருக்கிறது. அவற்றுக்குப் பதில் தேடும் முயற்சியில் தொடர்ந்து போய்க் கொண்டிருக்கிறது. உதாரணமாக பொருள் என்றால் என்ன என்ற அடிப்படைக்கேள்வி இயற்பியலுக்கு இருக்கிறது. அது விதவிதமாகக் கண்டுபிடிக்கிறது. அணு என்கிறது, அணுவுக்குள் இருக்கும் ப்ரோட்டான், எலக்ட்ரான், ந்யூட்ரான் என்கிறது, அதையும் பிரித்து க்வார்க் என்கிறது. விதவிதமாகப் போய்க்கொண்டே இருக்கிறது. கடைசிவரை அது கண்டுபிடிக்கப் போவதில்லை என்பது இப்போதே தெரிகிறது. ஆனால் ஏதோ ஒன்றைத் தேடிக்கொண்டே இருக்கும். அதன் கேள்வி ஒரிஜினல் என்பதால் அதன் தேடல் ஒருபோதும் நிற்காது.

தத்துவத்தை எடுத்துக் கொண்டால் நான் யார் என்ற கேள்வி. நான் அதில்லை இதில்லை அதில்லை இதில்லை... என்று போய்க் கொண்டே இருக்கிறது. கடைசிவரை நான் என்பது யார் என்று அது சொல்லப் போவதே இல்லை. இப்படி ஒரிஜினல் கேள்வியின் தகிப்பைக் கையில் சுமந்து கொண்டிருப்பது என்பது வேறு. வங்கி போன்ற அமைப்பு (சிஸ்டம்) என்பது வேறு.

அமைப்பு மாறுபடும். உதாரணமாக முன்பு எல்லாவற்றுக்கும் வங்கிக்குப் போக வேண்டியது இருந்தது. இடையில் காசோலைகள் இருந்தன. இப்போது ஓர் அட்டை இருந்தால் போதும். இன்னும் கொஞ்சம் நாள் போனால் பெருவிரல் இருந்தால் போதும் என வரக்கூடும். இப்படி எல்லாமே மாறி விடும்.

பணத்தைக் கையில் தொடாமலேயே வாழ்நாள் முழுக்கக் கழித்து விட முடியும் என்கிற மாதிரி, பண்டமாற்றுக் காலத்தில் இருந்தது மாதிரியான ஓரிடத்தை நாம் நெருங்கிக் கொண்டிருக்கிறோம். இப்படி அந்த சிஸ்டம் மாறிக்கொண்டே இருக்கிறது. அதனால் இதை அறுதியானதாக எடுத்து, இதில் ஒரு தேடல் இருப்பதாகக் கருதி, ஓர் ஆள் இதிலிருந்து செயல்பட முடியாது.

ஆனால் மேற்கிலிருந்து வரும் நூல்களில் பொருளாதாரம், மருத்துவத் துறை, ஏரோனாட்டிக்ஸ் இப்படி விதவிதமான பின்புலங்களை வைத்து எழுதுகிறார்கள் என்றால் அவற்றில் பெரும்பான்மை பல்ப் ரைட்டிங்தான்.

துறையைக் களமாக வைத்துக்கொண்டு அவர்கள் ஒரு பல்ப் எழுத்து எழுதுவார்கள். அதில் விசாரணை இருக்காது. மனித குலம் சம்பந்தமான பெரும் கரிசனம், அக்கறை இருக்காது. பார்க்கப் போனால் திரைத்துறையை வைத்து ஆங்கிலத்தில் வந்திருக்கும் மிக நல்ல புத்தகம் என்றால் சார்லி சாப்ளின் சுயசரிதையைத்தான் சொல்லவேண்டும். அதில் சினிமா இருக்கும், சினிமாவில் இருக்கும் மனிதர்கள் பற்றியும் இருக்கும். அது போன்ற ஓர் உயரத்தில் எழுதப்பட்ட துறைசார் எழுத்துக்கள் ஆங்கிலத்திலேயே குறைவாகத் தான் இருக்கிறது. சார்லிசாப்ளினை முன்மாதிரியாக வைத்து ஸிட்னி ஷெல்டன் எழுதிய *'A Stranger in the Mirror'* படித்தால் தெரியும், மகத்தான நாயகன் ஒருவன் வணிக எழுத்தின் கதாநாயகனாக உருவாகும்போது எப்படிச் சக்கையாக மீந்துவிடுகிறான் என்பது.

உங்கள் புனைபெயர்களில் - யுவன் சந்திரசேகர் / எம். யுவன் - இருக்கும் யுவன் பற்றிச் சொல்லுங்கள்? நீங்கள் ஆர். சந்திரசேகரன் தானே? ஆனால் அதென்ன எம். யுவன்?

உங்களுக்கு இந்த இரண்டு பெயர்கள்தான் தெரியும் என்பதால் இக்கேள்வியைக் கேட்டுவிட்டீர்கள். இது போக நான் பல பெயர்களில் எழுதி இருக்கிறேன். அதையெல்லாம் யாருக்கும் ஒருபோதும் தெரியப்படுத்த மாட்டேன். அவை யாவும் சீரியஸ் பத்திரிகைகளில் சீரியஸ் கட்டுரைகளாக, சீரியஸ் மொழி பெயர்ப்புகளாக வந்திருக்கின்றன என்பதை மட்டும் சொல்லிக் கொள்கிறேன்!

இளைஞனாக இருந்தபோது யுவன் என்ற பெயர் வைத்துக் கொண்டேன். *(சிரிக்கிறார்)*. தொடர்ந்து இளைஞனாகத்தான் இருக்கிறேன்! சி.மணி என்ற கவிஞர் வே.மாலி என்றொரு பெயரில் எழுதி இருக்கிறார். அதுபோல ஆர். சந்திரசேகரன், எம். யுவன் என்று வைத்துக்கொண்டேன்.

உங்களுக்குப் பிடித்த சங்கீதக்காரர்கள் யார்? கர்நாடக சங்கீதம், ஹிந்துஸ்தானி இரண்டிலும். மேற்கத்திய இசையைக் கேட்பதுண்டா? அதில் என்ன பிடிக்கும்?

மேற்கத்திய இசை கேட்பதற்கான காதுகள் எனக்கில்லை. இடைவெளி (ஸ்பேஸ்)யும் சேர்ந்ததுதான் அவர்களின் சங்கீத முறை என்று நினைக்கிறேன். அந்த இடங்கள் மௌனமாகவே இருப்பவை. இந்திய சாஸ்திரிய சங்கீதத்தில் இருப்பது போல் ஒரு தொடர் ஓட்டம் அதில் இல்லை. இங்கிருப்பதுபோல் தாள லயம் சார்ந்த சங்கீதம் இல்லை அது. அவர்களுடையது மாத்திரைக்கணக்கு சார்ந்த வேறொரு தாள முறை. அதோடு ஒன்றி ஓட எனக்குத் தெரியவில்லை. உரிய காலத்தில் கற்றுக் கொண்டிருந்திருக்கலாம். அப்படி ஓர் ஆசை இருந்ததில்லை.

ஆனால் ஃப்யூஷன் சங்கீதங்கள் நிறையக் கேட்டிருக்கிறேன். உதாரணமாக அரேபிய, பாரசீக இசையுடன் இந்திய சாஸ்திரிய இசை சேரும்போது என்னால் அதைக் கேட்க முடிகிறது. ஜார்ஜ் ப்ரூக்ஸ் போன்ற ஒருவர் ஜாஹீர் ஹுஸைன் போன்ற ஒருவருடன் சேர்ந்து ஒரு ஃப்யூஷன் கொடுக்கும்போது அதை என்னால் ரசிக்க முடியும். சௌராஸியாவோ சுல்தான் கானோ மேற்கத்திய, அரேபிய, ஆப்பிரிக்க இசைக் கலைஞர்களுடன் சேர்ந்து வாசிக்கும்போது கேட்க முடியும். இவர்களின் வழியாக அவர்களை என்னால் அணுக முடிகிறது.

அப்படி இல்லாமல், என்னுடைய வெளிநாட்டு நண்பர்கள் கொடுத்த தூய மேற்கத்திய சங்கீதத்தை நாளைக்கு நாளைக்கு என ஒத்திப் போட்டுக் கொண்டிருக்கிறேன். என்றாவது ஒருநாள் கேட்டாலும் கேட்டுவிடுவேன்!

ஏற்கெனவே சொன்னதுபோல் இந்திய சாஸ்திரிய சங்கீதத்தில் எனக்கு கர்நாடக சங்கீதத்தை விட ஹிந்துஸ்தானி சங்கீதம் பிடிக்கும். ஹிந்துஸ்தானி சங்கீதம் எனக்குக் கொடுக்கக்கூடிய கிளர்ச்சிக்கு நிகரான பரவசத்தை எனக்குத் தரக்கூடிய மதுரை மணி ஐயர், டி.கே. பட்டம்மாள், எம்.டி. ராமநாதன், டி.ஆர். மஹாலிங்கம், இன்றைய தலைமுறையில் சஞ்சய் சுப்ரமணியன் ஆகியோர் என் மனத்துக்கு நெருக்கமான இசைக்கலைஞர்கள்.

இவர்களை நான் தொடர்ந்து கேட்கிறேன். டி.ஆர். மஹாலிங்கத்தை நிறையக் கேட்டிருக்கிறேன். அவரது வாசிப்பில் இருக்கும் தறிகெட்ட தன்மை எனக்கு மிக நெருக்கமானது. பொதுவாகவே குரல்களைப் பொருத்தவரை வழுவழுவென ஒரு மாதிரி round-off ஆகியிருக்கும் குரல்கள் கேட்கப் பிடிக்காது. கொஞ்சம் சொரசொரப்பாக, கரடுமுரடாக இருக்கும் குரல்கள்தான் பிடிக்கும். உதாரணமாக எம்.டி. ராமநாதனுடைய குரல். அக்குரல் பாட ஆரம்பிக்கும்போது இது எப்படி சங்கதி போடப் போகிறது, எப்படி

ஜாலம் செய்யப் போகிறது என மலைப்பாக இருக்கும். ஆனால் போகப்போகத்தான் தெரியும். அப்படி ஒரு குரலிலும் ஜாலங்கள் செய்ய முடியும், கேட்கும் மனத்தில் ஒரு நூதனமான சாந்தத்தை ஏற்படுத்த முடியும் எனத் தெரிய வரும்.

ஹிந்துஸ்தானி சங்கீதத்தைப் பொருத்தவரை கேள்வியே கிடையாது. பீம்சென் ஜோஷி, பீம்சென் ஜோஷி, பீம்சென் ஜோஷி... என ஒரு நூறு தடவை சொல்லிவிட்டு, அதன் பிறகு குமார் கந்தர்வாவை அப்பட்டியலில் சேர்ப்பேன். குமார் கந்தர்வாவின் மகன் முகுல் ஷிவ்புத்ராவும் எனக்கு அபிமானமான பாடகர். அவர் அதிகம் பாடியதில்லை. ஆனால் ரொம்ப முக்கியமான பாடகர். கிஷோரி அமோங்க்கர் பிடிக்கும். மாலினி ரஜுர்க்கரைக் கேட்கும் போதெல்லாம் எனக்கு டி.கே. பட்டம்மாளைக் கேட்பது போன்ற நிறைவு ஏற்படும். இன்றைய தலைமுறையில் தார்வாட் இசைக்கலைஞர் வெங்கடேஷ் குமாரைப் பிடிக்கும். ரஷீத் கான் பீம்சென் ஜோஷிக்குச் சமமான குரல்வளமும் கற்பனை வளமும் ஆறுதலும் கொண்ட இன்னொரு கலைஞர். ஜோஷிக்கு நிகராக நான் அடிக்கடி கேட்பது ஸி.ஆர் வ்யாஸை. இத்தனைக்கும் அவருடைய ஆல்பங்கள் நாலைந்து மட்டுமே என்னிடம் இருக்கின்றன. மனம் தொய்யும் சமயங்களில் வியாஸ் என் தகப்பனார் போலவே தென்படுவார்.

சினிமா பார்ப்பதுண்டா? தமிழ் சினிமாவைக் கவனிக்கிறீர்களா? எப்படி இருக்கிறது?

சினிமா அனேகமாகப் பார்ப்பதில்லை என்றுதான் சொல்ல வேண்டும். அதற்கான அவகாசம் இருப்பதில்லை. எப்போதாவது அவகாசம் இருக்கையில் ஏகப்பட்ட சிபாரிசுகளோடு வந்து சேரும் ஏதோ ஒரு இரானியப் படத்தையோ ஜெர்மானியப் படத்தையோ துருக்கியப் படத்தையோ பார்க்கப் பிடிக்கும். சமீபத்தில் அப்படித்தான் 'Once upon a time in Anatolia' என்ற படம் பார்த்தேன். மிகவும் பிடித்திருந்தது. சினிமா என்பது தனிப்பட்டதோர் மொழி என்பதை இன்னொரு முறை எனக்குத் தெரிய வைத்த படம். அப்படத்தில் வெளிச்சத்தைப் பயன்படுத்தி இருக்கும் முறை மிகப் பிரமாதமாக இருக்கும்.

தமிழில் மிகப் பேசப்பட்ட படங்கள் பார்த்திருக்கிறேன். 'மொழி' எனக்குப் பிடித்த படம். அப்படம் ஏன் பிடித்திருந்தது என்றால், ஊனமுற்றவர்களை கேலிப் பொருளாகவோ பரிதாபத்துக்கு உரியவர்களாகவோ மட்டுமே நாளதுவரை காட்டி வந்திருந்தது தமிழ் சினிமா. 'மொழி' படம் அந்த மரபை உடைத்தது. அந்தப் பெண் மீது

எனக்கு மிகப் பெரிய அபிமானம் உண்டாயிற்று. எவ்வளவு தைரியமாக, சுதந்திரமாக இருக்கிறாள். எவ்வளவு தன்னியல்பாக ஒரு காதலை நிராகரிக்கிறாள், பிறகு எவ்வளவு தன்னியல்பாக அதை உணர்ந்து ஏற்றுக்கொள்ளவும் செய்கிறாள்! எனக்கு மிகச் சந்தோஷமாக இருந்தது. அந்தப் படத்திற்காக ஜோதிகாவுக்கு மிகப் பெரிய அளவில் அங்கீகாரமும் விருதுகளும் கிடைக்கவேண்டும் என நான் ஆசைப்பட்டேன். Sterling Performance அது.

அப்புறம் 'ஆடுகளம்' ரொம்ப திருப்தியான ஒரு படமாக இருந்தது. அப்படம் பற்றி நண்பர்களிடம் இப்போது வரை பேசிக்கொண்டே இருக்கிறேன். அந்த இயக்குநரின் இன்னொரு படம் பார்த்தேன். 'பொல்லாதவன்'. அந்தப்படம் எடுத்தவரா இதை எடுத்தார் என ஆச்சரியமாக இருந்தது! அந்த அளவு 'ஆடுகளம்' என்னை impress பண்ணியது. ஜி.நாகராஜன் கதைகளைப் படிக்கும்போது ஏற்படும் திருப்தி அப்படத்தைப் பார்த்தபோது இருந்தது. குறிப்பாக, நண்பர்களாக இருந்து விரோதிகளாக மாறும் இருவரும் சேவல்களாக மாறி உயர்ந்து உறைந்து நிற்கும் இடம் நிஜமாகவே அந்த இயக்குநரின் vision-ஐக் காட்டக்கூடியதாக இருந்தது. சேவல்கள்போல உயரும் அந்தக் காட்சி கண்ணுக்குள்ளேயே நிற்கிறது. வ.ஐ.ச.ஜெயபாலனின் நடிப்பையும் அதில் குறிப்பிட்டுச் சொல்லவேண்டும்.

ரொம்ப ரொம்ப சந்தோஷமாக இருந்தது. அதன் பிறகு இப்போது வரை ஒரு தமிழ்ப் படம் கூடப் பார்க்கவில்லை என்பது இப்போது சொல்லும்போதுதான் ஞாபகத்துக்கு வருகிறது!

ஒருவேளை மதுரைப் பின்புலம் என்பதால் உங்களுக்கு அப்படம் பிடித்திருக்கிறதா?

அப்படிச் சொல்ல முடியாது. மதுரைப் படங்கள் நிறைய வந்திருக் கின்றன. அளவுக்கு மீறி வந்திருக்கின்றன. திகட்டத் திகட்ட வந்திருக்கின்றன. 'சுப்ரமணியபுர'த்தில் தொடங்கியது என நினைக்கிறேன்.

'பருத்தி வீரன்' என நினைக்கிறேன்.

ஆம். 'ஆடுகள'த்தில் என்னைக் கவர்ந்த இன்னொரு அம்சத்தையும் சொல்லவேண்டும். யாருமே கெட்டவர்கள் கிடையாது. சூழ்நிலையினால் ஒரு சிறுமனப்பிறழ்வு வருகிறது. உதாரணமாக பேட்டைக்காரனாக வரும் அந்தக் கிழவனாருக்கு வேறு யாரிடமும் விரோதமே கிடையாது. அவர் வில்லன் கிடையாது. இவர்கள்

இருவருக்கிடையே ஒரு பிரச்சினை. அதில் அவர் ஒரு முடிவெடுக்கிறார். யாரிடமும் மோசமாகவும் நடந்துகொள்ளவில்லை. இவருக்கு ஆதரவாகப் பேசுவதால்தான் தன் மனைவியையும் துரத்தி விடுகிறார். அவர் மனித விரோதியாக மாறி விடுவதில்லை. இது மிக முக்கியம் என நினைக்கிறேன். சா. கந்தசாமியின் 'தக்கையின் மீது நான்கு கண்கள்' கிட்டத்தட்ட இதே விஷயத்தைப் பேசும் கதை.

வழக்கமான விடைபெறல் கேள்வி. இளம் எழுத்தாளர்களுக்கான உங்கள் சொற்கள்?

எனக்கு வயதான பிறகு சொல்கிறேன்!

சரி, சக இளம் எழுத்தாளர்களுக்கு ஏதேனும் சொல்லலாமே...

சக எழுத்தாளர்கள் என்னை எப்படி நினைக்கிறார்கள் என்று தெரியாது; நான் அவர்கள் அனைவரையும் எனக்குச் சமமாகவே நினைக்கிறேன். அவர்களுக்கு புத்தி சொல்லுமளவு எனக்கு யோக்கியதை கிடையாது!

•

(தமிழ்: சித்திரை - 2015 இதழில் வெளியானது)

படைப்பு என்பது என் இயல்பாகி விட்டது!

பெருமாள்முருகன்

சமகாலத் தமிழின் மிக முக்கியமான எழுத்தாளுமை பெருமாள்முருகன். கடந்த பன்னிரண்டு ஆண்டுகளாய் என் பிரியத்துக்குரிய படைப்பாளி. கவிதை, சிறுகதை, நாவல், கட்டுரை, ஆய்வு, பதிப்பு, தொகுப்பு, அகராதி என அவர் நவீன இலக்கியத்துக்கும், கொங்குக் கலாசாரத்துக்கும் ஆற்றியுள்ள பங்கு முதன்மையானது.

ஞாயிறு தகிக்கும் ஒரு கோடை ஞாயிறில் நாமக்கலில் ஆஸ்பெஸ்டாஸ் வேய்ந்த அவர் வீட்டு மொட்டை மாடியின் கயிற்றுக் கட்டிலில் அமர்ந்தபடி தமிழ் மின்னிதழுக்காக ஒரு முழுப்பகல் நேர்காணல் தந்தார். தனிப்பட்ட முறையில் எனக்கு அது ஓர் அற்புத அனுபவம். அதன் தேர்ந்தெடுக்கப் பட்ட பகுதிகள் இவை.

வணக்கம். முதலில் ஒரு விஷயத்தை உங்களிடம் தெளிவுபடுத்த விரும்புகிறேன்.

உங்களை நேர்காணல் செய்யத் தீர்மானித்தது 'மாதொருபாகன்' பிரச்சினைக்குப் பின் உங்கள் படைப்புத் திறன் அல்லாத வேறு காரணங்களுக்காக நீங்கள் பிரபலமானதற்குப் பின் அல்ல. தமிழ் என்ற

இந்த மின்னிதழுக்கான விதை 2014 ஆம் ஆண்டின் பிற்பகுதியில் மனதில் விழுந்தபோது - அது 'மாதொருபாகன்' செய்தியளவில் ஒரு சர்ச்சையாகக் கூட உருப்பெற்றிராத காலகட்டம் - கூடவே மேலும் இரண்டு விஷயங்களும் சேர்ந்தே எழுந்தன. ஒன்று, எனக்குப் பிரியமான சமகால எழுத்தாளர்களின் (உத்தேசமாய் 90களில் எழுத வந்தவர்கள்) விரிவான நேர்காணல்களை ஒவ்வொரு இதழிலும் இடம் பெறச் செய்வது. அப்படி எடுக்க வேண்டியவர்களில் முதல் மூவர் யார் என்பது மற்றது. அப்படித்தான் உங்களின் விரிந்த நேர்காணல் அப்போதே தீர்மானமானது. ஆக, 'மாதொருபாகன்' பிரச்சினை என்ற ஒன்று நிகழ்ந்திராவிடினும் இந்த நேர்காணல் நிகழ்ந்திருக்கும். இன்னும் சரியாய்ச் சொன்னால் முன்கூட்டியே நிகழ்ந்திருக்கும்.

முந்தைய நேர்காணல்களில் இத்தனை பீடிகை போட்ட நினைவில்லை. 'மாதொருபாகனு'க்கு நன்றி!

Warm-up போல் ஒரு சம்பிரதாயக் கேள்வியில் துவங்குவோம். உங்கள் பூர்விகம் பற்றிச் சொல்லுங்கள்.

எனக்குச் சொந்த ஊர் நாமக்கல் மாவட்டம் திருச்செங்கோட்டிலிருந்து ஈரோடு போகும் வழியில் அமைந்துள்ள கூட்டப்பள்ளி. ஆனால் என் பூர்விக ஊர் அதுவல்ல. எங்கள் தாத்தாவின் தாத்தா காலத்தில் கூட்டப்பள்ளியில் வந்து குடியேறினார்கள். பத்தொன்பதாம் நூற்றாண்டின் மத்தி அல்லது பிற்பகுதியில் வந்திருப்பார்கள் என நினைக்கிறேன். என்ன காரணத்துக்காக வந்தார்கள் எனத் தெரியவில்லை.

ஈரோட்டிலிருந்து சேலம் போகும் ரயில் பாதையில் ஆனங்கூர் என்ற ஊரைப் பார்க்க முடியும். அதுதான் எங்கள் பூர்விக ஊர். இப்போதும் எங்கள் குலதெய்வம் அங்குதான் இருக்கிறது. அங்கிருந்து வந்து குடியேறியவர்கள் என்பதால் கூட்டப்பள்ளியில் எங்கள் வீட்டுக்கு 'ஆனங்கூரான் வீடு' என்ற பெயரே உண்டு. அப்போது அந்த ஊரிலிருந்து வந்த ஒரே குடும்பம் எங்களுடையது. இன்று ஐம்பது குடும்பங்கள் அப்படி இருந்தாலும் எங்கள் குடும்பத்துக்கு அப்படியான ஒரு தனித்த அடையாளம் இப்போதும் உண்டு.

கவுண்டர் இனத்தில் கூட்டங்கள் உண்டு. ஆனங்கூரிலிருந்து வந்தவர்கள் தனிக்கூட்டம் - காடை கூட்டம். எங்கள் குலதெய்வம் அங்கே இருப்பதால் வருடத்துக்கு சில முறை நாங்கள் அங்கே போய் வருவோம்.

எங்கள் தாத்தாவுக்கு மூன்று மகன்கள், ஒரு பெண். அத்தை மூத்தவர். அப்புறம் எங்கள் அப்பா, இரண்டு சித்தப்பா. என்னுடன் கூடப் பிறந்தவர்கள் ஓர் அண்ணன் மட்டும். இப்போது அவர் இல்லை.

உங்கள் பெயரிலேயே உங்கள் அப்பா இருக்கிறார். அத்தனை பிரியமா?

(சிரிக்கிறார்.) அத்தனை பிரியம் என்று சொல்ல முடியாது. என் அப்பாவுக்கும் எனக்கும் ஆகவே ஆகாது. நான் அம்மா பிள்ளை. என் அண்ணனைத்தான் அப்பாவுக்கு ரொம்பப் பிடிக்கும். ஏனெனில் அண்ணனின் நடவடிக்கைகள் வேகமாக, சுறுசுறுப்பாக இருக்கும். நான் அப்படி இல்லை. பயந்த சுபாவம். எப்போதும் தனிமையை விரும்பக்கூடியவன். என் அப்பா அப்படி இல்லை. அவரும் வேகமான ஓர் ஆள். அதனால் என்னை அவ்வளவு பிடிக்காது. என் அண்ணனும் அப்பாவும் சேர்ந்து கொண்டு என்னை ரொம்பக் கிண்டல் செய்வார்கள். என் அம்மாதான் அப்படியான சமயங்களில் எனக்கு ஒரே அடைக்கலமாக இருப்பார்கள்.

ஆனால் நான் வளர ஆரம்பித்த பிறகு அப்பா நான் படிப்பதைப் பார்த்துவிட்டு என்னைப் படிக்க வைக்கவேண்டும் என்று மிக விரும்பினார். அண்ணன் ஒன்பதாம் வகுப்பு படித்துவிட்டு அதோடு நின்று விட்டான். அப்பா படிக்கவில்லை; அம்மாவும் படிக்கவில்லை. அதனால் நான் படிப்பில் ஆர்வமாய் இருப்பதைப் பார்த்துவிட்டு என்னைப் படிக்க வைக்க விரும்பினார். ''எத்தனை கஷ்டம் வந்தாலும் படிப்பை விட்றாதடா'' என்று சொல்வார். அப்படிப் பின்னால் என் மேல் அவருக்கு ஓர் ஈடுபாடு வந்தது. குடும்பம் இந்த நிலையிலிருந்து அடுத்த நிலைக்குப் போக இவன் சரியான ஆளாக இருப்பான் என்ற பார்வை அவருக்கு வந்தது. நான் கல்வி கற்க அவர் தூண்டுதலாக இருந்தார். அந்த அடிப்படையில் அப்பா பெயரை வைத்துக் கொண்டேன்.

கூட்டப்பள்ளியைப் பற்றி? அதுதான் உங்கள் எழுத்துக்கான கச்சா அல்லவா?

ஆமாம். கூட்டப்பள்ளி மட்டுமல்ல; திருச்செங்கோடு வட்டம் சார்ந்த பெரும்பாலான ஊர்கள் எனக்குப் பரிச்சயமானவை. அதனால் அப்படியான நிறைய ஊர்களின் சாயல் என் கதைகளில் வருவதைப் பார்க்கலாம். வேறு வகையான வாழ்க்கையை எழுத எடுத்துக் கொண்டால் கூட எனக்கு நன்கு பரிச்சயமானதாக இருப்பதால் இந்தக் களத்துக்கு அதைக் கொண்டுவந்து பொருத்திக் கொள்ள எனக்கு முடிகிறது. அதனால் எல்லாமே இந்தப் பகுதிகளை மையமாக வைத்து எழுதுவது போலத் தோன்றும்.

படைப்புகளில் களம் மிக முக்கியமானது. அது அறிமுகமான ஒன்றாக இருந்தால் சுதந்திரமாக எழுத முடியும். ஒரே களமாக

இருந்தால் கூட இன்னமும் அது எழுதித் தீராத ஒன்றாகவே இருக்கிறது.

எட்டு வயதில் எழுதிய 'பூனை நல்ல பூனை' பாடலை நினைவிலிருக்கும் உங்கள் முதல் எழுத்தாகச் சொல்லி இருக்கிறீர்கள். இப்போது அந்தப் பாடல் ஞாபகமிருக்கிறதா? சொல்ல முடியுமா?

என் நோட்டுகளில் தேடினால் கிடைக்கும். அப்போதே நோட்டுப் போட்டு எழுதி வைப்பேன். பாடத்துக்குப் பயன்படுத்தும் நோட்டுகளில் எழுதி வைத்திருப்பேன். அவற்றைச் சேகரித்து வைக்கும் பழக்கமும் இருந்தது.

உங்கள் பெற்றோரின் தலையீடு உங்கள் கல்வி பற்றிய முடிவுகளில் இல்லை என 'கூள மாதாரி' முன்னுரையில் சொல்லி இருந்தீர்கள். அதனாலேயே தமிழ்த் துறையில் படிக்க முடிந்ததையும். அந்த ஆர்வம் எப்படி வந்தது? பதின்மங்களின் தனிமை எழுத்திலும் வாசிப்பிலும் ஆர்வம் கொடுத்திருக்கலாம். எனக்கும் அப்படித்தான். ஆனால் அதற்காக தமிழ் படிக்கவேண்டும் என்றில்லையே?

சிறுவயதிலேயே எனக்கு அம்மாதிரியான ஆர்வம் வந்துவிட்டது. ஏழாவது, எட்டாவது படிக்கும் போதே பள்ளியில் எல்லோரும் என்னை 'புலவா புலவா' என்று கூப்பிடுவார்கள். அந்த வயதிலேயே நான் நோட்ஸ் வாங்கிப் படிக்க மாட்டேன். தமிழைப் பொருத்தவரை பாடத்தில் இருக்கும் செய்யுள்கள் எல்லாவற்றையும் மனப்பாடம் செய்து விடுவேன். உரைநடையையும் நானே படித்து விடுவேன். தேர்வில் சொந்தமாகவே எழுதி விடுவேன். அந்தளவுக்கு அதில் ஆர்வம் இருந்தது. அப்போது நானாகவே சுயமாகவும் கவிதை, பாடல் எல்லாம் எழுதுவேன் என்பதாலும் அப்படியொரு அறிமுகம் பள்ளிக்கூடத்தில் வந்துவிட்டது.

எட்டாம் வகுப்பு படிக்கும் போதிலிருந்து ஏதாவது கவிதைப் போட்டி என்றால் பள்ளியின் சார்பாக என்னை அனுப்புவார்கள். அப்படி நிறையக் கவிதைப் போட்டிகளுக்குப் போக ஆரம்பித்ததில் தமிழ் படிக்கவேண்டும் என்ற ஆர்வம் வந்துவிட்டது. ஆனாலும் ப்ளஸ் ஒன், ப்ளஸ் டூவில் மேத்ஸ், சயின்ஸ் க்ரூப்தான் படித்தேன். எது படித்தால் எப்படிப் போகலாம் என்ற அறிமுகமெல்லாம் அப்போது கிடையாது. ஆனால் டென்த்தில் வாங்கிய மார்க்குக்கு அந்த க்ரூப் கிடைத்தது. அதில் சேர்ந்து படித்தேன். ஆனால் அப்போதும் மேற்கொண்டு தமிழ்தான் படிப்பது என முடிவு செய்திருந்தேன். அந்தச் சமயத்தில் எனக்குக் கிடைத்த கண்ணதாசன், வைரமுத்து, மேத்தா, வானம்பாடிக் கவிஞர்கள் இப்படியானவர்களை வாசித்த

காரணத்தால் ஒரு கவிஞனாகவேண்டும், அதற்குத் தமிழ் படித்தால் வசதியாக இருக்கும் என்ற எண்ணம் இருந்தது.

ப்ளஸ் டூ முடித்த பின் எங்கு போய் தமிழ் சேரவேண்டும் என்றுகூட எனக்குத் தெரியாது. வெளியுலகம் அவ்வளவு பரிச்சயம் இல்லை. அப்போது என் மாமா - அத்தை மகன் - ஈரோட்டுக்கு ஏதோ வேலையாகச் சென்றவர், அங்கே இரண்டு, மூன்று கலைக் கல்லூரிகளிலிருந்து விண்ணப்பப் படிவங்கள் வாங்கி வந்தார். அதில் ஈரோடு சிக்கய்ய நாயக்கர் கல்லூரியில் மட்டும்தான் பி.ஏ. தமிழ் இருந்தது. அந்தக் கல்லூரிக்கு விண்ணப்பம் போட்டேன். அங்கே கிடைத்தது. அப்படித்தான் போனேன். என் பள்ளி ஆசிரியர்களுக்கு இதில் விருப்பமே இல்லை. அப்போது நான் வாங்கிய மதிப்பெண்ணுக்கு இஞ்சினியரிங் கிடைக்கும். அன்று இஞ்சினியரிங் போவதென்பது இன்று போல் சாதாரணமான ஒன்றல்ல. கிடைப்பதற்கான வாய்ப்பு இருந்தும் நான் விண்ணப்பிக்கவே இல்லை. அதனால் என் ஆசிரியர்களுக்கெல்லாம் என் மீது மனக்குறை. பார்த்தால் கண்டபடி திட்டுவார்கள். அதனாலேயே கொஞ்ச நாட்களுக்கு நான் அவர்களைப் பார்ப்பதைத் தவிர்த்தேன்.

'ராணி வார இதழும், திருச்சி வானொலியும் ஒரு கூச்ச சுபாவிச் சிறுவனை எழுத்தாளன் ஆக்கின' என்பதை உங்கள் ஆரம்ப வாழ்வின் ஒன்லைனராகக் கொள்ளலாம். இன்றைய அச்சு, ஒலி, ஒளி, இணைய ஊடகங்களில் அப்படி எழுத்தாளர்கள் உருவாவதற்கான சாத்தியங்கள் இருப்பதாக நினைக்கிறீர்களா?

எந்த வழியாக, எதனுடைய தூண்டுதல் மூலமாக ஒருவர் எழுத்தாளர் ஆவார் என உறுதியாகச் சொல்ல முடியாது. எனக்கு இருந்த ஆர்வத்துக்கு அப்போது கிடைத்த வாயில்கள் அவை. அதன் மூலம் அடுத்த கட்டத்துக்கு நகரும் வாய்ப்புக் கிடைத்தது. இன்று எனக்கு இருந்ததை விடவும் கூடுதலான வாய்ப்புகள் இருக்கின்றன. நீங்கள் சொல்வது போல் பலவித ஊடகங்கள் இருக்கின்றன. எழுதுவதற்கும், எழுத்தைக் கற்றுக் கொள்வதற்கும், எழுதியதை வெளியிடுவதற்கு மான வாய்ப்புகள் இப்போது நிறைய இருக்கின்றன.

அதனால் ஊடகங்களில் அறிமுகம் என்பது சிரமமாய் இருந்த காலகட்டம் போல் இப்போதிருப்பவர்கள் கஷ்டப்பட வேண்டியதில்லை. ஆர்வம் இருந்தால் முன்பை விட எளிதாக வாய்ப்புப் பெற முடியும்.

ஒரு வாசகனாக உங்களை மிகப் பாதித்த எழுத்தாளர் யார்? அவரிடமிருந்து உங்கள் எழுத்துக்கு நீங்கள் ஏதேனும் பெற்றிருக்கிறீர்களா? ஆம் எனில், அது என்ன?

எனக்கு அந்த மாதிரி குறிப்பிட்ட ஓர் எழுத்தாளரைச் சொல்ல முடியவில்லை.

சிறுவயதில் நானெழுதிய கவிதைகள் மரபை ஒட்டி இருந்தன. ப்ளஸ் டூ போகும் வரை அப்படித்தான். ஏனெனில் புதுக்கவிதை அப்போது எனக்கு அறிமுகமாகவில்லை. மரபுக் கவிதைகள்தாம் - அதுவும் பாடத் திட்டம் மூலமாக - அறிமுகம். பாரதியார், பாரதிதாசன், நாமக்கல் கவிஞர், கண்ணதாசன் - இப்படி 20 ஆம் நூற்றாண்டுக் கவிஞர்கள் பலரது கவிதைகளை மாதிரியாக வைத்து நிறைய எழுதி இருக்கிறேன்.

பிறகு ப்ளஸ் டூ படிக்கும்போது புதுக்கவிதை அறிமுகமானது - வைரமுத்து, மேத்தா எல்லாம். நிறைய வானம்பாடிக் கவிஞர்களின் கவிதைகள் பாதித்தன. முருகுசுந்தரம் என்ற ஒருவர், திருச்செங் கோட்டுக்காரர், அப்போதிருந்த கவிஞர்களில் பிரபலமானவர். அவர் மரபு எழுதி சிற்பி பாலசுப்ரமணியன், அப்துல் ரகுமான் போன்ற குழுக்களுடன் ஏராளமான கவியரங்கங்களில் பங்கேற்றவர். பள்ளி ஆசிரியராக இருந்தார். நான் கல்லூரியில் படிக்கும்போது அறிமுகமானார். அவரும் ஒரு முக்கிய தூண்டுதல். ஒவ்வொரு காலகட்டத்திலும் இம்மாதிரி பாதிப்புகள் இருக்கும், ஆனால் அவற்றைத் தாண்டி வந்து விடுவேன். அது மிக எளிதாக என்னால் கடக்க முடிந்தது. அதற்கு அப்போது வாசிக்கக் கிடைத்த நூல்கள் வாய்ப்பாக இருந்தன.

ஈரோடு சிக்கய்ய நாயக்கர் கல்லூரியில் ஓர் அற்புதமான நூலகம் இருந்தது. நிறைய நவீன இலக்கியங்கள் இருந்தன. அங்குதான் சிறுகதைகள், நாவல்கள் நிறையப் படிக்கத் தொடங்கினேன். தி. ஜானகிராமன், ஆர். சண்முகசுந்தரம், சுந்தர ராமசாமி, ஜெயகாந்தன் இவர்களுடைய நாவல்களை எல்லாம் படித்தேன். பிறகு புனைவிலக்கியம் எழுதவேண்டும் என்ற ஆர்வம் வந்தது. கதைகள் எழுத ஆரம்பித்தேன். எம்.ஏ. அந்த மாதிரி ஒரு துறையில் போனேன். இவர்கள் எல்லோருமே ஒவ்வொரு காலகட்டத்தில் பாதித்தவர்கள்.

குறிப்பாக ஒரு பாதிப்பைச் சொல்லவேண்டுமெனில் ஆர். சண்முகசுந்தரத்தைச் சொல்லலாம்.

> எழுத்தில் யாருடைய நீட்சி என உங்களைக் கருதுகிறீர்கள்? ஒரே வட்டாரம் என்ற அடிப்படையில் ஆர். சண்முகசுந்தரம் உங்களது முன்னோடியாக இருக்க வாய்ப்புண்டு.

எனக்கு அறிமுகமான ஒரு வாழ்க்கையின் முந்தைய காலகட்டத்தை எழுதியவர் என்ற அடிப்படையில் அவர் எனக்கு ஒரு பாதிப்பு.

சொல்லப் போனால் அவரது எழுத்துக்களுடைய தொடர்ச்சியாக என்னுடைய எழுத்துக்களைப் பார்க்க முடியும். 1950களுக்கு முந்தைய வாழ்க்கையைத்தான் அவர் பெரும்பாலும் எழுதி இருக்கிறார். அவருடையதைப் படித்தபோது அந்த வாழ்க்கை இன்று எவ்வளவோ மாற்றமடைந்து இருக்கிறது, அது பற்றிய எந்தப் பதிவுகளும் இல்லையே என்ற எண்ணம் இருந்தது. அவற்றைத்தான் நான் எழுதப் புகுந்தேன். அந்த அடிப்படையில் ஆர். சண்முகசுந்தரம் எனக்கு ஒரு முக்கியமான பாதிப்பு.

உங்கள் முனைவர் பட்ட ஆய்வு கூட அவர் குறித்ததுதானே?

ஆம். எனது முனைவர் பட்ட ஆய்வுக்காக அவரது படைப்புகளைத் தேடியபோது ஏராளமானவற்றைக் கண்டுபிடித்தேன். கொங்கு வட்டாரத்தை மையமாக வைத்து நிறையப் பேர் எழுதி இருக்கிறார்கள். கு. சின்னப்ப பாரதி, சூர்யகாந்தன், சி.ஆர். ரவீந்திரன், க. ரத்னம், இரா. வடிவேலன் இப்படி ஒரு பெரிய பட்டியல் உண்டு. ஆனாலும் கூட எல்லோரையும் விட ஆர். சண்முகசுந்தரத்தினுடைய படைப்புகள் என்னை மிகவும் ஈர்ப்பதாக இருந்தன. அதற்குக் காரணம் அவரிடம் எந்த விதமான பம்மாத்தும் இருக்காது. அவர் காலகட்டத்தில் எழுத்துக்கான எல்லை என எது இருந்ததோ அதைத் தொடுமளவு எழுதி இருக்கிறார்.

அவர் எடுத்துக் கொண்ட கருவுக்கு என்ன தேவையோ அந்தளவுக் கான வர்ணனைகள், நிலக் காட்சிகள் மட்டும்தான் வைப்பார். அதைத் தாண்டி எதுவும் செய்ய மாட்டார். தனக்கு அது பற்றி நிறைய தகவல்கள் தெரியும் என்பதாலேயே அவற்றை எல்லாம் பதிவு செய்ய மாட்டார். அதனால் பல விஷயங்களை அவரது எழுத்தின் ஓட்டத்தினூடே சில வரிகளிலிருந்து பெற முடியுமே தவிர, எதையும் ஆவணப்படுத்தவேண்டும் என்று எழுதியவரல்ல அவர். அவரை வாசிக்கும்போது இந்த விஷயம் ஆச்சரியமாகவும் உத்வேகம் கொடுப்பதாகவும் இருந்தது. அப்படித்தான் அவர் படைப்புகளை ஆய்வுக்கு எடுத்துக் கொண்டேன்.

முதலில் ஆய்வுக்கு 'கொங்கு வட்டார நாவல்கள்' என மொத்தமான தலைப்புதான் கொடுத்தேன். பிறகு தொகுத்துப் படிக்கும்போது ஆர். சண்முகசுந்தரம் மட்டுமே ஒரு பெரிய ஆளுமையாக இருப்பதைப் பார்க்க முடிந்தது. இருபதுக்கும் மேற்பட்ட நாவல்கள் எழுதி இருக்கிறார். சிறுகதை, கவிதை, நாடகம் எழுதி இருக்கிறார். நூற்றுக்கும் மேற்பட்ட நூல்களை மொழிபெயர்த்திருக்கிறார். ஆக, மிகப்பெரும் ஆளுமையாக அவர் இருக்கிறார் என்ற அடிப்படையில் அவரை மட்டுமே என்னுடைய ஆய்வுக்கு எடுத்துக் கொண்டேன்.

எல்லோரையும் போல் கவிதையில் தொடங்கி பிறகு புனைவு எழுதியுள்ளீர்கள். ஒரு படைப்பாளியாக இரண்டுக்குமான வித்தியாசம் என எதைச் சொல்வீர்கள்?

படைப்பைப் பொருத்தவரை ஒரு வடிவத்துக்கும் இன்னொன்றுக்கும் உருவாவதில் என்ன வேறுபாடு என இதுவரை என்னால் அடையாளப் படுத்த முடிந்ததில்லை. ஒன்று சொல்லலாம். கவிதை என்பது தனிப்பட்ட உணர்விலிருந்து எழுவது. சிறுகதை அல்லது நாவலில் அறிவினுடைய செயல்பாடு அதிகமாக இருக்கும். கவிதையில் உணர்வின் செயல்பாடுதான் அதிகமாக இருக்கும்; அறிவினுடைய செயல்பாடு குறைச்சல்.

80களின் இறுதி, 90களின் தொடக்கத்தில் 'மன ஓசை' இதழில் குறைந்தது பத்து சிறுகதைகள். பிறகு 'ஏறுவெயில்' நாவல். சிறுகதையிலிருந்து நாவலுக்கு மாறிய அந்த நகர்வு எப்படிப்பட்டதாய் இருந்தது?

சிறுகதைகள் எழுதிக் கொண்டிருந்த காலகட்டத்தில் அவற்றில் ஒன்றுக்கொன்று ஒரு தொடர்பு இருப்பதாய் ஓர் உணர்வு எனக்கு வந்தது. அந்தக் கதைகளுக்கு நான் எடுத்துக்கொண்ட களம் சிறுகதைக்கானது அல்ல என்றும் சிறுகதைகள் எழுதி அதைத் தீர்க்க முடியாது என்றும் தோன்றியது. அக்கதைகளை எழுதும்போது அவற்றின் முதல் விமர்சகராக இருந்தவர் சுரேஷ் என்ற தோழர். பொருளியல் துறைப் பேராசிரியராக இருந்த அவர் இலக்கிய விமர்சனக் கட்டுரைகள் எழுதுபவர். 'மன ஓசை' ஆசிரியர் குழுவில் இருந்தார். என் ஒவ்வொரு கதையைப் படிக்கும் போதும் அவர் என்னிடம் சொல்வார், ''நீங்க நாவல் எழுதணும்'' என.

அவருடைய தூண்டுதலும், எனக்கு சிறுகதை என்ற வடிவம் என்னுடைய விஷயங்களுக்குப் போதாது எனத் தோன்றிய உணர்வும் சேர்ந்துதான் நான் அடுத்த கட்டமாய் நாவல் எழுதக் காரணமானது.

''என் முதல் நாவலே நான் அதற்குமுன் எழுதியிருந்த சிறுகதைகளின் தொகுப்புதான்'' என கோழையின் பாடல் வெளியீட்டு விழாவில் சொன்னீர்கள். அதன் பொருள் அந்த நாவல் சிறுகதைகளின் ரீமேக் என்பதா?

'ஏறுவெயில்' நாவல் எழுதாமல் இருந்திருந்தால் அதில் வரும் விஷயங்களைப் பல சிறுகதைகளாக நான் எழுத வேண்டி இருந்திருக்கும். அதற்கு முந்தைய கதைகளுக்கு இடையே ஒரு தொடர்பு இருந்ததாய் உணர்ந்ததைப் பற்றிச் சொன்னேன். அது ஒரு பெரிய வாழ்க்கையின் சின்னச் சின்னத் துண்டுகளாகத் தெரிந்தது. ஒரு

பெரும் வாழ்க்கைப் பதிவாக வர வேண்டியது எனத் தோன்றியதால் அதை எழுதினேன்.

'மன ஓசை' இதழின் ஆசிரியர் குழுவில் பங்காற்றிய அனுபவங்கள் குறித்து...

'மன ஓசை' அனுபவங்களை மட்டும் தனி நூலாக எழுதவேண்டும் என்ற எண்ணம் இருக்கிறது. அது ஒரு தீவிர இடதுசாரி அமைப்பு நடத்திய இதழ். அதன் ஆசிரியர் குழுவில் நான் இருந்த காலகட்டத்தில் அந்த இதழை எழுத்தாளர்கள் சிலர் சேர்ந்து நடத்தினார்கள். அந்த அமைப்பின் வேலைத்திட்டம் அரசியல் சார்ந்து வேறு ஒன்றாக மாறிவிட்டதால் அதிலிருந்த இலக்கிய ஆர்வமுள்ள குழுவிடம் கொடுத்து - அவர்களுக்கு என்ன வேலை கொடுப்பதெனத் தெரியாமல் - ஓர் இலக்கியப் பத்திரிகையாக நடத்தச் சொல்லியிருந்தனர்.

நான் 1989லிருந்து 1991 வரை மூன்றாண்டுகள் அதன் ஆசிரியர் குழுவில் செயல்பட்ட போது அது கனமான இலக்கியப் பத்திரிகையாக வந்தது. இடதுசாரி, மார்க்ஸியக் கருத்துகளை முன்வைக்கும் படைப்புகள், கட்டுரைகளுடன் அது ஒரு தரமான இதழாக அந்தக் காலகட்டத்தில் இருந்தது. நான் அதில் செயல்பட்டது பல்வேறு விஷயங்களைக் கற்றுக் கொள்வதற்கு உதவியாக இருந்தது. மொழி சார்ந்து கற்றுக் கொள்வதற்கும், ஒரு பத்திரிகையை எப்படி நடத்துவது எனக் கற்றுக் கொள்வதற்கும் உதவியது.

என் படைப்புகளை இதழின் ஆசிரியர் குழு கடுமையான விமர்சனத்துக்கு உட்படுத்துவார்கள், பல படைப்புகளை நிராகரிக்கவும் செய்திருக் கிறார்கள். அவற்றுக்கெல்லாம் அது ஒரு களமாக இருந்தது. அப்படி யாக என்னை உருவாக்கியதில் மன ஓசை காலகட்டத்துக்கு ஒரு மிகப் பெரிய பங்குண்டு.

அதில் எழுத்தாளர் பா. செயப்பிரகாசம் பொறுப்பாசிரியராக இருந்தார். கரிசல் வட்டாரக் கதைகளில் முக்கிய ஆளுமை அவர். அரசு அதிகாரியாக இருந்த காரணத்தால் இதழில் சூரியதீபன் என்ற புனைபெயரில் இயங்கினார். அவருடைய பங்களிப்பும், வழிகாட்டுதலும் எனக்கு முக்கிய தூண்டுதலாக அமைந்தன. அப்படி அக்குழுவில் இருந்த இன்னும் முகம் தெரியாத பலருக்கும் என்னை உருவாக்கியதில் பங்குண்டு.

கவிதைக்கு ஒரு பெயர், மற்ற எழுத்துக்களுக்கு வேறொரு பெயர் என்று வைத்துக் கொள்வது தமிழ் இலக்கியச் சூழலுக்குப் புதிதல்ல. சுந்தர ராமசாமி - பசுவய்யா, வண்ணதாசன் - கல்யாண்ஜி என முன்னுதாரணங்களுண்டு. பெருமாள்முருகன் - இளமுருகு என்ற

பிரிவினைக்கு உந்துதல் என்ன? ஒரு கதை எழுதும் போதும் ஒரு கவிதை எழுதும் போதும் இருவேறு மனிதர்களாக உணர்வதன் குறியீடா?

(சிரிக்கிறார்.) இல்லை. நடைமுறைச் சிக்கலைத் தீர்ப்பதற்காகக் கையாண்ட ஒன்றுதான் அது. மன ஓசை ஆசிரியர் குழுவில் இருக்கும் போது ஓர் இதழில் என்னுடைய பங்களிப்பு கணிசமாக இருக்கும். குறைந்தது ஐந்திலிருந்து பத்துப் பக்கங்கள் வரை நானே எழுத வேண்டி இருக்கும் - கட்டுரை, கவிதை, சிறுகதை என.

தீவிர இடதுசாரி இதழாக இருந்ததால் பல எழுத்தாளர்கள் அதில் பங்கேற்கத் தயங்கினார்கள். அது தாண்டியும் பலர் பங்கேற்றார்கள். உதாரணமாய் சுப்ரபாரதி மணியன், பாவண்ணன் இப்படி. சுயம்புலிங்கம் கூட அதில் நிறைய எழுதி இருக்கிறார். ஆனாலும் பொதுப்போக்கில் இருக்கும் பல எழுத்தாளர்கள் அதில் பங்கெடுக்க வில்லை. படிப்பார்கள், ஆனால் பங்கெடுப்பதில் தயக்கம் இருந்தது. அதனால் எழுத்தாளர்களின் தேவை அதற்கு அதிகமாக இருந்தது. இன்னொரு விஷயம் அதில் வெளியாகும் கட்டுரைகள் முதலானவை அந்த அமைப்பு முன்வைக்கும் மார்க்ஸியப் பார்வைக்கு உட்பட்டதாக இருக்கவேண்டும் என்ற வரையறை இருந்தது. அதனால் ஆசிரியர் குழுவைச் சேர்ந்தவர்களே நிறைய எழுத வேண்டிய தேவை இருந்தது.

அதில் நான் செயல்பட்ட காலத்தில் மாணவனாக இருந்தேன். அதனால் எனக்கு நேரம் அதிகமாகக் கிடைத்தது என்பதால் எனக்கு எழுதுவதற்கான திட்டங்களை நிறையக் கொடுத்து விடுவார்கள். அந்த அடிப்படையில், ஒரே இதழில் என் கவிதை, சிறுகதை, கட்டுரை, சினிமா விமர்சனம் எல்லாம் வரும். எல்லாமும் ஒரே பெயரில் எழுதினால் வாசகர்களுக்கு அது வாசிப்பில் தடையை ஏற்படுத்தும் என்பதால் வெவ்வேறு பெயர்கள் வைத்துக் கொள்ள வேண்டிய தேவை இருந்தது. சிறுகதைக்கு பெருமாள்முருகன் எனப் பெயர் வைத்துக் கொண்டேன். அப்புறம் முருகு, செவ்வேல், மஞ்ஞையன், எழில் எனப் பல பெயர்களில் எழுதி இருக்கிறேன். அதில் கவிதைக்கு வைத்துக் கொண்ட பெயர்தான் இளமுருகு.

ஏன் இளமுருகு? உங்கள் பிள்ளைகளின் பெயர் கூட இளம்பரிதி, இளம்பிறை அல்லவா! 'இளம்' என்ற பதத்தின் மீது அப்படி என்ன பிரேமை உங்களுக்கு?

முன்பு சொன்னது போல் முருகுசுந்தரம் கவிதைகள் என்னை அக்காலகட்டத்தில் நிறைய பாதித்தன. திருச்செங்கோட்டைச் சேர்ந்த அவர், தன் பெயரை முருகு எனப் போடுவார். ஏற்கெனவே ஒரு முருகு இருப்பதால், நான் இளமுருகு என வைத்துக் கொண்டேன். அப்பெயருக்கு அவரும் ஒரு காரணம்.

இளமுருகு என்ற பெயர் எனக்கு மிகப் பிடித்திருந்தது. என் பள்ளிக்கூட வகுப்புத் தோழன் ஒருவன் இளமுருகன் என்று இருந்தான். அப்புறம் திரு.வி.க.வின் முருகன் அல்லது அழகு என்ற நூலை 'முருகு என்பது என்னை?' என்று கேள்வியுடன்தான் தொடங்குவார். முருகு என்ற சொல்லுக்கு அவர் மூன்று பொருள்கள் சொல்வார். அழகு, இளமை, கடவுள்தன்மை என்று அர்த்தம் சொல்லி ஒவ்வொன்றாக விளக்குவார். அதனுடைய தாக்கமும் எனக்கு இருந்தது. முருகு என்ற சொல்லுக்கே இளமை என்று பொருள் இருந்ததால் இளமுருகு என்ற பெயர் எனக்கு மிகப் பிடித்த பெயராக இருந்தது.

அண்ணன் பிள்ளைகளுக்கே அப்பெயரைத்தான் வைத்தேன். அண்ணன் பெண் இளமதி, அண்ணன் பையன் இளங்கதிர். அதன் தொடர்ச்சியாக அது ஒரு குடும்பப் பெயர் போல் ஆகட்டும் என்ற அடிப்படையில் என் பிள்ளைகளுக்கும் அந்தப் பெயர்களை வைத்தேன்.

உங்கள் எழுத்தில் சிறுவர்கள் உலகம் பற்றி ஏராளம் சொல்லி இருக்கிறீர்கள் என்றாலும் அவை யாவும் பெரியவர்களுக்கான கதைகளே. சிறுவர் இலக்கியம் எனத் தனியே ஏதும் நீங்கள் எழுதியதில்லை என நினைக்கிறேன். பெரும் எழுத்தாளர்கள் சிறுவர் இலக்கியமும் எழுதுவது உங்கள் தலைமுறை எழுத்தாளர்களிடையே ஒரு மோஸ்தராக உள்ளது. ஜெயமோகன் 'பனிமனிதன்' எழுதினார். எஸ். ராமகிருஷ்ணன் 'ஏழுதலை நகரம்' முதலான பல நூல்கள். நீங்களும் மந்திர மலை ரகசியம் பாணியிலான சிறுவர் நீள்கதைகளைச் சிறுவயதில் எழுதி இருப்பதாகச் சொல்லி இருக்கிறீர்கள். அவற்றை வெளியிடும் திட்டமுண்டா? புதிதாய்க் குழந்தைகளுக்கென நூல்கள் எழுதும் எண்ணமுண்டா?

அப்போது நான் எழுதியதெல்லாம் படித்துப் பார்த்தால் பயிற்சிக்காக எழுதிய சாதாரண எழுத்துக்கள் எனத் தெரிகிறது. வெளியிடுவது போல் அவை இல்லை. ஆனால் நான் சிறுவர்களுக்கு எழுதவில்லை எனச் சொல்ல முடியாது. 'புன்னகை உலகம்' என்ற சிறுவர் பத்திரிகையை என் நண்பர் ஒருவர் பொறுப்பெடுத்து நடத்திக் கொண்டிருந்தார். அவர் கேட்டபோது அதற்கு நிறைய சிறுவர் பாடல்கள் எழுதி இருக்கிறேன்.

சிறுவர் பாடல்கள் எழுதும் பழக்கம் எப்படி வந்ததென்றால் என் பிள்ளைகள் குழந்தைகளாக இருந்த போது நானே சுயமாகப் பாட்டெழுதி அவர்களுக்குச் சொல்லிக் கொடுப்பேன். பனை மரம், காக்கை எனப் பல பாடல்களை அவர்களுக்குச் சொல்லி இருக்கிறேன். அவற்றை அவர்கள் விரும்பிப் பாடி இருக்கிறார்கள். அந்தப்

பாடல்கள் 'புன்னகை உலகம்' இதழில் வந்தன. பதினைந்து, இருபது பாடல்கள் இருக்கும்.

'தினமணி - சிறுவர் மணி'யில் கூட அப்படியான பாடல்களை எழுதி இருக்கிறேன். புன்னகை உலகத்தில் சிறுவர்களுக்கான கதைகள், கட்டுரைகளும் எழுதினேன். இப்போது கூட பூவுலகின் நண்பர்கள் நடத்தும் 'மின்மினி' இதழுக்குக் கேட்கிறார்கள். அவர்களுக்கு ஒன்றிரண்டு எழுதிக் கொடுத்துக் கொண்டிருக்கிறேன்.

அவற்றைத் தனி நூலாக்க உட்காருமளவு நேரம் வாய்க்கவில்லை. எனக்கு மிக ஆர்வமான ஒரு துறைதான் அது. சிறுவர்களுக்கான நாவலோ கதைகளோ எழுதவேண்டும் என்ற ஆசையுண்டு. பார்ப்போம்.

கவிதையே உங்களுக்கு நெருக்கமான வெளிப்பாட்டு வடிவம் எனச் சொல்லி இருக்கிறீர்கள். ஒரு பாத்திரத்தின் குரலாக அல்லாமல் உங்கள் சொந்தக் குரலாகவே ஒலிக்க முடிகிறது என்பதாலா?

அப்படி என்று மட்டும் சொல்ல முடியாது. என்னுடைய சொந்த விஷயங்கள் என்று மட்டும் கிடையாது, அரசியல், சமூகம் பற்றிய விஷயங்களைக் கவிதையில் எழுதி இருக்கிறேன். உத்வேகமான கவிதை, 'இந்தியா ஒளிர்கிறது' மாதிரியான அரசியல் கவிதை எல்லாம் கூட நான் எழுதி இருக்கிறேன்.

அந்தரங்கமான உணர்வுகளை வெளியிட எல்லாவற்றை விடவும் கவிதை ஏற்ற வடிவமாக இருக்கிறது என்பது உண்மைதான். ஆனால் அதோடு மட்டும் அது நின்று விடுவது கிடையாது. அதைத் தாண்டியும் எல்லா விஷயங்களையும் உள்ளடக்கி எழுதக்கூடிய வடிவம்தான் அது. அதிலொன்றும் சந்தேகமில்லை.

'நிகழ் உறவு', 'கோமுகி நதிக்கரைக் கூழாங்கல்', 'நீர் மிதக்கும் கண்கள்' மற்றும் 'வெள்ளிசனிபுதன் ஞாயிறுவியாழன்செவ்வாய்' - உங்கள் முதல் நான்கு கவிதைத் தொகுதிகளைப் பற்றிப் பேசும் எவரும் தவறாமல் பயன்படுத்தும் சொற்றொடர்: எளிமையான, நேரடியான கவிதைகள். என் வாசிப்பில் 1993 முதல் 2012 வரையிலான அந்த 20 ஆண்டுகளில் உங்கள் மொழி அப்படியேதான் இருக்கிறது; பேசுபொருளும் கூட கிட்டத்தட்ட அதே. ஆனால் உள்ளடக்கத்தின் சிடுக்கு கூடியபடியே இருப்பதாக நினைக்கிறேன். (மறுபடி கோழையின் பாடல்களில் இளகி இருக்கிறது.) உங்கள் கவிதை மொழி மற்றும் உள்ளடக்கம் பற்றி?

என் கவிதையின் மொழி அப்படியே இருக்கிறதா எனத் தெரிய வில்லை. நிறைய மாறி இருக்கிறது என்றுதான் நினைக்கிறேன். 90களில் நான் எழுதிய கவிதைகளில் பயன்படுத்திய சொற்களுக்கும், போகப்போக எழுதிய சொற்களுக்கும் வித்தியாசம் இருப்பதாகத் தான் தோன்றுகிறது. வடிவங்களில் கூட வெவ்வேறு வகையான வற்றைக் கவிதைகளில் செய்திருப்பதாக நினைக்கிறேன். இடையில் ஒரு செறிவு வந்து, பிறகு நீங்கள் சொல்வது போல் மீண்டும் கோழையின் பாடல்களில் ஒரு நெகிழ்வு வந்திருப்பதைப் பார்க்கலாம். அந்தந்தக் காலகட்டத்தில் அந்தந்த மனநிலைக்கு ஏற்ற மாதிரியான வடிவங்கள் வந்திருக்கின்றன.

உள்ளடக்கமும் கூட அந்த மாதிரிதான் மாறியிருக்கிறது. 2000க்கு முன்பு எழுதியதில் ஒரு தயக்கமும், என் எல்லை மிகக் குறுகியதாகவும் இருந்தது. அப்போது இதை எல்லாம் எழுதலாமா என நிறைய விஷயங்கள் பற்றிச் சந்தேகம் இருந்தது. 'கூள மாதாரி' எழுதின பிறகு அது பெரிய அளவுக்கு உடைபட்டது. அது எனக்கு ஒரு மிகப் பெரிய திறப்பாக அமைந்தது. சொல்லப்போனால் பலவிஷயங்கள் பற்றித் தாழ்வுணர்ச்சி கூட இருந்தது. அதற்குப் பிறகு அவை எல்லாமே மதிப்பு மிக்க விஷயங்கள், யாவுமே பதியப்பட வேண்டியவை என்ற புரிதல் வந்தது. அதனால் உள்ளடக்கத்தில் நீங்கள் நினைப்பது போல் மாற்றங்கள் வந்திருக்கலாம்.

'கூள மாதாரி' எப்படி அந்த மனத்தடையை உடைத்தது?

'கூள மாதாரி' எனக்கு மிகப் பெரிய தூண்டுதல். எப்படி என்றால் அதற்கு முன் என்னுடைய சுய அனுபவம் சார்ந்த, என்னைச் சுற்றியதான விஷயங்களை மட்டுமே எழுதிக் கொண்டிருந்தேன். அந்த நாவலுமே கூட அப்படியானதுதான். ஆனால் அந்த நாவலை எழுதினபோது என் மனதிலிருந்த ஒரு பெரும் பாரம் இறங்கி விட்டாற் போன்ற ஓர் உணர்வு வந்தது. அந்நாவலுக்கு எடுத்துக் கொண்ட களத்தை ஒரு பாத்திரம் போல எழுதி இருப்பேன். களத்தை உயிருள்ள ஒரு கதாபாத்திரமாகக் கொண்டு வந்து விடவேண்டும் என முயற்சி செய்தேன். அதில் எந்தளவுக்கு வெற்றி பெற்றேன் எனத் தெரிய வில்லை. அந்தக் களத்தைப் பின்பற்றிப் போகையில் எனக்கு அது மனவிரிவை உண்டாக்கியது என்று தோன்றியது.

அதிலிருந்து பரவி வெளியே வந்தேன் என்றுதான் இப்போது சொல்ல முடிகிறது.

புனைவுகளில் பரவாயில்லை, கவிதைகளில்கூட கொங்கு வட்டாரத்தை / வேளாண் பின்புலத்தைக் கொணர்ந்து விடுகிறீர்கள். ‘பூக்கட்டிய சோளக்கதிர் அல்குல்’ எனும்போது இரண்டையுமறியாதவன் எதற்கு எதை உவமையாக்கிப் புரிந்து கொள்வான் என மலைக்கிறேன். அது கவிதையைத் துய்ப்பதில் தடை இல்லையா? புனைவில் இந்தச் சிக்கல் எழுவதில்லை என நினைக்கிறேன். உதாரணமாய் ‘பீவாங்கியின் ஓலம்’ என்ற உங்களது சிறுகதையில் நாயகன் தன் மனைவியின் உடம்பு வாசனையை பால் கம்மங்கதிரும், இளம்பயிரும் கலந்த மணம் என்கிறான். அதுவும் மேற்சொன்ன அதே மாதிரி உவமைதான் என்றாலும் ஒரு மாதிரி கடந்து விட முடிகிறது. மாறாய், கவிதை வரி கிடந்து உறுத்துகிறது.

இது கொங்கு வட்டாரம் சார்ந்த ஒன்றுதானா எனச் சொல்ல முடியவில்லை எனக்கு. கவிதையில் அந்த மாதிரி இயல்பாக ஓர் உவமை தோன்றும்போது எழுதுகிறேன். வாசிப்பவர்களுக்கு அந்த அனுபவத்தைத் தர முடியுமா, அது சாத்தியமா என்று யோசித்துக் கொண்டிருந்தால் நாம் ஒன்றையும் எழுத முடியாது. கிராமம் சார்ந்த, விவசாயம் சார்ந்தவர்களுக்கு அதைப் பொருத்திக் கொள்ளத் தெரியலாம். அந்த அனுபவம் இல்லாதவர்களுக்கு புதிய அனுபவத்தை, ஒரு தேடலைக் கொடுக்கும் ஒன்றாகத்தான் அது இருக்கும்.

நான் விவசாயம் சார்ந்த ஒரு வாழ்நிலையிலிருந்து வந்தவன். அதனால் என்னிடம் வேறு மாதிரியான உவமையை எதிர்பார்க்க முடியாது. ஞானக்கூத்தனோ, வைத்தீஸ்வரனோ, சுகுமாரனோ எழுதுகிற மாதிரியான உவமைகளை என்னால் கொடுக்க முடியாது. அவர்கள் எழுதும் விஷயங்கள் எனக்குப் பெரும் மலைப்பாகவும், அந்நியமாகவும் இருந்ததுண்டு. அப்புறம் நகர வாழ்க்கை தொடர்பான ஓர் அறிமுகம் கிடைத்தபோது அவை பற்றிய ஒரு வியப்பு தோன்றியது. அதுபோல் உங்களுக்கு விவசாயம் சார்ந்த, கிராமம் சார்ந்த விஷயங்களை அறிந்து கொள்ளும் ஆர்வம் வந்து விட்டதென்றால் இம்மாதிரி உவமைகள் எளிமையானதாகவும் வியப்பு தரும் விஷயமாகவும் மாறி விடும் என்றுதான் தோன்றுகிறது.

‘விதைப்பானை’ என்ற கவிதை எழுதி இருக்கிறேன். என்னைப் பொருத்தவரை நான் எழுதியவற்றுள் ஒரு நல்ல கவிதை. விவசாயம் சார்ந்த பின்னணி உள்ளவர்களுக்குத்தான் அந்தக் கவிதை முழுவது மாக அர்த்தமாகும். அப்படி இல்லாதவர்களுக்கு அந்தக் கவிதை ஒரு புது அனுபவமாகத்தான் இருக்கும்.

எல்லோருடைய கவிதைகளிலும் அது இருக்கிறது. அவர்களுடைய ஈடுபாடு மற்றும் வாழ்நிலை சார்ந்து இருப்பதைப் பார்க்கலாம்.

மேற்கத்திய இசை சம்பந்தமாக பிரம்மராஜனின் கவிதைகளில் குறிப்புகள் வருவதை நாம் பார்க்க முடியும். அந்த இசை தெரியாதவர்களுக்கு அது ஓர் அந்நியமாக இருக்கிறது.

அவற்றை எல்லாம் விட என் கவிதைகளில் வருவது பெரிய தடையாக இருக்கும் எனத் தோன்றவில்லை.

> வட்டாரப் புனைவு போல் வட்டாரக் கவிதை என ஒன்று இருக்கிறதா எனத் தெரியவில்லை. வா.மு. கோமுவின் சொல்லக்கூசும் கவிதை தொகுப்பு கொங்கு வட்டார மொழியில் இருந்தாலும் அதை வட்டாரக் கவிதை என வகைப்படுத்தத் தோன்றவில்லை. உங்களுடையவை வட்டாரக் கவிதை என நினைக்கிறீர்களா?

சொல்லலாம். தொடக்கத்தில் அப்படிச் சிலவற்றை எழுதி இருக்கிறேன். 'நிகழ் உறவு' தொகுப்பில் 'கொறை ஒழவு' என்ற தலைப்பில் ஒரு கவிதை இருக்கிறது. அப்போது கொங்கு வட்டாரச் சொல்லகராதி தயாரிக்க சொற்களைச் சேகரித்துக் கொண்டிருந்தேன். அச்சொற்கள் மீதிருந்த மோகமும் கூட ஒரு காரணம். அத்தொகுப்பில் அத்தகைய சொற்களைப் பயன்படுத்தி இருப்பேன். சிலவற்றுக்கு அடிக்குறிப்பு தந்து விளக்கம் கொடுத்திருப்பதையும் பார்க்க முடியும். ஆனால் பிற்பாடு அப்படி இல்லை. அதிலிருந்து மீண்டு வந்து விட்டேன். பிறகு இயல்பாகத் தோன்றும் ஓர் உவமையும் கருப்பொருளும்தான் இருக்கும்.

> ஐந்து கவிதைத் தொகுதிகள் எழுதியும் புனைவெழுத்தாளராகவும், கட்டுரையாசிரியராகவுமே பெரும்பாலும் அறியப்படுகிறீர்கள். (யுவன் சந்திரசேகரும் கூட அப்படித்தான்.) அதற்கு என்ன காரணம் என நினைக்கிறீர்கள்? உங்கள் கவிதையல்லாத எழுத்துக்கள் உங்கள் கவிதைகள் மீது விழ வேண்டிய வெளிச்சத்தை மட்டுப்படுத்துவதாக எண்ணுகிறீர்களா? அது பற்றிய வருத்தம் இருக்கிறதா?

வருத்தம் என ஏதுமில்லை. ஒரு கவிஞன் கவிஞனாக மட்டுமே இருந்தால்தான் அவனது கவிதையை அங்கீகரிப்பது என்ற ஒரு போக்கு இங்கே நிலவுகிறது. அதை உடைத்தவர்களும் மாற்றியவர்களும் கூட உண்டு. சுந்தர ராமசாமி எல்லாவற்றிலும் இயங்கி இருக்கிறார். பசுவய்யா என்ற பெயரில் அவர் எழுதிய கவிதைகளும் மிகுந்த முக்கியத்துவம் கொடுத்துத்தான் பேசப்படுகின்றன. அது போல கு.ப. ராஜகோபலன், புதுமைப்பித்தன் கவிதை எழுதி இருக்கிறார்கள். அவர்களைப் பேசும்போது அவர்களின் புனைவுகளுக்கு முக்கியத்துவம் கொடுப்பது என்பது அனேகமாக 80களுக்குப் பிறகு ஏற்பட்ட போக்கு என நினைக்கிறேன்.

ஆனால் எனக்கு அந்த எண்ணம் இருந்தது. என்னுடைய கவிதைகள் சரியான அளவு கவனத்துக்குள்ளாகவில்லை என நினைத்திருக் கிறேன். ஆனால் 'கோழையின் பாடல்கள்' வந்த பிறகு பெரும்பாலும் அது நீங்கிவிட்டது. 'கோழையின் பாடல்களு' க்கு ஒரு நல்ல கவனம் கிடைத்தது. கவிஞர்கள் மத்தியில் கூட அது பற்றிய உயர்வான அபிப்பிராயங்கள் வந்தன. அந்த அடிப்படையில் அந்த எண்ணம் நீங்கிவிட்டது.

யதார்த்தகளச் சாத்திய அடிப்படையில் பேராசிரியர் என்பதை விட எழுத்தாளன் என்ற அடையாளத்தை விரும்புவதாகச் சொல்கிறீர்கள். எழுத்தில் விரும்பும் அடையாளம் கவிஞர் என்பதா எழுத்தாளர் என்பதா?

பொதுவாக எழுத்தாளர் என்று சொல்லும்போதே அதற்குள் கவிஞர் என்பதும் அடங்கி விடும். எழுத்தாளர் பொதுச் சொல். சிறுகதை ஆசிரியர், நாவலாசிரியர் என்று சொல்வது போல் கவிஞர் என்பதும் உட்பிரிவு.

இது ஒரு சிறிய வாசகப் பிரச்சினை. உங்களிடம் ஒரு சமீபத்திய உதாரணம் உண்டு என்பதால் உங்களிடம் கேட்கிறேன். மற்றபடி இது பரவலாகப் பல எழுத்தாளர்களும் பதிப்பாளர்களும் பதில் சொல்ல வேண்டிய கேள்விதான். முன்பு வெளியான ஒரு நூலை புதிய படைப்புகளுடனோ பழையவற்றுடனோ சேர்த்துத் தொகுப்பாக நூல் வெளியிடுவது குறித்தான பிரச்சினை இது. உதாரணமாய் உங்களது 'நீர் மிதக்கும் கண்கள்' மற்றும் 'வெள்ளிசனிபுதன் ஞாயிறுவியாழன் செவ்வாய்' ஆகிய கவிதைத் தொகுதிகள் என்னிடம் ஏற்கெனவே இருந்தன. அதற்கும் முன்பு வெளியான 'நிகழ் உறவு' மற்றும் 'கோமுகி நதிக்கரைக் கூழாங்கல்' தொகுப்புகள் அச்சில் இல்லாததால் கிட்டியபாடில்லை. என் போல் பலரும் இருப்பார்கள். இச்சூழலில் அத்தொகுதிகளை இரு தனி நூல்களாகவே மறுபதிப்பு செய்வதுதான் வாசகர்களுக்கு வசதி அல்லவா? மாறாக நான்கு தொகுதிகளையும் ஒரே நூலாக 'மயானத்தில் நிற்கும் மரம்' என்று கொண்டுவரும்போது நான் ஏற்கெனவே வைத்திருக்கும் நூல்களையும் சேர்த்து வாங்குவது போலாகிறது. புத்தகத்திற்குக் காசு செலவழிப்பது குறித்த அசூயை கொண்ட ஒரு சமூகத்தில் இது போன்ற விஷயங்கள் மேலும் வாசகனுக்குச் சுமை அல்லவா! ஓர் எழுத்தாளருக்கு தன் மொத்தப் படைப்புகளையும் ஒரு தொகுதியாகக் காண்பதில் இருக்கும் மகிழ்ச்சியைப் புரிந்துகொள்ள முடிகிறது. ஆனால் அதன் பக்க விளைவாக ஒரு பொருளாதாரரீதி வாசகச் சிக்கலும் நுழைந்து விடுகிறதே!

சரிதான். அதே சமயம் வாசகருக்கு அதில் நிறைய வசதிகளும் இருக்கிறதல்லவா! ஏற்கெனவே இருக்கும் வாசகர்களை மட்டும் கணக்கில் வைத்துக் கொள்ளாமல் புதிய வாசகர்களையும் கணக்கில் கொள்ள வேண்டி இருக்கிறது. அப்படிப் பார்க்கும்போது எல்லா நூல்களும் ஒரே தொகுப்பில் கிடைப்பது என்பது அவர்களுக்கான வசதியாக அமைகிறது. நீங்கள் சொல்வது மாதிரியான சிக்கல் ரொம்ப peculiar ஆனது.

> அதாவது 'மயானத்தில் நிற்கும் மரம்' மாதிரி மொத்தத் தொகுதியும் வரட்டும். அதோடு தனித்தனி நூல்களும் கிடைத்தால் எனக்குத் தேர்ந்தெடுக்கும் வாய்ப்பு இருக்கிறது. என்னிடம் இல்லாத தனித்தனி நூல்களை நான் வாங்குவேன். எந்த நூல்களுமே இல்லாதவர் மொத்தத் தொகுதியை வாங்கக்கூடும். ஆனால் இப்போது அப்படி இல்லை. நான் மொத்தத் தொகுதியையும் வாங்கியாக வேண்டிய நிர்ப்பந்தம். நான் வாங்கவே செய்கிறேன். வாசிப்பு ஆர்வம் மிக்க நண்பர்களுக்கு முந்தைய நூல்களைத் தந்துவிட்டு, மொத்தத் தொகுதியை நான் வாங்குகிறேன். ஆனால் அந்தச் சுதந்திரம் எல்லோருக்கும் இராதல்லவா!

ஓர் எழுத்தாளரின் ஒட்டுமொத்த எழுத்துக்களைத் தொகுத்துப் பார்க்கும் ஆய்வுப் பார்வைக்கு அது தேவையாக இருக்கிறது. தனித்தனி நூல்கள் வரும்போது எத்தனை நூல்கள் வந்திருக்கின்றன என வாசகர்கள் நினைவில் வைத்துக் கொள்வதே பெருங்கஷ்டமாக இருக்கிறது. வண்ணதாசனுக்கோ, வண்ணநிலவனுக்கோ, எஸ். ராமகிருஷ்ணனுக்கோ எத்தனை சிறுகதைத் தொகுப்பு வந்திருக்கிறது எனப் பார்த்தால் பத்து, பதினைந்து வந்திருக்கின்றன. அவை எல்லாவற்றையும் நினைவில் வைத்திருப்பது, ஒவ்வொன்றையும் தேடி வாங்குவது என்பதெல்லாம் பெரும் சிக்கலுக்குரியதாக இருக்கிறது. அதனால் ஒரே தொகுதியாகக் கிடைக்கிறது எனும்போது வாசகருக்கும் அது வசதியாக இருக்கிறது.

ஒரே தொகுப்பில் ஒன்றாக வாசிக்கும்போது எழுத்தாளரின் வளர்ச்சியை, மாற்றங்களைப் பார்ப்பதற்கான வாய்ப்பு இருக்கிறது. இன்னொரு விஷயம் இது ஓர் எழுத்தாளரின் பல ஆண்டு செயல்பாட்டுக்குப் பிறகு நிகழக்கூடிய ஒன்றுதான். எடுத்த உடனே நடக்காது; இருபது, முப்பது ஆண்டுகளுக்குப் பின்தான் அப்படி முழுத் தொகுப்பாக வரும். அதற்கான தேவை இருக்கிறது என்ற அடிப்படையிலேயே அது வருகிறது.

நீங்கள் வைத்திருப்பது போல் இரண்டு தொகுதி இருக்கிறது, இரண்டு தொகுதி இல்லை என்பது மாதிரியான சிக்கல் மிகக் குறைச்சலான பேருக்கே இருக்கும் என நினைக்கிறேன்.

‘ஏறுவெயில்’ உங்கள் கல்லூரிக் காலத்தில் எழுதிய நாவல். ஆட்டோஃபிக்ஷன் என்று அழைத்துக் கொள்ளாவிட்டாலும் அதில் சுயசரிதைக்கூறுகள் இருக்கின்றனவா? நாவலின் நாயகனான பொன்னையனின் பதின்மங்கள் தொடங்கி கல்லூரிக் காலம் வரை கதை போகிறது என்பதால் கேட்கிறேன்.

என்னுடைய படைப்புகள் எல்லாவற்றிலும் ஏதோ ஒரு விதத்தில் சுயசரிதைக்கூறு இருக்கத்தான் செய்யும். எல்லா எழுத்தாளர்களுடைய படைப்புகளிலும் அது இருக்கும் என்றுதான் நினைக்கிறேன். வரலாற்று விஷயத்தை எடுத்து எழுதினால் கூட எங்காவது சுயசரிதைக்கூறு இருக்கத்தான் செய்யும். சிலவற்றில் அதிகமாக இருக்கும், சிலவற்றில் குறைவாக இருக்கும், சிலவற்றில் கண்டுபிடிக்க முடியாத வகையில் இருக்கும். உங்களுக்கு ‘ஏறுவெயிலி’ல் கொஞ்சம் கூடுதலாக என் சுயசரிதைத்தன்மை தெரியும் என நினைக்கிறேன். ஆனால் அதை விட அதிகமான சுயசரிதைத்தன்மை கொண்ட நாவல் ‘கூள மாதாரி’தான்.

இருபதாண்டுகளுக்கு முன்பே ‘ஏறுவெயில்’ நாவல் பல்கலைக்கழகப் பாடத்திட்டத்தில் வைக்கப்பட்டு சமூகத்தின் பார்வையிலான அவையல் கிளவிகள் அதில் இடம் பெற்றதால் சர்ச்சைக்கு உள்ளானதல்லவா?

அதைப் பற்றி ஒரு கட்டுரையே எழுதி இருக்கிறேன். ‘பல்கலைக் கழகத்தால் விளைந்த பெரும்பயன்’. கரித்தாள் தெரியவில்லையா தம்பீ...யில் இருக்கிறது. எப்போதும் என் படைப்பைப் பாடத் திட்டத்தில் வைக்கச் சொல்லி நான் யாரையும் அணுகியது இல்லை. அவர்களாக வைத்து, அவர்களாக நீக்கினார்கள்.

‘ஏறுவெயிலை’ ஒரே ஆண்டில் பாடத்திட்டத்திலிருந்து நீக்கி விட்டார்கள். சில பல்கலைக்கழகங்களில் அந்நாவலைப் படிக்காமல் பாடத்திட்டத்தில் வைத்து விட்டு, பிறகு யாரோ சொல்லி நீக்கியதெல்லாம் நடந்திருக்கிறது. கல்வித்துறைக்குள் இப்படியான சிக்கல் வருவதற்குக் காரணம் சொற்கள் தாம். வசைச் சொற்கள், கெட்ட வார்த்தைகள் இல்லாத தூய்மையான ஒரு பிரதி வேண்டும் என நினைக்கிறார்கள். அவ்வரையறைக்குள் என் படைப்பு உட்படாத காரணத்தால் அந்தப் பிரச்சினை வருகிறது. கல்வித் துறையில் அந்த வரையறை இருக்கும் வரை நவீனப் படைப்புகள் பாடத்தில் நுழைவதென்பது சிரமம்.

உங்கள் படைப்புகள் குறித்த வாசகர்களின் விமர்சனங்களை வாசித்த வரை ஓர் ஒற்றுமையைக் காண முடிகிறது. அவர்களுக்கு உங்கள் கதை பிடிக்கிறது; நடை பிடிக்கிறது; வட்டார வழக்கைப் பயன்படுத்துவது பிடிக்கிறது. இப்படி எல்லாவற்றையும் சிலாகித்து விட்டு இறுதியில்

தேவையில்லாமல் கெட்ட வார்த்தை வருவதைத் தவிர்த்திருக்கலாம் என்று சொல்லி முடிக்கிறார்கள். இவர்களில் சிலர் நெடுங்கால, தீவிர இலக்கிய வாசகர்கள். நான் வாசித்த வரை ஒருபோதும் நீங்கள் கெட்ட வார்த்தைகளை வலிந்து திணித்து எழுதியதுபோல் ஓரிடம் கூட நினைவில் இல்லை. இன்னும் சொன்னால் அந்த இடத்தில் அது இருப்பதே நியாயம். அதுவே யதார்த்தம். அதுவே படைப்பை அழகாக்கவும் நிறைவாக்கவும் செய்கிறது. நம் ஊரில் மோசமான ஆங்கிலக் கெட்ட வார்த்தைகளை தினசரி வாழ்வில் புழங்குவது குறித்துப் புகார் இல்லை. ஆனால் தமிழில் அப்படியான வார்த்தைகள் நிலைகுலையச் செய்கின்றன. ஆங்கில இலக்கியங்களில், திரைப்படங்களில் அவை இயல்பாக இடம்பெற்று அதை இயல்பாக எடுத்துக் கொள்ள வைத்து விட்டன என நினைக்கிறேன். நம் ஊரில்தான் இன்னமும் அச்சுக்குத் தீட்டான சொற்களின் பட்டியல் இருக்கிறது!

ஆங்கிலத்தில் வசைச் சொற்களுக்கே தனியான பேரகராதிகள் உண்டு. ஆனால் நம்மைப் பொருத்தவரை இம்மாதிரி சொற்கள் வாழ்க்கைக்குத் தேவை; ஆனால் இலக்கியத்துக்குத் தேவையில்லை. இலக்கியத்தில் எந்த இடத்தில் பயன்படுத்தினாலும் அது வலிந்து பயன்படுத்தியது, அதிர்ச்சி மதிப்பீட்டுக்காகப் பயன்படுத்தியது என்றுதான் சொல்கிறார்கள். நீங்கள் சொன்னது போல் ஓரிடத்திலும் நான் அப்படிச் செய்ததில்லை. தேவையில்லாத எந்த இடத்திலும் இச்சொல்லைப் போடுவோம் என்று திணித்ததில்லை.

சில இடங்களில் ஒரு பாத்திரத்தின் தன்மையைக் கொண்டு வருவதற்காக அச்சொற்களைப் பயன்படுத்தி இருப்பேன். சில இடங்களில் உணர்ச்சி வெளிப்பாட்டுக்கு ஏற்ற வகையில் பயன்படுத்தி இருப்பேன். அது போல் தகுந்த காரணங்களோடுதான் வந்திருக்கும். நம் பொது மனதில் இம்மாதிரி சொற்களை அச்சில் பார்ப்பதற்கு ஒரு பெரும் தடை இருக்கிறது. அதுவே அதை ஏற்றுக் கொள்ளாமல் இருப்பதற்கான காரணம்.

மொழி பற்றிய பார்வையே நம் சமூகத்தில் அப்படித்தான் இருக்கிறது. மொழியில் எல்லாச் சொல்லும் அர்த்தம் கொண்டவைதாம். எச்சொல்லும் அர்த்தம் இல்லாமல் இராது. நாம்தான் அதில் நல்ல சொல், கெட்ட சொல் என்று பிரிக்கிறோம். அது சமூகத்தில் நிலவும் விழுமியங்கள் சார்ந்தது. பாலியல் விஷயங்களைப் பொதுத் தளத்தில் பேசக் கூடாது என்ற பார்வையிலிருந்து வருவதுதான் இது.

படைப்புகளில் கூட பாலியல் விஷயங்களைப் பேசுவது இன்று வரை சிக்கலாகத்தான் இருக்கிறது. வெளிப்படையாகப் பேச முடிய வில்லை. பேசினால் இதை எல்லாம் எப்படி எழுதலாம் என்றுதான்

கேட்கிறார்கள். அது ஒரு பேசுபொருள் என்ற புரிதலே நம்மிடம் இல்லை. அது மறைத்து வைக்கவேண்டிய ஒன்று என நினைக்கிறார்கள். அதிலிருந்து வருவதுதான் வார்த்தை பற்றிய கட்டுப்பாடும்.

இத்தனைக்கும் அந்தப் படைப்புகளில் நான் பயன்படுத்தி இருப்பது யதார்த்தத்தில் ஒரு சதவிகிதம் கூடக் கிடையாது. அந்தச் சந்தர்ப்பத்தில் அவர்கள் பயன்படுத்தும் வார்த்தைகளில் ஒன்றிரண்டை ஒரு வகை மாதிரிக்காக நான் பயன்படுத்துகிறேன். அவ்வளவுதான். அப்படி எழுத்தில் அச்சொற்கள் இருப்பது அவர்களுக்குத் தொந்தரவு அளிக்கிறது. ஆனால் அதையே பன்மடங்காய் நடைமுறையில் எதிர்கொள்ளும்போது ஏன் இவர்களுக்கு எந்தச் சிக்கலும் இருப்பதில்லை என எனக்குப் புரியவில்லை.

'புயலிலே ஒரு தோணி', 'நாளை மற்றுமொரு நாளே', 'ஒரு புளிய மரத்தின் கதை' போன்ற நாவல்களுடன் இணை வைத்து தமிழின் சிறந்த நாவல்களில் ஒன்று 'ஏறுவெயில்' என விக்ரமாதித்யன் சொல்லியுள்ளார்.

அந்த நாவல் வந்தபோதே அவர் அதற்கு ஓர் அற்புதமான மதிப்புரை எழுதினார். அப்போது ஒரு புலனாய்வு இதழ் வந்து கொண்டிருந்தது - பெயர் நினைவில்லை - அதில்தான் அந்த மதிப்புரையை எழுதினார். நம் எழுத்து இலக்கியத் தரமாக உள்ளது, மேற்கொண்டு எழுதலாம் என்ற நம்பிக்கையைக் கொடுப்பதற்கு அப்போது வந்த விமர்சனங்கள் எனக்குப் பயன்பட்டன: அந்த அடிப்படையில் விக்ரமாதித்யனுடைய விமர்சனம் உண்மையிலேயே எழுத்து சார்ந்த ஓர் உத்வேகத்தைத் தந்தது.

சினிமா உலகம் பற்றிய புனைவுகள் தமிழில் உண்டு. அசோகமித்திரனின் 'கரைந்த நிழல்கள்', சுஜாதாவின் 'கனவுத் தொழிற்சாலை', பாலகுமாரனின் 'கல்லூரிப் பூக்கள்' ஆகியன உதாரணங்கள். ஆனால் தியேட்டர் அல்லது டூரிங் டாக்கீஸ் குறித்தான புதினங்கள் அனேகமாக இல்லை என்றே சொல்லவேண்டும் ('வெயில்' திரைப்படம் மட்டும் சுருக்கமாய் அதைப் பேசியது). அவ்வகையில் 'நிழல்முற்றம்' அரிய பங்களிப்பு. அதற்கு உந்துதலான சோடாக் கடை அனுபவங்களைச் சொல்லுங்கள்.

சோடாக்கடை அனுபவங்கள் பற்றி அந்நாவலை விட பெரிய புத்தகம் ஒன்றே எழுதி இருக்கிறேன் - 'நிழல்முற்றத்து நினைவுகள்'. அதில் விரிவாகச் சொல்லி இருக்கிறேன்.

மேட்டுக்காட்டு விவசாயம்தான் எங்களுக்கு. பெரிய கிணறு இருந்தது. ஆனால் தண்ணீர் குறைவுதான். சும்மா ஆரியம், மிளகாய், பருத்தி கொஞ்சம் போடுவோம். அதற்குத்தான் தண்ணீர் வரும்.

சோளம், கடலை, கம்பு இதெல்லாமும் போடுவோம். அது எங்கள் குடும்பப் பொருளாதாரத்துக்குப் போதுமானதாய் இல்லை. அதனால் அப்பா கூடுதலாய் ஒரு வேலை செய்தார் - சோடாக் கடை நடத்தினார். நான் சிறுவனாக இருந்தபோது கடைகளுக்குச் சோடா போடுவார், சந்தைகளுக்குக் கொண்டு போவார், திருவிழாக்களில் விற்பார். வீட்டிலேயே கடை வைத்திருப்பார், அங்கேயே சோடா தயாரிப்பார். அதனால் சிறுவயதிலிருந்த அது தொடர்பான அனுபவம் எனக்கு இருந்தது. எனக்குப் பிடித்த தொழிலும் கூட அது.

எங்கள் நிலத்தை வீட்டு வசதி வாரியக் குடியிருப்புக்கு எடுத்துக் கொண்டபோது இந்தத் தொழிலைத்தான் நம்பி இருக்க வேண்டியதாயிற்று. நிலத்துக்காக அரசாங்கம் கொடுத்த தொகையைப் புதிதாகத் தொடங்கிய ஒரு தியேட்டரில் முன்பணமாகக் கட்டி அங்கே அப்பா சோடாக் கடை தொடங்கினார். எட்டு வருடங்கள் அங்கே கடை நடத்தினோம். அந்த அனுபவங்கள்தான் அந்த நாவலுக்கு அடிப்படையாக இருந்தன.

> ‘நிழல்முற்ற’ த்தில் வருவது போல் 80களில் தமிழக டென்ட் கொட்டாய்களில் போதை மருந்துப் புழக்கம் இருந்ததா? அல்லது அது புனையப்பட்ட விஷயமா?

ரொம்பவே இருந்ததே! கஞ்சாவுக்கு இங்கே ஒரு நீண்ட வரலாறு உண்டு. பாரதியார் கஞ்சா பிடித்ததாக எல்லாம் செய்தி இருக்கிறதே! அதை எல்லாம் விட இன்னும் அதிகமாய் இருந்தது. மாத்திரைப் பழக்கம் கூட இருந்தது. நாவலில் அதையும் எழுதி இருக்கிறேன். ஒரு பையனுக்கு மாத்திரைதான் பெயரே.

> ‘நிழல்முற்றம்’ என்ற புனைவின் அபுனைவுத் தொடர்ச்சி ‘நிழல்முற்றத்து நினைவுகள்’. 20 ஆண்டுகள் கழித்து அப்படி ஒரு தொடர்ச்சியை எப்படி எழுதத் தீர்மானித்தீர்கள்? சொல்லாது விடுத்தவற்றின் இடைவெளியை நிரப்பும் எத்தனமா? எனில் ஏன் மற்றுமொரு நாவலாக அல்லாமல் கட்டுரைகளாக?

அதை மறுபடியும் ஒரு நாவலாக எழுத முடியும் எனத் தோன்ற வில்லை. அந்நாவல் ராஜன்குறைக்குப் பிடித்த ஒன்று. யதார்த்த வாதம் செத்து விட்டது என்ற குரல்கள் விமர்சனத் தளத்தில் வேகமாக ஒலித்துக் கொண்டிருந்த காலகட்டம் அது. அப்போதுதான் ‘நிழல் முற்றம்’ நாவலை எழுதினேன். ராஜன்குறை அப்போது பெருமாள் முருகன் எழுதுவது போன்ற யதார்த்த எழுத்துக்களுக்கு இன்னும் தேவை இருக்கிறது எனச் சொன்னார். அது போல் நிறைய எழுதுங்கள் என ஊக்கப்படுத்தினார். இருபதாண்டுகள் கழித்து அவரும்

சுபகுணராஜனும் சேர்ந்து திரைப்படத்துக்காக 'காட்சிப்பிழை' என்ற பத்திரிகையைத் தொடங்கியபோது ராஜன்குறை என்னை எழுதக் கேட்டார். தியேட்டர் அனுபவங்கள் பற்றி நாவலில் சொல்லாதவை, நாவல் எழுதிய அனுபவங்கள் எனக் கட்டுரைகள் எழுதச்சொன்னார். இரண்டு, மூன்று அல்லது அதிகபட்சம் ஐந்து கட்டுரைகள் எழுதலாம் என்றுதான் தொடங்கினேன். ஆனால் இருபது கட்டுரைகள் வரை வந்தன.

எனக்குள் அது பற்றி இவ்வளவு விஷயங்கள் இருந்தனவா என்ற ஆச்சரியத்தை அது உண்டாக்கியது!

'நிழல்முற்றம்' ஏற்கெனவே ஆங்கிலத்தில் வந்து விட்டது. 'நிழல்முற்றத்து நினைவுகள்' நூலும் ஆங்கிலத்தில் மொழி பெயர்ப்பாகி வரவேண்டும் என ராஜன்குறை மிக விருப்பப்பட்டார். இந்தளவுக்கு விரிவான பதிவுகள் ஏதும் கிடையாது என்பதால் தமிழ்த் திரையரங்கு சார்ந்த ஆய்வுகளுக்கு அது பயன்படும் என நினைத்தார்.

> 'நிழல்முற்றம்' சமகால இலக்கியவாதிகள் அங்கீகரித்த படைப்பு. ஜெயமோகன் 'பல்வேறு வகையில் முக்கியத்துவம் உடைய ஆனால் முழுமையான கலை வெற்றி கைகூடாத படைப்புகள்' என்று போட்ட ஐம்பது நாவல்களின் பட்டியலில் அது இருக்கிறது. எஸ். ராமகிருஷ்ணன் போட்ட சிறந்த நூறு நாவல்களின் பட்டியலிலும் அது உண்டு. 'மாதொருபாகன்' தவிர்த்து உங்கள் படைப்புகளில் ஓரளவு பரவலான கவனிப்பையும் அங்கீகாரத்தையும் பெற்றது 'நிழல்முற்றம்' என நினைக்கிறேன்.

'ஏறுவெயிலு'க்கே நல்ல கவனம் கிடைத்தது அது நிறைய நாவல்கள் வராத காலகட்டம். 'நிழல்முற்ற'த்துக்கு நிதானமாகத்தான் கவனம் கிடைத்தது. அதன் வடிவமும் சரி, பொருளும் சரி வித்தியாசமான ஒன்று. அதனால் நுட்பமாக வாசிக்கும் இலக்கிய வாசகர்களின் கவனத்தைப் பெற்றது அந்நாவல். உதயச்சந்திரன் நான் எழுதியதிலேயே சிறந்த நாவல் 'நிழல்முற்றம்'தான் எனச் சொல்வார். அவரைப் போல் அந்நாவலைச் சொல்பவர்கள் நிறையப் பேர் உண்டு. அதன் வடிவத்தை உள்வாங்கிக் கொள்ள முடியாதவர்களும் உண்டு. அதனால் தாமதமாகத்தான் எதிர்வினைகள் வந்தன. மாறாக, 'ஏறுவெயிலு'க்குக் கூடுதல் கவனம் கிடைத்தது.

> திருச்செங்கோடு தொகுதியில் முற்பாதி முதலிரு நாவல்களுக்கு முன்பாகவும் மற்றவை அதற்குப் பின்னும் எழுதப்பட்டவை. அந்நாவல்கள் பிந்தைய கதைகளில் ஏதேனும் ஆதிக்கம் செலுத்தியதா?

'திருச்செங்கோட்டி'ல் பெரும்பாலான கதைகள் 'ஏறுவெயிலு'க்கு முன்பு எழுதியவை. இரண்டு, மூன்று கதைகள்தாம் 'தினமணி கதிரு'க்காகவும் வேறோர் இதழுக்காகவும் பின்னால் எழுதியவை. 'திருச்செங்கோடு' கதை அதில் ஒன்று. தொகுப்பு 1994ல் வந்தது. ஆனால் கதைகள் எழுதப்பட்டது 1989 - 1991 காலகட்டத்தில்.

> 'திருச்செங்கோடு' தொகுப்பில் இருப்பனவற்றைப் பயிற்சிக் கதைகளாகவே பார்ப்பதாகச் சொல்லி இருக்கிறீர்கள். சுந்தர ராமசாமி தான் எழுதியவற்றுள் சில கதைகளை பலவீனமானவை என்று கருதியதால் மொத்த சிறுகதைத் தொகுதி வரும்போது நீக்கி இருக்கிறார். உங்கள் சிறுகதைகளின் (இதுவரையிலான) முழுத் தொகுதி சமீபத்தில் வெளியாகி இருக்கிறது. அதில் 'திருச்செங்கோடு' தொகுப்பின் கதை எதையேனும் சுராவின் பாணியில் நீக்கி இருக்கிறீர்களா?

'திருச்செங்கோடு' தொகுதியில் சேர்க்காத, அக்காலகட்டத்தில் எழுதிய நாலைந்து கதைகளை தொகுப்பில் சேர்த்திருக்கிறேன். 'திருச்செங்கோடு' என்ற பெயருடைய கதையை நீக்கி விட்டேன். (சிரிக்கிறார்.)

ஆனால் அதன் பிறகு நண்பர் ஒருவர் செக்கோஸ்லோவேக்கியாவி லிருந்து பேசினார். அந்நாட்டுக்காரர், தமிழ் படித்து அங்கே ஒரு பல்கலைக்கழகத்தில் இந்தியன் ஸ்டடீஸ் துறையில் தமிழ் பயிற்றுவிக்கும் ஆசிரியராக இருக்கிறார். 'திருச்செங்கோடு' சிறுகதையை செக் மொழியில் பெயர்த்து விட்டு அதை வெளியிட அனுமதி கேட்டார். அப்போது அவர் அதனுடைய அடுத்த கட்டமாகத் தானே 'மாதொருபாகன்' எழுதினீர்கள் எனக் கேட்டார். (சிரிக்கிறார்.) அக்கதை அந்தளவு முக்கியமானதாகப் பார்க்கப்படுகிறது.

தலைப்புக்காகமட்டும் அதை நீக்கியிருக்கக்கூடாது என அப்போது தோன்றியது. அடுத்த பதிப்பில் இத்தொகுப்பில் அக்கதையை மீண்டும் சேர்த்துக் கொள்வதற்கான முயற்சியைச் செய்வேன்.

> 1994 முதல் 2000 வரையிலான சுமார் ஆறு ஆண்டுகள் உங்கள் நூல் ஏதுமே வெளியாகவில்லை. ஏன்? பேசப்பட்ட இரு நாவல்கள் மற்றும் ஒரு சிறுகதைத் தொகுதி எழுதிய ஓர் இளைஞர் அப்படி திடீரெனக் காணாமல் போவது ஆச்சரியம்தானே! அதுவும் ஆறு ஆண்டுகள் என்பது நெடிய இடைவெளி அல்லவா?

அந்த ஆறு ஆண்டுகளில் என் நூல்கள் ஏதும் வரவில்லை என்பதற்குக் காரணம் என் சொந்த விஷயங்கள் தாம். அந்தக் காலகட்டத்தில்

எனக்குத் திருமணம் ஆயிற்று. குழந்தைகள், வேலை, குடும்பத்தைக் கவனிப்பது என்பது மாதிரி நெருக்கடிகளுக்குள் இருந்ததால் நூல்கள் வெளியிட முடியவில்லை. எழுதியதும் குறைந்து போனது. அப்போது சில ஆண்டுகள் எதுவுமே எழுதாமல் கூட இருந்தேன்.

அதற்கெல்லாம் சேர்த்து 2000ல் ஒரே சமயத்தில் 4 நூல்கள் வெளியாகின. 'கோமுகி நதிக்கரைக் கூழாங்கல்', 'நீர் விளையாட்டு', 'கூளமாதாரி' மற்றும் 'கொங்கு வட்டாரச் சொல்லகராதி'. சிறுகதைகளில் சில1994க்கு முன்பே எழுதியவை. நாவல் 2000ல்தான் எழுதினேன். இடைவெளி இருந்ததற்குக் காரணம் இதுதான்.

பெருமாள்முருகனுக்கு கிணறுகளும் அவற்றில் குளியல் கொள்வதும் சாலப் பிடித்தமானதோ! 'நீர் விளையாட்டி'ல் குறைந்தது இரண்டு கதைகள் கிணற்றை ஒட்டியவை. உங்கள் நாவல்களிலும் கிணறுகள் வந்தபடியே இருக்கின்றன (உதா: 'மாதொருபாகன்'). கிணறுகளின் மீதான உங்களின் பிரேமை பற்றி?

எனக்கு நன்கு அறிமுகமான ஒரு நீர்நிலை கிணறுதான். கிணறு தொடர்பாய் எனக்குப் பல அனுபவங்கள் உண்டு. மனிதன் நிலத்தடி நீரைக் கண்டுபிடித்ததற்கு, அதைப் பயன்படுத்தலாம் எனத் தீர்மானித்ததற்கு ஒரு பெரும் அடையாளம் கிணறுதான். ஆறு, குளம், ஏரி என மற்றதெல்லாம் மழை நீரைத் தேக்கி வைப்பவை. இது நிலத்தடி நீர். நீர் பற்றியதான கண்டுபிடிப்புகளில் கிணறு முக்கியமான ஒன்று.

கிணறு என்பதை நீரைத் தரும் ஒன்றாக மட்டுமின்றி ஒரு பண்பாட்டுச் சின்னமாகத்தான் நினைக்கிறேன். கொங்குப் பகுதி போல் நீர் வசதி இல்லாத ஓரிடத்தில் நீரைக் கொடுத்ததும், மக்களின் வாழ்வாதாரமாக வும் இருந்தது கிணறு. அவர்கள் வாழ்வின் எல்லாச் சந்தர்ப்பங் களிலும் அது முக்கிய இடத்தைப் பெறுகிறது. திருவிழாவில் முளைப்பாரியைக் கொண்டு போய்க் கிணற்றில் விடுவார்கள். சாமி கிணற்றில் இறங்கும்.

இப்படிக் கிணற்றுக்கு ஒரு பெரிய முக்கியத்துவம் உண்டு. ஆக, அது மாதிரியான பண்பாட்டு அடையாளம் கொண்ட வாழ்க்கையை எழுதுகையில் இயல்பாகவே கிணற்றுக்கு ஒரு முக்கியத்துவம் வந்து விடுகிறது.

'கூள மாதாரி'யை தலித் நாவல் என எவரும் வரையறை செய்திருக்கிறார்களா எனத் தெரியவில்லை. நீங்கள் எப்படிப்

பார்க்கிறீர்கள்? உங்கள் நாவல்களில் தலித் வாழ்வியலை அதிகம் பேசிய நாவல் அதுவே.

அதை தலித் நாவலென வரையறை செய்யவேண்டுமென நான் எதிர்பார்க்கவில்லை. அது விமர்சகன் விஷயம். அது பற்றி எனக்குப் பிரச்சினை கிடையாது. அந்த நாவல் வந்த சமயத்தில் ஒரு சிக்கலே இருந்தது - என்னை தலித் எழுத்தாளர் என்று அங்கீகரிப்பதா என்கிற குழப்பம் நிலவியது. சிலர் தலித் எழுத்தாளர் என்றார்கள். தலித் அல்லாதவர்கள் தலித்கள் பற்றி எழுதுவது தலித் எழுத்து ஆகுமா என்ற விவாதங்கள் நடந்தன. சிலர் நான் தலித் எழுத்தாளராக அடையாளம் பெற விரும்புகிறேன் என்றார்கள். நான் ஒருபோதும் அப்படிப்பட்ட எந்த அடையாளத்தையும் விரும்பவில்லை. ஒரு பேட்டியில் 'தலித் எழுத்தாளர் என்ற அடையாள அங்கீகாரத்தை நான் கோரவில்லை' என்றே சொல்லி இருக்கிறேன்.

ஆனால் எந்த எழுத்தாளராய் இருந்தாலும் அவருடைய சொந்தச் சாதியைப் பற்றி மட்டும்தான் எழுதவேண்டும் என்று எப்படிச் சொல்ல முடியும்? அப்படி எழுதுவது மிகக் குறுகிய பார்வை அல்லவா! நான் ஆர். சண்முகசுந்தரம் மீது அப்படியான ஒரு விமர்சனத்தையும் வைத்திருக்கிறேன். அவரது நாவல்களில் கவுண்டர்களும் முதலியார்களும்தான் முக்கிய பாத்திரங்களாக வருவார்கள். ஒரே ஒரு நாவல் மட்டும் பண்டார சாதியைச் சேர்ந்த பெண்ணை மையமாக வைத்து எழுதி இருக்கிறார். வேறு எதிலும் இருக்காது.

கொங்கு வட்டார வாழ்க்கையிலும் விவசாயத்திலும் தலித்களுக்கு ஒரு மிகப்பெரிய பங்களிப்பு இருக்கிறது. ஆனால் அவர் நாவல்களில் அந்தப் பாத்திரங்கள் எல்லாமே போகிற போக்கில் வருவதாகவே இருக்கும். அவர்களைப் பூதக்கண்ணாடி வைத்துத்தான் கண்டுபிடிக்க முடியும். *1980*கள், *90*களுக்குப் பிறகு அரசியல் மாற்றங்களும், பார்வை மாற்றங்களும், தலித்தியம், பெண்ணியம் போன்ற விஷயங்களும் வந்த பிறகும் ஒரு படைப்பாளி தன் சொந்த சாதி விஷயங்களை மட்டுமே எழுதிக் கொண்டிருப்பது எப்படி நியாயமாகும்?

ஒரு கிராமத்தை மையமாக வைத்து எழுதும்போது அங்கு எல்லா விதமான சாதிகளுக்கும் பங்கு உண்டு. ஒரு சாதிக்கும் இன்னொரு சாதிக்கும் இடையேயான உறவு நிலை, அவர்களின் தொழில் பங்களிப்பு என இருக்கிறது. அந்த அடிப்படையில்தான் என் படைப்புகளில் தலித் பாத்திரங்களுக்கு உரிய முக்கியத்துவம் தொடர்ந்து வருகிறது. எந்த எழுத்தாளருமே கிராமத்தைப் பற்றி

எழுதும்போது கிராமத்திலிருக்கும் எல்லாப் பாத்திரங்களுக்குமான இடத்தையும் பங்கையும் தரவேண்டும் என்பதுதான் என் எண்ணம்.

தலித்களிடம் (கொங்கு வட்டாரத்தில் குறிப்பாய் அருந்ததியர்) இணக்கமாய் இருக்கும் கவுண்டர் என்ற பிம்பம் உங்கள் நாவல்களில் தொடர்ந்து வருகிறது, உதாரணமாய் 'கூள மாதாரி' செல்வன், 'ஆளண்டாப்பட்சி' முத்து. உண்மையில் அப்படி மனிதர்கள் இருப்பதாக நினைக்கிறீர்களா? அல்லது உங்களது விருப்பமா?

ஒரு கட்டம் வரை கிராமங்களில் உடைமை சாதிகளும், சேவை சாதிகளும் இணங்கிப் போகும் உறவுதான் இருந்திருக்கிறது. என்னைச் சொல்கிறீர்கள். 'பிறகு' நாவலில் என்ன வருகிறது? அழகிரிக்கும் தேவர் சாதியைச் சேர்ந்தவருக்குமான உறவு கிட்டத் தட்ட ஒரு குடும்ப உறவு போலவே இருக்கிறது. எங்கேயும் ஒரு சிறு எதிர்ப்புணர்வு கூட இல்லை! என் நாவல்களிலாவது நான் அதை எல்லாம் பதிவு செய்திருப்பேன்.

இந்தக் கதாபாத்திரங்கள் யாவும் இளவயதினராகவே இருப்பதிலும் ஏதேனும் செய்தி உண்டா (வயதானால் சாதியம் வந்து கவ்விக்கொண்டு விடுகிறது என்பது போல்)?

அவ்வளவு நுட்பமாக யோசித்துச் செய்தேன் என்று தோன்றவில்லை. என்னுடைய இருபத்தைந்து வயது வரையிலான வாழ்க்கை ஒரு பெரும் தாக்கத்தை எனக்குள் செலுத்தியது. அது நான் இளைஞனாக இருந்த காலம், என் இளம் வயது சம்பந்தப்பட்டது என்பதால் அம்மாதிரி பாத்திரங்கள் அதிகமாக இருக்கும்.

நாவலில் உட்பிரிவுகள் கொண்டெழுதுவது உங்கள் வழக்கமாக இல்லை. 'கூள மாதாரி'யில் மட்டும் புழுதி, கொழிமண், வறள் எனப் பிரித்திருக்கிறீர்கள். நடக்கும் சம்பவங்களின் மனப்பாங்கை (mood) உணர்த்துவதாக அதை எடுக்கிறேன். மற்ற நாவல்களில் இந்த உத்தியை ஏன் பின்பற்றவில்லை? அதுவும் கொங்கு வட்டாரச் சொல்லாட்சித் திறன் மிக்க எழுத்தாளுமையான நீங்கள் நிலவியல் அல்லது தட்ப வெப்பம் தொடர்பான வழக்காறுகளைப் பயன்படுத்துவது இயல்பாகவே நடக்குமே!

அந்நாவலுக்கு அம்மாதிரி மூன்றாகப் பிரிக்க வேண்டிய தேவை இருந்தது. அப்படிப் பிரிக்காமல் இருந்தால் ஒரு தொடர்ச்சி விடுபட்டுப் போவது போன்று இருந்தது. அது ஓராண்டில் நடக்கும் விஷயங்கள் - ஒரு தையில் தொடங்கி அடுத்த தை வரையிலான சம்பவங்கள். அந்தக் கால வரையறையில் பருவங்கள் மாறுகின்றன, அதோடு

அவர்களின் வாழ்நிலைகள் மாறுகின்றன, அவர்கள் பிரச்சினைகளும் அதற்கேற்ப இருக்கின்றன. இந்த விஷயத்தைக் கொண்டு வருவதற்காக அந்நாவலில் அப்படிப் பயன்படுத்தி இருந்தேன்.

அச்சுக்குப் போகும்போது திரும்ப வாசித்துப் பார்க்கையில் அந்த இடங்களில் எல்லாம் தொடர்ச்சியின்றி இருக்கின்றன என்பதை நானும் தமிழினி வசந்தகுமாரும் பேசினோம். அப்போது முடிவானது தான் அதைத் தனித்தனிப் பகுதியாகப் பிரித்துக் கொள்ளலாம் என்பது. அப்படித்தான் மூன்றாகத் தலைப்புக் கொடுத்தேன்.

அது பெரிய சம்பவ வலுக் கொண்ட நாவல் கிடையாது. அது முழுக்க இருப்பது வாழ்தல்தான். அதற்கு அப்படிப் பிரிப்பது என்பது தேவையாக இருந்தது. மற்ற நாவல்களுக்கு அப்படித் தேவைப்படவில்லை.

> அப்போது கல்லூரி மாணவன் நான். உங்கள் பெயர் கூட அறிமுகமில்லை. நூலில் பீக்கதைகள் என்ற தலைப்பைக் கண்டதும் ஆர்வமாகி வாங்கி வாசித்தேன். அதிலேயே உங்கள் மீது பெரும் பிடிப்பு வந்து விட்டது. அத்தலைப்பு இல்லை எனில் நான் அக்கால கட்டத்தில் உங்களை வாசித்திருந்திருக்க மாட்டேன், இன்று நாம் இப்படிப் பேசிக் கொண்டிருந்திருக்க மாட்டோம் எனத் தோன்றுகிறது. அப்பெயரை வைக்கவேண்டுமென பிடிவாதமாக இருந்த யூமா. வாசுகிக்குத்தான் நான் நன்றி சொல்லவேண்டும். தலைப்பின் தயக்கங்களும் அதைத் தாண்டியதையும் பற்றிச் சொல்லுங்கள். இப்போது என்ன நினைக்கிறீர்கள்?

அந்தத் தலைப்பு வைத்தபோது நூலாக வெளியிடுவதில் நிறையச் சிக்கல்கள் இருந்தன. முதலில் அதைக் காலச்சுவடுக்குக் கொடுத்தேன். அங்கு தலைப்புப் பற்றி ஒன்றும் சொல்லவில்லை, தொகுப்பிலிருந்தவை அவ்வளவு வலுவான கதைகள் அல்ல என்று திருப்பிக் கொடுத்து விட்டார்கள். தமிழினியில் கேட்டபோது அவருக்குத் தலைப்பு சிக்கலாக இருந்தது. ''தலைப்பு மட்டும் மாத்திக் கொடுங்க, வெளியிடறேன்'' என்று சொன்னார். இப்படி மூன்று, நான்கு பதிப்பகங்களுக்குப் போய் அந்தத் தலைப்பின் காரணமாக அது திரும்ப வந்தது. ஆனால் அத்தலைப்பு கதைகளின் பொருளுக்குப் பொருத்தமாக இருந்தது. அதனால்தான் அந்தத் தலைப்பை வைத்தோம். நான் கூட ஒரு கட்டத்தில் சோர்ந்து போய், சரி ஏதோ ஒரு கதையின் தலைப்பை வைத்து புத்தகமாகக் கொண்டு வந்து விடுவோம் என்று இறங்கி வந்து விட்டேன். யூமா. வாசுகிக்கு அது உடன்பாடாக இல்லை. அவர் அத்தலைப்புதான் இருக்கவேண்டும் என்று பிடிவாதமாக இருந்தார். ''அப்படி யாரும் வெளியிடலைன்னா நான் என் சொந்தப் பணத்தைப் போட்டு வெளியிடறேன்'' என்றார்.

அந்த மாதிரி ஒரு பொருளாதாரப் பின்னணி இல்லை என்றால் கூட அந்தளவு அதில் பிடிவாதமாக இருந்தார்.

அவருடைய பிடிவாதத்தால்தான் சில வருடங்கள் அதை அப்படியே வைத்திருந்து, பிறகு வெளியானது.

அந்தத் தலைப்பு வைத்ததிலும் அந்தக் கதைகள் எழுதியதிலும் எனக்கு மனநிறைவுதான். நீங்கள் அந்தத் தலைப்பின் காரணமாகவே அந்த நூலை வாங்கியதாகச் சொல்கிறீர்கள். அத்தலைப்பின் காரணமாகவே அந்த நூலை வாங்காதவர்கள், வாசிக்காதவர்கள் உண்டு. வாங்கி, மறைத்து வைத்தவர்கள் உண்டு.

இப்போதும் கூட ஏதாவது சந்தர்ப்பத்தில் மேடையில் என்னை அறிமுகம் செய்யும்போது பட்டியலில் அந்த நூல் மட்டும் விடுபட்டு விடும். அந்தத் தலைப்பை மட்டும் சொல்ல மாட்டார்கள். (சிரிக்கிறார்.)

> தமிழில் ஒருபொருள் பற்றி எழுதப்பட்ட கவிதைத் தொகுதிகள் சில உண்டு, ஆனால் அப்படியான கதைத் தொகுப்பு நவீன இலக்கியத்தில் அரிது. பீக்கதைகள் அதிலொன்று. திட்டமிட்டே அக்காலகட்டத்தில் அந்தக் கதைகளைத் தொடர்ச்சியாக எழுதினீர்களா? அவற்றை எழுதிய மனநிலையைச் சொல்லுங்கள்.

அதைத் திட்டமிட்டு எழுதவில்லை. ‘திருச்செங்கோடு’ தொகுப்பில் ‘வேக்காடு’ என்ற கதை இருக்கும். ‘நீர் விளையாட்டு’ தொகுப்பில் ‘பீ’, ‘பீவாங்கியின் ஓலம்’ ஆகிய கதைகள் இருக்கும். அதற்குப் பிறகு அது மாதிரி சில கதைகள் எழுதியிருந்தேன். ஒரு கட்டத்தில் பார்க்கும் போது இந்த விஷயம் பற்றியே இவ்வளவு கதைகள் எழுதி விட்டேன் போலிருக்கிறதே என்ற எண்ணம் தோன்றியது. அதை நண்பர்களிடம் பகிர்ந்து கொண்டபோது, இந்தக் கதைகளையே தொகுத்து ஒரு நூலாகக் கொண்டு வரலாம் என்று சொன்னார்கள்.

முன்பு பீ தொடர்பாய் பிற எழுத்தாளர்களின் கதைகளை எல்லாம் தொகுத்து நூலாகக் கொண்டு வரலாம் என்று ஒரு எண்ணம் எனக்கு இருந்தது. பூமணி ஒரு கதை எழுதி இருக்கிறார். இராசேந்திர சோழன் ஒரு கதை எழுதி இருக்கிறார். ‘பீவாரி’ என்றே ஒரு கதை அன்பாதவனுடையது என நினைக்கிறேன். இன்னொரு எழுத்தாளர் எழுதிய கதை மனஓசையில் வெளியானது. நந்தனார் தெரு விழி.பா. இதயவேந்தன் எழுதிய கதை. இன்னும் சில எழுத்தாளர்கள் எழுதிய கதைகள் கூட நினைவில் வந்தன. இக்கதைகள் எல்லாமே பீ என்பதைக் கருப்பொருளாகக் கொண்ட கதைகள். அவற்றைத் தொகுக்கலாம் என்று தோன்றியது. அப்போது என்னுடைய கதைகள் நிறையவும்

மற்ற எழுத்தாளர்களுடையது ஒவ்வொரு கதை என்பதாகவும்தான் இருந்தது. அப்போதுதான் இதில் இன்னும் சில கதைகள் எழுதினால் இதையே ஒரு தொகுப்பாகக் கொண்டு வரலாமே என்று தோன்றி அதற்குப் பிறகு சில கதைகள் அந்தத் தொகுப்புக்காக எழுதினேன்.

இந்த 2017ல் கூட கக்கூஸ் என்ற ஆவணப்படம் அரசு அடக்குமுறையை எதிர்கொள்ள வேண்டி இருக்கிறது. ஆனால் இன்றைக்கு பத்தாண்டுகளுக்கு முன்பே அப்படி ஒரு விஷயத்தை முழு நூலாகவே புனைவாக்கியது 'பேசாப்பொருளைப் பேசத்துணிந்தேன்' ரகம்தான். பீக்கதைகள் தொகுப்பு உங்களைக் 'கீழிறக்கி' விடுமோ என்று அஞ்சிப் பின் சமாதானம் அடைந்தார் உங்கள் மனைவி எனச் சொல்லி இருக்கிறீர்கள். ஆனால் உண்மையில் அதுவே உங்களுக்குப் பரவலான வாசக கவனத்தை அளித்திருக்கும் என நினைக்கிறேன் (நான் ஓர் உதாரணம்). அந்தப் புதியவெளிச்சம் பற்றிச் சொல்லுங்கள்.

நான் சொன்னது போல் அது இரண்டு விதமான விஷயங்களையும் கொடுத்தது. நீங்கள் சொன்னது போல் நிறைய இளைஞர்களிடம், மாற்றுப் பார்வை உள்ளவர்களிடம் முக்கியமான தாக்கத்தைச் செலுத்தியது. அதன் மூலமாக ஓர் அடையாளம் கிடைத்தது. ஆனால் விரும்பிப் படித்தவர்கள் கூட அதைப் பேசாமல் தவிர்த்து விடுவார்கள். அப்படி இரண்டு விதமாகவும் நடந்தது. அந்நூல் விற்பனையில் குறைவுதான். அதற்கு வெளியிட்ட பதிப்பகமும் காரணமாக இருக்கலாம் - பரவலாக வெளியில் எடுத்துச் செல்லாதது.

அந்தக் கதைகள் எனக்குக் குறிப்பிட்ட அடையாளத்தைக் கொடுத்தது என்பதும் முக்கியமானதுதான். நீங்கள் சொன்னது போல் 'பேசாப் பொருளைப் பேசுதல்' என்ற விஷயம் இருக்கிறதே, அந்த வகையான அடையாளத்தைக் கொடுத்தது. என் எழுத்துக்களில் தொடர்ந்து அந்த அம்சம் இருப்பதைப் பார்க்க முடியும். நிறைய இடங்களில் மற்றவர்கள் எடுத்துப் பேசத் தயங்கும் விஷயத்தை நான் எடுத்துப் பேசி இருக்கிறேன்.

பார்த்தீர்களா எனத் தெரியவில்லை, 'பீக்கதைகள்' தொகுப்பிலிருக்கும் பிசாசுக்குப் போதுமான விஷயம் சிறுகதையின் அதே மையம்தான் ராஜுமுருகன் இயக்கி சிறந்த தமிழ்ப் படத்திற்கான தேசிய விருது பெற்றிருக்கும் 'ஜோக்கர்' திரைப்படமும்.

அந்தப் படத்தை நான் பார்க்கவில்லை. ராஜு முருகன் இங்கே கூட வந்துவிட்டுப் போனார். கக்கூஸ் கட்டுவது தொடர்பானது அக்கதை. ராஜு முருகனுக்கு அது தாக்கமா எனத் தெரியவில்லை. தனுஷ் நடித்து ஒரு படம் வந்ததே, அண்ணன் இருவர் வயதாகித்

திருமணமாகாமல் இருப்பார்கள், குத்துவிளக்கு விற்பவர்களாக இருப்பார்கள், ('நையாண்டி' என நினைவுபடுத்துகிறேன்.) அந்தப் படம் 'கங்கண' த்தின் தாக்கம்தான். சில காட்சிகள் அப்படி இருக்கும் என்பது தெளிவாகத் தெரிகிறது. உதாரணமாய் அண்ணனுக்குப் பார்த்த ஒரு பெண் ஏதோ காரணத்தால் வேண்டாம் என்று சொல்லித் தட்டிப் போயிருக்கும். பிறகு ஒரு சந்தர்ப்பத்தில் அப்பெண்ணின் புகைப்படம் ஒன்றைப் பார்த்து விட்டு, சரி இந்தப் பெண்ணையே கேட்டுக் கட்டிக் கொள்வோம் என நினைப்பான். படத்தின் பின் தொலைபேசி எண் இருக்கும். அழைப்பான், அந்தப் பெண்ணே எடுக்கும். ''இப்ப எனக்கு சம்மதம், கல்யாணம் பண்ணிக்கலாம், என்ன சொல்றீங்க?'' எனக் கேட்பான். அந்தப் பெண் குழந்தையை வைத்துக்கொண்டு ''எனக்கு கல்யாணமாகி குழந்தை இருக்கு'' என்று சொல்லும். இதே போன்றதொரு காட்சி 'கங்கண' த்திலும் வரும். அவன் பெண் பார்த்தாலே கல்யாணம் ஆகி விடும் என்ற ராசியைச் சொல்வது போன்ற விஷயங்களிலும் ஒற்றுமை உண்டு.

'கூள மாதாரி'க்குப் பின் நாவல் எழுதுவதில் மீண்டும் ஒரு நெடிய இடைவெளி. 2000 முதல் 2007 வரை. சுமார் 8 ஆண்டுகள். பிறகு 'கங்கணம்'. ஓர் எழுத்தாளன் தொடர்ந்து இன்ன படைப்பு எழுத வேண்டும் என்ற விதி இல்லைதான். இன்னும் சொல்லப் போனால் தொடர்ந்து எழுதவேண்டும் என்று கூட இல்லை. ஜெயகாந்தன் தன் பிற்காலத்தில் அப்படி இருந்தவர் தானே! ஆனால் நீங்கள் சமீபமாய் ஆண்டுக்கு ஒரு நாவல் வீதம் எழுதிக் கொண்டிருக்கிறீர்கள். அதனால் அந்த எட்டாண்டு நாவல் வனவாசம் கேள்வியைத் தூண்டும் விதமாய் வித்தியாசப்பட்டு நிற்கிறது. அந்த இடைவெளிக்குக் குறிப்பான காரணங்களுண்டா?

2010லிருந்து பார்த்தால் ஆண்டுக்கொரு நாவல் எழுதி இருக்கிறேன். ஓராண்டில் இரு நாவல்கள் கூட எழுதி இருக்கிறேன். 'அர்த்தநாரி', 'ஆலவாயன்'. 2010ல் 'மாதொருபாகன்', 2012ல் 'ஆளண்டாப்பட்சி', 2013ல் 'பூக்குழி', 2014ல் இவ்விரண்டும், 2016ல் 'பூனாச்சி'. 2010லிருந்து 2016 வரை வரிசையாக ஆறு நாவல்கள். அதற்கு முன்பான இடைவெளிக்குக் காரணம் நேரம்தான். எனக்கு எழுதுவதற்கான பல விஷயங்கள் உண்டு. எனக்குள்ளே வடிவம் பெற்றே நிறைய நாவல்கள் இருக்கின்றன. அதை உட்கார்ந்து எழுதுவதற்கான அவகாசமும், சூழலும் வாய்த்தால் என்னால் எழுதி விட முடியும். வாய்க்காமல் போனதுதான் காரணம்.

2000 முதல் 2007 வரை குடும்ப விஷயங்களைக் கவனிக்க வேண்டி இருந்தது. அதே போல் ஒரு மாதம், இரண்டு மாதம் உட்கார்ந்து

எழுதுவதற்கான அவகாசம் எனக்குக் கிடைக்கவில்லை அந்தக் காலகட்டத்தில். பிள்ளைகள் வளர்ந்தார்கள், அவர்களின் பிரச்சினைகள். அண்ணன் இறந்து விட்டார் அச்சமயத்தில். அவர் குடும்பத்தைப் பார்க்க வேண்டி இருந்தது. அதனால் தொடர்ச்சியான கால அவகாசம் அமையவில்லை.

என் எழுத்து முறை என்னவென்றால் நான் ஒரு நாவல் எழுத உட்கார்ந்தால் வேறு எந்த வேலையும் செய்ய மாட்டேன். அப்படி ஒரு மாதமோ, இரு மாதங்களோ இருக்க முடிந்தால் என்னால் ஒரு நாவலை எழுதி விட முடியும். என் மனதில் முழுவதுமாக ஒரு வடிவம் தந்து உருவாக்கி வைத்திருப்பேன். அது வெளிப்படுவதற்கான சந்தர்ப்பம் மட்டும் அமையவேண்டும். அப்படி அமையாமல் போனதுதான் காரணம்.

ஆனால் அக்காலகட்டத்தில் நிறைய மதிப்புரைகள், ஆய்வுக் கட்டுரைகள் எழுதி இருக்கிறேன். கட்டுரை போகிற போக்கில் எழுதி விடலாம். ஒன்று அல்லது இரண்டு நாட்களில். ஆனால் நாவலுக்கு அப்படி இல்லை. அதற்கான தனியான ஒரு மனநிலை வாய்க்க வேண்டும்.

> ‘கங்கணம்’ மகத்தான நாவல். அதில் சொல்லப்படுவது போல் 90களில் பெண் சிசுக் கொலைகளினால்தான் கொங்குப் பகுதியில் திருமணத்துக்கு ஆள் கிடைப்பது சிரமம் என்றானதா? தென்தமிழகத்தில் தானே அவ்வழக்கம் மிகுதி! பெண்கள் படிக்கத் தொடங்கியதும், நகர்ப்புற வாழ்க்கையை விரும்பத் தொடங்கியதும், வசதி வாய்ப்புகளை எதிர்பார்த்ததும், கலப்பு மணங்கள் நடைபெறத் தொடங்கியதும் காரணங்கள் அல்லவா?

இங்கே சத்தமில்லாமல் பெண் சிசுக்கொலைகள் பெரிய அளவிற்கு நடந்திருக்கிறது. என்ன குழந்தை எனக் கண்டுபிடித்துக் கருக்கலைப்பு செய்தல் என்ற விஷயம் ஒரு பத்தாண்டுகளுக்கு இப்பகுதியில் நிறையவே நடந்திருக்கிறது. நான்கு மாத, ஐந்து மாதக் கருக்களைக் கூட பெண் குழந்தை எனக் கண்டறிந்து கலைத்தவர்கள் உண்டு. மூன்று, நான்கு குழந்தைகளை அப்படிக் கலைத்தவர்கள் இருக்கிறார்கள்.

தெளிவாகப் பாருங்கள். இந்தப் பகுதி வீடுகளில் குழந்தைகள் அதிகம் இருக்காது. இப்போது என்றில்லை, போன தலைமுறையில் கூட அப்படித்தான். காரணம் பெண் சிசுக் கொலைதான். குழந்தை பிறக்காமல் இல்லை. சாதாரணமாகச் சாகடித்து விடுவார்கள். அது அரவமில்லாமல் நடந்திருக்கிறது. வரதட்சணைப் பிரச்சினையினாலோ வளர்க்க முடியாமலோ கொன்று விடுவர் என்பது சூத்திர வகைப்பட்ட முடிவுதான்.

நிலவுடைமையும் பொருளாதார ஆதிக்கமும் கொண்ட ஒரு சாதியில் அது சாதாரணமாக நடந்தது. நிலம் பிரிந்து போய்விடக் கூடாது, அளவான குழந்தைகள் இருந்தால்போதும் என்ற சொத்துடைமை எண்ணத்தின் அடிப்படையில்தான் பெண் குழந்தைகளைக் கொன்றார்கள். அக்குழந்தையை வளர்க்கவேண்டும். நிலத்தை விற்று, பவுன் போட்டு அப்பெண்ணைக் கட்டிக்கொடுக்கவேண்டும். இதைத் தவிர்க்கவே அப்படிச் செய்தனர்.

பெண் குழந்தைகளைக் கள்ளிப்பால் ஊற்றிக் கொல்வதெல்லாம் பாரதிராஜா படங்களில் பார்த்திருப்பீர்கள். அதெல்லாம் ஒரு நாடகம் போல் எனக்குத் தோன்றுகிறது. ரொம்பச் சாதாரணமாகக் கொன்று விடுவார்கள். குழந்தையைக் கவிழ்த்துப் போட்டால் முடிந்தது. ஒரு நெல்லைப் பாலில் போட்டுப் புகட்டினால் தீர்ந்தது.

பெண் சிசுக்கொலைகள் பிரச்சினை வந்தபோது ராஜம் கிருஷ்ணன் 'மண்ணகத்துப் பூந்துளிகள்' என்று ஒரு நாவல் எழுதினார். எனக்கு அப்போதே அந்தக் கேள்வி வந்தது. 'இவுங்க என்ன வறுமைல இருக்கறதால குழந்தைகளைக் கொல்றதாச் சொல்றாங்க, இங்க இப்படி நடக்குதே!' எனத் தோன்றியது. அப்போதே எழுதவேண்டும் என நினைத்தேன். அது தள்ளிப் போய் 'கங்கணம்' எழுதிய காலத்தில் அதன் தாக்கத்தால் என்ன விளைவுகள் நேர்ந்தன எனப் பார்க்கும் கட்டம் வந்துவிட்டது. அதனால் அதை எழுத வேண்டியதாயிற்று.

அப்படி எழுதும் காலம் தள்ளிப் போனதால்தான் 'கங்கணம்' இப்படியான ஒரு வடிவத்தில் வெளிவந்தது.

> உங்கள் சமீபச் சிறுகதைத் தொகுதி 'வேப்பெண்ணெய்க் கலயம்'. 2000க்குப் பிந்தைய சுமார் பத்தாண்டுகளில் நீங்கள் எழுதியவை. குழந்தைகளின் உலகம் அதில் நிரம்பப் பதிவாகி இருக்கிறது. 'இடையீடு', 'சிறிது நிழல்', 'சின்னக் கருப்பசாமி', 'நல்ல கெதி', 'வளர்சிதை', 'வேப்பெண்ணெய்க் கலயம்' எனக் குறைந்தது ஐந்தாறு கதைகளை உதாரணம் சொல்லலாம். ஒருவகையில் இது பெரியவர்கள் பற்றிய இன்னும் சொன்னால் குழந்தைகளை முன்வைத்த பெரியவர் களுக்கான கதைகள் என்பேன். இதே போல் 'நீர்விளையாட்டு' தொகுதியிலும் 'மழைக்குருவி', 'சிறுத்த பூதம்', 'பெரிதினும் பெரிது' ஆகிய கதைகளைச் சொல்ல முடியும். தொடர்ந்து குழந்தைகள் பற்றிய சித்திரங்கள் உங்கள் கதைகளில் பதிவாகியபடியே இருக்கின்றன. அதற்கான காரணம் அல்லது உந்துதல் என்ன? குழந்தைப் பருவத்திற்குப் போகும் ஏக்கமா?

(சிரிக்கிறார்.) இவற்றை எழுதிய ஆண்டுகள் என் குழந்தைகள் வளர்ந்த காலம். அவர்களின் வளர்ச்சியையும் அந்தக் கதைகளையும்

ஒப்பிட்டுப் பார்த்தால் அதைக் கண்டுபிடிக்க முடியும். ஆக, அந்தத் தாக்கம்தான்.

என்னுடைய குழந்தைகளோடு நான் நெருக்கமான ஒரு பிரியத்தோடு இருப்பேன். அவர்களின் ஒவ்வொரு செயலிலும் நான் பங்கெடுத்துக் கொள்வதும், அவர்களோடு சேர்ந்து விளையாடுவதும் என்று இருப்பேன். அதனால் அவர்களுடைய உலகம், அவர்களின் உணர்வு ஆகியவற்றைப் புரிந்து கொள்வதற்கான வாய்ப்பு எனக்கு இருந்தது. அந்த அடிப்படையில்தான் அந்தக் கதைகள் எல்லாம் உருவாகின.

> 'வேப்பெண்ணெய்க் கலயம்' தொகுப்பில் இன்னொரு வித்தியாச அம்சம் அவற்றில் இடம்பெற்றுள்ள மனக்குறளிக் கதைகள். 'அந்தரக் கயிறு', 'ஆந்தைகள் அலறலை நிறுத்திய இரவு', 'தீச்சாலை', 'நிலவு ததும்பும் சாலைகள்', 'நீர்ச்சங்கிலி', 'பெருவழி' முதலிய இக்கதைகள் ஒரு மாதிரி அமானுஷ்யம் கலந்தவை; உங்கள் யதார்த்த எழுத்திலிருந்து மாறுபட்டவை. அவற்றை எழுதுவதற்கான உந்துதல் அல்லது தேவை என்ன?

எல்லா வகையான விஷயங்களையும் எழுதவேண்டும் என்பதுதான். என்னுடைய 'நீர் விளையாட்டு' தொகுப்பிலேயே வித்தியாசமான கதைகள் இருக்கும். 'திருச்செங்கோடு' தொகுப்பிற்கும், அதற்கும் நிறைய வேறுபாடுகளைப் பார்க்க முடியும். எழுத்தாளர்களில் நிறையப் பேர் 'நீர் விளையாட்டு' தான் சிறந்த தொகுப்பு என்பார்கள். இரண்டுக்குமே ஒரு சம்பந்தமும் இல்லாதது மாதிரியான கதைகள் இருக்கும்.

மனம் சார்ந்த பயணம் என்பது தொடர்ந்து நான் கவனித்து வரும் ஒரு விஷயம்தான். உளவியலிலும் எனக்கு ஈடுபாடு உண்டு. ஒரு பாத்திரத்தைக் கொண்டு வரும்போது நிகழ்ச்சி சார்ந்து மட்டு மில்லாமல் அந்த நிகழ்ச்சி அவர்களிடம் ஏற்படுத்தும் மனம் சார்ந்த பிரச்சினைகளையும் மையப்படுத்துவதில் எனக்கு ஆர்வமுண்டு. அந்த வகையில் நீங்கள் சொல்லும் இந்தக் கதைகளையும் பார்க்கலாம். 'நீர் விளையாட்டு' தொகுப்பின் 'கடைவீதியில் ஒருவன்' போன்ற கதைகளின் தொடர்ச்சியாக 'வேப்பெண்ணெய்க் கலய'த்தில் இடம் பெற்ற இக்கதைகளைப் பார்க்கலாம். அது என்னவெனப் புரியவில்லை என்று சொன்னவர்கள் உண்டு.

அது மாதிரி எல்லாமும் எழுதி இருக்கிறேன். மனம் சார்ந்து எனக்கு ஈடுபாடு இருப்பதுதான் காரணம்.

இது மாதிரி யதார்த்தம் தாண்டிய முயற்சிகள் ஏதும் உங்கள் நாவல்களில் அறவே இல்லை. ஏன் சிறுகதைகளில் மட்டும் அவற்றை முயற்சித்துப் பார்க்கிறீர்கள்?

நாவலிலும் அப்படிப் பண்ணலாம். நாவலில் அது மாதிரி செய்வதற்கு முன்முயற்சியாக இந்தச் சிறுகதைகளை எழுதி இருக்கிறேனா எனத் தெரியவில்லை. முந்தைய நாவல்களில் 'கூள மாதாரி'யில் முனியப்பசாமி வரும் இடம் எல்லாம் அப்படியான விஷயங்கள் தான். அது மாதிரி அமானுஷ்ய விஷயங்களை சில நாவல்களில் எழுதி இருக்கிறேன். ஆனால் நீங்கள் சொல்வதுபோல் தனித்த படைப்பாக ஏதும் எழுதியதில்லை. பார்ப்போம். எதிர்காலத்தில் ஒருவேளை முயற்சி செய்யலாம்.

'திருச்செங்கோடு' தொகுதியில் கதைகள் காலவரிசைப்படி அமைத்ததாய்ச் சொல்லி இருந்தீர்கள். மற்ற தொகுதிகளிலும் இதைப் பின்பற்றினீர்களா? (மற்றவற்றில் கதைகளின் தேதி குறிப்பிடப்பட வில்லை.)

முழுவதுமாக என்னால் அப்படிப் பின்பற்ற முடியவில்லை. கதைகள் வெளியான பத்திரிகைகளைச் சேகரித்து வைப்பதில் சிக்கல்கள் இருந்தன. பல வீடுகள் மாறினோம் அக்காலகட்டத்தில். அதனால் சேர்த்து வைப்பதில் அல்லது சேர்த்து வைப்பதைக் கண்டுபிடிப்பதில் பிரச்சினைகள் இருந்தன. அதனால் அதைச் செய்ய முடியவில்லை. இப்போது மொத்தத் தொகுதி வரும்போது பெருமளவு அதைச் செய்தேன். ஒன்றிரண்டுக்குக் கண்டுபிடிக்க முடியவில்லையே தவிர, மற்றவை காலவரிசையில்தான் அமைந்துள்ளன.

கவனித்த வரை எழுத்தாளர்கள் பெரும்பாலும் தொகுப்புகளில் கால வரிசையைப் பின்பற்றுவதில்லை. என்னுடைய 'இறுதி இரவு' நூலைத் தொகுத்தபோது சிறுகதைகளை எந்த வரிசையில் அமைப்பது என்பதில் குழப்பங்கள் இருந்தன. சிறப்பாகத் தோன்றும் கதைகளை முதலில் வைப்பது, பாராட்டுகளின் அடிப்படையில் வரிசைப்படுத்துவது, முக்கியமான விஷயங்களைப் பேசும் கதைகளை முதலில் வைப்பது எனப் பலவிதச் சாத்தியங்கள் இருந்தன. ஆனால் நான் காலவரிசைப்படி அமைக்கத் தீர்மானித்தேன். அதற்கு உங்கள் 'திருச்செங்கோடு' தொகுதியும் ஒரு பிரதான உந்துதல். அதனால்தான் கேட்டேன்.

உண்மையில் காலவரிசையில் இருப்பதுதான் சரியானது. 2000க்குப் பிறகு புதுமைப்பித்தனின் முழுத் தொகுதி காலவரிசைப்படுத்தப்பட்டு வெளியானபோது அதற்கான ஒரு முக்கியத்துவம் வந்துவிட்டது.

அப்படி வைப்பது ஓர் எழுத்தாளனின் எழுத்தில் ஏற்படும் மாற்றங் களை, வளர்ச்சியைக் கண்டடைவதற்கு வசதியானதாக இருக்கிறது. ஓர் ஆராய்ச்சியாளன்தான் வந்து அதை வரிசைப்படுத்தவேண்டும் என்ற அவசியத்தை அது தவிர்த்து விடுகிறது. புதுமைப்பித்தன் போன்ற தொகுப்புகளுக்கு இப்படியான ஒரு முக்கியத்துவம் வந்து பிறகு எழுத்தாளர்கள் இதைப் பின்பற்றவேண்டும் என்றுதான் நினைக்கிறேன்.

என்னுடைய இந்த முழுத் தொகுப்பில் நான் கதைகளைக் கால அடிப்படையில் இறங்கு வரிசையில் அமைத்திருக்கிறேன். அதைச் செய்யும்போது 'மயானத்தில் நிற்கும் மரம்' தொகுப்பிற்குக் கூட அப்படிச் செய்திருக்கலாம் எனத் தோன்றியது. இது வசதி. இப்போது இருக்கும் கதைகளிலிருந்து படித்துக்கொண்டு போகலாம். இருபதாண்டுகளுக்கு முன் எழுதிய கதையை வாசித்தால் ஒருவருக்குச் சலிப்புகூட வரலாம்.

'கங்கண'மும் 'மாதொருபாக'னும் ஒரே வகைமை (genre / mood) - நிகழாமையின் வலி. எப்படி 'கங்கணம்' திருமணமாகாத முதிர்காளை ஒருவனின் மன வலியைப் பதிவு செய்ததோ அதே போல் 'மாதொருபாகன்' வாரிசு இல்லாததால் வறடன், மலடி எனப் புறம் பேசப்படும் தம்பதியின் அகச்சிக்கல்களைத் தொகுத்துக் கொள்கிறது. இப்படி ஒரு தர்க்கத் தொடர்ச்சி இருப்பது தாண்டி காலவரிசையிலும் இவை தொடர்ச்சியாய் எழுதப்பட்டவை. தொடர்புடைய படைப்புகள் ஒரே காலகட்டத்தில் வந்து விழ ஏதேனும் காரணம் உண்டா?

நீங்கள் சொல்லும்போதுதான் இந்த நிகழாமை என்ற விஷயம் எனக்குத் தெரிகிறது. இரண்டுக்கும் அப்படி ஓர் ஒற்றுமை இருக்கிறது என்பதை நான் இதுவரை உணரவில்லை. அதை எழுதிவிட்டு இதை எழுதும்போது என்னை அறியாமல் கூட அது நேர்ந்திருக்கலாம். ஆனால் கான்ஷியஸாக அப்படிச் செய்யவில்லை.

'மாதொருபாகன்' இறுதி அத்தியாயத்தில் தூக்குப் போட்ட காளி இறந்திருந்தால் என்னவாகும் என்பது ஆலவாயன். பிழைத்திருந்தால் எப்படித் தொடர்ந்திருக்கும் என்பது அர்த்தநாரி. நானறிந்த வரை இப்படி Sliding Doors தனமான (பெயர்த்துச் சொன்னால் 12B, ஒரு கன்னியும் மூன்று களவாணிகளும்) ஒரு நாவல் தமிழில் இது மட்டுமே. இதற்கான முனைப்பை எங்கிருந்து பெற்றீர்கள்? கேள்வியின் காரணம் இது ஃபேன்ஸியான விஷயம். சீரியஸ் இலக்கியவாதிகள் பொதுவாய் செய்யத் தயங்கும் உற்சாக வித்தை.

நான் சிலவற்றை முடிவிலிருந்து யோசித்துப் பார்ப்பதுண்டு. ஆர். சண்முகசுந்தரத்தின் 'நாகம்மாள்' நாவலின் முடிவிலிருந்து தொடங்கி

நான் ஒரு நாவல் எழுதவேண்டும் என நினைத்ததுண்டு. நாகம்மாளுக்குப் புருஷன் இல்லை, ஒரே குழந்தை. கொழுந்தனார், அவர் மனைவி இவர்களோடுதான் சேர்ந்து வாழ்கிறாள். அவர்களுக்குக் குழந்தை கிடையாது. கொழுந்தனாரும் செத்துப் போய் விடுகிறான். அப்போது மூன்று பெண்கள் அந்தக் குடும்பத்தில் இருக்கிறார்கள். அதற்குப் பிறகு அவர்களின் வாழ்க்கை என்னவாய் இருக்கும் என சண்முகசுந்தரம் யோசித்தாரோ இல்லையோ, நான் செய்தேன். அந்தப் புள்ளியில் தொடங்கி அந்நாவலுக்கு அடுத்த பாகம் எழுத வேண்டும் என அதைப் படித்த காலத்திலிருந்து தோன்றியதுண்டு.

என்னுடைய நாவலுக்கு அப்படி எழுத வாய்ப்பு வந்தது. 'மாதொருபாகன்' வந்ததிலிருந்து அதைப் படித்த வாசகர்கள் எல்லோரும் திரும்பத் திரும்பக் கேட்டது, 'காளி என்ன ஆனான்?' என்பது. 'காளி உயிரோடு இருக்கிறானா அல்லது செத்து விட்டானா?' என்று கேட்டவர்கள் உண்டு. காளி செத்து விட்டான் என முடிவு செய்து விட்டு, 'நீங்கள் எப்படி காளியை சாகடிக்கலாம்? அவன் என்ன தவறு செய்தான்? நீங்கள் பொன்னாவை அல்லவா கொன்றிருக்க வேண்டும்?' என்று கேட்டவர்கள் உண்டு. இப்படியான கேள்விகள் தொடர்ந்து பல பேரிடமிருந்து வந்தபோதுதான் யோசித்தேன். காளி அதில் செத்து விட்டானா இல்லையா என்ற முடிவு எனக்கே தெரியாதுதான். அவனுக்குத் தற்கொலை எண்ணம் வருவதாக நாவல் முடிகிறது. அவன் தற்கொலை செய்து கொண்டானா இல்லையா என்பது எனக்கும் தீர்மானமாகத் தெரியவில்லை.

காளி செத்து விட்டான் எனப் பலர் நம்புகிறார்கள். சரி, அவன் செத்து விட்டால் பொன்னாவின் வாழ்க்கை எப்படி இருந்திருக்கும்? சிலர் காளி உயிரோடு இருக்கிறான் என நினைக்கிறார்கள், அதை விரும்புகிறார்கள். சரி, அவன் உயிரோடு இருக்கட்டுமே! அப்படி அப்பாத்திரத்தை ஒரு வகையில் சாகடித்தும் ஒரு வகையில் வாழ வைத்தும் பார்த்தால் எப்படி இருக்கும் எனத் தோன்றியது. அப்படித் தான் அந்த இரண்டையும் எழுதினேன். ஆக, வாசகர்களிடமிருந்து வந்த தூண்டுதலால்தான் அவ்விரு நாவல்களும் எழுதப்பட்டன!

வாசிப்பின்பத்தின் அடிப்படையில் 'மாதொருபாகனு'க்கு இணையானதல்ல பிந்தைய இரு நாவல்களும். படமோ எழுத்தோ எந்தவொரு தொடர்ச்சிக்கும் நேரக்கூடிய விபத்துதான் இது. முதலில் ஓர் உலகம் அறிமுகம் ஆகும்போது அது வசீகரிக்கும். அடுத்து அதே உலகத்தில் மேலும் தூரம் அழைத்துச் செல்லும்போது பழைய வசீகரம் இருப்பதில்லை. இதை உணர்கிறீர்களா? மூன்றில் உங்களுக்குத் திருப்தியானது எது?

மூன்றில் எது ஒன்று சிறப்பாக இருக்கிறது என எனக்குச் சொல்ல முடியவில்லை. அர்த்தநாரியையும், ஆலவாயனையும் நான் மிக ரசித்தும் ஈடுபாட்டுடனும் எழுதினேன். அவை இரண்டையும் எழுதும் போது உண்மையில் நான் மிக சுதந்திரமான மனநிலையில் இருந்தேன். 'மாதொருபாகன்' எழுதிய போதான காலத்தோடு ஒப்பிடுகையில் நான் மிக சந்தோஷமான மனநிலையில்தான் அவற்றை எழுதினேன்.

ஆனால் அவற்றை எழுதி முடித்த போதுதான் அந்த மனநிலை அப்படியே மாறிப் போயிற்று. (சிரிக்கிறார்.)

ஆலவாயனுக்கு ஒரு தொடர்ச்சி சாத்தியம். பொன்னாவும் ஆலவாயனும் மீண்டும் சந்திக்கும் வாய்ப்பு. அதாவது 'மாதொருபாக'னின் நான்காம் பாகம். எழுதுவீர்களா?

(சிரிக்கிறார்.) அதற்கெல்லாம் ஒன்றும் வாய்ப்பில்லை.

நீங்கள் சொன்னீர்கள் அல்லவா நாகம்மாளுக்குத் தொடர்ச்சி எழுதிப் பார்க்க விரும்பினேன் என்று. அதைப் போல் நான் ஒன்றுக்குத் தொடர்ச்சி எழுதவேண்டும் என்றால் பொன்னாவும் ஆலவாயனும் மீண்டும் சந்திப்பதை எழுத விரும்புவேன். ஆனால் அதை எழுத என்னை விட, வேறு எவரையும் விட, நீங்களே அதிகம் உரிமையும் தகுதியும் உடையவர். அதனால் கேட்கிறேன்.

(சிரிக்கிறார்.) தோன்றினால் எழுதுங்கள், என்ன இருக்கிறது! இன்னொரு முறை அதற்குள் போவதற்கான மனம் வாய்க்குமெனச் சொல்ல முடியவில்லை. தவிர, 'மாதொருபாகன்' முடிவிலிருந்து எழுந்த கேள்விகள் போல் இதற்குப் பெரிய அளவில் கேள்விகள் இல்லை. நீங்கள் சொல்வது போல் ஒரு வாய்ப்பு இருக்கிறது என்பது தவிர, ஒரு படைப்பாளனைத் தூண்டுவது மாதிரியான காத்திரமான கேள்விகள் இதற்கு இல்லை.

குவிமையம் 'மாதொருபாகன்' ஆகி விட்டதும் காரணம் என நினைக்கிறேன். தொடர்ச்சிகளுக்கு அதற்கு இணையான வாசிப்பு நடந்திருக்கிறதா எனத் தெரியவில்லை. சமீபத்தில் கூட என்னை ரமேஷ் என்பவர் மாதொருபாகன் தொடர்பான கட்டுரைகளைத் தொகுத்து நூலாக்கம் செய்வதாய்த் தொடர்பு கொண்டார்...

ஆம். அவர் அந்நாவல் பற்றிய கட்டுரைகளை ஐந்நூறு, அறுநூறு பக்கங்களுக்குத் தொகுத்திருக்கிறார்.

எனக்குப் பிடித்த மூன்று தமிழ் புனைவுக் கதாபாத்திரங்களுள் ஒன்று பொன்னா. அவளது வசீகரத்தின் முக்கிய காரணம் அவளது

குணமுரண். பதினான்காம் நாள் இரவு அவள் காளி போன்ற முகத்தைத் தவிர்க்கிறாள். அவன் நினைவு வருவதை அஞ்சுகிறாள். அது அவளது குற்றவுணர்விலிருந்து எழுவது. ஆனால் அப்படிப்பட்டவள் ஒரு புதிய ஆடவனுடன் மிக இணக்கமாகவே கூடுகிறாள். இந்தக் கலவி 'மாதொருபாகன்', 'ஆலவாயன்', 'அர்த்தநாரி' மூன்று நாவல்களிலும் (அவற்றின் தேவைக்கேற்ப) சற்று வெவ்வேறு சாயைகளுடன் சொல்லப்பட்டிருக்கிறது என்றாலும் மூன்றிலும் இருக்கும் பொதுவான விஷயம் அவள் இஷ்டத்துடனே அதில் ஈடுபடுகிறாள். அவனிடம் வெட்கம் கொள்கிறாள், அவன் பேச்சில் கிறங்குகிறாள், அவன் ஆக்ரமிப்பை ரசிக்கிறாள், அதில் மூழ்கித் திளைக்கிறாள். குழந்தைப்பேறுக்காகச் செய்து கொள்ளும் ஒரு வைத்தியம் என்பதாக அதை அணுகாமல் இன்ப நிகழ்வாகவே அனுபவிக்கிறாள். அதைத் தனிப்பட்டு என்னால் ஏற்க முடியவில்லை. ஒருவேளை சற்று விலகி நின்று உணர்ச்சிகள் கடந்து தர்க்கபூர்வமாய்ச் சிந்தித்தால் எத்தனை பிரியம் நம் துணை மீது கொண்டிருந்தாலும் இத்தகைய சந்தர்ப்பங்களில் அதை எல்லாம் கடந்து எதிர்ப்பாலின ஈர்ப்பில் உடலின் வேட்கையே வெல்லும், அதில் மனமும் பூரணம் கொள்ளும் என்று சொல்ல வருகிறீர்களா? விளக்குவீர்களா?

அது அப்படித் தானே! ஒரு திறப்பு கிடைத்ததும் அது மாதிரியான ஒரு சுதந்திர மனநிலைக்கு ஆளாகி விடுகிறாள். திருவிழாவுக்குப் போகும் வரை இருக்கும் பொன்னா வேறு, போனதற்குப் பிறகு மாறி விடும் பொன்னா வேறு. அந்த இடத்தை எழுதும்போது எனக்கே ஒரு பெரிய தடை வந்து விட்டது. அதைக் கடப்பதற்குச் சில நாட்கள் பிடித்தன. அவள் எப்படி மாறுகிறாள் என்று கொண்டு போவது எனக்குப் பெரிய தடையாக இருந்தது. 'பெருங்கூட்டத்துக்குள் தனியாக நின்றிருந்தாள் பொன்னா' என்று ஓர் அத்தியாயம் துவங்கும். அவ்வரி வந்ததும்தான் அடுத்தது எனக்குப் பிடிபட்டது. கூட்டத்தில் மனிதர்களுக்கு முகமில்லை; சுதந்திர ஜீவன்கள் ஆகி விடுகிறார்கள். உங்களைச் சுற்றி இருப்பவர்கள் உங்களுக்குத் தெரிந்தவர்களாகவும் அறிமுகம் ஆனவர்களாகவும் இருக்கும் போதுதான் உங்களுக்கு எத்தனையோ மனத் தடைகள் இருக்கும்.

அங்கே அவள் அதைக் கடக்கிறாள். அப்படி அதைக் கடந்த பின் அங்கே இருப்பது வேறு பொன்னா தானே!

பொன்னாவின் குணமுரணுக்கு இன்னோர் உதாரணம், 'அர்த்தநாரி'யில் காளி தன்னை ஒதுக்கி வைத்து, குழந்தை பிறந்தும் பார்க்க வரவில்லை என்பதால் திருவிழாவில் சந்தித்தவனைத் தேடிப் போய் சேர்ந்து கொள்ளலாமா என்ற எண்ணம் வருகிறது பொன்னாவுக்கு. காளி மீது

அத்தனை பிரியத்தோடு பத்தாண்டு வாழ்ந்தவளுக்கு அவன் இருக்கையிலேயே இன்னொருவனிடம் போக எண்ணம் வருகிறது என்பதை ஏற்க முடியவில்லை. 'ஆலவாயனி'ல் காளி இயற்கையாக / வேறு காரணத்துக்காக இறந்திருந்தால் பொன்னா இன்னொரு மணம் பற்றி சிந்திப்பதில் பிரச்சினை இல்லை. ஆனால் இறந்தது அவள் இன்னொருவனுடன் சேர்ந்ததால். அச்சூழலில் அவள் போவாளா என்ன! 'அர்த்தநாரி'யில் காளி அவளை ஒதுக்கி வைத்திருந்ததும் வேறு பிரச்சினைகளில் இல்லை; பொன்னா இன்னொருவனுடன் சேர்ந்ததால்தான். இப்படி முரண்படுகிறாள்.

எண்ணம் வருவதற்கெல்லாம் நாம் தடை போட முடியுமா என்ன! (சிரிக்கிறார்.)

ஒரு கோபத்தில் அப்படித் தோன்றுவதுதானே! எத்தனையோ புருஷன் - பொண்டாட்டி சண்டைகளில் இவனை விட்டு விட்டுப் போயிடலாம் எனத் தோன்றுவது உண்டுதானே! அது அந்தக் கணத்துடைய எண்ணம். ஆனால் அவர்களுக்கு இடையேயான பிரச்சினைகள், முரண்பாடுகள் முற்றிக் கொண்டே போனதென்றால் அந்த எண்ணம் வலுவாகத் தோன்றுவதற்கான வாய்ப்புக் கூட வரத்தான் செய்யும்.

யோசித்துப் பார்த்தால் (கலந்தவனைத் தேடிப் போக எண்ணும் இறுதிப் பகுதி தவிர) 'ஆலவாயன்' ஒரு பெண்ணியப் பிரதி. கணவனை இழந்த ஒரு கர்ப்பிணி, மகனை இழந்தவளின் ஆதரவுடன், தாழ்த்தப்பட்ட பெண்ணின் துணையுடன், அதனோடு வாழ்வு முடிந்தது என்றில்லாமல், தூற்றக் காத்திருக்கும் உறவினர், சுற்றத்தார், ஊரார் வாய்த்த சூழலில் தானே விவசாயம் செய்து வாழ்வில் சுயமாய்க் காலூன்றி நிற்கிறாள். இனி அவள் தன் மகனையும் வளர்த்து ஆளாக்குவாள். பொன்னா உயர்ந்து துலங்கும் நாவல் அது.

நான் இந்த மாதிரி கோட்பாடுகளை வைத்துக்கொண்டு எழுதுவ தில்லை. அதில் வரும் கதாபாத்திரங்களின் செயல்பாடுகளை நான் எடுத்துக் காட்டும்போது அதைப் பெண்ணியப் பிரதி என நீங்கள் வாசித்தால் அது உங்கள் விருப்பம். 'அர்த்தநாரி'யிலும் அப்படி வாசிக்கும் வாய்ப்பிருக்கிறது. 'மாதொருபாகனி'லும் இருக்கிறது.

கணவன் இருக்கிறான் என்பதால் அது பெண்ணியப் பிரதி இல்லை என்றாகி விடாது. 'அர்த்தநாரி'யில் காளி பாத யாத்திரை போகிறான். அப்போது வீட்டிலிருக்கும் பெண்கள் எப்படி தங்கள் வெளியைக் கட்டமைத்துக் கொள்கிறார்கள் என்பது அருமையாக நாவலில் வந்திருக்கிறதே! அதற்கு முன்வரை அவன்தான் அவற்றை எல்லாம் உருவாக்குபவனாக இருப்பான். அவனது விருப்பம் சார்ந்துதான்

எல்லாம் நடக்கும். ஆனால் அவன் ஒரு மாதம் பாத யாத்திரை போகும்போது வீட்டிலிருந்து, வேலைகளிலிருந்து எல்லாவற்றை யும் பெண்கள் எடுத்துச் செய்கிறார்கள். எல்லாம் முடங்கிப் போயிருக்கும் என அவன் எண்ணியிருப்பான். ஆனால் இவர்கள் இங்கு தங்களுக்கேற்றபடி எல்லாவற்றையும் உருவாக்கி இருப்பார்கள். அதை அவனால் தாங்கிக் கொள்ள முடியாது. அவன் பாத யாத்திரை போய் விட்டு நல்ல மனநிலையில் திரும்பி வருவான். அவன் வந்து பொன்னாவோடு சேர்ந்து விடுவான் என்பது போல் இருக்கும். ஆனால் வந்து பார்த்தால் அவனது சிக்கலே இதுதான். தான் இல்லா விட்டாலும் எல்லாம் நடக்கும் என்பதை அவனால் ஜீரணித்துக் கொள்ள முடியவில்லை. அதனால் அதையும் நீங்கள் அப்படியான ஒரு பிரதியாக வாசிக்க முடியும்.

அதே 'ஆலவாயனி'ல் வரும் ஓர் ஆணாதிக்கச் சம்பவத்தைச் சொல்ல வேண்டும். பெண் கர்ப்பமான போது கணவன் மரித்திருந்தால் அப்பெண் ஊராரை அழைத்துத்தான் தன் கணவனோடு புணர்ந்துதான் கருவைச் சூல் கொண்டேன் எனக் கடவுள் மீது சத்தியம் செய்ய வேண்டும் என்பது ஊர் வழக்கம். வேறு வழியின்றி பொன்னா அதைச் செய்கிறாள். ஒரு நாவலில் பிற்போக்குத்தனமான சம்பவமோ, கருத்தோ வருகையில் அதை எப்படிக் கையாள்கிறீர்கள்? அது உங்கள் நிலைப்பாடாகத் திரியும் ஆபத்து உண்டு என்பது ஒருபக்கம், வாசகன் பெறும் செய்தி அதுவே என்றும் புரிந்து கொள்ளப்பட வாய்ப்புண்டல்லவா!

அப்படிப் பார்த்தால் இங்கே எதையுமே எழுத முடியாது. முற்போக்குப் பார்வைக்குட்பட்ட விஷயங்களைத்தான் எழுதவேண்டும் என்பது சாத்தியமில்லை. அவர்களுடைய வாழ்க்கைக்குள் இருந்தேதான் நாம் எழுதுகிறோம். ஒரு முற்போக்கு விஷயம் வருகிறதெனில் அதையும் அவர்கள் வாழ்க்கைக்குள் இருந்தேதான் கொண்டு வருகிறோம். அப்படி இல்லை எனில் துருத்திக் கொண்டிருப்பதாய் அது மாறி விடும்.

இப்படி ஒரு விஷயம் இருந்ததை ஆணாதிக்கம் நிலவியதற்கான சான்றாகத்தான் கொள்ளவேண்டும். ஒரு காலத்தில் அப்படியான சடங்குகள் நிறைய இருந்திருக்கின்றன. தொ. பரமசிவன் ஒரு கட்டுரையில் எழுதி இருக்கிறார். ஒரு பகுதியில் கணவன் இறந்து போகையில் மனைவி கர்ப்பமுற்றிருந்தால் அது எத்தனை மாதக் கரு என்று காட்டுவதற்கு சடங்கு செய்கையில் வாசலில் சாணியில் பிள்ளையார் பிடித்து வைத்து, அதன் மேல் பூ குத்தி வைக்கவேண்டும்.

மூன்று பூ குத்தி வைத்தால் மூன்று மாதம் என்று அர்த்தம். அப்படி ஒரு குறியீடாக உணர்த்துவார்கள். இந்த மாதிரியான பலசடங்குகள் நிலவி இருக்கின்றன.

அதனால் ஒரு காலகட்டத்தை நாம் எழுதும்போது அப்போது என்னென்ன இருந்தனவோ - அவை முற்போக்கோ பிற்போக்கோ - எல்லாவற்றையும் எழுதுவதே படைப்புக்கு நியாயம் செய்வதாகும்.

ஒரு கதையை வாசிக்கையில் அந்தப் பாத்திரமாக நம்மைப் பொருத்திக் கொண்டால் என்னவெல்லாம் செய்வோமோ, பேசுவோமோ, யோசிப்போமோ எல்லாவற்றையும் உங்கள் பாத்திரங்கள் செய்வதைக் கவனித்து வந்திருக்கிறேன். அதனால் நம் எல்லா தர்க்கக் கேள்விகளுக்கும் சரியான விளக்கமும் அதில் இருக்கும். வித்தியாசம் புகுத்தி வாசகன் எதிர்பாராததைச் சொல்கிறேன் என்றல்லாமல், இதைச் செய்வதுதானே இயல்பு! நீங்களே உங்களை அப்பாத்திரத்தில் பொருத்திக்கொண்டு யோசிக்கிறீர்களா?

இல்லை. அப்படி ப்ரக்ஞைபூர்வமாகப் பாத்திரத்தில் என்னைப் பொருத்திக் கொண்டெல்லாம் யோசிப்பதில்லை. நீங்கள் இப்படிக் கேட்கும் போதுதான் என் எழுத்தில் அப்படியான தர்க்கரீதியான பதில்கள் இருப்பதே எனக்குத் தெரிகிறது. ஒரு படைப்பில் தர்க்கம் இருக்கவேண்டும் தானே!

'ஏறுவெயிலி'ல் வளர்த்தவளிடமே போவது, 'கங்கண'த்தில் தகாத உறவு குறித்த சிந்தனை, 'ஆளண்டாப் பட்சி'யில் தம்பி மனைவியிடம் தவறான அணுகல், 'மாதொருபாகனி'ல் பதினான்காம் நாள் திருவிழா, இன்னும் சில இடங்களில் மாமனார் - மருமகள் உறவு என பாலியல் அத்துமீறல்கள் உங்கள் நாவல்களில் சகஜமாக இடம்பெறுகின்றன. சமூகத்தில் நிகழாத அல்லது நிகழச் சாத்தியமில்லாத எதையும் நீங்கள் எழுதிவிடவில்லை என்றாலும் சமூக மதிப்பீடுகளுக்கு அஞ்சி பொதுவாய் பல படைப்பாளிகள் எழுதத் தயங்கி விடுப்பதை நீங்கள் தவிர்ப்பதில்லை. அந்த மனோபாவத்திற்கான (attitude) அடிப்படை என்ன?

ஏற்கெனவே இருக்கும் நாவல்களைப் படித்துவிட்டு நான் வைக்கும் விமர்சனம் எழுத்தாளர்கள் எதைத் தவிர்த்து விடுகிறார்கள் என்பது பற்றியது. அதை நான் செய்யக்கூடாது என்ற எண்ணம் எனக்குண்டு.

இன்னொரு விஷயம் நான் 1990க்குப் பிறகு எழுத வரும் ஆள். அது எழுத்தாளர்கள் இதுவரை எழுதாத, எழுதத் தயங்கிய பகுதிகளை

எல்லாம் எழுதுவதற்கான ஒரு கோட்பாட்டு பலத்தைக் கொடுக்கும் காலமாக இருந்தது. அதனால் இவ்விஷயங்களைச் சொல்வதற்கான தைரியமும், இதை எல்லாம் பேசலாம் என்ற எண்ணமும் எனக்கு வந்தது. நாம் சமூகத்திலிருக்கும் எந்த விஷயத்தையும் மறைக்கக் கூடாது என்று தோன்றியது. மறைந்திருப்பதை வெளிக்கொணர்ந்து காட்டுவதும், வெளிப்படையாகத் தெரியும் ஒன்றை மறைத்துச் சொல்வதும் இலக்கிய உத்திகள் தாம். அந்த அடிப்படையில் எல்லா விஷயத்தையும் பேசலாம் என்ற சுதந்திர மனநிலையுடன் பேசியது தான் அவை யாவும். ஆனால் அப்படிப் பேசுவதற்கான காலம் கனிந்து விட்டது என நான் தவறாக எடை போட்டு விட்டேனோ என்று இப்போது எனக்குத் தோன்றுகிறது.

உங்கள் புனைவுகளில் நான் கவனித்த ஒரு அம்சம் கதையின் மைய இழைக்குத் தொடர்பற்ற, கதாபாத்திரங்களின் முன் வாழ்க்கைச் சம்பவங்களையோ, அவர்கள் சொல்லும் கதைகளையோ சேர்ப்பது. பொதுவாய் பின்நவீனத்துவப் பிரதிகளில் இப்படியான தொடர்பற்ற விஷயங்களை வைத்திருப்பார்கள். உங்கள் புனைவுகள் அப்படியான வகைமைக்குள் போகாது என்பதால் அப்படிச் சேர்ப்பதன் பின்னணி என்ன? உதாரணமாய் 'ஆளண்டாப்பட்சி'யில் முத்து பனையேறக் கற்கப் போன கதை (அதற்குள்ளும் முத்துவின் அப்பாவுக்கு அவனை அனுப்பும் யோசனை எப்படி வந்தது என்பதற்கு இன்னொரு கிளைக் கதை), பெருமாயி பாலியல் தொந்தரவுக்கு உள்ளாகும் இடத்தில் மட்டும் இரண்டு மூன்று கிளைகள், பொன்னாயாவின் பூட்டைப் பொறுக்கும் பூர்வ சரித்திரம் இவை எல்லாம் இல்லாமலேயே நாவலை எழுதி இருக்க முடியும் தானே? வாசிப்புச் சுவாரஸ்யத்துக்கு இக்கதைகள் எந்தக் குறையும் வைக்கவில்லை என்பதை ஒப்புக் கொள்கிறேன். ஆனால் பிரதியின் கட்டுக்கோப்பு குலைபடுகிறதே?

அப்படி நான் நினைக்கவில்லை. நாவல் வடிவம் என்பது கடிவாளம் போட்ட குதிரை மாதிரி கிடையாது. சிறுகதைக்குவேண்டுமானால் அப்படிச் சொல்லலாம். அதற்கு அந்த மாதிரி கட்டுக்கோப்பு அவசியம். அதில் நீங்கள் கொஞ்சம் அந்தப்புறம் இந்தப்புறம் போவது கடினம். ஆனால் நாவல் ஒரு காட்டாற்று வெள்ளம் போல். அது அப்படியே பொங்கிப் பெருகி வருவது. கரைகளை எல்லாம் கடந்து போகும், தன்னுடன் எதெதையோ சேர்த்துக்கொண்டு வந்து, பிறகு மறுபடி உள்ளடங்கிப் போகும். அதனால்தான் நாவல் வடிவில் நீங்கள் ரொம்பச் சுதந்திரமாக இயங்க முடியும். வாழ்க்கை என்பதே ஏராளமான கதைகள் கொண்டதுதானே. அதனால் ஒவ்வொரு பாத்திரத்தின் பின்னாலும் போகும்போது சுவாரஸ்யமான பல

கதைகள் கிடைத்துக் கொண்டே இருக்கின்றன. நாவல் வடிவம் அப்படிப்பட்டது என்ற புரிதல் எனக்கு இருப்பதால்தான் நான் அப்படிச் செய்கிறேன். நீங்கள் சொல்வது எல்லாமும் சேர்ந்ததுதான் அந்த நாவல். அவற்றை எல்லாம் விலக்கிவிட்டுப் பார்த்தால் பெரிய சுவாரஸ்யம் அதில் இருக்காது. போகிறான், நிலம் வாங்குகிறான், விவசாயம் செய்கிறான் என்று சொன்னால் அதில் என்ன சுவாரஸ்யம் இருக்கிறது!

இவை எல்லாமும் சேர்ந்துதான் நாவலுக்கு ஒரு வடிவத்தையும் ஒரு சுவையையும் தருகிறது.

> வாசகனுக்குச் சில சமயம் இடையூறாகி விடுகிறது. கணவனின் அண்ணனிடம் சிக்கிக் கொண்ட பெருமாயிக்கு என்ன ஆகுமோ எனப் பதைபதைத்து வாசிக்கும் சமயம் சாவகாசமாய் ஃப்ளாஷ்பேக்!

வாசகர்களுக்கு பதைபதைப்பு இருக்கிறது. ஆனால் கதாபாத்திரங் களின் வாழ்வு அதெல்லாமும் சேர்ந்ததுதானே! தவிர, இலக்கியம் வாசிப்பது என்பது ஒரு க்ரைம் நாவல் படிப்பது மாதிரியானது இல்லைதானே!

> நீங்கள் எழுதிய ஒரே தொடர்கதை 'பூக்குழி'. வெகுஜன சஞ்சிகையில் எழுதிய ஒரே கதையும் அதுதான். அந்த அனுபவம் பற்றிச் சொல்லுங்கள். நூலாக்கம் பெறுகையில் கைக்கட்டு அவிழ்ந்தது போல் இருந்தது என்று குறிப்பிட்டிருக்கிறீர்கள். அந்தக் கட்டு என்ன? பக்க வரையறை ஒன்று. மேற்கொண்டு சொல்லுங்கள்.

நாவலின் முன்னுரையில் கூடச் சொல்லி இருக்கிறேன். வார்த்தை வரையறை ஒன்று. இவ்வளவு சொற்களுக்குள் இருக்கவேண்டும் என்பார்கள். சில இடங்களில் நிலம், பொழுது என்று வரும்போது அதைப் பற்றிக் கொஞ்சம் சொல்வது என் இயல்பு. அதில் எனக்கு விருப்பம் உண்டு. ஏனென்றால் நிலமும் பொழுதும் இல்லாமல் வாழ்க்கை கிடையாது. அவை அடிப்படையானவை. அதனால்தான் சங்க இலக்கியங்களில் திணைக் கோட்பாட்டில் முதற்பொருள் என அதை வைத்தார்கள். அதுதான் பின்னணி. இடமோ, காலமோ இல்லாமல் ஒரு சம்பவம் நடப்பதற்கான வாய்ப்பில்லை. ஆக, அவ்விரண்டும் ரொம்ப முக்கியமானது. அதில் கவனமாக இருப்பேன். நிலக்காட்சிகளை உருவாக்கும் முயற்சியைச் செய்வேன்.

எந்த இடத்தில் எது தேவையோ அதில் மிக இயல்பாகப் பயணம் செய்வேன். இந்தத் தொடர்கதை எழுதும்போது அது ரொம்பச் சிக்கலாக இருந்தது. அப்படிப் போக முடியவில்லை. ஏனெனில் வார்த்தைகளுக்கு உட்பட்டு எழுதும்போது நடக்கும் சம்பவம்

மட்டும்தான் முக்கியமானதாக இருக்கிறது. சம்பவங்களைச் சொன்னாலே அவர்கள் சொல்லும் அளவிலான வார்த்தைகள் வந்து விடுகின்றன. அதற்கு மேல் கொஞ்சம் விலகிப் போனாலும் அதை எடிட் செய்ய வேண்டிய கட்டாயம் வந்து விடுகிறது. அதுதான் எனக்கு நேர்ந்த சிக்கல். மற்றபடி, வேறெந்தக் கட்டுப்பாட்டையும் அவர்கள் சொல்லவில்லை. பதினாறு வாரங்கள் எனச் சொல்லி இருந்தார்கள். அதற்கு உட்பட்டும், இந்த வார்த்தைகளுக்கு உட்பட்டும் எழுத வேண்டி இருந்தது.

பிறகு அதைப் புத்தகமாக ஆக்கும்போது எனக்கு எங்கெல்லாம் என்னென்னவெல்லாம் செய்யவேண்டும் என்று தோன்றியதோ, எல்லாம் செய்தேன். சில சமயம் எழுதும்போதே எனக்குத் தோன்றியதை எல்லாம் செய்துவிட்டு, பிறகு எடிட் செய்த வெர்ஷனை அவர்களுக்கு அனுப்பியதும் உண்டு. அதில் அவர்களைக் குறை சொல்ல முடியாது. வெகுஜனப் பத்திரிகை எனும்போது பல விஷயங்களுக்கும் அவர்கள் இடம் கொடுக்கவேண்டும். இதற்கு இவ்வளவுதான் என அவர்கள் வரையறை வைத்திருக்கிறார்கள். அந்த வரையறைக்கு உட்பட்டு எழுதும்போது அந்த விதிகளையும் நாம் ஏற்றுக்கொள்ள வேண்டியதுதான்.

> ‘பூக்குழி’ நாவலில் சாதியைப் பூடகமாய் வைத்ததால் அந்தந்தப் பிரதேச மக்கள் அப்பிரச்சினையோடு தொடர்புடைய சாதியை வரித்துக் கொண்டது நல்லதாய்ப் போயிற்று எனச் சொல்லி இருக்கிறீர்கள். அனாவசியப் பிரச்சினைகளும் இல்லை. என் வாசிப்பில் குமரேசன் கவுண்டர் இனப் பையன், சரோஜா அருந்ததியர் இனப் பெண். அதற்கான குறிப்புகள் நாவலின் உள்ளேயும் காணப்படுவதாய் நினைக்கிறேன்.

சரோஜா அருந்ததியப் பெண் என எப்படிச் சொல்கிறீர்கள்?

> அவளது அப்பாவும் அண்ணனும் தோல் தொழிற்சாலையில் வேலை பார்ப்பதாக வரும். அவர்களின் ஊர் கூட தோலூர் என்று வரும். ஒட்டுமொத்தமான உங்கள் எழுத்துக்களையும் கணக்கில் கொண்டு அதில் தொடர்ந்து அருந்ததியர் இனம் காட்டப்படுவதால் அப்படி எடுத்துக் கொண்டேன். நீங்கள் சொல்லுங்கள்.

சரோஜாவைத் தெலுங்கு பேசுபவளாகச் சொல்லவில்லை. அவள் இன்னொரு வட்டாரத் தமிழ் பேசுவாள். அவளை அருந்ததியப் பெண்ணாக நினைத்து எழுதவில்லை. தலித் பெண் என்ற அடையாளம் மட்டும்தான்.

சாரு நிவேதிதா 'பூக்குழி' பற்றிய தன் விமர்சனத்தில் சரோஜாவை உயர்சாதிப் பெண்ணாகப் பாவித்து தாழ்த்தப்பட்ட சாதியினரான குமரேசனின் சாதியினர் அவளைக் கொலை செய்கின்றனர் என்று கதையைப் புரிந்துகொண்டு நீங்கள் தலித்களை அவதூறு செய்திருப்பதாகச் சொல்லி இருந்தார். அதற்கு மறுப்பு எழுதி இருந்தேன். குறிப்பாய் சரோஜா 'புழங்குகிற சாதியா?' என்ற கேள்வியை குமரேசனின் ஊர் ஆட்கள் தொடர்ந்து எழுப்புவார்கள். அவர்கள் உயர்சாதியாய் இருக்கும் போதுதான் அக்கேள்வியே எழும்.

தவிர, அவர்களின் மொழியில் சொன்னால் புழங்குகிற சாதியாய் இருந்திருந்தால் சரோஜாவின் சாதியை குமரேசன் ஊர் ஆட்களிடம் வெளிப்படையாய்ச் சொல்லியிருக்கும் வாய்ப்பும் உண்டு.

இளவரசன், கோகுல்ராஜ், சங்கர் எனக் காதலை / திருமணத்தை ஒட்டிய சாதி ஆணவப் படுகொலைகள் தமிழகத்தில் தொடர்ந்த வண்ணம்தான் இருக்கின்றன. இன்று இதற்கான யதார்த்தத் தீர்வுதான் என்ன?

சட்டங்களைக் கடுமையாக்கவேண்டும் என்பது ஒன்று. சாதி ஆட்களுக்கு உளவியல் பயிற்சி கொடுக்கவேண்டும் என்பது இன்னொன்று. சாதி என்கிற விஷயம் பருப்பொருள் கிடையாது. அது ஒன்றுமே இல்லாத வெற்றுக் கருத்துதான். அதற்கு ஒருவர் வாழ்க்கையில் இவ்வளவு முக்கியத்துவம் கொடுக்கவேண்டுமா என்று எண்ணம் வருவதற்கான பயிற்சியும் கல்வியும் கொடுக்க வேண்டுமென நினைக்கிறேன்.

சாதி என்ன விதத்தில் நமக்கு உதவுகிறது, சோறு போடுகிறதா, சாதி உணர்வு எதைக் கொடுக்கிறது என்ற எண்ணம் வரவேண்டும். வாழ்க்கையில் அது ஒன்றுமே இல்லை. அது ஏதோ ஒரு காலகட்டத்தில் ஏதோ ஒரு தேவைக்காக உருவாக்கி வைக்கப் பட்டது. அல்லது ஏதோ ஒரு விதமாக உருவானது. இன்றைக்கு அதற்கான முக்கியத்துவம் என ஏதுமில்லை. அந்த உணர்வு இல்லை என்றால் நம் சமூகம் இன்னும் எவ்வளவோ முன்னால் போக முடியும். பெரிய அளவில் முன்னேற்றத்தைத் தடுப்பது சாதி உணர்வுதான்.

தீண்டாமை கொண்ட சாதிகளுக்கு குறைந்தபட்ச அங்கீகாரம் கூட இல்லை. தீண்டாமை ஏன் அவ்வளவு பதிந்திருக்கிறது எனத் தெரியவில்லை. இன்று ஓர் உணவகத்தில் சாப்பிடுகிறோம். யார் சமைக்கிறார், யார் பரிமாறுகிறார், பணம் வாங்குபவர் யார் எதுவுமே தெரியாது. இந்த மாதிரியான வாழ்க்கைக்குப் பழகின பிறகும் தீண்டாமை எப்படி மனதில் இன்னும் இருக்கிறது? ஏதாவது ஒரு

சந்தர்ப்பத்தில் தீண்டாமையைக் கடைப்பிடிப்பவர்களாக இருக்கிறோமே என்ற கேள்வி எனக்குத் தொடர்ந்து இருந்து கொண்டே இருக்கிறது. அதனால் அதைக் கடந்து வரவேண்டும். அதற்கான பயிற்சியையும் கல்வியையும் கொடுக்கவேண்டும்.

இதில் மோசமான விஷயம் என்னவெனில் - நான் முன்பு நினைத்திருக்கிறேன், இது போன தலைமுறை ஆட்களுக்கானது, எங்கள் தலைமுறையில் இதெல்லாம் இருக்காது அல்லது குறைந்து விடும் என. ஆனால் என்னுடன் படித்தவர்கள், நல்ல வேலையில் இருப்பவர்கள், தர்க்கபூர்வமாகச் சிந்திக்க முடிந்தவர்கள் - அவர்களுக்குள் சாதிய எண்ணம் இருக்கிறது என்பது, அதுவும் ஃபேஸ்புக் போன்ற பொதுத் தளங்களில் பேசுமளவுக்கு இருக்கிறது என்பதை இப்போது அறிகிறேன். அவர்களோடு பழகிய நாட்களில் அப்படியான எந்த அறிகுறிகளையும் அவர்களிடம் கண்ட நினைவில்லை. ஆனால் இடைப்பட்ட காலத்தில் அவர்களின் பெற்றோர் களிடமிருந்தோ சுற்றத்தாரிடமிருந்தோ அதைப் பெற்றுக் கொண்டிருக் கிறார்கள் என்பது என் அனுமானம். அது எனக்கு ஆச்சரியமாகவும் அதிர்ச்சியாகவும் இருக்கிறது.

இளைஞர்கள் இப்படி ஆவது அடையாளச் சிக்கல்தான் என நினைக்கிறேன். இது போல் வேகமானவர்கள், ஏதாவது செய்ய வேண்டும் என்ற உணர்வுடன் இருப்பவர்கள் அவர்களது அடையாளத்தை உருவாக்கிக் கொள்ளக்கூடிய வெளி என்ற ஒன்று நம் சமூகத்தில் இல்லை. ஒரு கட்டத்தில் ரசிகர் மன்றங்கள் அந்த அடையாளத்தைக் கொடுக்கக் கூடியவையாக இருந்தன. இன்று அவை கூட இல்லை. அந்த இடத்தைச் சாதி பிடித்துக்கொண்டு விட்டது போல் தோன்றுகிறது. சாதி சார்ந்த சங்கத்திலோ, கட்சியிலோ சேரும்போது லோக்கலில் இருப்பவருக்குக்கூட ஒரு தலைமைத் தன்மை, பதவி, போஸ்டர்களில் முகத்தைப் போட்டுக் கொள்வது, முக்கியஸ்தராக வலம் வருவது போன்றவை கிடைக்கின்றன. அது சரியானதா தவறானதா என்று சிந்திக்க முடியாதவர்கள் எளிதில் அந்த அடையாளத்துக்குள் போய் விடுகிறார்கள்.

பொதுவாய்ச் சாதி மாறிய திருமணங்களில் ஆண் இப்படிக் கொலையுறுவதே வழக்கம். முந்தைய கேள்வியில் சொன்ன உதாரணங்கள் அனைத்திலும் அப்படித்தான். ‘காதல்’ போன்ற திரைப்படங்களும் அதைச் சொல்லி இருக்கின்றன. ஆனால் உங்கள் ‘பூக்குழி’ நாவலில் நேர்மாறாய் அப்படி வரும் ஒரு பெண் பழிவாங்கப்படுகிறாள். அது வினோதமாகப்பட்டது. அப்படிப் பால் மாற்றி எழுதியதற்குக் காரணமுண்டா? அக்காலகட்டத்தே தருமபுரி

இளவரசன் பிரச்சினை நடந்து கொண்டிருந்ததால் அதை நேரடியாய்க் குறிப்பதாய் ஆகிவிடக்கூடாது என்பதாலா? ('பூக்குழி' நாவலின் பிரதானப் பாத்திரங்களான குமரேசன் - சரோஜா என்ற பெயர்களே இளவரசன் - திவ்யா என்று மனதில் ஒலிப்பதைத் தவிர்க்க முடியவில்லை!)

அப்படி இல்லை. காதல் மணம், கலப்புத் திருமணம் ஆகியவற்றில் பல கோணங்கள் உண்டு. நீங்கள் சொல்வதுபோல் ஆண்கள் இறந்து போவது என்பதில் ஆண் தலித்தாக இருப்பான். பெண் தலித்தாக இருந்தாலும் அதற்கான வாய்ப்பு இருக்கிறது. இருவரில் ஒருவர் தலித், மற்றவர் வேறு சாதி என்றால் அவர்கள் எதிர்கொள்ளும் பிரச்சினை வேறு. அதிலும் ஆண் எந்தச் சாதி, பெண் எது என்பதை ஒட்டி எதிர்கொள்ளும் பிரச்சினை வேறு. இருவருமே பிற்படுத்தப் பட்ட சாதி என்றால் அவர்கள் எதிர்கொள்ளும் பிரச்சினை வேறு. இருவருமே தலித்களில் வெவ்வேறு சாதியினராக இருந்தால் அவர்களின் பிரச்சினை வேறு. இப்படிக் கலப்பு மணத்தில் பல கோணங்கள் இருக்கின்றன. அதில் ஒன்றை எடுத்து எழுதினேன்.

இந்தக் கோணம் எனக்கு வசதியாக இருந்தது. ஏனெனில் நானும் என் மனைவியும் வெவ்வேறு சாதி. இப்படி எடுத்து எழுதுகையில் என் மனைவியின் கோணமும் நாவலில் வர வசதியாக இருக்கும் என அது மாதிரி செய்தேன். இந்த நாவலில் அவரது பங்களிப்பும் உண்டு. குமரேசனும் சரோஜாவும் வெவ்வேறு வட்டாரப் பேச்சு முறையைப் பயன்படுத்தி இருப்பார்கள். அதற்கு அவர் ரொம்ப உதவி பண்ணினார்.

நான் எழுதியது ஒரு கோணம். அது மாதிரி இத்திருமணங்களில் பல கோணங்களை எழுத வாய்ப்புண்டு!

2013 ஜூலை 13ல் இளவரசன் அகால மரணம் அடைந்திருக்க, அதற்கு இரண்டு வாரம் கழித்து ஜூலை 28ல் 'பூக்குழி' தொடர் முடிந்திருக்கிறது. இளவரசனின் மரணம் கதையின் முடிவை மாற்ற உந்துதலாய் இருந்ததா அல்லது முன்பே அப்படித்தான் தீர்மானித்திருந்தீர்களா? ('மாதொருபா கன்' நாவலிலும் இதே போன்ற முடிவு என்பதால் ஒரு பேட்டர்னாக 'பூக்குழி'க்கும் அதே முடிவை தீர்மானித்திருக்கலாம் என ஊகிக்கிறேன். இடையே நிகழ்ந்த இளவரசன் மரணம் என்பது எதேச்சையான ஒற்றுமை மட்டுமே.)

என் பிள்ளைகளே சொல்வார்கள், ''எல்லாம் சோகமாகவே முடிப்பார்'' என. என் நாவல்களில் விரும்பியோ விரும்பாமலோ அப்படி அமைந்து விட்டன. எதிலாவது நல்லமுடிவு இருக்கிறதா என்றால் சந்தேகம்தான்.

('ஆலவாயன்' நாவலை நினைவூட்டுகிறேன்.) அது மட்டும்தான். மற்றபடி எல்லாம் இப்படித்தான். அந்த அடிப்படையில்தான் 'பூக்குழி'க்கும் அப்படி முடிவு அமைந்தது. அது ஏற்கெனவே தீர்மானித்த ஒரு முடிவுதான். அதை இன்னும் அழுத்தமாகச் செய்வதற்கு இளவரசன் மரணம் தூண்டுதலாக அமைந்தது. அந்தச் சமயத்தில் நான் தர்மபுரியில் வேறு இருந்தேன். அதனால் அது பெரும் மனப்பாதிப்பாக அமைந்தது.

பொதுப்புத்திக்கு மாற்றாய் ஒரு விஷயத்தை 'பூக்குழி' நாவலில் முன்வைக்கிறீர்கள். தலித் என்றாலே கறுப்பு என்றுதான் நாம் இதுவரை கண்ட படைப்புகள் காட்டி வருகின்றன. குறிப்பாய் சினிமாக்களில். உதாரணமாய் 'பாரதி கண்ணம்மா' பார்த்திபன், 'தசாவதாரம்' பூவராகன் கமல் ஹாசன். ஆனால் நீங்கள் சரோஜாவைச் செந்தோல் கொண்டவள் என்பதாகச் சித்தரித்திருக்கிறீர்கள். மறுபடி மறுபடி வெவ்வேறு இடங்களில் அது கதையில் அழுத்திச் சொல்லப்படுகிறது. அந்த நிற அரசியல் பற்றிச் சொல்லுங்கள்.

குறிப்பிட்ட சாதியினர் இந்த நிறத்தில் இருப்பார்கள் என்று ஒரு எண்ணம் நமக்கு இருக்கிறது. அப்படி இல்லை. பிராமணர்கள் தவிர மற்ற எல்லோருமே கறுப்பு நிறம்தான். நாம்வேண்டுமானால் மாநிறம் என்று சொல்லிக் கொள்ளலாம். ஆனால் அது கறுப்புதான். தமிழர்களின் நிறம் என்பது கறுப்புதான்.

ஆனால் விதிவிலக்காகச் சிலர் எல்லாச் சாதியிலுமே சிவப்பாக இருக்கிறார்கள். இந்தப் பகுதியில் பெண் குழந்தை சிவப்பாகப் பிறந்தால் 'பாப்பாத்தி' என்று பெயர் வைப்பார்கள். பாப்பாத்தி என்று பெயர் கொண்ட எல்லோரையும் பாருங்கள், அவர்களின் நிறம் சிவப்பாக இருக்கும். அது மாதிரி ஒவ்வொரு சாதியிலுமே சிவப்பு நிறத்துடன் இருப்பவர்கள் உண்டு. தலித்களில் அருந்ததியர்களில் பெரும்பான்மை சிவப்புதான்.

நமக்குப் பொதுப் புத்தியில் கறுப்பு நிறம் என்றால் தலித் என்று ஓர் எண்ணம் இருக்கிறது. என்னுடைய பார்வை அப்படி இல்லை. அந்த அடிப்படையில்தான் இந்தப் பெண் சிவப்பு என்று எடுத்தேன்.

இன்னொரு விஷயம் ஓர் இளைஞனுக்குச் சிவப்பு நிறப் பெண்ணின் மீது ஈர்ப்பு வருவதற்கான வாய்ப்பு கூடுதல். அதனால் அந்தக் காதலுக்கு அது ஒரு நியாயம் செய்வதாக இருக்கும் என அப்படி வைத்தேன்.

குமரேசனின் தாய் மாராயிதான் ஒட்டுமொத்த சதிக்கும் சூத்ரதாரி. சாதியம் ஆண்களை விடவும் பெண்களாலேயே பிடிவாதமாய் கடைப்பிடிக்கப்பட்டு அடுத்த தலைமுறைக்குக் கடத்தப்படுகிறது

என்பது என் நம்பிக்கை. அதை உங்கள் நாவலும் உறுதி செய்வதாக உணர்கிறேன். நீங்கள் என்ன நினைக்கிறீர்கள்?

அது உண்மைதான். பெண்கள் பொதுவெளியில் இயங்குவதற்கு வாய்ப்பு குறைவு என்று சொன்னாலும் அவர்கள் தங்களுக்கான கௌரவம், மரியாதை என எதைக் கருதுகிறார்களோ அதில் ரொம்பப் பிடிவாதமாக இருப்பார்கள். சாதி விஷயத்திலும் அந்த மாதிரிதான். அதற்குக் காரணம் என்னவெனில் எப்போதும் குற்றம் சாட்டும் விரல் தன்னை நோக்கி வந்துவிடக்கூடாது என்கிற எச்சரிக்கை உணர்வு அவர்களுக்கு உண்டு. அதனால் அவர்கள் ரொம்பத் தீவிரமாக இருப்பதுபோல் காட்டிக் கொள்வார்கள். அப்படி இருப்பதன் மூலம் தாம் சரியாக இருப்பதாய் நிரூபித்துக் கொள்கிறார்கள். அதனால்தான் பல பழைய விஷயங்களை இன்றைக்கும் கடைப்பிடிப்பவர்களாக, அவற்றைத் தீவிரமாக ஆதரிப்பவர்களாகப் பெண்களே இருக்கிறார்கள்.

''என் புனைவுகளில் நல்லவர்களும் கெட்டவர்களும் இல்லை'' என்று சொல்லி இருக்கிறீர்கள். அதற்கு விதிவிலக்கு மாராயி எனக் கருதுகிறேன். சாதி வெறியில் தன் மருமகளை உயிரோடு கொளுத்துபவள்!

இல்லை. அதில் அவள் மட்டும் சம்பந்தப்படவில்லையே! அதில் வரும் ஆண்களும் இருக்கிறார்கள்.

மாராயியின் பின்னணியைப் பார்க்கும்போது அவளுக்கும் ஒரு நியாயம் இருப்பதை உணர முடியும். இந்தச் சமூகத்தில் தன் மகன் மூலமாக ஓர் அங்கீகாரத்தைப் பெறவேண்டும் என்பது அவளது நோக்கமாக இருக்கிறது. கடுமையான உழைப்பாளி அவள். மகனைத் தனியே வளர்க்கிறாள். தன் இளம் வயதிலேயே கணவனை இழந்து விட்டாலும் தன்னுடைய வாழ்க்கையைத் தூய்மையானதாகக் காத்து எதற்கும் ஆட்படாமல் யாருடைய அபவாதமும் இல்லாமல் இருக்கிறாள். அதற்கெல்லாம் ஒரு பங்கம் இதனால் வருகிறது. தன் மகனை வைத்து இச்சமூகத்தில் ஓர் அந்தஸ்தைப் பெறலாம் என்ற கனவு உடைபடும்போது அதைத் தக்க வைத்துக்கொள்ள அப்பெண் எந்த நிலைக்கும் இறங்குகிறாள் என்ற நியாயம் அவள் பக்கமும் இருப்பதைப் பார்க்க முடியும். அந்த நியாயத்தில் அர்த்தமில்லை என்றாலும் அவளுக்கு அது நியாயமாக இருக்கிறது. அதனால் அவளையும் நான் முழுக்க முழுக்கக் கெட்டவளாகச் சித்தரிக்கவில்லை.

'பூக்குழி', 'மாதொருபாகன்' எனத் தொடர்ந்து உங்கள் நாவல்களில் கணவனை இழந்த பெண்ணால் வளர்க்கப்படும் நாயகர்கள் இடம் பெறுகிறார்கள். சற்று முன் கூட 'பூக்குழி' மாராயியின் அந்த முகத்தைச் சிலாகித்துப் பேசினீர்கள். அது பற்றிச் சொல்லுங்கள்.

அம்மா பாத்திரத்துக்கான முக்கியத்துவம் வருவதற்கு அது உதவுகிறது. சில காலம் முன் நம் சமூகத்தில் கணவனை இழந்த ஒரு பெண் தனித்துக் குழந்தையை வளர்த்து ஆளாக்குவது என்பது சாதாரண விஷயம் கிடையாது. அதுவும் ஆண் துணையில்லாமல் விவசாயத்தைச் செய்வது, சமூகத்தின் பார்வையிலிருந்து தன்னைக் காத்துக் கொள்வது இவை எல்லாமே பெரிய சவாலான விஷயங்கள் தாம். நாற்பது, ஐம்பது ஆண்டு காலத்திற்கு முன் பார்த்தால் விதவைப் பெண்களுக்கு அப்படியான பல கதைகள் இருக்கும். அவர்கள் எப்படி எல்லாம் பாடுபட்டு குடும்பத்தைக் காப்பாற்றினார்கள், பிள்ளைகளை மேலே கொண்டு வந்தார்கள் எனப் பேசும் கதைகள். அப்படித்தான் அந்தப் பாத்திரத்துக்கான முக்கியத்துவம் வருகிறது.

சாதியத்தை ஒழிக்க அந்தந்த ஆதிக்கச் சாதியிலிருந்தே சுயவிமர்சனத்துடன் கூடிய நேர்மையான குரல்கள் சாதிய அராஜகங்களைக் கண்டித்து வெளிப்படவேண்டும் என நினைக்கிறேன். அத்தகையதொரு வலுவான குரல்தான் ‘பூக்குழி’ நாவலில் உங்களுடையது என நினைக்கிறேன். ‘‘ஓர் எழுத்தாளன் ஒரு போதும் சாதியை ஆதரித்து எழுத முடியாது’’ என நிலஞ்சனா ராயுடனான உரையாடலில் குறிப்பிட்டீர்கள்.

நீங்கள் சொல்லும் கருத்துகள் பெரும்பாலும் எனக்கு உடன்பாடாகத் தான் இருக்கின்றன. *(சிரிக்கிறார்.)*

பெரும்பாலான எழுத்தாளர்கள் உணர்ச்சியைத் தூண்டும் சாதி மாதிரியான விஷயங்களை, அதிலிருக்கும் சிக்கல்களைப் பேசுவதைத் தவிர்த்து விடுவார்கள். அதுதான் பொதுவான நடைமுறையாக இருக்கிறது. அது சார்ந்த சிக்கல்கள் வருகையில் மௌனத்தைக் கடைப்பிடிப்பது என்றும் இருந்து விடுவார்கள்.

நான் மார்க்ஸியப் பின்புலத்திலும் பெரியார் மீதான ஈடுபாட்டிலும் வந்த காரணத்தால் படைப்பிலும் இந்த விஷயங்களைத் தாராளமாகக் கொண்டு வரவேண்டும் என நினைக்கிறேன். ஓர் எழுத்தாளனுக்கு இந்த மாதிரியான ஒரு கடமை இருக்கிறது. சாதி என்பது நம் சமூகத்தில் முக்கியமான பிரச்சினை. அது செலுத்தும் தாக்கத்தைக் கட்டாயம் படைப்பு பேசவேண்டும் என்பதில் நான் தொடக்கத்திலிருந்தே மிகத் தீர்மானமாகவும் தெளிவோடும் இருக்கிறேன். ஆக, என் படைப்புகளில் இப்பிரச்சினைகள் தொடர்ந்து வருவதைப் பார்க்கலாம். ‘பூக்குழி’யில் மட்டுமல்ல; மற்றவற்றிலும் உண்டு. அந்தத் தெளிவு வந்ததால், என்னுடைய துறை படைப்பு என்பதால் என்னுடைய சக்திக்கு உட்பட்டு அதை வெளிப்படுத்துகிறேன்.

உங்கள் நாவல்களில் ஒட்டுமொத்தமான கதை நகர்ச்சி என்பது மிகக் குறைவாகவே இருக்கும், மாறாய் நாவல் எடுத்துக் கொண்ட சிக்கல் சார்ந்த சம்பவங்கள் மற்றும் உரையாடல்கள் வழி பாத்திரங்களின் மன ஓட்டமும், சிக்கலின் சூழ்நிலையும் சொல்லப்படும். 'கங்கணம்', 'மாதொருபாகன்', 'பூக்குழி', 'ஆளண்டாப்பட்சி', 'அர்த்தநாரி', 'ஆலவாயன்', 'பூனாச்சி' எல்லாமே இப்படித்தான். என்வாசிப்பில் இதை இத்தனை தொடர்ச்சியாய் ஒரு பாணி போல் செய்த இன்னொரு எழுத்தாளரைக் கண்டதில்லை. புனைவில் இதை உங்கள் வலுவான தனித்துவமாகப் பார்க்கிறேன். இது நீங்கள் திட்டமிட்டு பிரக்ஞை பூர்வமாகப் பின்பற்றும் உத்தியா?

நீங்கள் சொல்லும்போதுதான் இந்த மாதிரியான ஒரு பொதுத்தன்மை இருப்பதே தெரிகிறது. நான் அப்படித் திட்டமிட்டு எழுதுவதில்லை. திட்டமிடாமலேயே சில பாணிகள் அமைந்து விடும். அதுமாதிரி இருக்கலாம்.

உங்கள் நாவலின் கதை என்ன எனக் கேட்டால் சொல்ல முடியாது. அது சிறிய சம்பவமாக இருக்கும். அதற்கு முன்பும் பின்புமான சம்பவங்களும் அதையொட்டிய மனவோட்டங்களும்தான் நாவலாக விரிகிறது. மற்றவர்களுடையவை போல பெரிய கதை நகர்ச்சி ஏதும் இருப்பதில்லை. அதை வைத்துக் கேட்கிறேன்.

கதை சொல்லலுக்கும் நாவலுக்கும் உள்ள வேறுபாடு என்று அதை நான் கருதுகிறேன். நாவல் ஒரு வாழ்க்கையை முன்வைப்பது. அதனால் ப்ளாட் (Plot) என்று சொல்லும் மரபான கதை சொல்லும் விஷயம் நாவலில் இருக்கவேண்டும் என நான் நினைக்கவில்லை. அதைத் தாண்டி வாழ்க்கையை முன்வைக்கவேண்டும். அந்தப் பார்வை உள்ளோடுவதால் நீங்கள் சொல்வது போல் அப்படி இருக்கலாம்.

'மாதொருபாகன்' சிக்கலின் மன அழுத்தத்திலிருந்து மீண்டு வர 'கோழையின் பாடல்கள்' உதவியது எனச் சொல்லி இருக்கிறீர்கள். எழுத்து எப்படி ஒரு மீட்சிக்கு வித்திடும்? அது ஃபேன்டஸியாகத் தோன்றுகிறது!

நான் ஒவ்வொன்று எழுதும் போதும் ஏதாவது ஒரு விதத்தில் தெளிவும், என்னிடமிருக்கும் ஏதாவது சிக்கலிலிருந்து விடுபாடும் கிடைப்பது இயல்பு. எல்லாவற்றிலும் அப்படி உணர்ந்திருக்கிறேன். சில படைப்புகளில் மிகப்பெரும் விடுபாடு கிடைக்கும். சிலவற்றில் அது ரொம்பச் சிறியதாக இருக்கும்.

சில விஷயங்களைக் கடப்பதற்கு எழுதுவது உதவி இருக்கிறது. எழுதுவதன் மூலமாக கடப்பது என்பது ஒன்று; கடப்பதற்காகவே எழுதுவது என்பது இன்னொன்று. அப்படி இரண்டு விதமாகவும் நடக்கும்.

'கோழையின் பாடல்கள்' எழுதியது, நான் எழுதக்கூடாது என்று முடிவு செய்திருந்த சந்தர்ப்பம். அப்போது இரண்டு, மூன்று மாதங்கள் உண்மையிலேயே ஏதும் எழுதவில்லை. ஒரு சந்தர்ப்பத்தில் ஒரு தூண்டுதல் என்னை அறியாமல் வருகிறது. அதிலிருந்து தொடங்கித் தொடர்ந்து கவிதைகள் எழுதினேன். அவற்றைப் பிரசுரம் செய்வேன் என்றெல்லாம் இல்லை. இயல்பிலேயே கவிதை ஒரு பெரிய மருந்து போல இருந்தது.

ஆடுகளை உருவகம் செய்து எழுதுவது 'பூனாச்சி'க்கு முன் 'கோழையின் பாடல்கள்' தொகுப்பிலேயே தொடங்கி விட்டதல்லவா? அப்போதே அந்த மாதிரியான திட்டம் மனதில் உருவாகி விட்டதா?

இல்லை. அப்போது இப்படி ஒரு நாவல் எழுதவேண்டும் என்ற எண்ணமெல்லாம் இல்லை. நான் சொன்னது போல் அந்தக் கவிதை களைப் பிரசுரம் செய்வோம் என்ற எண்ணம் கூடக் கிடையாது. அது தோன்றத் தோன்ற எழுதியவை தாம். அதன் பிறகு இந்த வழக்கில் தீர்ப்பெல்லாம் வந்ததற்குப் பின் புத்தகங்களை மறுபதிப்புச் செய்யலாம் என்று சொன்னபோது ஏதாவது புதிய படைப்பு இருந்தால் நன்றாக இருக்கும் என நினைத்தேன். எழுதலாம் என முன்பு தீர்மானித்து வைத்திருந்தவைகளை ஒவ்வொன்றாக யோசித்துப் பார்த்தபோது அவை எவற்றையும் எழுதும் மனநிலை அப்போது இல்லை. சரி, சாதாரணமாக ஓர் ஆட்டின் வாழ்க்கையை எழுதிப் பார்ப்போம், ஒரு குறுநாவல் போல் எழுதுவோம் என்று தோன்றியது.

எப்படி வரும் என்கிற முன்முடிவெல்லாம் இல்லாமல்தான் எழுதினேன். இது போல் முன்தீர்மானம் இல்லாமல் எழுதுவது என்பது அனேகமாக அதுதான் முதல் முறை. அப்படி எழுத ஆரம்பித்து என்னை அறியாமல் இவ்வளவு விஷயங்கள் வந்து இத்தனை பெரிய நாவலாக அது உருவாகி விட்டது!

2015ல் கிட்டத்தட்ட 'மாதொருபாகன்' பிரச்சினை நிகழ்ந்து முடிந்திருந்த சமயம் தமிழ் மின்னிதழுக்கு அளித்த நேர்காணலில் யுவன் சந்திரசேகர் தமிழகத்தில் எழுத்தாளர்கள் படைப்புகளுக்காக பிற்போக்கு சக்திகளால் மிரட்டலுக்குள்ளாகும் போக்கு அதிகரித்து வரும் சூழலை எதிர்கொள்ளும் வழிகள் குறித்துக் கேட்டபோது யதார்த்தவாத எழுத்து

அம்மாதிரி இடர்களைக் கொண்டு வருகிறது என்றால் மேஜிகல் ரியலிசம் உள்ளிட்ட வேறு முறைகளை முயற்சித்துப் பார்க்கலாம் என்று சொல்லி ஈசாப் நீதிக்கதைகளை உதாரணம் காட்டினார். மனிதர்களின் இயல்புகளை மிருகங்கள் மீதேற்றி அவற்றை வாதம் செய்ய வைத்ததைச் சுட்டி அக்கதைகள் எழுதப்பட்ட சூழலைக் காரணமாய்ச் சொன்னார். அதை வாசித்தீர்களா எனத் தெரியவில்லை. ஆனால் அன்று யுவன் சொன்னதைத்தான் 'பூனாச்சி' நாவலில் செய்திருக்கிறீர்கள்.

இருக்கலாம். அது மாதிரி வெவ்வேறு வடிவங்களுக்குப் போக வேண்டிய அவசியம் இப்போது ஏற்பட்டு விட்டது என்றுதான் நினைக்கிறேன். நான் இனி எழுதுவதே கூட பழைய முறைப்படி இருக்குமா என்ற சந்தேகம் எனக்கு இருக்கிறது. வேறு வடிவங்கள் அல்லது யதார்த்தவாதத்திலேயே கூட வேறு முயற்சிகள் செய்ய வேண்டும். ஆனால் பழைய முறைப்படி செய்ய முடியாது என்ற தெளிவு மட்டும் வந்துவிட்டது.

'கூளமாதாரி'யும் 'பூனாச்சி'யும் மையச்சரடில் ஒற்றுமைகள் கொண்டிருப்பதை உணர்கிறேன். ஒருவேளை மனிதர்களை வைத்து எழுதி இருந்தால் 'பூனாச்சி'யும் ஒரு தலித்தியப் பிரதியாக வந்திருக்கக்கூடும்.

ஒருவேளை நீங்கள் சொல்வது மாதிரி வந்திருக்குமா எனத் தெரிய வில்லை. இதைக் குறியீடாக வைக்கவேண்டும் என்றோ உருவகமாக வைக்கவேண்டும் என்றோ எதுவுமே இல்லாமல் சாதாரணமாக ஒரு வெள்ளாட்டின் வாழ்க்கையை எழுதுவது என்றுதான் எழுதினேன். என்னையும் அறியாமல் சில இடங்கள் அப்படியான அர்த்தங்கள் தருவதற்கான வாய்ப்பாக மாறி விட்டது. அது ஒன்றும் செய்ய முடியாது.

'கோழையின் பாடல்கள்' பற்றிய பதிப்பகக் குறிப்பில் அக்கவிதைகளில் உங்கள் துயரமும், ஆற்றாமையும், கழிவிரக்கமும், கோபமும், ஏளனமும் மட்டுமே வெளிப்பட்டிருக்கிறது, குற்றம் சாட்டும் தொனி இல்லை, கவிதையின் தெய்வ மொழியில் சாபத்திற்குச் சொற்கள் இல்லை என்று சொல்லப்பட்டிருக்கிறது. ஆனால் 'பூனாச்சி'யில் விலங்குகள் நோக்கி நகர்ந்த இலக்கிய வனவாசத்தை சமூகம் மீதான உங்களின் அடையாளக் கோபம் என்றே எண்ணுகிறேன் - ஒருவகை யில் சாபம் என்று கூடச் சொல்லலாம். அதாவது 'மனிதர்களை எழுதினால்தானே எதிர்க்கிறீர்கள், ஓர் ஆட்டை வைத்து எழுதுகிறேன், என்ன செய்வீர்கள் பார்க்கலாம்' என்ற தொனி மட்டுமல்லாது 'இப்படியான கீழ்மைநிறை மனிதர்களைக் கொண்டு நான் கதை சமைக்க முடியாது போ' என்று சொல்வதாகவும் எண்ணுகிறேன்.

(சிரிக்கிறார். யோசிக்கிறார்.) ஒரு படைப்பாளன் தன் கோபத்தை, வருத்தத்தை, ஏன் மகிழ்ச்சியைக் கூடப் படைப்புரீதியாகத்தான் வெளிப்படுத்த முடியும் என நினைக்கிறேன். அப்படிப்பட்ட ஒரு வெளிப்பாடுதான்.

பட்டியில் மற்ற ஆடுகளுடன் இரவில் கட்டி வைக்கப்படும் பூனாச்சியும் பூவனும் இணையும் காட்சி 'மாதொருபாகனி'ல் பொன்னா திருவிழாவில் மலைக்குப் போய்க் கலக்கும் இடத்தோடு ஏனோ இணை வைத்துப் பார்க்கத் தோன்றுகிறது. என் பிரமையா?

(பெரிதாய்ச் சிரிக்கிறார்.) உங்கள் பிரமைதான்.

'பூனாச்சி'யில் மனிதர்கள் மனிதர்களோடு பேசுகிறார்கள். ஆடுகள் ஆடுகளோடு பேசுகின்றன. இதுவரை சரி. ஆனால் மனிதர்கள் பேசும் பாஷை ஆடுகளுக்குப் புரிவது போல் பிற்பகுதியில் சில இடங்கள் உண்டு. அது தர்க்கத்துக்குப் புறம்பு அல்லவா? (அசுரலோகத்தின் தர்க்கங்களுக்கு அவை பொருந்தியும் இருக்கலாம்!)

நீங்களே பதிலும் சொல்லி விட்டீர்கள். (சிரிக்கிறார்.)

வெள்ளாட்டை ஓர் உயிர்ப்புள்ள ஜீவனாகப் பார்த்து எழுதவேண்டும் என்ற எண்ணத்தில் வந்ததுதான்.

அப்புறம் வெள்ளாடுகளுக்கு மனிதர்களின் பாஷை புரியவும் செய்யும். எனக்கு நிறைய ஆடுகளோடு பழக்கமுண்டு. வெள்ளாட்டின் குரலை வைத்து அது எதற்காகக் குரலெழுப்புகிறது என உணர்ந்து கொள்ள முடியும். அது ஒரே மாதிரி இருக்காது. தன் ஒவ்வொரு தேவைக்கும், ஒவ்வொரு உணர்த்தலுக்கும் ஒவ்வொரு மாதிரி குரல் கொடுக்கும். ஆடுகளோடு பழகியவர்களுக்கு அது புரியும். அவிழ்த்து விடச் சொல்லிக் கத்துகிறது, தண்ணீருக்குக் கத்துகிறது என்பது மாதிரியான வித்தியாசங்கள் தெளிவாகத் தெரியும். எப்படி அதை நாம் புரிந்து கொள்கிறோமோ - மனிதர்களோடு அது பழகுவதால் - மனிதர்கள் பேசும் பாஷை சந்தோஷத்தில் வருகிறதா, வருத்தத்தில் வருகிறதா என்பதை ஆடுகள் புரிந்து கொள்ளும்.

மேய்ச்சலுக்கு வேகமாகப் போய்க் கொண்டிருக்கும் ஓர் ஆட்டை நீங்கள் ஓர் அதட்டலின் மூலமாக நிறுத்த முடியும். எனில் அதற்கு மனிதர்களின் பாஷைகளையும் அதிலிருக்கும் உணர்வுகளையும் புரிந்து கொள்ள முடியும் என்பதற்கான சாத்தியம் இருக்கத்தானே செய்கிறது!

என் 'பூனாச்சி' விமர்சனக்கட்டுரையில் 'பெ.முருகனின் மிருகங்கள் பேரழகே. ஆனால் அடுத்த முறை மறுபடி பெருமாள்முருகனின்

மனிதர்களைச் சந்திக்க விரும்புகிறேன்' என்று சொன்னேன். நடக்குமா? அல்லது விலங்குகள் தாம் எமக்கு விதிக்கப்பட்டதா?

(சிரிக்கிறார்.) தொடர்ந்து விலங்குகளை வைத்துத்தான் எழுத வேண்டும் என்றெல்லாம் ஏதும் கங்கணம் கட்டிக் கொள்ளவில்லை. அடுத்து என்ன எழுதுவது என்பது பற்றி இன்னும் ஏதும் தீர்மானம் செய்ய வில்லை. என்ன எழுதத் தோன்றுகிறதோ அதை எழுதலாம் என்றுதான் இருக்கிறேன்.

அது நீங்கள் நினைப்பது போல் மனிதர்களாக இருக்கலாம்.

தற்போது என்ன எழுதிக் கொண்டிருக்கிறீர்கள்?

இப்போது எதுவும் எழுதவில்லை. இப்போது படிப்பதற்கும் எழுதுவதற்குமான அவகாசம் எனக்கு இல்லாமல் இருக்கிறது. இது மாதிரி பொதுவெளியில் நான் பங்கேற்பது என்று வந்த பிறகு நிறைய நிகழ்ச்சிகளில் கலந்து கொள்ள வேண்டி இருக்கிறது. நிறையக் கட்டுரைகள் எழுத வேண்டி இருக்கிறது. சில ஆங்கிலப் பத்திரிகை களிலிருந்து கூட கட்டுரைகள் கேட்கிறார்கள். (''நீங்களே நேரடியாக ஆங்கிலத்தில் எழுதுகிறீர்களா?'' எனக் கேட்கிறேன். ''இல்லை, தமிழில் எழுதிக் கொடுத்து விடுவேன்'' என்கிறார்.) நிகழ்ச்சிகளில் ஏதாவது பேச வேண்டி இருக்கிறது, அதற்காகத் தயார் செய்வது, அந்த மாதிரியான வேலைகள் செய்து கொண்டிருக்கிறேன். இதற்கெல்லாமே இப்போதைக்கு நேரம் சரியாக இருக்கிறது.

அதற்கு நேரம் ஒதுக்கவேண்டும் என்றுதான் நினைக்கிறேன். ஏனெனில் எத்தனையோ பேர் இந்தப் பிரச்சினை வந்தபோது ஆதரவுக் குரல் எழுப்பியவர்கள், போராடியவர்கள் எல்லாம் இருக்கிறார்கள். அவர்கள் ஒரு நிகழ்ச்சிக்கு வரச் சொல்லி அழைக்கும் போது அதைத் தவிர்க்க முடியாமல் போகிறது.

அடுத்த படைப்பு என்னவெனத் தெரியவில்லை. சில சிறுகதைகள் எழுதவேண்டும் என்று தோன்றியது. ஆனால் அதற்கான அவகாசம் கிடைக்கவில்லை. இன்னும் கொஞ்சம் நாளெடுத்துத்தான் செய்வேன்.

எதிர்காலத் திட்டங்கள் என்ன?

ஏற்கெனவே அது மாதிரி நிறையத் திட்டங்கள் எல்லாம் வைத்திருந்தேன். அவை எல்லாவற்றையும் இனிச் செய்ய முடியும் என எனக்குத் தோன்றவில்லை. அவற்றைச் செய்வதற்கான தூண்டுதல் மறுபடி வருமா எனத் தெரியவில்லை. 'கொங்கு வட்டாரச் சொல்லகராதி'யை மறுபதிப்பு கொண்டு வருவதற்காக சுமார் பதினைந்து வருடங்

களாகக்கூடுதல் சொற்கள் சேகரித்து சில வேலைகள் செய்து வைத்திருக்கிறேன். அதைக் கட்டாயம் முடித்துக் கொண்டுவர வேண்டும் என்ற எண்ணம் இருக்கிறது. ஒரு மிகப் பெரிய நாவல் எழுதவேண்டும் என்ற திட்டமும் உண்டு. அதையும் செய்யவேண்டும் என நினைத்திருக்கிறேன்.

இது காவியங்களின் காலம் போலிருக்கிறது. ஒரு பெருநாவலோ அல்லது காவியமோ புனையும் எண்ணமுண்டா? வட்டார வழக்கில் ஒரு காவியம்!

காவியம் என்றெல்லாம் எண்ணமில்லை. எனக்கு இந்த மாதிரி சிறுசிறு நாவல்கள் எழுதுவதில்தான் ஆர்வமுண்டு. அப்புறம் மிகப் பெரியதாக ஒன்றே ஒன்று எழுதவேண்டும் என்று எண்ணமிருக்கிறது. அது எப்போது சாத்தியமாகும் எனத் தெரியவில்லை. அதற்கான களமெல்லாம் கூட நான் ஏற்கெனவே தீர்மானித்து வைத்ததுதான். அதை எழுதுவதற்கான ஒரு சந்தர்ப்பம் அமையவேண்டும்.

அண்ணன்மார் கதையை நாவலாக்கும் திட்டம் இன்னும் உயிர்ப்புடன் உள்ளதா? இதுவரை அவ்விஷயத்தில் நீங்கள் செய்துள்ள பங்களிப்பு களைச் சொல்லுங்கள்.

அதை எங்கே சொல்லி இருக்கிறேன்? எங்கே படித்தீர்கள் அதை? (பதாகை நேர்காணலில் சொல்லி இருந்ததாகச் சொல்கிறேன்.) இப்போது 'அண்ணன்மார்' கதையை எழுதுவதாக இல்லை. அது தொடர்பாய் சில கட்டுரைகள் எழுதி இருக்கிறேன். மேலும் சில ஆய்வுக்கட்டுரைகள் எழுதி 'அண்ணன்மார்' சாமி கதை தொடர்பான ஓர் ஆய்வு நூலைக் கொண்டு வரவேண்டும் எனத் திட்ட மிட்டிருந்தேன். அதில் ஒரு சின்ன விஷயத்தை எடுத்துக்கொண்டு நாவல் எழுதும் திட்டமிருந்தது. இப்போது அப்படி மனநிலை இல்லை.

"I have actually shelved some writing projects" என்று 'டைம்ஸ் ஆஃப் இந்தியா' நேர்காணலில் சொல்லி இருக்கிறீர்கள். அவை என்ன என்ன என்று தெரிந்து கொள்ளலாமா?

இப்போது 'அண்ணன்மார்' கதை சொன்னேனே!

நாவல்களுக்கு நிறையத் திட்டமிருந்தது. அதில் எது திரும்ப உயிர்ப் போடு வரும் எனத் தெரியவில்லை. அந்த மாதிரியான எல்லாவற்றிலும் ஒரு விருப்பமின்மை எனக்கு இருக்கிறது. என்னைப் புதிதாக்கிக் கொள்ளவேண்டும் என நினைக்கிறேன். அப்படி ஆக்கிக் கொள்ளும் போது 'பூனாச்சி' மாதிரி ஏதாவது புது விஷயங்கள், இது வரை

திட்டமிடாத ஒன்று என்னை இழுத்துப் போய் விடுவதற்கான வாய்ப்பு உண்டு. அப்படி இருக்கையில் ஏற்கெனவே வைத்திருந்த விஷயங்கள் நடைமுறைக்கு வருமா எனத் தெரியவில்லை.

சென்னையில் கொஞ்ச காலம் வசித்தவர் நீங்கள். முனைவர் பட்ட காலம் ஒன்று. 'மாதொருபாகன்' exile ஒன்று. நகர வாழ்வை மையமாக்கி அல்லது பின்புலமாக்கி நாவல் எழுதும் எண்ணமுண்டா?

வேறுவகையானது எழுதவேண்டும் என்றுதான் தூண்டுதல் இருக்கிறது. அது எப்படி எழுதுவேன் எனத் தெரியவில்லை. அது நகரம் சார்ந்ததாகவும் அமையலாம்.

வட்டாரவழக்கு வாசகருக்குச் சிரமம் அளிக்கக்கூடியது. அதனாலேயே அதைத் தவிர்ப்போரும் உண்டு. எனக்கு இப்பகுதி சகஜம். உண்மையில் உங்கள் எழுத்துக்களில் என் ஆத்தா, தாத்தா போன்றோரின் குரலே எனக்குக் கேட்கும். மனதுக்கும் நெருக்கமாகும். ஆனால் ஜெயமோ கனையோ, நாஞ்சில் நாடனையோ, கி.ரா.வையோ வாசிக்கும்போது எனக்குக் கூடுதல் சிரத்தை தேவைப்படுகிறது. அதனால் சில வாசகர்கள் விலகுவர். எதிர்காலத்தில் இதை உத்தேசித்து வட்டார மொழி தவிர்த்து எழுதும் எண்ணமுண்டா?

வட்டார வழக்கைத் தவிர்த்துவிட்டு என்னால் எழுத முடியும் எனத் தோன்றவில்லை. நான் பயன்படுத்தும் மொழி, எனக்குப் பழக்கமான மொழி என்னவோ அதைத்தான் எழுத முடியும். அதைத் தவிர்த்து விட்டு ஒரு பொது மொழியில் எழுதவேண்டும் என்பதில் எனக்கு உடன்பாடு இல்லை. தமிழில் எந்தப் பகுதியை வைத்து எழுதினாலும் அது வட்டார வழக்கில்தான் இருக்கும். அதனால் அம்மாதிரி எண்ணமில்லை.

ஆனால் வட்டார வழக்கு வாசகருக்கு ஒரு பிரச்சினையாக இருக்கும் என எனக்குத் தோன்றவில்லை. ஒரு காலத்தில் இருந்திருக்கலாம். இப்போது அதை எளிதாகக் கடக்க முடியும். தொடக்கத்தில் படிப்பவர்களுக்கு கி.ரா.வையோ, பொன்னீலனையோ ஜெயமோ கனையோ அந்நியம் போலத் தோன்றலாம். தொடர்ந்து சில நாவல் களைப் படித்து விட்டார்கள் எனில் அம்மொழியும் நெருக்கமானதாகி விடும். அதில் பயன்படுத்தும் சில சொற்கள் பொருள் புரியாததாக இருக்கலாம். அவற்றுக்குப் பொருள் பார்க்க வட்டார அகராதிகள் வந்து விட்டன. அவற்றைத் தாராளமாகப் பயன்படுத்தலாம். பழைய இலக்கியங்களைப் பயில்வதற்கு அகராதி அவசியமாக இருக்கிறது. வட்டார வழக்குக்கும் சிரமமான இடங்களில் அந்த மாதிரி பயன்படுத்தலாம்.

இலக்கியத்தை ரொம்ப எளிதாக ஒரு கேப்ஸ்யூல் போல் விழுங்கிவிட முடியாது. வாசகர்களும் கொஞ்சம் முயற்சி எடுக்கவேண்டும். அப்படிப்பட்ட முயற்சியின் மூலமாகச் சில புரிதல்கள் கிடைக்கும். ஒன்றைப் புரிந்து கொண்டோம் என்று சந்தோஷத்தைத் தருவதாக இருக்கும். அந்தச் சந்தோஷத்தை அனுபவிக்கும் மனநிலை வாசகர் களுக்கு இருந்ததென்றால் வட்டார வழக்கு என்பது ஒரு பிரச்சினையே கிடையாது.

'மாதொருபாகன்' பிரச்சினைக்குப் பின்னாலிருக்கும் வெகுஜன உளவியல் என்ன என நினைக்கிறீர்கள்?

'மாதொருபாகன்' பிரச்சினையைப் பற்றி மட்டும் வேண்டாமே!

சரி, தொடர்புடைய சில கேள்விகள் இருக்கின்றன. அவற்றில் 'மாதொருபாகன்' பிரச்சினை குறித்த பிரச்சினையற்ற சில கேள்விகளை மட்டும் கேட்கிறேன். நீங்கள் விரும்பினால் பதில் அளிக்கலாம். இப்போது யோசித்துப்பார்க்கையில் 'மாதொருபாகனை' எழுதியிருக்க வேண்டாம் என நினைக்கிறீர்களா?

எழுதியிருக்க வேண்டாம் என நான் ஒருபோதும் நினைக்கவில்லை. முதலிலேயே ஊர்ப் பெயரும் சாதிப் பெயரும் இல்லாமல் எழுதி இருக்கலாமே என்று நினைக்கிறேன்.

'மாதொருபாகன்' பிரச்சினையினால் உங்களுக்கு ஏற்பட்ட மன உளைச்சலுக்கு விலையே இல்லை. ஆனால் அதே சமயம் இதன் பக்கவிளைவாய் உங்கள் பெயர் சர்வதேச அளவில் அறியப்பட்டுள்ளது என்பது உண்மையே. இனி உங்கள் படைப்புகள் வேகமாக ஆங்கிலத்தில் பெயர்க்கப்படக்கூடும். உலக அளவில் அங்கீகாரங்கள் கிட்டலாம். இதை blessing in disguise என்பது போல் நினைக்கிறீர்களா?

இப்படிப் பிரச்சினை சார்ந்து அங்கீகாரம் கிடைக்கவேண்டும் என்றில்லை. நல்ல விதமாக, என் படைப்பு மூலமாகவே அங்கீகாரம் கிடைத்திருந்தால் இன்னமும் சந்தோஷப்பட்டிருப்பேன். இந்தப் பிரச்சினையினால்தான் இந்த அங்கீகாரம் என்றும் எனக்குத் தோன்றவில்லை. பிரச்சினை உருவாகி, என் படைப்புகள் வலு குறைந்தவையாக இருந்திருந்தால் இப்படியான அங்கீகாரம் உருவாகி இருக்கும் எனச் சொல்ல முடியாது.

பிரச்சினைக்குப் பிறகு, நீதிமன்றத் தீர்ப்புக்குப் பிறகு புதிதாய் வந்திருக்கும் 'மாதொருபாகன்' பதிப்பில் என்ன மாற்றங்கள் செய்திருக்கிறீர்கள்? ஊர்ப் பெயர், சாதிக் குறிப்புகளை நீக்கி இருப்பதை

அறிவேன். அது போக வேறு ஏதேனும்? ஓர் எழுத்தாளனாய் அந்த மாற்றங்கள் சங்கடம் அளித்ததா?

கதைப்போக்கில் மாற்றம் ஏதும் இல்லை. ஆனால் சில இடங்களை மாற்றி எழுதி இருக்கிறேன். அதுவும் சந்தோஷமாகத்தான் இருக்கிறது. முதலில் இந்த மாற்றங்கள் செய்யக் கொஞ்சம் கஷ்டமாக இருந்தது. அதற்குப் பிறகு அது ஒரு மாதிரி குஷியாகி விட்டது. பண்ணிப் பார்ப்போமே என்று ஜாலி ஆகி விட்டது.

தடைக்குப் பின் சென்னைக்கு மாறுதலில் சென்றீர்கள் அல்லவா?

ஆம். அங்கே ப்ரஸிடன்ஸி காலேஜில் ஒன்றரை வருடம் பணிபுரிந்தேன். அப்புறம் தீர்ப்பு வந்த பிறகு மறுபடி இங்கே நாமக்கல்லுக்கே வந்துவிட்டேன். தற்போது ஆத்தூரில் பணி.

ஏன் மீண்டும் நாமக்கல் திரும்பினீர்கள்?

படிக்கும் காலத்தில் சென்னையில் ஏழெட்டு வருடங்கள் இருந்தேன். அப்போதே சென்னை வாழ்க்கை ஒன்றும் பிடித்தமானதாக இல்லை. அந்த மாதிரி வீடு, அடைந்திருக்கும் இடம் இவை எல்லாம் எனக்குப் பிடிக்காது. திறந்த வெளியாக இருப்பதுதான் பிடிக்கும். அப்படி வசிப்பதற்கான வாய்ப்பு அங்கே இல்லை.

அது என் மனநிலை சார்ந்த விஷயம். அப்படி வசிப்பவர்களை எல்லாம் நான் தவறாகச் சொல்லவில்லை. ஆனால் அந்த மாதிரியான வசிப்பு என்பது என்னுடைய மனநிலைக்குச் சுத்தமாக ஒத்து வரவில்லை. ஓரிடத்திலிருந்து இன்னொரு இடம் போய் வரும் அந்த அலைச்சலும் சுத்தமாக ஒத்து வரவில்லை. என் மனைவியும் பல வருடம் இங்கேயே இருந்து விட்டதால் அவருக்கும் அச்சூழல் பிடித்தமானதாக இல்லை.

இன்னொன்று நாங்கள் ஓய்வு பெற இன்னும் ஏழெட்டு வருடங்களே இருக்கின்றன. வேலை கிடைத்த புதிதிலேயே சென்னை மாறி இருந்தால் நகர வாழ்க்கைக்குப் பொருந்தி இருப்போமோ என்னவோ. இன்று இவ்வளவு வருடங்கள் இங்கே இருந்துவிட்டு புதிதாய்ப் போய்ப் பொருந்துவது சாத்தியமானதாக இல்லை.

'மாதொருபாகன்' தொடர்பான வழக்கில் சென்னை உயர்நீதிமன்றத் தீர்ப்பின் இறுதி வரிகள் வழமை மீறிய dramatic ஆன ஒன்று - "Let the author be resurrected to what he is best at. Write.' அது படைப்பாளிக்கான மரியாதை என எண்ணுகிறேன். அதை அறிந்த போது உங்கள் மனநிலை என்னவாய் இருந்தது?

அதைச் சொன்னபோது உண்மையில் ஒரு பெரிய சந்தோஷம் இருந்தது எனக்கு. ஏதோ ஒரு விதத்தில் இதுவரைக்குமான கஷ்டங்கள் தீர்ந்துவிட்ட மாதிரியான நம்பிக்கையும் வந்தது. என் மீது படிந்த ஒரு குற்றத்தின் சாயலிலிருந்து விடுபட்ட மாதிரியான மனநிலை வந்தது. அதற்கு அடுத்து எழுதுவேன், எழுத மாட்டேன் என்பது அடுத்த விஷயம், ஆனால் அந்த மாதிரியான ஒரு சந்தோஷம் இருந்தது அப்போது.

'மாதொருபாகன்' பிரச்சினையில் உங்கள் குடும்பம், நண்பர்கள் மற்றும் பதிப்பகம் தாண்டி பல படைப்பாளிகளும் அமைப்புகளும் உங்கள் பக்கம் நின்றார்கள். அது தொடர்பாய் நீங்கள் நன்றி தெரிவிக்க விரும்புபவர்களைப் பற்றி விரிவாய்ப் பேசலாம்.

பிரச்சினையின்போது பலதரப்பிலிருந்து ஆதரவு கொடுத்தார்கள். என் குடும்பம் முக்கியமான ஆதரவாக இருந்தது. காலச்சுவடு கண்ணன் பிரச்சினை வந்ததும் பதிப்பாளரான தனக்கும் இதற்கும் சம்பந்தமில்லை என விலகவில்லை. வேறொரு பதிப்பாளராக இருந்திருந்தால் இந்தளவுக்கு உடன் நின்றிருப்பார்களா எனச் சொல்ல முடியாது. அவர் எனக்கு இருபதாண்டு நண்பராகவும் இருந்ததால் அவருக்கு என் முடிவுகளில் உடன்பாடு இல்லை என்றாலும் என் பக்கம் நின்றார். அப்படியான ஒரு பலம் ரொம்ப முக்கியமானது.

அடுத்து ஆ.இரா. வேங்கடாசலபதியும் எனக்குத் தொடர்ந்து ஆதரவாக இருந்தார். இவ்வளவு பரவலாக ஆங்கில ஊடகங்களில் இவ்விஷயம் சென்றடைய சலபதி அவர்களின் பங்களிப்பு முக்கியமானது. இந்தப் பிரச்சினையில் என்னை விடவும் உடல்ரீதியாகவும் மனரீதியாகவும் அவர்தான் பாதிக்கப்பட்டார். நான் பேசாத சமயங்களில் ஊடகங்கள் கண்ணனையும் சலபதியையும் அணுகினார்கள். எல்லோருக்கும் பதில் சொன்னதும் என் தரப்பிலிருந்து பேசியதும் அவர்கள்தான். இருவரும் அவ்வளவு ஆதரவாக இருந்தார்கள்.

அதற்குப் பிறகு தமிழ்நாடு முற்போக்கு எழுத்தாளர்கள் கலைஞர்கள் சங்கத் தலைவர் ச. தமிழ்ச்செல்வன். அவர் முழுக்க என் பக்கம் ஆதரவாக இருந்தார். இது தொடர்பாய் நூற்றுக்கணக்கான கூட்டங்களை அந்த எழுத்தாளர் சங்கம் சார்பாக நடத்தினார்கள். அவர் பல இடங்களுக்கும் போய் நாவலைப் பற்றி விளக்கிப் பேசினார். நான் எடுத்த முடிவை ஏராளமானோர் விமர்சனம் செய்தபோது கூட அவர் சொன்னது - ''உங்களுக்கு எது சரின்னு படுதோ அதைச் செய்ங்க, நீங்க எது செஞ்சாலும் நான் உங்கள ஆதரிப்பேன்.'' அம்மாதிரி ஒரு நிபந்தனையற்ற ஆதரவு அவரிடமிருந்து வந்தது.

தமிழ்ச்செல்வன் ஒரு மார்க்ஸியவாதி, முற்போக்கு எழுத்தாளர். அவரெல்லாம் கண் கலங்கியதை அந்தச் சமயத்தில் நான் பார்க்க முடிந்தது. அவ்வளவு நெகிழ்வான ஒரு மனிதராக அவரைக் கண்டேன். சலபதி கூட அப்போது கண்கலங்கினார்.

இந்த மூவர் தவிர்த்து என்னுடன் பேச்சுவார்த்தைக்கு வந்த வழக்கறிஞர் சுவாமிநாதன். அவர் செய்ததும் முக்கியமான ஓர் உதவி. அவர் கொள்கைரீதியாக என்னோடு ஒத்துப் போகிறவர் கிடையாது. ஆனாலும் இந்த விஷயத்தில் அவர் என் பக்கம் நின்றார். எல்லா விதமான உதவிகளையும் செய்தார். களத்தில் மட்டுமில்லாமல் நீதிமன்றத்திலும் தேவைப்படும் எல்லாவற்றையும் அவரே முன்னின்று செய்தார்.

அப்புறம் தமிழ்நாட்டில் கிட்டத்தட்ட 99% எழுத்தாளர்கள் எனக்கு ஆதரவாக இருந்தார்கள். இதற்கு முன்பு வேறு ஏதாவது ஒரு பொதுப் பிரச்சினைக்கு இவ்வளவு எழுத்தாளர்கள் ஒன்று சேர்ந்திருக் கிறார்களா என்று எனக்குச் சொல்ல முடியவில்லை. லக்ஷ்மி மணிவண்ணன், கோணங்கி இவர்களின் ஏற்பாட்டில் சென்னையில் நடந்த ஒரு பெரிய போராட்டத்தில் முந்நூறுக்கும் மேற்பட்ட எழுத்தாளர் கள் பங்கெடுத்து அதை நடத்தி இருக்கிறார்கள். அதெல்லாம் எனக்கு ஒரு மிகப் பெரிய ஆதரவாக இருந்தது. மூத்த எழுத்தாளர்களிலிருந்து இளம் எழுத்தாளர்கள் வரை எல்லாத் தரப்பிலிருந்துமே எனக்கு ஆதரவு இருந்தது. இந்துத்துவக் கொள்கையை ஆதரித்து எழுதுபவராக அறியப்படும் அரவிந்தன் நீலகண்டன் கூட கருத்துரிமை சார்ந்து என்னை ஆதரித்தார். அப்படிப் பல தரப்பிலிருந்தும் எழுத்தாளர்கள் ஆதரித்தார்கள்.

என் மாணவர்கள் என் பக்கம் பலமாகவும் ஆதரவாகவும் இருந்தார்கள். அந்தச் சமயத்தில் மாணவர்களும் நண்பர்களும் இல்லை என்றால் நான் அந்தச் சூழலைக் கடந்து வந்திருக்க முடியுமா எனத் தெரியவில்லை.

இந்த விஷயத்தைப் பரவலாகக் கொண்டுபோய்ச் சேர்த்ததிலும், பிரச்சினையின் பல கோணங்களை வெளிப்படுத்தியதிலும் ஊடகங் களுக்குப் பங்குண்டு. குறிப்பாய் 'The Hindu' தொடர்ந்து இதைப் பற்றிய செய்திகளை, கட்டுரைகளை வெளியிட்டு இந்திய அளவில் ஒரு பெரும் ஆதரவை உருவாக்கியது. தமிழ் 'தி இந்து'வுக்கும் இதில் பங்குண்டு. சமஸ் எழுதிய 'தமிழ்நாட்டில்தான் இருக்கிறதா திருச்செங்கோடு?' என்ற கட்டுரை அத்தனை பெரிய அளவுக்கு ரீச் ஆனது. அப்படி ஊடகங்களுக்கும் ஒரு பெரிய பங்குண்டு.

அரசியல் கட்சியினர் பலரும் ஆதரவு தெரிவித்தார்கள். விடுதலைச் சிறுத்தைகள் கட்சித் தலைவர் தொல். திருமாவளவன், காங்கிரஸ் கட்சியின் அப்போதைய தலைவர் ஈ.வி.கே.எஸ். இளங்கோவன், கம்யூனிஸ்ட் கட்சித் தலைவர்கள் ஜி. ராமகிருஷ்ணன், இரா. நல்லகண்ணு உள்ளிட்டோர் தெரிவித்த ஆதரவும் அவர்கள் முன்னெடுத்த போராட்டங்களும் முக்கியமானவை. அ. மார்க்ஸ், வே. வசந்திதேவி, வீ. அரசு உள்ளிட்ட சமூக ஆர்வலர்கள் நடத்திய ஊடகச் சந்திப்பும் குறிப்பிடத்தக்கது. சமூக வலைதளங்களில் இயங்குவோரின் குரல்களும் ஆதரவாக எழுந்தன. கொங்குப் பகுதியில் வாழும் எழுத்தாளர் கு. சின்னப்பபாரதி, ஆய்வறிஞர் பொ. வேல்சாமி உள்ளிட்டோரும் பெரும் அதிகாரிகள் பலரும் எனக்கு ஆதரவாகக் கருத்துத் தெரிவித்தும் செயலாற்றியும் உதவினர். கேரளத்திலும் பிற மாநிலங்களிலும் வெளிப்பட்ட ஆதரவுக் குரல்கள் கணக்கிலடங்காதவை. அப்போது சென்னையில் நடைபெற்ற தி இந்து இலக்கியத் திருவிழா, ஜெய்ப்பூர் இலக்கியத் திருவிழா ஆகியவற்றில் தனி அமர்வுகள் அமைத்து ஆதரவுக் குரல்களை எழுப்பினர்.

இப்படி நான் நன்றி சொல்லவேண்டிய பட்டியல் முடிவில்லாதது. முகம் தெரியாத எத்தனையோ வாசகர்கள். காலத்திற்கும் நான் நன்றிக்கடன் பட்டவனாகத்தான் இருந்தாகவேண்டும்.

தமிழ்நாடு முற்போக்கு எழுத்தாளர் கலைஞர்கள் சங்கம் அமைப்பை அது குறித்த விமர்சனங்களோடு எதிர்மறைப் பிம்பத்தில் கேள்விப்பட்டு வந்த எனக்கு, உங்கள் விஷயத்தில் அவர்கள் செய்த ஆக்கபூர்வப் பணியைக் கண்ட பின் ஒரு மரியாதை வந்திருக்கிறது.

தமிழ்நாட்டில் செயல்படும் இலக்கிய அமைப்புகளில் பெரியது அதுதான். தமிழ்ச்செல்வன், சு. வெங்கடேசன், ஆதவன் தீட்சண்யா இவர்கள் எல்லாம் பொறுப்பெடுத்துக் கொண்ட பின் அதன் செயல்பாடுகள் பல விதங்களில் விரிவடைந்திருக்கிறது. எந்தத் தரப்பைச் சேர்ந்த இலக்கியவாதிகளாக இருந்தாலும் அவர்களின் படைப்பை வாசிப்பது என்ற கண்ணோட்டமே முக்கியமான மாற்றம்தான். முற்போக்கு எழுத்தை மட்டுமே வாசிக்கவேண்டும் என்பதெல்லாம் இப்போது இல்லை. அந்த அமைப்பு மிகஜனநாயக பூர்வமானதாகவும் எல்லாத் தரப்பு எழுத்தாளர்களுடனும் தொடர்பைப் பேணும் ஒன்றாகவும் கடந்த பத்து, பதினைந்து ஆண்டுகளில் மாறி இருக்கிறது. அது ரொம்ப ஆரோக்கியமான விஷயம்.

என் போல் உங்களைக் கொண்டாடும் வாசகர்கள் பலர் இருக்கிறார்கள் என்பதில் ஐயமில்லை. ஆனால் சக எழுத்தாளர்களின் அங்கீகாரம் உங்களுக்கிருப்பதாய் நினைக்கிறீர்களா? 'மாதொருபாகன்'

பிரச்சினையின் போது உங்களுக்கு ஆதரவளித்த பல படைப்பாளுமை கள் நாவலின் இலக்கிய அந்தஸ்து (உங்களுடையது என்றும் கொள்ளலாம்) குறித்து மழுப்பலாய்க் கடந்துவிட்டு (சிலர் வெளிப் படையாய் நிராகரித்தார்கள்) பொதுவாய் படைப்புச் சுதந்திரத்திற்கு மட்டும் ஆதரவுக்குரல் எழுப்பினார்கள். அதை எப்படிப் பார்க்கிறீர்கள்?

படைப்பு சார்ந்து கருத்து வேறுபாடுகள் இருக்கலாம். என் நாவலை உயர்ந்த கலைப்படைப்பென்று எல்லாத் தரப்பினருமே ஏற்றுக் கொள்ளவேண்டும் என்ற எதிர்பார்ப்பு எனக்குக் கிடையாது. எழுத்தாளர்களிடமும், விமர்சகர்களிடமும், வாசகர்களிடமும் இந்தப் பிரச்சினைக்கு முன்பும் போதுமான அங்கீகாரம் எனக்கு இருந்ததாகத்தான் நினைக்கிறேன். அது தொடர்பாய் மனநிறை வோடும் திருப்தியோடும்தான் இருந்தேன். அதைத் தாண்டி இன்னும் எங்கெங்கெல்லாமோ போகவேண்டும் என்ற எண்ணமும் எனக்கு இல்லை.

எனக்கு என்ன தோன்றுகிறதோ அந்த விஷயங்களை எழுதுகிறேன். அதற்கு என்ன அங்கீகாரமோ அது கிடைத்தால் போதும் என்பதுதான் என் எண்ணம். என் வாழ்க்கைப் பார்வையும் கூட அதுதான். நான் ரொம்பப் பரபரப்பான ஆளாகவோ முக்கியஸ்தனாகவோ இருக்கும் தன்மையை விரும்பும் ஆள் இல்லை. இப்போது திடீரெனக் கிடைத்த பரபரப்பை எதிர்கொள்வதில் எனக்கு ஏராளமான சங்கடங்கள் இருக்கின்றன.

அதனால் படைப்பு சார்ந்து கிடைத்த அங்கீகாரங்கள் எனக்குப் போதுமானதாகத்தான் இருக்கிறது. என்னுடைய படைப்பை ஏற்றுக் கொள்ளலாம், நிராகரிக்கலாம். ஒரு முப்பதாண்டுகளாக எழுதிக் கொண்டிருப்பவன் என்ற அடிப்படையில் இந்த மாதிரியான விஷயங்களைக் கடந்து ஒரு விஷயத்தை அணுகவேண்டும் என்பதை உணர்ந்திருக்கிறேன். எழுதத் தொடங்கிய ஏழெட்டு ஆண்டுகளிலேயே இதை வந்தடைந்து விட்டேன். அதனால் நிராகரிப்புகள் எனக்கு ஒரு பெரிய தாக்கத்தை ஏற்படுத்தாது.

தமிழ் எழுத்தாளர்கள் போதுமான அளவு ‘மாதொருபாகன்’ பிரச்சினையில் எதிர்வினை ஆற்றியதாக நம்புகிறீர்களா? ஜெயமோகன் சில நடவடிக்கைகளைச் சிபாரிசு செய்திருந்தார் - ஓர் அடையாளமாக ஒருநாள் புத்தகக் கண்காட்சியை மூடுவது, கருத்துரிமைக்கு எதிராகச் செய்யப்படும் நடவடிக்கைகளுக்கு எதிராக எழுத்தாளர்கள் அனைவரும் கையெழுத்திட்ட ஒரு பெரிய மனுவை குடியரசுத் தலைவருக்கு அளிப்பது, திருச்செங்கோட்டில் கருத்துரிமைக்கு எதிராக நிகழ்ந்த மிரட்டலை அங்குள்ள அரசு அதிகாரிகள் அங்கீகரித்ததற்கு

எதிராக தேசிய அளவில் எழுத்தாளர்களை இணைத்துக்கொண்டு உச்சநீதிமன்றத்தில் வழக்குத் தொடுப்பது. ஆனால் இவற்றில் ஏதுமே நடக்கவில்லை. அது பற்றி என்ன நினைக்கிறீர்கள்?

இந்த மாதிரியான சூழலை எதிர்கொள்வது எல்லோருக்குமே புதிது. ஏற்கெனவே ஜோ டி க்ரூஸுக்குப் பிரச்சினை வந்தது. ஹெச்.ஜி. ரஸூலை ஊர்விலக்கம் செய்தார்கள். சல்மாவுக்குப் பிரச்சினைகள் வந்தன. இவை எல்லாமே பார்த்தால் அந்தந்த இடத்தில் அந்தந்தச் சூழலில் எதிர்கொள்வது மாதிரியானவை.

மாறாக என்னுடையதுதான் அதைத் தாண்டிய ஒரு பெரிய பிரச்சினை. அதனால் இப்படியான ஒரு சிக்கலை எதிர்கொள்வது என்பது தமிழ்ச் சூழலுக்கே புதிது. எழுத்தாளர்களுக்கும் அப்படித்தான். அச்சூழலில் ஜெயமோகன் சில யோசனைகள் சொல்லி இருக்கிறார். அதே போல் பரீக்ஷா ஞாநி கூட எழுத்தாளர்கள் எல்லோரும் சேர்ந்து பஸ் எடுத்துக்கொண்டு அந்த ஊருக்குப் போய், இதற்கு ஆதரவாய் அந்த வீதிகளில் நடப்போம் என்று சொன்னார். இப்படிப் பல விதமான யோசனைகள், சிந்தனைகள் அந்தச் சமயத்தில் முன்வைக்கப் பட்டன. பல பேர் தங்களுக்குக் கிடைத்த இடத்தில் எழுதினார்கள், பேசினார்கள். இதெல்லாம் ரொம்ப முக்கியமானது. வீ. அரசு தலைமையில் புத்தகக் கண்காட்சியில் ஒரு நாள் போராட்டம் செய்தார்கள். போலீஸ் அதைக் கடுமையாக எதிர்த்த போதும்கூட அதை அவர்கள் எதிர்கொண்டார்கள்.

அது மாதிரி ஒவ்வொருவரும் அவரவருக்கு என்ன சாத்தியமோ அதைச் செய்தார்கள். அவரவர் ஊர்களில் அவர்களுக்கு முடிந்த வகையில் அரங்கக் கூட்டமோ பொதுக் கூட்டமோ ஏற்பாடு செய்தார்கள். கோஷம் போட்டார்கள். இப்படி என்னென்ன முடிந்ததோ அதை எல்லாம் செய்தார்கள். அந்த மாதிரி இணைந்தார்கள், செய்தார்கள் என்பது எனக்குத் திருப்தியான விஷயம்தான். அதற்கு மேல் என்ன செய்திருக்க முடியும் என்று எனக்குத் தெரியவில்லை. என்ன செய்வது என்ற குழப்பமும் நிறையப் பேருக்கு இருந்தது.

பெருமாள்முருகனுக்கு இப்பிரச்சினை ஏற்படாமல் வேறொரு எழுத்தாளருக்கு ஏற்பட்டு அவர் தன் மரணத்தை அறிவித்திருந்தால் பெருமாள்முருகன் அச்சம்பவத்துக்கு எப்படி எதிர்வினை ஆற்றி இருப்பார்?

ச. தமிழ்ச்செல்வன் எப்படி எதிர்வினையாற்றினாரோ அப்படித்தான் என் எதிர்வினையும் இருந்திருக்கும்.

ஊடகங்கள் நீதிமன்றத் தீர்ப்பைப் போதுமான அளவு கொண்டாட வில்லை என காலச்சுவடு கண்ணன் சில தினங்கள் முன் ஃபேஸ்புக்கில் ஆதங்கப்பட்டிருந்தார். தனிப்பட்ட முறையில் என்னைக் கேட்டால் அதை நான் ஆமோதிக்கவே செய்வேன். ஏனெனில் அது கருத்துரிமை தொடர்பான ஒரு Landmark Judgement. அது வடக்கில் நடந்திருந்தாலே நாம் கொண்டாடி இருக்க வேண்டிய விஷயம். ஆனால் இது இங்கே தமிழ்நாட்டிலேயே நடந்து, இங்கேயே தீர்ப்பு சொல்லப்பட்டிருக்கிறது எனும் போது பத்திரிகை, தொலைக்காட்சி உள்ளிட்ட வெகுஜன ஊடகங்கள் பெரிதாகப் பேசியிருக்கவேண்டும். ஆனால் அது நடக்கவில்லை. ஊடகங்கள் செய்யத் தவறிய விஷயம் இது. அதைப் பற்றி உங்கள் கருத்து என்ன?

ஆங்கிலத்தில் அத்தீர்ப்பு பற்றிய வரவேற்பும், விமர்சனங்களுமாய் நிறையக் கட்டுரைகள் வந்தன. நிறைய விவாதித்தார்கள். தமிழில் அந்தளவுக்கு வரவில்லை. 'புதிய தலைமுறை' இதழில் மணி என்பவர் எழுதிய ஒரு கட்டுரை வந்தது. எனக்குத் தெரிந்து தமிழில் அது தொடர்பாய் வந்த பொருட்படுத்தத்தக்க கட்டுரை அதுதான். அப்புறம் 'காலச்சுவடி'ல் எழுதினார்கள். அவ்வளவுதான். இது பெருமாள்முருகனுக்கென வந்த தீர்ப்பாக அல்லாமல் ஒட்டுமொத்த கருத்துரிமை சார்ந்த தீர்ப்பு என்று பார்த்து இது இன்னும் பரவலாக விவாதிக்கப்பட்டிருக்கவேண்டும். ஆனால் அப்படி நிகழவில்லை என்பதுதான் என்னுடைய ஆதங்கமும்.

'கைவிட்ட கை எதுவும் பிடித்திருந்த கை அல்ல.' அப்படி அறிந்த கைகள் பற்றி?

(பெரிதாய்ச் சிரிக்கிறார்.) அந்தக் கைகளைப் பற்றிப் பேச என்ன இருக்கிறது!

"I may not agree with what you say, but will defend to the death, your right to say it" என வோல்டேரை எல்லாம் மேற்கோள் காட்டி "Art is often provocative and is meant not for everyone, nor does it compel the whole society to see it. The choice is left with the viewer" என்று தெளிவுடன் அணுகி உங்கள் தரப்புக்கு ஆதரவாய்த் தீர்ப்பு சொல்லி இருந்தார் (அப்போதைய) சென்னை உயர்நீதிமன்ற நீதிபதி சஞ்சய் கிஷன் கவுல். அதையொட்டி நீங்கள் அது குறித்து மீண்டு விட்ட பொருளில் ஓர் அறிக்கை விட்டிருந்தீர்கள். ஆனால் அறம் போல் நீதி மாறிலி அல்ல. அது ஆள் பொருத்து, ஆட்சி பொருத்து, ஆதரவு பொருத்து மாறக்கூடியது. ஒரு நீதிபதியின் சொல்லா ஓர் எழுத்தாளன் மீண்டும் எழுதவேண்டுமா இல்லையா எனத் தீர்மானிக்கவேண்டும்?

அன்று கவுலின் இடத்தில் வேறு நீதிபதி இருந்து ஒருவேளை தீர்ப்பு எதிராக வந்திருந்தால்?

(சிரிக்கிறார்.) நீங்கள் அப்போதே இதைப் பற்றி எழுதியிருந்த ஞாபகம். அதுவும் சரிதான். எழுதுவது நீதிமன்றத்துடைய முடிவல்ல. ஆனால் இன்றைய சூழலில் நம் நாட்டில் வேறு வழியே இல்லாமல் நம்முடைய கடைசிபட்ச நம்பிக்கையாக நீதிமன்றங்களே இருக்கின்றன. வேறென்ன இருக்கிறது?

'மாதொருபாகன்' சென்னை உயர்நீதிமன்றத் தீர்ப்பில் மூன்று மாதத்துக்குள் இம்மாதிரி பிரச்சினைகளைக் கையாள கருத்துரிமை தொடர்பான நிபுணர் குழு ஒன்று அமைக்கப்படவேண்டும் என மாநில அரசுக்கு உத்தரவிடப்பட்டிருந்தது. தீர்ப்பின் ஒரு முக்கிய பகுதியாக அதைப் பார்க்கிறேன். ஏனெனில் இலக்கிய ப்ரக்ஞையற்ற அரசு அதிகாரிகளின் கட்டப்பஞ்சாயத்து காரணமாகவே அன்று நீங்கள் எழுதுவதை நிறுத்த வேண்டி இருந்தது. (முன்னாள் நீதிபதி சந்துரு அதைச் ''சட்டத்திற்கு புறம்பான கூட்டம்'' என்று சொல்லி இருந்தார்.) நிபுணர் குழு அமைப்பது இத்தகு பிரச்சினைகளை ஓரளவு சரியான முறையில் கையாள உதவும் என நினைக்கிறேன். ஆனால் அரசு இன்னமும் அதை அமைக்க நடவடிக்கை எடுத்தமாதிரி தெரியவில்லை. அது தொடர்பாக அரசுக்கு நினைவூட்டி ஏதும் நீங்கள் முயற்சி செய்தீர்களா? செய்வீர்களா?

நான் ஒன்றும் செய்யவில்லை. அரசுக்கே கூட அடுத்து வேறொரு பிரச்சினை வரும்போதுதான் இந்தத் தீர்ப்பில் இந்த மாதிரியான ஒன்று இருந்தது என்ற நினைவு வரும்.

குறிப்பிட்ட சாராருக்குப் பிடிக்கவில்லை என்பதற்காக ஓர் எழுத்தாளன் கலைக்கு உருக்கொடுக்காமல் இருக்க முடியுமா? அவன் பிறப்பெடுத்ததே எழுதத்தான் எனும்போது அந்தச் சமரசம் கலைக்குச் செய்யும் துரோகம் ஆகாதா? எல்லோரையும் திருப்திப்படுத்த அவன் ரெக்கார்ட் டான்ஸ் ஆடுபவள் இல்லைதானே?

(சிரிக்கிறார்.) இதற்கு என்ன பதில் சொல்வது!

அஞ்சுவது அஞ்சல் அறிவார் தொழில் எனச் சுட்டி ''இப்போது எனக்குள் ஒரு தணிக்கையாளன் வந்து உட்கார்ந்துகொண்டிருக்கிறான்'' என்று ஆறேழு மாதங்கள் முன் சொல்லி இருந்தீர்கள். இன்னும் அந்தப் புறக்காரணங்களை முன்வைத்த சுயதணிக்கையை அறிவார் தொழிலாகக் கருதுகிறீர்களா?

அந்த சுயதணிக்கை அவ்வளவு சீக்கிரத்தில் என்னை விட்டுப் போகுமா என்று எனக்குத் தெரியவில்லை. அது எனக்கு மட்டுமல்ல; நம்

சூழலிலேயே அது புகுந்து விட்டது. வேறொரு வடிவத்தை முயல வேண்டும் என யுவன் சந்திரசேகர் சொல்கிறார் இல்லையா, அதுவே கூட தணிக்கையின் பாற்பட்டதுதானே!

நீங்கள் ஒரு விஷயத்தை நேரடியாகச் சமூகத்தில் சொல்ல முடிய வில்லை என்பது ஓர் அவலம்தான்.

> 'மாதொருபாகன்' பிரச்சினைக்குப் பிறகு நீங்கள் எழுதிய முதல் நூல் 'கோழையின் பாடல்கள்'. அதன் வெளியீட்டை ஏன் தில்லியில் வைத்தீர்கள்? பிரச்சினையைத் தவிர்க்கும் பாதுகாப்பு முகாந்திரம் தவிர வேறு காரணமோ செய்தியோ உண்டா? சென்னை உயர்நீதிமன்றத்தின் முற்போக்குத் தீர்ப்பே உங்கள் புத்துயிர்ப்புக்கு முக்கிய காரணம் என்பதால் சென்னையில் வெளியீட்டை நிகழ்த்தி இருக்கலாமே!

அந்த நூலை வெளியிட முதலில் முடிவு செய்யவில்லை. நான் இப்படிக் கவிதைகள் எழுதி இருக்கிறேன் என்ற தகவல் கூட மற்றவர் களுக்குத் தெரியாது. தீர்ப்பு வந்தபோது மீண்டும் எழுதுகிறேன் என்று புரிந்து கொள்வது மாதிரியான ஓர் அறிவிப்பைக் கொடுத்தேன். அப்படிக் கொடுத்தும் கூட உடனடியாக நான் ஏதும் செய்யவில்லை. அப்போது எல்லோரும் ''இப்படி ஓர் அருமையான தீர்ப்பு வந்திருக்கிறது, ஒரு விரிவான பத்திரிகையாளர் சந்திப்பு நடத்தி, அறிவிப்பு கொடுத்துவிட்டு எழுத வாருங்கள்'' எனச் சொன்னார்கள்.

முதலில் சென்னையில்தான் அப்படியான ஒரு கூட்டம் நடத்தலாம் என்று நினைத்தோம். அப்போது என் ஆங்கில மொழிபெயர்ப்புகளை பென்குயின் பதிப்பகம் வெளியிட்டார்கள். இது தமிழ்நாட்டில் மட்டுமல்ல, இந்திய அளவிலான ஒரு பிரச்சினையாக இருந்த காரணத்தினாலும் ஆங்கில ஊடகங்கள் நிறைய ஆதரவு தெரிவித்ததாலும் ''சென்னையில் நடத்துவதை விட தலைநகரான தில்லியில் அறிவிப்பை வெளியிடுவது பொருத்தமாக இருக்கும், நீங்கள் மீண்டும் எழுத வரும் செய்தி இந்திய அளவில் பரவுவதற்கு வாய்ப்பாக அமையும்'' என்று நண்பர்கள் சொன்னார்கள். அந்த அடிப்படையில்தான் அது தில்லியில் நடத்தப்பட்டது.

அப்போது நான் சொன்னேன், ''வெறுமனே மீண்டும் எழுத வருவதை அறிவிக்கும் ப்ரஸ் மீட்டாக மட்டும் இல்லாமல், நான் இந்தக் காலகட்டத்தில் எழுதிய கவிதைகள் இருக்கின்றன, அது நன்றாக இருந்தால் நூலாக்கி, அந்நிகழ்வை ஒரு நூல் வெளியீட்டு விழாவாகவும் வைக்கலாம். அது திரும்ப எழுத வருவதை உறுதிப் படுத்துவதாகவும் இருக்கும்.'' அதை எல்லோருமே சந்தோஷமாக ஏற்றுக் கொண்டார்கள்.

அப்படித்தான் பத்திரிகையாளர் சந்திப்பு ஒரு நூல் வெளியீட்டு விழாவாகவும் மாறி தில்லியில் நடந்தது.

தமிழ் பிபிஸி முரளிதரன் தீர்ப்பையொட்டி உங்களைத் தொடர்பு கொள்ள முயன்றபோது முடியவில்லை எனச் சமீபத்தில் பதிவு செய்திருந்தார். நீங்கள் மீண்டும் எழுதுவதாக அறிவித்ததும் ஏராளமான ஊடகங்கள் (தமிழ் மின்னிதழ் உட்பட) உங்களைப் பேட்டிக்காகவும், படைப்புக்காகவும் தொடர்பு கொண்டிருப்பார்கள் என நினைக்கிறேன். அதனாலேயே ''மௌனமாக இருக்க விடுங்கள்'' என்று கோரிக்கை விடுத்தீர்கள். உங்கள் கவிதையில் வரும்

'மண்ணை வெளித்தள்ளும் போதில்
காற்றும் வெளிச்சமும் படக்
கூசிச் சிலிர்த்துக்
கணத்தில் வளைக்குள் ஏகும்' வெள்ளெலியின் மனோபாவம்தானே அது?

மறுபடி ஒரு பரபரப்பு வட்டத்துக்குள் வர விரும்பவில்லை. அப்படியான பரபரப்பிலிருந்து எப்போதும் விலகி நிற்கும் மனோபாவம்தான் எனக்கு. எனக்குப் பிடித்தமான விஷயங்களைச் செய்துகொண்டு ஓர் அமைதியான வாழ்க்கையை மேற்கொள்வதுதான் என் விருப்பம். அதனால் மறுபடி இந்தத் தீர்ப்பைப் பற்றியும், பிரச்சினை பற்றியும் பேசி பரபரப்பு உருவாவதை நான் விரும்பவில்லை. அதுதான் முக்கிய காரணம். இப்போது கூட நான் அவற்றை எல்லாம் பற்றிப் பேசுவதைத் தவிர்ப்பதற்கும் காரணம் அதுவே.

'மாதொருபாகனி'லிருந்து கொஞ்சம் ரிலாக்ஸ் செய்து கொள்வோம். தமிழிலிருந்து ஆங்கிலத்துக்கு மொழிபெயர்க்கப்படும் நவீன இலக்கியப் பிரதிகளே அரிது. எழுத்தாளன் சொந்த முயற்சியில் செய்து கொண்டால்தான் உண்டு என அடிக்கடி சொல்லப்படுகிறது. உங்களுக்கு எப்படிச் சாத்தியமானது?

2004ல் 'கூளமாதாரி'யும், 'நிழல்முற்றமு'ம் ஆங்கிலத்தில் மொழி பெயர்க்கப்பட்டன. வ. கீதா மொழிபெயர்த்தார். ஒரு பதிப்பகம் தமிழ் நாவல்களை ஆங்கிலத்தில் மொழிபெயர்க்கவேண்டும் என்று வந்தபோது, என் நாவல்களைப் படித்துப் பார்த்து, அவர்களுக்குப் பிடித்திருந்தது என இவற்றைத் தேர்ந்தெடுத்துச் செய்தனர்.

என் படைப்பின் மொழிபெயர்ப்புகள் எதுவும் நான் முயற்சி எடுத்து நடந்தவை கிடையாது; இயல்பாக நடந்தவை தாம். என்னுடைய பணி என்பது எழுதுவது, அதை முடிந்த அளவு தமிழில் பிரசுரம்

செய்வது என்ற அளவில் முடிந்து விடுகிறது. அதற்கு மேல் அதைப் படிப்பவர்கள், மொழிபெயர்க்கும் வாய்ப்பு உள்ளவர்கள், வெளியிடும் ஆர்வமுள்ளவர்களின் முயற்சியால்தான் ஆங்கிலத்துக்குப் போயிருக்கிறது.

'மாதொருபாகன்' பிரச்சினைக்குப்பிறகு அதன் ஆங்கில மொழி பெயர்ப்பான 'One Part Woman'க்கு அடையாளமும் அங்கீகாரமும் கிடைத்ததால் என் மற்ற நாவல்களும் ஆங்கிலத்தில் போவதற்கு வாய்ப்பு ஏற்பட்டிருக்கிறது.

மொத்தம் உங்களுடைய நான்கு நூல்கள் மொழிபெயர்க்கப் பட்டிருக்கின்றன: 'Seasons of the Palm', 'Current Show', 'One Part Woman' மற்றும்' Pyre'. முறையே 'கூள மாதாரி', 'நிழல் முற்றம்', 'மாதொருபாகன்' மற்றும் 'பூக்குழி'. மொத்த நூல்களில் இவற்றைத் தேர்ந்தெடுத்தது எப்படி? மொழிபெயர்ப்பு அடிக்கடி நிகழும் எனச் சொல்ல முடியாது. வாசக எதிர்வினை மற்றும் வீச்சு பொருத்து மாறும். அப்படி இருக்க அமையும் சமயத்தில் நம் சிறந்த நூல்களை மொழிபெயர்க்கவே ஓர் எழுத்தாளர் முனைவார். அப்படியான 'கங்கணம்' இன்னும் மொழிபெயர்க்கப்படவில்லை; 'பீக்கதைகள்' மொழிபெயர்க்கப்படவில்லை. மாறாய் உங்கள் எளிய படைப்பான 'பூக்குழி' ஆகி இருக்கிறது. (ஒருவேளை சிறிய நூல் என்பதாலா?) அதனால் கேட்கிறேன்.

இப்போது என் எல்லா நாவல்களையுமே மொழிபெயர்ப்பதற்கான ஒப்பந்தம் போடப்பட்டிருக்கிறது.

இந்தப் பிரச்சினை எல்லாம் வருவதற்கு முன்பே 'மாதொருபாகனு'க்கு அடுத்து கங்கண'த்தை மொழிபெயர்க்கும் முடிவு இருந்தது. அதற்கு அடுத்து 'பூக்குழி'யைச் செய்வதாக இருந்தது. அப்புறம் மொழி பெயர்ப்பாளர் 'பூக்குழி' அளவு சிறியது என்பதால் அதை முதலில் எடுத்துக் கொண்டார்.

உங்கள் மொழிபெயர்ப்பாளர்கள் பற்றிச் சொல்லுங்கள். வ. கீதா, அனிருத்தன் வாசுதேவன் இருவரும் தலா இரண்டு செய்திருக்கிறார்கள் இல்லையா?

ஆம். அடுத்து 'கோழையின் பாடல்க'ளை அநிருத்தன் மொழி பெயர்த்துக் கொண்டிருக்கிறார். அப்புறம் பிற நாவல்களையும் அநிருத்தன்தான் மொழிபெயர்க்கப் போகிறார். கீதா வேறு பணிகளில் இருந்ததால் அநிருத்தன் 'One Part Woman'-ஐச் செய்தார். 'மாதொருபாகன்' தமிழில் வந்தபோது வாசித்துவிட்டு, இதை மொழிபெயர்க்கும்

வாய்ப்பு வந்தால் நான் செய்கிறேன் என்று கேட்டார். அவருக்கும் அதுதான் முதல் மொழிபெயர்ப்பு. அந்த மாதிரி அவர் அந்த நாவலில் ரொம்ப ஈடுபட்டுச் செய்தார். அப்புறம் தொடர்ந்து என்னுடைய மற்ற நாவல்களை மொழிபெயர்ப்பதற்கான ஒப்பந்தத்தில் அவரும் கையெழுத்திட்டிருக்கிறார்.

ஆங்கிலத்தில் எனக்குப் பெரிய அறிவு கிடையாது. ஆனால் இரண்டு பேருடைய மொழிபெயர்ப்புமே நல்ல மொழிபெயர்ப்புகள் என்று சொல்லி இருக்கிறார்கள். அதே போல் என் சிறுகதைகளை கல்யாணராமன் மொழிபெயர்த்திருக்கிறார். அசோகமித்திரன், தேவிபாரதியை எல்லாம் மொழிபெயர்த்தவர். இவ்வருடம் விளக்கு விருதை அவர்தான் பெற்றார். எனது ஐந்தாறு கதைகளை மொழி பெயர்த்திருக்கிறார். இன்னும் பத்துக் கதைகளுக்கு மேல் மொழி பெயர்த்து ஒரு தொகுப்பாகக் கொண்டுவரும் திட்டத்தில் இருக்கிறார்.

இவர்கள் மூன்று பேருமே முக்கியமான மொழிபெயர்ப்பாளர் களாகக் கருதப்படுபவர்கள். ‘மாதொருபாகன்’ மொழிபெயர்ப்புக்கு இந்தப் பிரச்சினை எல்லாம் வருவதற்கு முன்னமே கனடா இலக்கியத் தோட்ட விருது கிடைத்தது. சமீபத்தில் ஆங்கில மொழிபெயர்ப்புக் கான சாஹித்ய அகாதமியும் கிடைத்திருக்கிறது. இந்த மாதிரி மொழி பெயர்ப்பாளர்கள் அமைந்தது ரொம்ப முக்கியமான நல்ல விஷயம் என நினைக்கிறேன்.

வட்டார இலக்கியத்தை மொழிபெயர்ப்பதில் சிக்கல்கள் இருக்கின்றன. அப்படியே மொழிபெயர்த்தால் அந்நிய மொழியில் நகைச்சுவையாக ஒலிக்கும்; மாற்றினால் மூலத்தின் உயிர்ப்பை இழக்கும். இதை எப்படிக் கையாள்கிறீர்கள்? மொழிபெயர்ப்பு திருப்தியாக இருக்கிறதா? எப்படி அவற்றைச் சரி பார்க்கிறீர்கள்?

ஆங்கிலத்தில் போகும்போது அவர்கள் பார்த்துக் கொள்கிறார்கள். தமிழில் இருப்பது போல் இல்லை. ஓர் எடிட்டிங் குழு இருக்கிறது. ஒரு மொழிபெயர்ப்பைக் கொடுத்தால் அந்தக் குழுவினர் படித்து அதில் பல சந்தேகங்களை எழுப்புவார்கள், மொழி அமைப்பு சரியாக இருக்கிறதா எனப் பார்ப்பார்கள். இப்படி ஒரு குழு வேலையாக அது நடக்கிறது. பிறகு அதை மொழிபெயர்ப்பாளருக்குத் தெரிவித்து அவரிடமிருந்து விளக்கம் பெற்று, அவரது திருத்தங்களை அனுமதித்து, அவ்வளவு ப்ராசஸ் அங்கு நடக்கிறது ஒரு மொழி பெயர்ப்பு நூல் வெளியாவதற்கு. அதே போல் மொழிபெயர்க்கும் போது மொழிபெயர்ப்பாளருக்குச் சொற்களில் வரும் சந்தேகங்கள் உள்ளிட்ட பல விஷயங்களை எழுத்தாளரிடம் கேட்கிறார்கள்.

அப்படி விளக்கம் பெற்ற பிறகுதான் மொழிபெயர்க்கிறார்கள். அநிருத்தன் இப்போது 'கோழையின் பாடல்க'ளில் கூட நிறைய இடங்களில் சந்தேகங்கள் கேட்டார். இப்படி இருப்பதால் பெருமளவு நல்ல மொழிபெயர்ப்புகள்தான் வருகின்றன.

அது தாண்டியும் மூல மொழியில் இருக்கும் ஒரு விஷயம் இன்னொரு மொழிக்குப் போகையில் வரும் பிரச்சினைகள் இருக்கத்தான் செய்யும். உதாரணமாக 'கூளமாதாரி'யில் பாத்திரப் பெயர்கள் எல்லாம் பட்டப் பெயர்களாக இருக்கும், கூளையன், செவிடி, நெடும்பன் என. இந்தப் பெயர்களை அப்படியே ஆங்கிலத்தில் போட்டு அடிக்குறிப்பு சேர்ப்பதா அல்லது பெயரையே ஆங்கிலத்தில் மொழிபெயர்த்துக் கொடுக்கலாமா என்ற கேள்வி வந்தது. அவர்கள் விவாதித்து எது சரியாக இருக்கும் என்று முடிவெடுத்தார்கள். அந்த மாதிரி ஒரு விவாதம், குழு நடவடிக்கை இருப்பதால் மொழிபெயர்ப்புகள் தரமாக வரும் வாய்ப்பு அதிகம்.

மொழிபெயர்ப்புகள் உங்களுக்குப் பெற்றுத் தந்த (நேரடி ஆங்கில) வாசகர்கள் பற்றி?

ஆங்கிலத்தில் வாசித்துவிட்டு நிறையப் பேசுகிறார்கள், மின்னஞ்சல் அனுப்புகிறார்கள். கிட்டத்தட்ட தமிழில் இருக்கும் வாசகர்களின் கருத்தோட்டத்தோடேதான் அவர்களும் இருக்கிறார்கள். ரொம்ப நுட்பமான வாசகர்களும் அதில் இருப்பதைக் காண முடிகிறது. ஒரு விரிந்த தளத்தில் படைப்புகள் போயிருப்பதை அந்த வாசகர்கள் மூலமாக உணர்கிறேன். இன்னொன்று அந்த வாசகர்களுக்கு நான் எழுதும் உலகம் புதியதாக இருக்கிறது. அவர்களின் கருத்துகளிலிருந்து அதை உணர முடிகிறது.

இந்த ஆங்கில வாசகர்கள் எல்லாம் யார்? ஆங்கிலம் தெரிந்த, ஆனால் தமிழ் தெரியாத அல்லது வாசிக்காத தமிழர்களாக இருக்கலாம்; இந்திய ஆங்கில வாசகர்களாக இருக்கலாம்; அல்லது வெளிநாட்டு ஆங்கில வாசகர்ளாக இருக்கலாம்.

நீங்கள் சொல்லும் பல தரப்புமே இருக்கிறது. கனடாவிலிருந்து ஓர் அம்மாள். 85 வயதோ 86 வயதோ. பக்கவாதத்தால் பாதிக்கப்பட்டவர். உத்திரமேரூரில் ஒரு விடுதி நடத்துகிறார். அங்கே நூற்றுக்கணக்கான சிறுவர், சிறுமிகள் தங்கி இருக்கிறார்கள். அதை நிர்வகிப்பதற்கான நிதி உதவியை அங்கிருந்து அளிப்பது மட்டுமின்றி மூன்று மாதத்திற் கொரு முறை இங்கே வருகிறார். அவர் 'One Part Woman'-ஐப் படித்திருக்கிறார். இங்கே வந்தபோது அவர் என்னைச் சந்திக்க வேண்டும் எனக் கேட்டதால், நான் போய்ப் பார்த்தேன். அவர்

சொன்ன பிறகுதான் இங்கே தமிழ்நாட்டில் அவர் சார்ந்த நிறுவனங்களில் இருப்பவர்கள் எல்லோருக்குமே என்னைத் தெரிந்திருக்கிறது. இது மாதிரி எதிர்பாராத ஆட்கள் எல்லாம் படித்துவிட்டுப் பேசுகிறார்கள்.

வேறு மாநிலங்களில் ஒன்றிரண்டு தலைமுறை முன்னால் போன தமிழ்நாட்டைச் சேர்ந்தவர்கள் தமிழ் வாசிக்கத் தெரியாமல் ஆங்கிலத்தில் என்னை வாசித்திருப்பார்கள். தமிழில் பேசுவார்கள், ஆனால் வாசிப்பு ஆங்கிலத்தில் மட்டுமானதாக இருக்கும். அப்படி இருப்பவர்களை வாசகர்களாகப் பெற முடிந்திருக்கிறது.

இந்திய மொழிகள் சிலவற்றிலும் போயிருக்கிறது. மலையாளம், தெலுங்கு, கன்னடத்தில் 'மாதொருபாகன்' மொழிபெயர்க்கப் பட்டிருக்கிறது. அப்பகுதி வாசகர்களையும் பெற்றிருக்கிறேன். அது ஒரு பெரிய ரீச்தான்.

> 'சாதியும் நானும்' தலைப்பில் எழுத்தாளர்களைக் கொண்டு காலச்சுவடில் தொடர் வெளியிடுவதாகத் திட்டமிருந்து பின் உங்கள் மாணவர்களை வைத்து எழுத வைத்துள்ளீர்கள். அது மிக முக்கியமான பதிவு என நினைக்கிறேன். (இன்னும் நான் முழுக்க வாசிக்கவில்லை.) ஆனால் ஏன் எழுத்தாளர்களிடமே கேட்கவில்லை. வெளிப்படையாக எழுத ஒப்புக்கொள்ள மாட்டார்கள் என்ற தயக்கமா?

இல்லை. அப்படியான ஒரு விவாதம் நடந்தது. ஆனால் அதை யார் எடுத்துச் செய்வது, ஒவ்வொரு எழுத்தாளரிடமும் கேட்டு வாங்குவது போன்ற நடைமுறைச் சிக்கல்கள் இருந்ததால் தள்ளிப் போய்க் கொண்டே இருந்தது. அப்போது கூடு அமைப்பின் 49வது நிகழ்ச்சி முடிந்து 50வது நிகழ்ச்சி வரப் போகும் சமயம். அதனால் விமரிசையாக ஏதாவது செய்யவேண்டும் என எல்லோரும் விரும்பினார்கள்.

விமரிசை என்பது நிகழ்ச்சி நடத்துவது, நிறையச் செலவு செய்வது என்பதாக அல்லாமல் கான்க்ரீட்டாக ஏதாவது ஒரு வேலை செய்வது என யோசித்து ஒரு புத்தகம் வெளியிடுவது என முடிவு செய்தோம். கூடு அமைப்பில் இருக்கும் எல்லோரும் பங்கேற்று எழுதுவது போல் ஏதேனும் செய்தால் நன்றாக இருக்கும் என நினைத்தோம். ஆய்வுக் கட்டுரை என்பது வழக்கமான ஒன்றாகப் போய்விடும் என்பதால் பலவிதமான தலைப்புகளை யோசித்தோம். அப்போது நான் முன்வைத்தது இந்தத் தலைப்பு. இது நான் ஏற்கெனவே பேசிக் கொண்டிருந்த தலைப்பு என்பதால் ஏதாவது ஒரு வகையில் சாத்தியம் ஆகட்டும் என்றெண்ணி மாணவர் முன் இத்தலைப்பை வைத்தபோது ஒப்புக் கொண்டார்கள். அப்படித்தான் இது மாணவர்களிடம் போனது.

காலச்சுவடில் எழுத்தாளர்களிடம் கேட்டு ஒரு முயற்சி எடுத்திருந்தால் செய்திருக்கலாம்தான். எத்தனை எழுத்தாளர்கள் எழுதி இருப்பார்கள் எனத் தெரியவில்லை. ஆனால் ஒரு முயற்சி எடுத்திருந்திருக்கலாம். எனக்கும் அப்போது பலவேலைகள் இருந்ததால் அதில் ஈடுபட முடியாமல் போனதுதான் காரணம்.

இந்த 'கூடு' இலக்கிய அமைப்பு பற்றிச் சொல்லுங்கள்.

நான் இந்த வீட்டிற்கு வந்ததிலிருந்து கூடு என்ற அமைப்பை நடத்தி வருகிறேன். மொட்டை மாடியில் ஷெட் போட்டிருந்தது அல்லவா, அங்கேதான் நடத்துவோம். மாதம் ஒரு கூட்டம். கூடு ஆய்வுச் சந்திப்பு என்று பெயர் வைத்து எம்ஃபில், பிஹெச்டி மாணவர்கள் சேர்ந்து நடத்தினோம். அது ஒரு ஐம்பத்தி இரண்டு கூட்டங்கள் நடந்து விட்டன. அதன் 50வது கூட்டத்தில்தான் 'சாதியும் நானும்' நூல் வெளியிட்டோம்.

ஆர்வமுள்ள இளங்கலை, முதுகலை மாணவர்களும் கூட கலந்து கொள்வார்கள். கடைசியாக நடந்த கூட்டங்களில் 40 முதல் 50 பேர் வரை கலந்து கொண்டார்கள். நிறைய எழுத்தாளர்கள் வந்து இதில் பேசி இருக்கிறார்கள். பிரபஞ்சன், பா. செயப்பிரகாசம், ஜெயமோகன், வீ. அரசு, க. மோகனரங்கன் இப்படி நிறையப் பேர். ஏதாவது சந்தர்ப்பத்தில் இப்பக்கம் வருகையில் அந்த எழுத்தாளர்களைக் கூப்பிட்டுப் பேச வைப்போம்.

பெரிய அளவுக்குச் செலவு ஏதும் இல்லாமல் அந்நிகழ்ச்சிகள் நடந்தன. இப்பகுதியில் இருக்கும் இலக்கிய ஆர்வலர்களுக்கு உத்வேகம் அளிக்கும் விஷயமாகவும், பரிமாறிக் கொள்ளும் இடமாகவும் அது இருந்தது.

இப்போதும் அது நடக்கிறதா?

இல்லை. இந்தப் பிரச்சினைக்குப் பிறகு அது நடக்கவில்லை. அது சார்பாக இப்போது 'கூடு ஆய்விதழ்' என்று ஓர் இதழ் நடத்தலாம் என முடிவு செய்திருக்கிறோம். அது இன்னும் ஓரிரு மாதங்களில் வெளி வரும். இப்போது மாணவர்கள் அதற்காகக் கட்டுரைகள் தயார் பண்ணிக் கொண்டிருக்கிறார்கள்.

விமர்சனம் மற்றும் ஆய்வு முதலியவற்றில் ஆர்வமே இல்லை என்றும் உங்கள் பெரும்பாலான கட்டுரைகள் கேட்கப்பட்டதால் எழுதப் பட்டவை என்றும் துயரமும் துயர நிமித்தமும் முன்னுரையில் சொல்லி இருக்கிறீர்கள். அது முதல் கட்டுரைத் தொகுதி. பிற்பாடு அதில் மாற்றம் ஏற்பட்டதா?

இப்போதும் கட்டுரைகள் எழுதுவதை நிர்ப்பந்தத்தால்தான் செய்கிறேன். எனக்கு அதில் பெரிய விருப்பம் இல்லை. கவிதை, நாவல், சிறுகதை இவற்றில் கிடைக்கும் நிறைவு கட்டுரையில் கிடைப்பதில்லை. அது ஏதேனும் தேவையை ஒட்டி அல்லது யாராவது கேட்கையில் எழுதுவதாகத்தான் இன்று வரை இருக்கிறது.

> சுஜாதாவின் திருக்குறள் உரையின் கோணல்கள் மற்றும் ஆழமற்ற தன்மை குறித்து விமர்சித்து ஒரு கட்டுரை எழுதி இருந்தீர்கள். (அதை சமீபத்தில்தான் வாசித்தேன். இடையே நான் வேறு திருக்குறள் காமத்துப் பாலுக்கு ஒரு குறுங்கவிதை உரை எழுதி விட்டேன் என்பதால் சற்று குற்றவுணர்வுடன்தான் படித்தேன்.) திருக்குறளுக்கு ஒரு நல்லதொரு செறிவான உரை எழுதும் திட்டமுண்டா? இன்றைய தேதியில் மக்கள் பின்பற்ற வேண்டிய சரியான உரை என எதைச் சொல்வீர்கள்?

திருக்குறளுக்கு என்றில்லை. தமிழ் இலக்கணங்களுக்கும், சங்க இலக்கியங்களுக்கும் உரையெழுதவேண்டும் என ஒரு கட்டத்தில் எனக்குத் தோன்றியது உண்டு. பாடம் நடத்தும்போது எனக்கு ஏற்படும் இடர்ப்பாடுகளை மனதில் வைத்துக்கொண்டு அது மாதிரி நினைத்திருந்தேன். பாடத்திட்டத்துக்காக ஒரு காலத்தில் எழுதப் பட்ட உரைகள் எல்லாம் இன்று பழையதாகி விட்டன. குறிப்பாய் அவற்றின் மொழிநடை.

அந்த அடிப்படையிலும், நான் எப்படிக் கற்பிக்கவேண்டும் என நினைக்கிறேனோ அதற்கேற்ற வகையிலும் உரையெழுதவேண்டும் என நினைத்தேன். ஆனால் ஒரு கட்டத்தில் அது என்னுடைய வேலை இல்லை என்ற தெளிவு வந்தது. அதற்கு நிறைய நேரமும் உழைப்பும் வேண்டும். என்னுடையதை அதற்குச் செலவிட விரும்பவில்லை. அதற்குப் பதிலாக அவற்றை ஒரு படைப்பில் செலவிடுவது எனக்குத் திருப்திகரமானது.

திருக்குறளுக்குக் கூட உரையெழுதித் தரச் சொல்லி காலச்சுவடு பதிப்பகத்திலிருந்து வேங்கடாசலபதியும் கண்ணனும் பல முறை கேட்டு விட்டார்கள். அதற்காக திருக்குறளின் ஒட்டுமொத்த உரைத் தொகுப்பை எல்லாம் கூட எனக்கு வாங்கிக் கொடுத்தார்கள். உரையெழுதுவது என்னுடைய வேலை இல்லை என்ற தெளிவு வந்து விட்டதால் அதையும் கூட நான் செய்யவில்லை. உரையெழுதும் விஷயம் வேறொரு ஆள் செய்து விட முடியும், ஆனால் படைப் பாளியாக நான் எழுத நினைக்கும் ஒன்றை வேறு யாரும் செய்ய முடியாது. அதனால் எந்நூலுக்கும் உரையெழுதுவதாக எண்ணமில்லை. பழைய நூல்களைப் பதிப்பிக்கும் எண்ணமுண்டு. ஆனால் பதிப்பு

வேலையில் கூட இனி எவ்வளவு ஈடுபட முடியும் எனத் தெரியவில்லை.

(பெருமாள்முருகன் பதினெண் கீழ்க்கணக்கு நூல்களின் செம்பதிப்பு களைக் கொண்டுவர மிகுந்த முயற்சி எடுத்தார் என்றும் காலச்சுவடு வெளியீடுகளாக வர இருந்தன என்றும் பி.ஏ. கிருஷ்ணன் சமீபத்தில் ஃபேஸ்புக்கில் எழுதி இருந்தார். அதைப் பற்றிக் கேட்டபோது பெருமாள்முருகன், ''என் திட்டங்களை எல்லாம் காலம் தன் கையில் எடுத்துக்கொண்டது. அதனிடமிருந்து சிலவற்றையேனும் மீட்க முயல்கிறேன். அதில் கீழ்க்கணக்கும் அடக்கம். பார்க்கலாம்'' எனச் சொன்னதாகப் பதிவு செய்திருக்கிறார்.)

திருக்குறளுக்கு எளிமையான உரை என்றால் இன்று வரை மு.வ. எழுதியதுதான். அதைத் தாண்டிச் செய்த பலரும் அதைப் பின்பற்றித் தான் செய்திருக்கிறார்கள். பழைய உரையாசிரியர்களில் பரிப்பெருமாள் என்பவரின் உரை எனக்குப் பிடித்தது. செறிவாகவும் வேறுபட்ட ஒரு முறையிலும் அந்த உரை இருக்கும்.

'கரித்தாள் தெரியவில்லையா தம்பீ...' உங்கள் வாழ்க்கைச் சம்பவங்களை முன்வைத்த சுவாரஸ்யமான கட்டுரைத் தொகுதி. அது போல் மேலும் எழுதும் எண்ணமுண்டா?

அது மாதிரி இன்னும் நிறையக் கட்டுரைகள் எழுதி இருக்கிறேன் மறுபடியும். அதெல்லாம் நூலாக வரவில்லை. அவற்றைத் தொகுக்க வேண்டும். என் அம்மாவைப் பற்றியே இரண்டு கட்டுரைகள் எழுதி இருக்கிறேன். ஊர் பற்றிய கட்டுரைகள், படைப்பு பற்றிய கட்டுரைகள் இப்படி எழுதி இருக்கிறேன்.

மொத்தத்தில் நானெழுதிய கட்டுரைகள் இன்னும் தொகுக்கப் படாமல் இருக்கின்றன. தொகுத்தால் நாலைந்து புத்தகங்கள் வரும். பொருள்வாரியாகத் தொகுக்கவேண்டும்.

சுயசரிதை எழுதும் திட்டமிருக்கிறதா?

(சிரிக்கிறார்.) அப்படி எல்லாம் ஏதும் இல்லை. இந்தக் கட்டுரைகளி லேயே நிறைய என் சுயசரிதைதான். பேட்டிகளில் வந்துவிட்டது. அதைத் தாண்டி சுயசரிதத்தில் என்ன எழுத முடியும் எனத் தெரியவில்லை.

பதிப்பாசிரியர் பணி உங்களுக்குப் பிடித்தமானது. காலச்சுவடு வெளியிட்ட கு.ப.ரா. கதைத் தொகுதிக்கு நீங்கள் பதிப்பாசிரியர் என்பது ஓரளவு தெரிந்த செய்தி. வேறு என்ன நூல்களைப் பதிப்பித்திருக்கிறீர்கள்?

அடையாளம் வெளியிட்ட கு.ப.ரா. சிறுகதைத் தொகுப்பில் சில பிரச்சினைகள் இருந்தன என்பதால் இதைத் தொகுத்தேன். தி.அ. முத்துசாமிக் கோனார் எழுதிய 'கொங்குநாடு' என்ற நூலைப் பதிப்பித்திருக்கிறேன். அது கொங்கு நாட்டின் முதல் வரலாற்று நூல். 1930களில் அவர் நடத்திய பத்திரிகையில் தொடராக எழுதினார். அக்காலத்தில் பத்திரிகையில் தொடராக வருவனவற்றை நூலாக்க பாரங்களை எடுத்து வைத்திருப்பார்கள். சிலரிடம் மட்டும் அதன் பிரதிகள் இருந்தன. அதைப் பதிப்பித்தேன். அது முக்கியமான வரலாற்று நூல்.

மா. கிருஷ்ணனின் 'பறவைகளும் வேடந்தாங்கலும்' என்ற நூல். கலைக் களஞ்சியத்தில் அவர் எழுதிய பறவைகள் பற்றிய கட்டுரைகள் அவை. நான் பதிப்பித்ததில் மிக முக்கியமானது கு.ப.ரா. சிறுகதைகள்.

பதிப்பாசிரியர் பணி என்பது ப்ரூஃப் பார்ப்பது மட்டுமல்ல. அதன் கீழ் வரும் பணிகள் என்ன என்ன என்பதைச் சுருக்கமாகச் சொல்ல முடியுமா?

பதிப்பு என்பது ஒரு நூலை வாசகருக்கு என்னென்ன விதத்தில் பயன்படச் செய்ய முடியுமோ அத்தகைய வசதிகளை உருவாக்கித் தருவது. அதனால்தான் பதிப்பில் நூல் அல்லாமல் அதற்கு முன்பும் பின்பும் இருக்கும் விஷயங்கள் முக்கியமானவை என்று சொல்கிறோம். உதாரணமாக கு.ப.ரா. சிறுகதைகளில் பின்னால் கதைகளுக்குத் 'தலைப்பகராதி' என்று ஒன்று சேர்த்திருக்கிறேன். இப்போது ஒரு வாசகருக்கு கு.ப.ரா.வின் 'கனகாம்பரம்' கதையை உடனடியாகக் கண்டுபிடிக்கவேண்டும் எனில் மற்ற பதிப்புகளில் கண்டுபிடிப்பது கஷ்டம். பொருளடக்கத்தில் தேடவேண்டும். சில பதிப்புகள் இரண்டு, மூன்று பாகங்கள் இருக்கும். எந்தப் பாகத்தில் இருக்கிறது என்று கூடத் தெரியாது. இந்தத் தலைப்பகராதியைப் பார்த்தால் உடனடியாக கனகாம்பரம் எத்தனையாவது பக்கம் என்று எளிதில் எடுத்து விடலாம். அப்படி இருக்கும்.

அடுத்து அவர் பயன்படுத்தி இருக்கும் சொற்களில் நிறைய இன்றைக்குப் புழக்கத்தில் இல்லாத சொற்கள். இன்றைய வாசகருக்கு அது புதிதாகவும் பொருள் தெரியாததாகவும் இருக்கும். சில இடங்களில் பொருள் தெரியவில்லை எனில் கடந்து போக முடியாது. அப்படிப்பட்ட சொற்களைத் தொகுத்து, அவற்றுக்குப் பொருள் கொடுத்து ஓர் அகராதியை நூலின் பின்னால் கொடுத்திருக்கிறேன். வாசகருக்கு ஏதேனும் சொல்லுக்குப் பொருள் தெரியவில்லை எனில் உடனடியாகப் பின்னால் எடுத்துப் பார்த்துக் கொள்ளலாம்.

ஒருவர் நூலை ஆய்வுக்குப் பயன்படுத்துகிறார் என்றால் அவருக்குத் தேவையான தரவுகளை நூலில் வைத்திருக்கவேண்டும். அவற்றை அவரே திரட்டிக் கொள்ளவேண்டும் என்பதில்லை. சிலவற்றை அப்படித் திரட்டித்தான் ஆகவேண்டும். ஆனால் பொதுவான விஷயங்களை எல்லாம் பதிப்பாசிரியர் கொடுக்கவேண்டும். இதில் ஒவ்வொரு கதைக்கும் அப்படி விவரங்களைக் கொடுத்திருக்கிறேன்.

கதை எந்த ஆண்டு எழுதப்பட்டது, எந்த இதழில் வெளியானது, அப்போது என்ன தலைப்பு, அது மாற்றம் பெற்றிருக்கிறதா, இதழில் வந்த கதைக்கும், புத்தகத்தில் இருக்கும் கதைக்கும் ஏதேனும் பாட வேறுபாடுகள் இருக்கிறதா இந்த விவரங்கள் எல்லாம் அதில் கொடுக்கப்பட்டிருக்கின்றன. ஆராய்ச்சி செய்பவர்களுக்கும், வாசகர்களுக்கும் இவை பயனுள்ளவை. இது மாதிரி ஒரு நூலில் வாசகருக்கு என்னென்ன சிக்கல்கள் வருமோ, அவற்றைத் தீர்ப்பதற் கான வழிமுறைகளை நூலுக்குள்ளேயே வைப்பது பதிப்பாசிரியரின் பணி.

இப்படிப் பல வேலைகள் செய்யவேண்டும். அப்போதுதான் அது உண்மையில் பதிப்பு என்ற அந்தஸ்தைப் பெறும். இருப்பதை அப்படியே ப்ரூஃப் பார்த்து, அச்சுக் கோர்த்துக் கொடுத்து விடுவது என்பது பதிப்பு ஆகாது.

அதனால் ஒரு பதிப்பாசிரியரின் பணி என்பது ரொம்ப முக்கியமானது.

> உங்கள் நூல்களில் குறைவாக விற்றதும் அதிகமாக விற்றிருக்க வேண்டியதும் பதிப்புத் துறை சார்ந்து எழுதிய பதிப்புகள் மறுபதிப்புகள் நூல் எனச் சொல்லி இருக்கிறீர்கள். இது போல் நம் மண்ணுக்கே உரிய வினோதச் சங்கடங்களை ஓர் எழுத்தாளன் எப்படி எதிர்கொள்வது? இப்படி சொல்லிக்காட்டுவதைத் தாண்டி.

இந்த மாதிரியான சங்கடங்களை வெளிப்படுத்துவதன் மூலமாக ஏதேனும் அசைவை ஏற்படுத்த முடியுமா என்று பார்க்கலாம். முடிந்த அளவு எல்லா இடங்களிலும் அதைச் சொல்லிக்கொண்டுதான் இருக்கிறேன்.

ஒரு நூலை வாசகர்கள் வாங்கும்போது விலை குறைச்சலாக ஒன்று கிடைத்ததென்றால் அதை வாங்கி விடுவது என்பதுதான் பெரும் பாலும் இருக்கிறது. அப்படி இல்லாமல் அது தரமான பதிப்பா, நமக்குத் தேவைப்படும் விஷயங்கள் உள்ள பதிப்பா என்று கவனித்துப் பார்த்து வாங்கவேண்டும். அந்தப் பார்வை வாசகர்களிடம் வந்தது

என்றால் பதிப்பகங்கள் அந்தத் தரத்தோடு வெளியிடுவதற்குத் தயாராவார்கள்.

நம் வாசகர்கள் பதிப்பகங்களிடம் தம் தேவையை முன்வைத்துக் கோருவதில்லை. நாம் கேட்டால்தான் அவர்கள் அதற்குத் தயாராவார்கள். இன்று நுகர்வோருக்கு என்ன தேவையோ அதைத் தரும் காலகட்டம்.

நாம் தேவைகளை நிறைவேற்றாத நூல்களைப் புறக்கணிப்பதில்லை. எது கைக்குக் கிடைப்பதோ அதை வாங்குவது என்ற பார்வைதான் இருக்கிறது. பதிப்பு பற்றியான விழிப்புணர்வு இல்லை. நீண்ட இலக்கியப் பாரம்பரியம் உடைய நம் மொழியில்தான் இந்த விழிப்புணர்வு அதிகமாக இருந்திருக்கவேண்டும். பதிப்பு சம்பந்தப் பட்ட விஷயங்கள் வெகுஜனமயப்பட்டிருக்கவேண்டும். அப்படி நடக்கவில்லை. அது துரதிர்ஷ்டம்தான். வாசகர்களுக்கு அப்படியான விழிப்புணர்வைத் தரவேண்டும் என்பதற்காக வாய்ப்புக் கிடைக்கும் இடங்களில் எல்லாம் இது சம்பந்தமான விஷயங்களைப் பேசிக் கொண்டே இருக்கிறேன். அதன் மூலம் என்னாலான ஒரு சிறு விழிப்புணர்வையேனும் ஏற்படுத்த முடியுமா எனப் பரிசோதித்துப் பார்க்கிறேன்.

நேரெதிரான விஷயம். உங்கள் நூல்களில் 'மாதொருபாகனு'க்கு அடுத்து அதிகம் விற்பனையானது எது?

மற்றதெல்லாமும் மூன்று அல்லது நான்கு பதிப்புகள் வந்து விட்டன. 'பூக்குழி' நன்றாக விற்றது. நல்ல கவனமும் கிடைத்தது. 'கங்கண'மும் இரண்டாம் பதிப்பு நன்றாக விற்றது.

தொகுப்பாசிரியராகவும் பல நூல்களுக்கு இருந்திருக்கிறீர்கள் அல்லவா? அந்தப் பங்களிப்புகள் பற்றியும் அவ்வேலையின் சவால்கள் குறித்தும் பேசுங்கள்.

கொங்குச் சிறுகதைகள் மற்றும் தலித் பற்றிய கொங்குச் சிறுகதைகள் - இவற்றைத் தொகுத்திருக்கிறேன். அறிஞர் அண்ணாதுரையின் நூற்றாண்டின் போது அவரது தேர்ந்தெடுத்த சிறுகதைகளை 'தீட்டுத்துணி' என்ற பெயரில் பதிப்பித்திருக்கிறேன். பிரபஞ்சனுடைய இருபது சிறந்த சிறுகதைகளைத் தேர்ந்தெடுத்து 'சித்தன் போக்கு' என்ற பெயரில் காலச்சுவடில் வெளியிட்டிருக்கிறேன். சி.சு. செல்லப்பாவின் சிறந்த கதைகளைத் தேர்ந்தெடுத்து 'கூடுசாலை' என்ற தொகுப்பு நூலைக் கொண்டு வந்திருக்கிறேன்.

இவை எல்லாமே தேர்ந்தெடுத்த கதைகள். அதில் சவால் என்ன வென்றால் நிறையப் படித்து அதிலிருந்து தேர்ந்தெடுக்கவேண்டும். உதாரணமாய் அண்ணா நூற்றுக்கும் மேற்பட்ட கதைகள் எழுதி இருக்கிறார். அவற்றிலிருந்து சிறந்ததெனப் பத்து, பதினைந்து கதைகளைத் தேர்ந்தெடுக்கவேண்டும். சி.சு. செல்லப்பா கிட்டத் தட்ட 120 கதைகள் எழுதி இருக்கிறார். அதிலிருந்து சிறந்த கதைகளைத் தேர்ந்தெடுக்கவேண்டும். அதற்கு அவ்வளவு கதைகளையும் படித்து, அவற்றில் என்னுடைய அளவுகோல்களுக்கு ஏற்ற மாதிரியான கதைகளைத் தேர்ந்தெடுக்கிறேன். அப்படி ஒன்பது கதைகளை மட்டும்தான் நான் தேர்ந்தெடுத்தேன்.

அவருடைய மற்ற கதைகள் தேவையில்லையா எனக் கேட்டால் அவை வேறொரு வகையில் தேவைப் படும். இன்றைய வாசகர்கள் சி.சு. செல்லப்பாவின் 120 கதைகளையும் படிக்க வேண்டிய அவசிய மில்லை. அவர் எப்படியான எழுத்தாளர் என்றறிய இன்றைய வாசகர் விரும்பினால் தேர்ந்தெடுத்த கதைகளைத் தருகிறேன். அந்த அடிப்படையை வைத்துக்கொண்டு தொகுப்பது சிரமம். நம் அளவு கோல்கள் என்ன எனத் தீர்மானித்துக் கொள்ளவேண்டும். நல்ல கதைகள் விடுபட்டுப் போகாமல் பார்த்துக் கொள்ளவேண்டும். பொதுத் தளத்தில் ஒருவர் இந்த மாதிரி ஒரு நல்ல கதையை இவர் விட்டு விட்டார் என்று சொல்லிவிடக் கூடாது. இவற்றை எல்லாம் யோசித்துச் செய்யவேண்டும். அது ஒரு பெரும் பொறுப்புதான்.

ஆனால் இதைச் செய்துதான் ஆகவேண்டும். இப்படியான தொகுப்பு களுக்கு இன்று அவசியம் இருக்கிறது. சிறுகதை வரலாற்றில் 'மணிக்கொடி' இதழாசிரியர் பி.எஸ். ராமையா முக்கியமான ஓர் இடம் பெறுகிறார். அவர் ஐந்நூறுக்கும் மேற்பட்ட சிறுகதைகள் எழுதி இருக்கிறார். 'ஆனந்த விகடனி'ல் ஒரு வருடம் முழுக்க வாரம் ஒரு சிறுகதை எழுதியவர். இன்றைய வாசகர் அவரைப் படிக்க வேண்டும் எனில் எங்காவது தேடிப் பிடித்து எல்லாவற்றையும் வாங்கவேண்டும், அப்படியே வாங்கினாலும் இரண்டு கதைகள் படித்தால் பிடிக்காமல் போகலாம். அவரது ஐந்நூறு கதைகளில் பத்துக் கதைகளை மட்டும் தேர்ந்தெடுத்துக் கொடுக்க முடிந்தால் இன்றைய வாசகர்களுக்கு அது பெரிய உதவியாக இருக்கும். அது மட்டுமின்றி நம் இலக்கிய வரலாற்றுக்கும் அது மிகப் பெரிய ஒரு பங்களிப்பு. வரலாறு பல பேரைக் கடந்து போய் விடும். பெயரை மட்டும் பதிவு செய்துகொண்டு படைப்புகளை விட்டு விட்டுப் போய் விடும். குறிப்பிட்ட கதைகளைத் தேர்ந்தெடுத்துத் தரும்போது அக்கதைகளுக்கு நாம் ஒரு வாழ்வைத் தருகிறோம். அந்த

எழுத்தாளருக்கும் ஒரு வாழ்வை அளிக்கிறோம். நவீன வாசகர்களுக்கு அவரை அக்கதைகளின் வழி அறிமுகம் செய்கிறோம்.

மணிக்கொடி கால எழுத்தாளர்களுக்கு இவற்றின் தேவை இருக்கிறது. என்னால் சி.சு. செல்லாப்பாவுக்குச் செய்ய முடிந்திருக்கிறது. பி.எஸ். ராமையாவுக்கு ஒன்று செய்யவேண்டும் என நினைத்திருக்கிறேன்.

நான் திருக்குறளுக்கே அப்படியான ஒரு தேர்ந்தெடுத்த தொகுப்பு கொண்டு வரவேண்டும் என எண்ணினேன். நானே அனைத்துக் குறள்களையும் வாசித்தவன் அல்லன். என் தலைமுறையிலேயே அப்படி என்றால் அடுத்து வருபவர்கள் 1,330 என்ற எண்ணைப் பார்த்து மலைப்பார்கள். அவர்களுக்கு அறிமுகமாகும் சொற்பக் குறள்கள் சிரமமானதாகவோ, அவர்களைப் பொருத்த வரை பொருளற்றதாகவோ இருந்தால் அதை வாசிக்காமலே விட்டு விடுவார்களோ என அதிகாரத்துக்கு 2 அல்லது 3 குறள்கள் வீதம் சுமார் 300 முதல் 400 குறட்பாக்களை விளக்கவுரையுடன் தொகுக்கவேண்டும் என எண்ணி இருந்தேன்.

திருக்குறளில் அப்படித் தொகுப்பதென்பது கஷ்டம். ஓர் அதிகாரத்தில் ஒவ்வொரு குறளும் முக்கியத்துவம் வாய்ந்ததாக இருக்கும். ஒவ்வொன்றும் ஒரு விஷயத்தைப் பேசும். அதனால் எந்தச் சந்தர்ப்பத்தில் அதில் ஒரு குறள் பயன்படும் எனச் சொல்ல முடியாது. அம்மாதிரியான கட்டமைப்பு கொண்டது திருக்குறள்.

நவீன இலக்கியத்தில் அப்படிச் செய்யலாம். பழைய இலக்கியங்களிலும் குறள் தவிர வேறு படைப்புகளில் செய்யலாம். கம்பராமாயணத்தில் டிகேசி 4,000 பாடல்களைத் தொகுத்திருக்கிறார். அது மாதிரி செய்யலாம்.

கொங்கு வட்டாரச் சொல்லகராதியை உருவாக்கியவர் நீங்கள். வட்டாரச் சொல்லகராதிகள் சுவாரஸ்யம் மிகுந்தவை. இதற்கெல்லாம் சொற்கள் கொண்டிருந்தனரா என பிரமிப்பை அளிப்பவை. வட்டாரம் சார்ந்து எழுதுபவருக்கும் வாசிப்பவருக்கும் உதவக்கூடும். இவற்றைத் தாண்டி அவற்றின் நேரடி லௌகீகப் பயன் என்ன? அச்சொற்களை மீண்டும் புழக்கத்துக்குக் கொண்டு வரும் / பரவலாக்கும் என நம்புகிறீர்களா?

ஒரு வட்டார அகராதிக்குப் பலவிதப் பயன்பாடுகள் உண்டு. நம் சமூகத்தில் தேவைகளை உணராதிருப்பதன் காரணமாக பல வேலைகள் நடக்காமல் இருக்கின்றன. தேவைகள் இருக்கின்றன. ஆனால் சமூகம் இது தேவை என்ற உணர்வைப் பெறுவதில்லை. இது இருந்தால் இன்ன விதமான பயன்கள் கிடைக்கும் என்ற உணர்வும்

கிடையாது. அப்படித்தான் வட்டார அகராதியின் பயன்களும் தெரியாமல் இருக்கின்றன.

நம் மொழியின் சொல் வளத்தைத் தெரிந்து கொள்வதற்கு இந்த அகராதிகள் பயன்படுகின்றன. ஒரு மொழியில் பயன்படும் எல்லாச் சொற்களும் ஓர் அகராதியில் பதிவாகவேண்டும். அப்படிப் பதிவாகாத சொற்கள் தமிழில் ஏராளம் உண்டு. பல சொற்கள் பதிவு இல்லாமல் மறைந்தே கூடப் போய்விட்டன.

ஆங்கிலத்தில் ஆக்ஸ்ஃபோர்ட் அகராதியில் ஆண்டுதோறும் புதிதாக உருவான சொற்கள் சேருகின்றன. உதாரணமாய் Selfie என்ற சொல் இரண்டு வருடங்கள் முன்புதான் அகராதியில் ஏறியது. அது மாதிரி எதெல்லாம் புதியதாக வருகிறது என்று பார்த்து அகராதியில் கொண்டு வருகிறார்கள். நாம் இவ்வளவு பாரம்பரியம், வரலாறு கொண்ட மொழி என்கிறோம். ஆனால் நம் மொழியில் உள்ள சொற்களின் முழுத் தரவைத் தரும் ஓர் அகராதி கிடையாது. இதுவரை தொகுக்கப்படவில்லை. எப்போது முடியும்? சொல்வளம் முழுமையாகத் தெரிவதற்கு எல்லாப் பகுதிகளுக்குமான வட்டார அகராதிகள் தொகுக்கப்படவேண்டும்.

நம் மொழியில் பல விஷயங்களுக்குச் சொற்கள் இல்லை என நினைக்கிறோம் அல்லவா? வட்டார அகராதிகளால் அக்குறையைப் போக்கமுடியும். வட்டாரத்தில் நிறைய விஷயங்களுக்குச் சொற்கள் உண்டு. அவை அகராதியில் பதிவாகும் போது பொதுவழக்குக்கு வரும் சாத்தியம் உண்டு. நம்மை அறியாமல் ஒன்றிரண்டு சொற்களாவது அப்படி வந்து விடும். உதாரணமாய் இன்று திரைப்படங்களில் பயன்படுத்துவதன் மூலமாகப் பல சொற்கள் வழக்குக்கு வருகின்றன. வட்டாரச் சொற்களும் கூட அதில் உண்டு. சந்தானம் 'பில்லக்கா பசங்க' என்று ஒரு படத்தில் சொல்கிறார். அது வட்டார வழக்குச் சொல் - சென்னை, வட ஆற்காடு மாவட்டங்களில் வழங்கப்படுவது. இன்று அது வழக்கில் வந்து விட்டது. இப்படி வட்டாரச் சொற்களைப் பொருளோடு தொகுத்துத் தரும்போது அது பொதுவழக்குக்கு வரும் வாய்ப்புண்டு.

வட்டார எழுத்துக்களை நாம் வாசிக்கிறோம். அந்த வாசகர்களுக்கு ஏதேனும் சொல்லுக்குப் பொருள் தெரிய வேண்டி இருந்தால் அவர்களுக்கு இந்த அகராதி உதவும். அந்த வகையான பயன்பாடும் இதில் உண்டு.

ஒரு பொருளுக்குப் பல சொற்கள் இருக்கின்றன, வட்டார அகராதிகளின் வாயிலாக அந்த அறிவையும் நாம் பெற முடியும். அது

உண்மையில் ஒரு மொழியின் வளத்தைக் குறிப்பது. ஒரே பொருளுக்கு வெவ்வேறு பகுதிகளில் வெவ்வேறு சொல் கையாளுவார்கள். அம்மாதிரி சொற்கள் அறிமுகமாகும்.

இப்படி வட்டார அகராதிகளுக்குப் பலவிதமான பயன்பாடுகள் உண்டு.

> ‘கெட்ட வார்த்தை பேசுவோம்’ தமிழில் தனித்துவமான முயற்சி. ‘பீக்கதைக’ளை விடவும் திராணி தேவைப்படும் முன்னெடுப்பு. (பொது வெளியில் பேசச் சங்கடப்படும் விஷயங்களின் வரலாற்றை நான் ‘குங்குமம்’ இதழில் தொடராக எழுத உங்கள் நூலும் ஓர் உந்துதல். அது நூலாக்கம் பெற்றபோது அமைந்த தலைப்பு எதேச்சையாக உங்கள் நூலின் தலைப்பையே ஒட்டி இருந்தது - ‘வெட்கம் விட்டுப் பேசலாம்’.) அந்த நூல் எப்படி உருவானது எனப் பதிவு செய்திருக்கிறீர்கள். அதற்குப் பெற்ற எதிர்வினைகள் பற்றிச் சொல்லுங்கள். அதுவே சுவாரஸ்யம்.

அதற்கு நல்ல எதிர்வினைகள்தான் வந்தன. நிறைய இளைஞர்கள் படித்தார்கள். தொ.ப. மாதிரியான அறிஞர்கள் கூட அதைப் படித்துச் சிலாகித்தார்கள் என்றறிந்தேன். அது மாதிரி முக்கியமானவர்களிடம் அந்நூல் போய்ச் சேர்ந்திருக்கிறது. அது பேசப்பட வேண்டிய முக்கியமான விஷயம் எனக் கருதி இருக்கிறார்கள். தலைப்பைப் பார்த்துப் புத்தகத்தை வாங்காமல் விட்டவர்கள், படிக்காமல் விட்டவர்களும் உண்டு. சிலர் ‘இவர் கெட்ட வார்த்தை பற்றி புத்தகம் எழுதினவர்’ என்று ரகசியமாகப் பேசிக் கொள்வதைக் கூடக் கேள்விப்பட்டிருக்கிறேன். உள்ளே போய் அந்தக் கட்டுரைகளைப் படித்தார்கள் என்றால் யாருமே அவற்றை விரும்புவார்கள். படிக்காமலே அது பற்றிய ஒரு கருத்தை உருவாக்கிக் கொள்கிறார்கள்.

அதைத் தொடர்ந்து எழுதினால் இது மாதிரி இன்னொரு ஐந்து பாகம் எழுதலாம்.

> இதுவே நூல் ஒன்று என்றுதான் போட்டிருக்கிறீர்கள், இரண்டாம் பாகம் வரும் எனும் பொருளில். ஆனால் அதைத் தொடர்ந்து எழுதப் போவதில்லை என்று எங்கோ நீங்கள் சொல்லிய நினைவு.

அதற்கு இரண்டாம் பகுதி கொண்டு வரலாம் என்ற எண்ணத்தில்தான் அந்நூலுக்கு முதல் பகுதி எனப் பெயரிட்டேன். இந்த நூலுக்குப் பிறகு மூன்று கட்டுரைகள் எழுதி இருக்கிறேன். எல்லாமே ‘மணல் வீடு’ இதழில் தொடராக வெளியானவை. ‘மாதொருபாகன்’ பிரச்சினைக்குப் பிறகு ஏதும் எழுதாததால் அத்தொடர் அப்படியே நின்றுவிட்டது. ஆனால் ஐந்து தொகுதிகள் எழுதுமளவு விஷயங்கள் இருக்கின்றன.

சுகுமாரனை நேர்காணல் செய்திருக்கிறீர்கள். அது ஒரு நல்ல நேர்காணல். இணையத்தில் வாசிக்கக் கிடைக்கிறது. நீங்கள் எடுத்த ஒரே பேட்டி அதுதானா?

புலவர் இராசுவை ஒரு நேர்காணல் செய்தேன். எடுத்து எழுத முடியாமல் அப்படியே நிலுவையில் இருந்து கொண்டிருக்கிறது. அதை எடுத்து ஏழெட்டு வருடங்கள் இருக்கும். கேஸட்டில் இருக்கிறது. அதை எடுத்து ஒரு மாணவரை வைத்து எழுதினேன். அந்தப் பிரதிகள் இப்போது எங்கே இருக்கிறதெனத் தெரியவில்லை.

உங்கள் ஒவ்வொரு கட்டுரைத் தொகுப்புமே ஒவ்வொரு விஷயத்தைப் பேசுகின்றன. வெறுமனே சில தொடர்பற்ற கட்டுரைகளின் தொகுப்பாக அவை இல்லை. சிறுகதைத் தொகுதியையே அப்படி எழுதுபவர் (பீக்கதைகள்) கட்டுரைகளில் அப்படிச் செய்வதை வியக்க ஒன்று மில்லை. அவ்வகையில் தனிப்பாடல்கள் பற்றிய உங்கள் அனுபவக் குறிப்புகள் வான்குருவியின் கூடு. அவை எப்படி உங்களுக்கு அறிமுகமாயின? ஒரு வாசகனுக்கு அறிமுகமாக வாய்ப்புள்ளவற்றில் மிகக் கடைசியாகவே தனிப்பாடல்கள் இருக்கும். நான் உங்கள் நூல் தவிர வேறு தனிப்பாடல்களை வாசித்ததில்லை. சில நூல்களைப் பார்த்திருக்கிறேன். அப்படி இருக்க, அது குறித்த ஒரு நூல் எழுதுமளவு இறங்குவது பிரத்யேகமானது. அதனால் கேட்கிறேன்.

அது கூட பாதியில் நின்று போன ஒன்றுதான். நிறையப் பாடல்களை எழுதும் திட்டம் இருந்தது.

உலகத்தமிழ்.காம் என்ற இணைய இதழ் 2000ல் கொஞ்சம் நாள் நடந்தது. அதன் ஆசிரியராக இருந்த அரவிந்தன் அதில் ஏதாவது எழுதச் சொல்லிக் கேட்டார். எனக்கு நெடுநாட்களாய் தனிப்பாடல் கள் குறித்து எழுதவேண்டும் என எண்ணம் இருந்ததால் அதை எழுதினேன். கவிதையாக இருக்கும் தனிப்பாடல்களை எடுத்துக் கொண்டு என்னுடைய அனுபவங்களோடு எப்படி இசைந்தது என்ற பொருளில் அதை எழுதினேன். இன்னும் 40, 50 தனிப்பாடல்களை அப்படி எழுதும் எண்ணம் இருந்தது. எழுத முடியாமல் போய்விட்டது.

தனிப்பாடல்கள் உண்மையில் தமிழில் இருக்கும் மிகப் பெரிய சொத்து என்றுதான் நினைக்கிறேன். 17ஆம் நூற்றாண்டிலிருந்து 19ஆம் நூற்றாண்டு வரைக்கும் பல புலவர்கள் பல சந்தர்ப்பங்களில் பாடியதை எல்லாம் தொகுத்ததுதான் அது. அதற்குப் பல விதத் திரட்டுகள் வந்திருக்கின்றன. இன்று வரை ஒட்டுமொத்தமாக எல்லா வற்றையும் தொகுத்த ஒன்று என்று ஏதும் கிடையாது. சைவ சித்தாந்த நூற்பதிப்புக் கழகமே நான்கு பாகங்கள் வெளியிட்டிருக்கிறார்கள்.

கா. சுப்ரமணியப் பிள்ளை இரண்டு தொகுப்புகள் வெளியிட்டிருக்கிறார். தஞ்சை சரஸ்வதி மஹால் நூல் நிலையத்தில் நிறையத் தொகுதிகள் வெளியிட்டிருக்கிறார்கள்.

தனிப்பாடல்களை நமது கல்வித்துறையில் அதிகம் அறிமுகம் செய்வதில்லை. பள்ளிப் பாடத் திட்டத்தில் தனிப்பாடல் திரட்டிலிருந்து ஒன்றிரண்டு பாடல்களை வைப்பார்கள் - காளமேகப் புலவர், ஔவையார் இப்படி. ஆனால் அது எங்கிருந்து எடுக்கப்பட்டது என்ற விபரங்கள் தர மாட்டார்கள். காரணம் எதெல்லாம் பொதுப் போக்குக்கு உகந்தது இல்லை என்று நினைக்கிறார்களோ அம்மாதிரியான பாடல்கள் தனிப்பாடல் திரட்டில் இருக்கும். நாம் வைத்திருக்கும் மதிப்பீடுகளைச் சிதைப்பது மாதிரியான பாடல்கள் அதில் உண்டு. எல்லா விதமான சொற்களையும் அதில் புழங்கி இருப்பார்கள். அப்படியான ஒரு கட்டற்ற வெளியாக தனிப் பாடல்களின் உலகம் இருக்கிறது. அதனால்தான் கல்வியில் அறிமுகம் செய்யாமல் இருக்கிறார்கள்.

அம்மாதிரியான பாடல்களை எல்லாம் நீக்கிவிட்டுப் பதிப்பிப்பது என்பதைக் கூடப் பார்க்க முடிகிறது. அது ஒரு மிகப் பெரிய சொத்து என்பதோடு ஆய்வுக்குரிய விஷயமாகவும் நினைக்கிறேன். தமிழ்ச் சமூகத்தின் மூன்று நூற்றாண்டு மனநிலையை ரொம்பத் தெளிவாக முன்வைக்கும் ஒரு மிகப் பெரிய தரவு அது.

பேராசிரியர் பணி உங்கள் மனதிற்கு மிக நெருக்கமான பணி என்பதை உணர முடிகிறது. தொழிலின் இருமுனைகளிலும் அது செம்மையாகப் பதிவாகியுள்ளது. ஒன்று உங்கள் மாணவர்கள் உங்களைப் பற்றி எழுதி இருக்கும் 'எங்கள் ஐயா' நூல். மற்றது நீங்கள் உங்கள் மாணவர்கள் பற்றி தி இந்து நாளிதழில் எழுதும் 'மனதில் நிற்கும் மாணவர்கள்' தொடர். பேராசிரியர் பணி மற்றும் பங்களிப்பு பற்றி?

நான் விரும்பிச் செய்யும் தொழில்தான் இந்த ஆசிரியர் பணி. ஆனால் நான் மனதில் கொண்டிருக்கும் கல்விக் கொள்கைகளுக்கும் நடைமுறைக்கும் இடையே பெரிய வேறுபாடுகள் இருக்கின்றன. அதனால் நான் மனநிறைவோடு, திருப்தியோடு இந்தப் பணியைச் செய்கிறேன் என்று சொல்ல முடியாது. இன்று இருக்கும் இந்தக் கல்வி அமைப்புக்குள் என்ன சாத்தியமோ அதைத்தான் செய்ய முடிகிறது. கல்வி முறை சார்ந்தும், வகுப்பறை சார்ந்தும், பாடத்திட்டம் சார்ந்தும் என்னுடைய எண்ணங்கள் என்னவோ அவற்றில் ஒரு துளியைக் கூட அமல்படுத்துவதற்கான, நடைமுறைப்படுத்துவதற்கான சாத்தியம் கிடையாது.

நான் செய்ய நினைத்ததில் ஒரு இருபத்தைந்து சதவிகிதம்தான் செய்ய முடிந்தது. ஓர் ஆசிரியராக அது ஒரு தோல்வி என்றுதான் நினைக்கிறேன். அதற்கு நான் காரணமில்லை என்ற வகையில்தான் திருப்தி.

பொதுவாக தமிழக உயர்கல்விப்புலம் பற்றிய எதிர்மறைச் செய்திகளே இங்கு அதிகம் இருக்கின்றன. பல்கலைக்கழகங்களில் ஆர்வத்தினால் உந்தப்பட்டு ஆய்வு செய்பவர்களை விட முனைவர் பட்டம் கூடுதல் சம்பளத்தைப் பெற்றுத் தரும் என்பதற்காகச் செய்பவர்களே அதிகம். நான் நேரில் கண்டவர்களில் பெரும்பாலும் அப்படித்தான். சில இடங்களில் காசு வாங்கிக்கொண்டு முனைவர் பட்டம் கொடுக்கப் படுவதாகக் கூடச் சொல்கிறார்கள். காசுக்காக அல்லது காசு கொடுத்து பட்டம் பெற்றவர்களின் துறைசார் ஆர்வமும் முனைப்பும் என்ன லட்சணத்தில் இருக்க முடியும் என்ற அடிப்படையிலேயே தமிழகத்தின் கல்வியாளர்களை இலக்கியவாதிகள் மதிப்பதில்லை எனக் கருதுகிறேன். இங்குள்ள பெரும்பாலான பேராசிரியர்களுக்கு மு.வ.வையும் அகிலனையும் தாண்டி இலக்கியம் தெரியுமா என்றே தெரியவில்லை. பிறகு அவர்கள் எப்படி நவீன இலக்கியத்தை மாணவர்களுக்கு அறிமுகம் செய்ய முடியும்? நீங்கள், டி. தருமராஜ், அ. ராமசாமி, ஸ்டாலின் ராஜாங்கம் என சில விதிவிலக்குகள் உண்டு என்றாலும் பிரதான முகம் இதுவே. வெளி மாநிலங்களில் சூழல் இத்தனை மோசமானதாய் இருக்கிறதா எனத் தெரியவில்லை. இதைப் பற்றி அத்துறையில் புழங்கும் ஒருவராய் நீங்கள் என்ன நினைக்கிறீர்கள்? இதை மாற்ற முடியுமா?

எதையுமே மாற்ற முடியாது என்று கிடையாது. ஆனால் மாற்றுவதற் கான சூழல் இருக்கிறதா? மாற்றும் அதிகாரத்தில் உள்ளவர்களுக்கு அந்த எண்ணம் இருக்கிறதா? மாற்றம் வேண்டுமென்பதில் சந்தேகமில்லை.

குறிப்பாக இந்த இருபது, முப்பது ஆண்டுகளில் ஒடுக்கப்பட்ட சாதிகளில் இருந்து முதல் தலைமுறையாகக் கல்வி கற்பவர்களின் எண்ணிக்கை அதிகமாக இருக்கிறது. இந்தக் காலகட்டத்தில் நம் கல்வி - அதுவும் உயர்கல்வி - தரம் தாழ்ந்து போவதென்பது இந்த மக்கள் தரமான கல்வியைப் பெறக்கூடாது என ஏதோ ஒரு வகையில் தடுக்கும் நம் சமூகத்தின் அமைப்புதான் காரணம் என எனக்குத் தோன்றுகிறது.

ஆங்கிலேயர்கள் காலத்திலும், சுதந்திரத்திற்குப் பிறகும் உயர்கல்வி யில் நிலவிய மதிப்பீடுகளோடு ஒப்பிடும்போது இன்று அப்படி இல்லை என்றுதான் சொல்லவேண்டி இருக்கிறது. அதற்குக் காரணம்

இப்படி இருக்குமோ எனத் தோன்றுகிறது. கல்வி ஜனநாயகமாகி விட்டது. பரவலாகப் பலரும் படிக்க வந்துவிட்டார்கள். இவர்களுக்கு இதற்கு மேல் என்ன தரமான கல்வியைக் கொடுக்கவேண்டும் என்ற ஓர் அசட்டைப் பார்வை நம் சமூக மனநிலையில் இருக்கிறதோ என எனக்குச் சந்தேகம் இருக்கிறது.

இன்னொன்று பொதுவாக இப்போது நம் சமூகத்தில் எல்லாத் தளங்களிலுமே மதிப்பீடுகள் வீழ்ந்து போயிருக்கின்றன. முந்தைய காலத்தில் நாம் எதெல்லாம் அறம் என்றும் ஒழுக்கம் என்றும் சொல்லி வைத்திருந்தோமோ அவை எல்லாம் வீழ்ச்சி அடைந்து இப்போது புதுவித மதிப்பீடுகள் வந்திருக்கின்றன. லஞ்சமோ ஊழலோ இன்று சமூகத்தில் ஏற்றுக்கொள்ளப்பட்ட விஷயமாக மாறியிருப்பதைப் பார்க்கிறோம். அது கல்வியிலும் பிரதிபலிக்கிறது. அதையும் நாம் கணக்கில் எடுத்துக் கொள்ளவேண்டும்.

இன்று பல்கலைக்கழகங்கள் முழுக்கப் பணம் சார்ந்ததாகவே மாறிப் போனதைப் பார்க்க முடிகிறது. அங்கு அறிவுக்கு இரண்டாம்பட்ச அல்லது நான்காம் பட்ச இடம்தான். அங்கு கிடைக்கும் பதவி என்பதைப் பொருளாதாரத்தை மேம்படுத்தும் ஒன்றாகவே பார்க்கிறார் கள். அது ஒரு பொறுப்பு, அதில் என்னென்ன நிறைவேற்றவேண்டும், என்னென்ன சமூகக் கடமை இருக்கிறது என யோசிக்கும் ஆசிரியர்கள் இல்லை.

அதனால் கல்வித்துறையில் எல்லாத் தரப்பிலுமே பல மாற்றங்கள் செய்யவேண்டி இருக்கிறது. சமூகம், கல்வி பற்றிய பெரிய கனவுகளைக் கொண்டிருக்கும் ஆட்சியாளர்கள் அமைந்தால்தான் அது நடக்கும்.

> நிச்சயம் அரசுக்குப் பங்குண்டு. நீங்கள் சொல்வது top-down approach. கீழே இருந்து உங்களைப் போன்ற எண்ணம் கொண்ட பேராசிரியர்களால் செய்ய முடிந்த bottom-up approach விஷயங்கள் சாத்தியமில்லையா?

கீழே இருந்து மாற்றங்கள் கொண்டு வருவதற்கு நிறைய இடையூறுகள் இருக்கின்றன. அவற்றை எதிர்கொண்டு போராடி, அந்த மாற்றங்களைக் கொண்டு வர எத்தனை பேர் தயாராக இருக்கிறார்கள்? செய்யவேண்டும் என்ற ஆர்வம் இருப்பவர்கள் கூட இம்மாதிரி இடையூறுகளால் பின்வாங்குவர்.

நம் சமூகத்தில் பொதுவாய்ச் செய்வதற்கான சாத்தியம் இருந்தால் செய்வார்கள், அவர்களாக முட்டிமோதிச் செய்வது என்பது பெரும் பாலும் இருக்காது. கல்வி பற்றி இன்றைய தேவையை ஒட்டிய

முற்போக்கான கருத்துகள் கொண்டிருக்கும் பல ஆசிரியர்கள் இருக்கிறார்கள். ஆனால் அதை அவர்கள் பேச்சளவோடு நிறுத்திக் கொள்ள வேண்டி இருக்கிறது. அப்படிச் சுருங்கிப் போகிறவர்களாகத் தான் ஆகி விடுகிறார்கள். அவர்களுக்கான ஒரு நல்ல களம் இல்லை. அப்படி இருப்பது ஒரு குறைபாடு என்றுதான் நினைக்கிறேன்.

அதனால் கீழ்மட்டத்திலிருந்து செய்ய நினைப்பவர்களுக்கு என்ன மாதிரியான இடையூறுகள் இருக்கின்றன என்று கவனத்தில் கொள்ள வேண்டி இருக்கிறது. அந்த மாதிரியான இடையூறுகளைத் தாண்டி 'நான் வேலையே போனாலும் இதெல்லாம் செய்வேன்' என்று ஒருவர் முன்வருவதற்கான சூழலும் இங்கில்லை. ஏனெனில் இங்கு ஒரு வேலையில் போய் நம்மைப் பொருத்திக் கொண்டோம் எனில் வாழ்நாள் முழுக்க அந்த வேலையைத்தான் செய்து கொண்டிருக்க வேண்டி இருக்கிறது. அதை விட்டு வந்தால் இன்னொரு வேலை அது மாதிரி அமைவதற்கான வாய்ப்பு இங்கே கிடையாது. அதனால் பொருளாதார ரீதியாகவும் சம்பாத்யம் தேவை என்ற அடிப்படையில் நாம் அதோடு ஒட்டிக் கொண்டிருக்க வேண்டியதாக இருக்கிறது.

இன்றைய இளைஞர்கள் இணையம் மூலமே வாசிப்பைத் தொடங்கு கிறார்கள். 'மாதொருபாகன்' பிரச்சினைக்கு முன்பு வரை ஃபேஸ்புக்கில் இருந்தீர்கள். புகழ் பெற்ற 'எழுத்தாளனின் சுயமரணப் பிரகடனம்' வெளியானது அதில்தான். ஒரு வலைதளத்தையும் நடத்தி வந்தீர்கள். சகாயம் கட்டுரைகள் அதில்தான் வந்தன. இப்போது யாவும் மூடப்பட்டுள்ளது. மீண்டும் இணையம் வரும் எண்ணமுண்டா?

இப்போது முகநூலில் இருக்கிறேன். 'மாதொருபாகன்' தீர்ப்பு வந்த சமயத்தில் அதையொட்டி ஓர் அறிவிப்பு வெளியிடலாம் என்று சொன்னபோது ''முகநூலில் நீங்களே வெளியிட்ருங்க'' என்று சொன்னார்கள். அப்போது ஒரு கணக்குத் துவங்கி வெளியிட்டேன். அதிலிருந்து தொடர்ந்து முகநூலில் இருக்கிறேன். ஆனால் பெரிய அளவில் ஆர்வத்தோடு அதில் செயல்படுவதில்லை. நானாக அதில் பதிவு போடுவது அரிதாகவே இருக்கிறது. மற்றவர்கள் போடும் பதிவுகளைப் பகிர்வதுதான் பெரும்பாலும் செய்கிறேன்.

முதலில் அதில் நான் இருந்தபோது கூட அங்கே அதிகம் நேரம் செலவிடுவதில் எனக்கு அவ்வளவு விருப்பமில்லை. வலைதளத்தில் கொஞ்சம் எழுதினேன். அதில் எழுதுவதற்கென சில விஷயங்கள் வைத்திருந்தேன். மொழி, இலக்கணம், சொற்கள் தொடர்பான சில விஷயங்களை எழுதினேன். எனக்கு ஆர்வமான துறை என்றாலும் அவற்றைப் பத்திரிகைகளில் எழுதுவதற்கான வாய்ப்புகள் இல்லை

என்பதால் அதில் எழுதுவோம் என்று எழுதினேன். அது போல் சகாயம் சம்பந்தமாகவும் எழுதினேன்.

மற்றபடி, அப்போதும் பெரிய அளவில் வேகமாக அதில் செயல்பட வில்லை. அது நிறைய நேரத்தை எடுத்துக் கொள்ளும் விஷயமாக இருக்கிறது. அதிகபட்சம் அரை மணி, ஒரு மணி நேரம் அதில் என்ன இருக்கிறது என்று பார்ப்பேனே தவிர, பெரிய அளவுக்குச் செயல்படும் திட்டம் இனிமேலும் கிடையாது.

> 'சகாயம் செய்த சகாயம்' நூல் உங்கள் மற்ற எல்லா கட்டுரை நூல்களிலிருந்தும் வேறுபட்டது. உங்கள் ஒரே நேரடி அரசியல் பங்களிப்பும் அதுவே. சகாயம் அதைப் பற்றி ஏதும் பேசி இருக்கிறாரா?

உண்மையைச் சொன்னால் சகாயத்துக்கு அந்தப் புத்தகம் வருவதில் அவ்வளவு விருப்பமில்லை.

புத்தகமாகக் கொண்டு வரவேண்டும் என்ற எண்ணத்தில் அதை எழுதவில்லை. அவரை நாமக்கல்லில் இருந்து மதுரை ஆட்சியராக மாற்றிய சந்தர்ப்பத்தில் என் வலைப்பக்கத்தில் அக்கட்டுரைகளை எழுதினேன். அவர் நாமக்கல்லில் செய்த செயல்கள், அவர் பற்றி மக்கள் மனதில் இருக்கும் பதிவுகள் இவற்றை மையமாகக்கொண்டு நாலைந்து கட்டுரைகள் எழுதினேன். அவர் மதுரைக்குப் போனது தேர்தல் சமயம். அங்கு அதிரடி நடவடிக்கைகள் எடுத்துக் கொண்டிருந்தார். அப்போது அங்கிருந்த ஸ்டாலின் ராஜாங்கம், பாலசுப்ரமணியம், ஜெகநாதன் இவர்கள் மூவரும் இம்மாதிரி செயல்படும் சகாயத்துக்கு ஆதரவாக இலக்கியம் பக்கமிருந்து ஏதாவது செய்யவேண்டும் என்று சொல்லி என் கட்டுரைகளைச் சிறிய வெளியீடாகக் கொண்டு வருகிறோம் என்று கேட்டார்கள். அதோடு மேலும் இரண்டு, மூன்று கட்டுரைகள் சேர்த்துக் கொடுத்தேன். அதை ஒரு சிறிய பிரசுரமாக வெளியிட்டார்கள். அப்படித்தான் அது முதலில் நூலாக வந்தது. மதுரையில் அவருக்கு ஆதரவு தெரிவிக்கவும், பொதுமக்கள் மத்தியில் அவருக்கான நல்லெண்ணத்தை உருவாக்கவும் 2,000 பிரதிகள் குறைச்சலான விலையில் அவர்கள் வெளியிட்டார்கள்.

அதன் பிறகு அக்கட்டுரைகளைச் செம்மைப்படுத்தியும், இன்னும் கொஞ்சம் விஷயங்கள் சேர்த்தும், துண்டறிக்கைகள் போன்ற சில தரவுகளை இணைத்தும் அதை ஒரு நூலாக வெளியிடலாம் என முயற்சி செய்தபோது சகாயத்துக்கு அவ்வளவு விருப்பம் இருக்க வில்லை. அதற்குச் சில காரணங்கள் இருந்தன.

முதல் காரணம், ஓர் இடத்துக்குப் பணி மாற்றத்தில் செல்லும்போது தன்னைப் பற்றி நூல் வெளியாவது தனக்குச் சில நெருக்கடிகளை உருவாக்கலாம் என அவர் நினைத்தார். அடுத்தது, அந்நூலில் அவரைப் பற்றிய சில விமர்சனங்களை வைத்திருந்தேன் என்பது அவருக்கு நெருக்கமான சிலருக்குத் தயக்கத்தை அளித்தது. அப்புறம் அதில் சொல்லியிருக்கும் சில சம்பவங்கள் உண்மைக்குப் புறம் பானவை என்ற கருத்து முன்வைக்கப்பட்டது. இவை எல்லாமும் தான் இது வேண்டாமே என அவர் கருதக் காரணமாக இருந்தன.

அதனால் சில ஆண்டுகள் அந்நூல் வெளிவராமல் இருந்தது. காலச்சுவடில் கொண்டு வரலாம் என முயற்சி செய்தபோது, ''அவரைப் பற்றிய, அதுவும் அவருக்கு ஆதரவான ஒரு நூல் வருவதை அவரே விரும்பவில்லை எனும் போது நாம் ஏன் அந்நூலை வலிந்து வெளியிடுவானேன், வேண்டாம் விட்டு விடுங்கள்'' என கண்ணன் சொன்னார். அதன் பிறகு அந்நூல் மலைகள் பதிப்பகம் மூலமாக வந்தது. அதை நடத்திய சிபிச்செல்வன் என் நண்பர். அவர் புத்தக வெளியீட்டில் இறங்குவதாய்ச் சொல்லி ஏதாவது புத்தகம் தரச் சொல்லி என்னைக் கேட்டார். அவரது பதிப்பகத்துக்கு ஒரு நல்ல அறிமுகமாகவும் சகாயம் பற்றிய இந்த நூல் இருக்கும் என்ற அடிப்படையில் அவருக்குக் கொடுத்தேன். அவரும் பதிப்பித்தார்.

நூல் வந்த பிறகு சகாயத்துக்குப் பிரதிகள் அனுப்பி வைத்தேன். அதன் பிறகு அவர் அது பற்றி ஏதும் கருத்துச் சொல்லவில்லை. தடையும் சொல்லவில்லை.

> சகாயம் பற்றி உண்மைக்குப் புறம்பாய் நீங்கள் எழுதியிருப்பதாய்ச் சொல்லப்பட்ட சம்பவங்கள் எவை?

சகாயம் பற்றி அதில் நான் சொல்லி இருக்கும் சில சம்பவங்கள் நடக்கவில்லை என்று அவர் சொல்கிறார்.

உதாரணமாக ஆட்சியராகப் பொறுப்பேற்க இங்கே வரும்போது சென்னையில் இருந்து ரயிலில் சேலம் வந்தார். அங்கிருந்து பேருந்தில் நாமக்கல் வந்து, இங்கிருந்து சிற்றுந்தில் ஆட்சியர் அலுவலகம் போனார். அங்கே எல்லோரும் புதிய ஆட்சியரை வரவேற்க மாலையை வைத்துக்கொண்டு காத்திருந்தார்கள். இவர் அதைப் பொருட்படுத்தாமல் உள்ளே போய்விட்டார். இவரை யாருக்கும் தெரியவில்லை. உள்ளே போய் உட்கார்ந்து பின் ஆட்களை அழைத்தார். நூலில் இப்படி ஒரு சம்பவத்தை எழுதி இருக்கிறேன். அவர், நான் சிற்றுந்தில் எல்லாம் போகவில்லை, சேலத்திலிருந்து காரில்தான் வந்தேன் என்று சொல்கிறார்.

ஆனால் இப்படி ஒரு சம்பவம் மக்கள் வழக்கில் இருக்கிறது. இது நான் உருவாக்கி எழுதியதல்ல. மக்களுக்கு யாரைப் பிடிக்கிறதோ அவர்களைப் பற்றித் தங்களுக்கு விருப்பமான வகையில் கதைகள் உருவாக்குவார்கள். அப்படிப்பட்ட ஒரு கதைதான் இது. உண்மையில் இப்படி ஒரு கதை உருவாகும் அளவுக்கு ஒரு நாயக பிம்பம் சகாயத்துக்கு இருக்கிறது என்பது ஓர் உயர்ந்த விஷயம். அவரை மக்கள் எப்படிக் கொண்டாடுகிறார்கள் என்பதற்கு இப்படிப் பட்ட கதைகளே சாட்சி. இன்னும் சில சம்பவங்கள் நடந்திருக் கின்றன. நடந்ததன் மேலே மக்கள் கூடுதலாக சில கற்பனைகளை ஏற்றி இருக்கிறார்கள். இது வாய்மொழி வழக்காறு சம்பந்தப்பட்டது. அது எப்போதும் கொஞ்சம் மிகையாகச் சொல்லும். ஆனால் அதில் அடிப்படை உண்மை இருக்கும். அந்த உண்மை என்ன என்றுதான் நாம் அதில் பார்க்கவேண்டும்.

அவர் வாழுங்காலத்தில் இருப்பவர் என்பதால் அவருக்கு அது உண்மைக்கு மாறான சம்பவமாகத் தோன்றுகிறது. அப்படி அல்ல. அந்தக் கதைக்குள்ளே ஓர் உண்மை இருக்கிறது. அவர் எளிமை யானவர், புகழை விரும்பாதவர், ஆடம்பரத்தை விரும்பாதவர் என்ற சித்திரம். அதைக்கொண்டு ஒரு சம்பவத்தை உருவாக்கிச் சொல் கிறார்கள். அந்தச் சம்பவம் உண்மையாக இல்லாமல் இருக்கலாம். ஆனால் அது அவரது பண்பை வெளிப்படுத்தும் கதையாக மக்களிடம் இருக்கிறது. அப்புறம் மக்கள் ஒரு மாவட்ட ஆட்சியர் எப்படி இருக்கவேண்டும் என விரும்புகிறார்கள் என்ற விஷயமும் அதில் வெளிப்படுகிறது.

இது மாதிரி பல விஷயங்களை நான் அதில் பதிவு செய்திருக்கிறேன். அடுத்து அவர் மீதான என் விமர்சனங்கள். அவை அப்படி ஒன்றும் பெரிய விமர்சனங்கள் கிடையாது. ஆட்சியர் என்பவர் ஓர் அதிகாரி தான். அந்த அதிகாரிக்கு திட்டங்களைப் போடும் அதிகாரம் கிடையாது, திட்டங்களை நிறைவேற்றும் அதிகாரம் மட்டும்தான். அதன் காரணமாக அவர் செயல்பாட்டில் ஓர் எல்லை இருந்தது. அந்த எல்லை தாண்டி அவரால் செயல்பட முடியவில்லை. அது என்னுடைய முக்கியமான விமர்சனமாக அதில் இருந்தது. அந்த எல்லைக்குள் செயல்பட்டதே பெரிய விஷயம் என்பதுதான் நான் சொல்ல வந்தது.

என்னால் எப்போதுமே ஒருவர் பற்றிய ஒரு மிகையான புகழ்ச்சியைச் செய்ய முடிந்ததில்லை. ஒருவரை அங்கீகரிக்கும் போதே அதில் எனக்கிருக்கும் விமர்சனங்களையும் முன்வைப்பது என் இயல்பு. அது எனக்கு பல சமயங்களில் சங்கடத்தைக் கொடுத்திருக்கிறது. ஆனாலும் அப்படித்தான் இருக்கவேண்டும் என நினைக்கிறேன். அதீத புகழ்ச்சி

எதற்கு? நமக்கு ஒரு விமர்சனப் பார்வை இருக்கும்போது அதை முன்வைப்பதில் என்ன தவறு? ஆனால் நம் சமூகத்தில் அப்படிப்பட்ட விமர்சனத்தை அங்கீகரிப்பதோ ஏற்றுக் கொள்வதோ விவாதத்துக்கு உட்படுத்துவதோ இல்லை. இங்கே வெறும் புகழ்ச்சிதான் தேவை.

ஆனால் சகாயம் அதைச் சொன்னார். ''நீங்கள் ஓர் எழுத்தாளர். உங்களுக்கு எழுதுவதற்கான எல்லா உரிமைகளும் இருக்கின்றன. அதை நான் மறுக்கவில்லை. ஆனால் இப்போது இந்த நூல் வேண்டாம் என எனக்குத் தோன்றுகிறது'' என்று சொன்னார். அதை மதித்து நான் சில ஆண்டுகள் வெளியிடவில்லை.

'மாதொருபாகன்' பிரச்சினைக்குப் பிறகு நான் சென்னை மாநிலக் கல்லூரியில் பணியாற்றிக் கொண்டிருந்தபோது அவர் கிரானைட் சம்பந்தமான விசாரணை அதிகாரியாக இருந்தார். கல்லூரியில் என்னைப் பார்ப்பதற்கு நேரடியாக வந்தார். ''தைரியமாக இந்தப் பிரச்சினையை எதிர்கொள்ளவேண்டும், மனசு விட்டு விடக்கூடாது'' என்று ஆறுதல் சொல்லிவிட்டுப் போனார். அது எனக்கு மிக நெகிழ்ச்சியாக இருந்தது.

ஓர் எழுத்தாளனின் சமூகக் கடமை என்ன? எழுத்தோடு அது நின்று விடுகிறதா? அல்லது களப்பணி அவசியமா? எனில் அது எல்லோருக்கும் சாத்தியமா?

இல்லை. எழுத்து என்பதே களப்பணி என்றுதான் நான் நினைக்கிறேன். அதைத் தாண்டி செயல்பாட்டுக்குப் போவது என்பது எல்லோருக்கும் சாத்தியமான விஷயம் இல்லை. ஏனெனில் எழுத்துக்கே நிறைய நேரம் தேவைப்படுகிறது, எழுத்துக்காகப் பலவேலைகள் செய்ய வேண்டும். அப்படி இருக்கையில் அதைத் தாண்டி களப்பணியில் இறங்கி, அதைச் செய்துகொண்டு எழுதவும்வேண்டும் என்பது ரொம்பக் கஷ்டம்.

அதனால்தான் நிறைய எழுத்தாளர்கள் களத்துக்குச் சென்று செயல் படுபவர்களாக மாறும்போது எழுத்தில் தொலைந்து போய் இருப்பார்கள். எழுத்து என்பதே செயல்பாடுதான் என நான் நம்புகிறேன். அதனால் என்னுடைய செயல்பாடு என்பது எழுத்து சார்ந்தது என்கிற தெளிவு எனக்கு இருக்கிறது. நான் ஒரு மார்க்ஸிய அமைப்பில் இருந்தபோது கூட அத்தெளிவு எனக்கு இருந்தது. அதனால் எழுத்தையே ஓர் எழுத்தாளனின் செயல்பாடாகவும் களப்பணியாகவும் நாம் பார்க்கவேண்டும் என நினைக்கிறேன்.

ஏன் இதைக் கேட்கிறேன் என்றால் இன்று சமூக வலைதளங்களில் எல்லோரும் எழுதுகிறார்கள் - எல்லாவற்றைப் பற்றியும். வாசிப்பவர்களை விட எழுதுபவர்கள் அதிகமாகிக் கொண்டிருக்கிறார்கள். ஒரு பிரச்சினை பற்றி எழுதுவதுடன் அதில் தன் சமூகக் கடமை முடிந்துவிட்டதாய் எல்லோரும் எண்ணுகிறார்கள். இதில் எழுத்தாளனும் அதையே செய்யும் போதுதான் இந்தக் குழப்பம் வருகிறது.

சமூக வலைதளங்களில் எழுதுபவர்கள் எப்படி எழுதுகிறார்கள் என நீங்கள் பார்க்கவேண்டும். ஒரு படைப்பு என்னவெல்லாம் செய்யும்? அதையும் சமூக வலைதளங்களில் வருவனவற்றையும் சமப்படுத்தக் கூடாது. ஒரு படைப்பு குரலற்றவர்களின் குரலாக ஒலிக்கும், பேசப்படாத கோணத்தைப் பேசும், அதுவரை இல்லாத பார்வையை முன்வைக்கும். அந்த மாதிரியான தரிசனங்களை எல்லாம் ஒரு படைப்பு தரும். அதுதான் முக்கியம். படைப்பு என்பது எழுதிப் போட்டுவிட்டுப் போய்விடுவது அல்ல. ஒரு பிரச்சினையில் வாழ்க்கைப் பார்வையைப் படைப்பு எப்படி முன்னிறுத்துகிறது என்பது முக்கியமானது. அந்தப் பார்வையைப் படிப்பவர்களுக்குக் கடத்தியது என்றாலே அது ஏதோ ஒருவிதத்தில் செயல்பட்டிருக்கிறது என்று பொருள்.

படைப்பு என்பது ஓர் அபிப்பிராயம் சொல்வதல்ல; ஒரு விஷயம் பற்றிக் கருத்தை முன்வைப்பதல்ல. அது ஒரு கோணத்தையும் வாழ்க்கைப் பார்வையையும் தருவது. வாசிப்பவர்களுக்கு ஒரு வெளிச்சத்தை அது கட்டாயம் தரும். இந்தப் பக்கத்தை நாம் கவனிக்காமல் விட்டு விட்டோம், இந்தக் கோணத்தை நாம் பார்க்காமல் விட்டு விட்டோம் என்ற பார்வையைத் தருவதாக இருக்கும். அதற்கு வாழ்க்கைரீதியான ஒரு ஜஸ்டிஃபிகேஷன் அதில் இருக்கும். அதுதான் இவற்றுக்கிடையேயான ஒரு முக்கியமான வித்தியாசம்.

திராவிடம், கம்யூனிஸம், தலித்தியம், இந்துத்துவம், காந்தியம் எனப் பல அரசியல் நிலைப்பாடுகள் இருக்கின்றன. சில இவற்றின் கலவையாகவும் இருக்கின்றன. உங்கள் அரசியல் நிலைப்பாடு என்னவாக இருந்தது? என்னவாக இருக்கிறது?

என் அரசியல் நிலைப்பாடு மார்க்ஸியம்தான். அடிப்படையில் நான் இடதுசாரிச் சிந்தனை உள்ளவன். இடது சாரிச் சிந்தனைகள் உள்ளவர்களுக்கு பெரியாரும் அம்பேத்கரும் ரொம்பவும் உவப்பானவர்கள். ஆகவே அந்தச் சிந்தனைகளையும் இதனோடு இணைத்துக் கொண்டவன். அதுதான் என்னைத் தொடர்ந்து செயல்படுத்துகிறது. என் விமர்சனப் பார்வை, படைப்புப் பார்வை எல்லாமே இதிலிருந்து உருவாவது

தான். அமைப்புகள், கட்சிகள் சார்ந்து எனக்குக் கருத்து வேறுபாடுகள் இருக்கிறதே தவிர கொள்கை இதுதான்.

படைப்பாளிகள் அரசியல் கட்சிகளில் சேர்ந்து செயல்படுவது ஆரோக்கியமானது என சமீபத்திய தடம் நேர்காணலில் குறிப்பிட்டிருந்தீர்கள். அது எழுத்தாளனின் சுதந்திரத்தையும் நடுநிலையையும் பாதிக்காதா?

அரசியல் கட்சியில் சேர்ந்து செயல்படுவதனால்தான் நடுநிலைமை பாதிக்கப்படுகிறது என்று சொல்ல முடியாது. அப்படி இல்லாமலும் எல்லோரும் ஏதோ ஒரு விதத்தில் சார்புடைய கருத்துகளைக் கொண்டவர்களாகவே இருக்கிறோம், அதற்குட்பட்டுத்தான் செயல் படுகிறோம். நம்மை அறியாமலேயே நாம் ஓர் எல்லைக்கும் ஒரு வரையறைக்கும் உட்பட்டுச் செயல்படுகிறவர்களாகத்தான் இருக்கிறோம். அதனால் அமைப்பு அல்லது கட்சி சார்ந்து செயல் படும் போதுதான் சுதந்திரம் பாதிக்கும் என்று சொல்ல முடியாது.

தமிழ்நாட்டைப் பொருத்தவரை ஒரு காலகட்டத்தில் திராவிட இயக்கத்தில் நிறைய எழுத்தாளர்கள், கவிஞர்கள் இருந்திருக் கிறார்கள். அதன் தாக்கம் பெற்றவர்கள் பல பேர் இருந்திருக்கிறார்கள். ஏனோ எண்பதுகளுக்குப் பின் இந்த மாதிரியான ஒரு பார்வை வந்து விட்டது - இதிலெல்லாம் சேர்ந்து செயல்பட்டால் சரியான படைப் பாளியாக இருக்க முடியாது என. எனக்கு அப்படித் தோன்றவில்லை.

இமையம் ஒரு கட்சி சார்ந்தவர் என்பது எல்லோருக்கும் தெரிந்த விஷயம். மனுஷ்ய புத்திரன் இருக்கிறார், ரவிக்குமார் இருக்கிறார், இப்படிப் பலர் கட்சிகளில் சேர்ந்து செயல்படுகிறார்கள். அவர்கள் படைப்புகளைப் பார்க்கும்போது அப்படி ஒன்றும் பின்வாங்கி அல்லது தாழ்ந்து போய் விட்டதாகத் தோன்றவில்லை. அவை என்ன தளத்தில், என்ன தரத்தில் இயங்கவேண்டுமோ அப்படித்தான் இயங்கிக் கொண்டிருக்கின்றன.

அரசியலை நாம் பிழை சொல்லிக்கொண்டே இருக்கிறோம். ஆனால் அதற்குள் போகும் போதுதான் நாம் நினைக்கும் சில விஷயங்களைச் சொல்வதற்கோ அதற்கான வெளியை உருவாக்குவதற்கோ முடியும். நாம் எப்போதும் விமர்சனம் வைப்பவர்களாகவும், ஒதுங்கிப் போகிறவர்களாகவும் மட்டுமே இருந்தால் ஆகாது என்ற அடிப்படையில்தான் அதில் பங்கெடுத்துக் கொள்வது ஆரோக்கிய மானது எனப் பார்க்கிறேன்.

அரசியலில் இறங்கும் எண்ணம் இருக்கிறதா? எழுத்தாளனிடம் இப்படிக் கேட்பது ஜாலியான ஒரு விஷயமாகப் பார்க்கப்படலாம்.

ஆனால் உங்கள் விஷயத்தில் அப்படி இல்லை. நீங்கள் இந்த சமூகத்தின் ஓர் அழுக்கால் நேரடியாகப் பாதிக்கப்பட்டவர். அதிலிருந்து மீண்டு வந்திருக்கிறவர். அதனால் அதைச் சீர் செய்யும் எண்ணம் இருக்கலாம். அதனால் அரசியலில் இறங்கும் எண்ணம் எழுந்திருக்கலாம்.

(சிரிக்கிறார்.) இப்போது அப்படி எல்லாம் எண்ணமில்லை. ஓர் ஆசிரியனாகவும் ஓர் எழுத்தாளனாகவும் இருப்பதுதான் என் விருப்பம்.

நீங்கள் நாத்திகர் என்று சொல்லி இருக்கிறீர்கள். நான் வாசித்த வரை உங்களின் எந்தப் படைப்பிலும் அது வெளிப்பட்டதே இல்லை. அது ஆச்சரியமாய் இருக்கிறது. பொதுவாய் அது வெளிப்பட்டு விடும்.

சில கட்டுரைகளில் நான் நாத்திகன் என்பதை எழுதி இருக்கிறேன். அது கடவுள் சம்பந்தமான தீவிரமான தேடலில் ஏற்பட்ட ஒரு புரிதல்தான். என்னைப் பொருத்தவரை கடவுள் இருக்கிறாரா இல்லையா என்ற கேள்வியை விட கடவுள் தேவைப்படுகிறாரா இல்லையா என்பதுதான் முக்கியமான கேள்வி. முதல் கேள்விக்குத் தெளிவான பதிலைச் சொல்லி விட முடியும். இரண்டாவது கேள்விதான் கஷ்டம்.

இந்தக் காலகட்டத்தில் கடவுள் தேவைப்படுகிறார் என்றுதான் நான் நினைக்கிறேன். கடவுளின் தேவை எவ்வளவு காலத்திற்கு இருக்கிறதோ அது வரை கடவுள் இருக்கிறார் என்ற நம்பிக்கையும் வாழும்.

எந்தக் கருத்தையுமே படைப்புகளில் நேரடியாகப் பிரசாரம் செய்வது என் நோக்கமில்லை. கொள்கைகள், கோட்பாடுகளை உருவாக்கிக் கொண்டு என் வாழ்க்கைப் பார்வைக்குப் பயன்படுத்திக் கொள்வேனே தவிர அவற்றை நேரடியாக வைப்பது எப்போதும் என் வழக்க மில்லை. அதுதான் நூல்களிலேயே நேரடியாக இருக்கின்றனவே. நாம் திரும்பப் படைப்புகளில் கொண்டுவந்து வைக்க வேண்டிய அவசியம் கிடையாது.

மாறாக இக்கொள்கைகள் படைப்புகளில் நான் தேர்ந்தெடுக்கும் பொருளில் இருக்கும், கதாபாத்திரங்களில் இருக்கும். மார்க்ஸியப் பார்வை இல்லாத ஒருவரால் 'நிழல்முற்றம்' நாவலை எழுதி இருக்க முடியுமா என்பது சந்தேகம்தான். 'கூளமாதாரி'யில் கூளையன் தரப்பிலிருந்து பேச மார்க்ஸியப் பார்வை தேவை.

அப்படியான பார்வைகளை உருவாக்க கோட்பாடுகள் தேவை. நேரடியாகப் படைப்புகளில் கோட்பாடுகளைப் பெய்து வைக்கும்

எண்ணம் இல்லை. அந்தத் தெளிவு எனக்குத் தொடக்கத்திலிருந்தே இருந்தது. அதனால் மக்களைப் பற்றி எழுதும்போது அவர்களுக்கு எந்தளவு கடவுள் நம்பிக்கை உண்டு என்பது முக்கியம்தான்.

புனைவுகளில் மத நம்பிக்கைகளையோ, சடங்குகளையோ எழுத நாத்திகனான எனக்கு மனத்தடை எழுகிறது. எழுத்து நுட்பத்துக்கும் கொள்கைக்கும் முரண் எழுகிறது. அது தொடர்பாய் உங்கள் மீதான பொறாமையில் எழுந்ததுதான் இக்கேள்வி.

வறட்டுத்தனமாக ஒரு கொள்கையைக் கடைப்பிடிப்பதில் எனக்கு உடன்பாடு இல்லை. அந்தச் சடங்கோ நம்பிக்கையோ நமக்கில்லையே! அது பாத்திரத்துக்கு என்ன கொடுக்கிறது என்பதுதானே! அத்தெளிவு இருந்தால் சரியாய்த்தான் வரும். அதனால் எனக்கு அது எப்போதுமே தடையாய் இருந்தது கிடையாது.

இன்னொரு விஷயம் நமக்கிருக்கும் கடவுள்கள் எல்லாம் - அவற்றை வழிபடுவது, அவற்றுக்கான சடங்குகள் இவற்றில் எனக்கு வேறுபாடுகள் இருந்தாலும் - மனிதர்கள் தானே! சிறுதெய்வங்கள் என்று சொல்லப்படும் நாட்டார் தெய்வங்கள் எல்லாவற்றுக்கும் ஒரு கதை இருக்கிறது. அதில் அவர்கள் மனிதர்கள்தான். சாதாரண மனிதர்கள் செய்ய முடியாத ஒரு பெருஞ்செயலைச் செய்த மனிதர்கள். அவர்கள் கடவுள்களாக மாறி விட்டார்கள். அவ்வளவு தான். அவர்களை வழிபடுவதன் மூலமாக பருண்மையாக என்ன கிடைக்கிறதோ இல்லையோ மனரீதியான ஆசுவாசம் கிடைக்கிறது. அதை வேறெது கொடுக்கிறது? அதற்கு என்ன மாற்று வைக்கிறோம்? அதுவரை இதெல்லாம் இருக்கத்தான் செய்யும்.

இதைப் புரிந்து கொண்டால் சாதாரண மனிதர்களின் வாழ்வில் அதற்கு என்ன பங்கிருக்கிறது என்பதைத் தயக்கமின்றி எழுதுவீர்கள்.

நீங்கள் நாத்திகர் என்று அறிந்ததும் எனக்கு நினைவு வந்த கதை ‘உனக்கு என்ன வேணுமய்யா’தான். அதன் முடிவு சுயநரபலி. அதையும் நீங்கள் நாத்திகர் என்பதையும் இணைத்துப் பார்க்கவே முடியவில்லை.

பலியிடுவதைத் தடுக்கும் ஒரு சட்டத்தைத் தமிழக அரசு போட்ட போது எழுதப்பட்ட கதை அது.

பலியிடுவது என்பதற்குள் எத்தனை பெரிய நம்பிக்கை நிலவுகிறது! தன்னையே பலியிடுவதற்குத் தயாராக இருக்கும் ஒரு சமூகம். அந்தக் கதைக்கு முதலில் நவகண்டம் என்றுதான் தலைப்புக் கொடுத்திருந்தேன். பிறகு எல்லோருக்கும் புரியாது என மாற்றினேன். நவகண்டம் என்றால் தன்னைத் தானே பலியிட்டுக் கொள்வது. அப்படிப்

பலியிட்டுக் கொண்ட வீரர்கள் ஏராளம் பேர். அவர்களின் நடுகற்கள் இருக்கின்றன. அவர்களுக்கான பாடல்கள் இருக்கின்றன. போருக்குப் போகும்போது ஜெயித்தால் தன் தலையைப் பலி கொடுக்கிறேன் என வேண்டிக் கொள்வார்கள். அப்படியான ஓர் ஆழமான நம்பிக்கை நிலவும் சமூகம். அந்தளவு முக்கியமான பலியைத் தடை செய்தபோது அதற்கு எதிர்வினையாக அதை எழுதினேன்.

'கங்கணம்'தான் இதுவரைக்குமான உங்கள் நாவல்களுள் எனக்குப் பிடித்தமானது. இன்றைய தேதியில் உங்களது மாஸ்டர்பீஸ். உங்களுக்குப் பிடித்த உங்கள் படைப்பு எது?

எனக்குப் பிடித்தது 'கூளமாதாரி'தான். மனதிற்கு நெருக்கமான வகையிலும், அதிலிருக்கும் விஷயங்கள் சார்ந்தும் என இந்த இரண்டு அடிப்படைகளிலுமே.

பெருமாள்முருகன் பற்றி ஒரு வாக்கியத்தில் சொல்லுங்கள்.

(வாய் விட்டுச் சிரிக்கிறார்.) பெருமாள்முருகன் பற்றி ஒரு வாக்கியத்தில் சொல்வதா! (சற்று நேரம் யோசித்துவிட்டுச் சொல்கிறார்.) நல்ல மனிதனாக வாழ முயல்பவன்.

உங்கள் எழுத்துக்கள் தரும் சித்திரத்தில் ஏற்கெனவே நீங்கள் அப்படித்தான் எனத் தெரிகிறது.

அப்படி எல்லாம் நூறு சதவிகிதம் சொல்லிவிட முடியாதல்லவா! ஒரு முயற்சிதான்.

எழுத்தாளன் நல்ல காதலனாக இருப்பது சிரமம் என நினைக்கிறேன். அன்றைய காதலியும் இன்றைய மனைவியுமான எழிலரசி அவர்களால் உங்களுக்கு எழுதப்பட்ட, நீங்கள் படிக்க இயலாமல் போன முதல் காதல் கடிதம் பற்றிய ஏக்கத்தை எழுதியிருக்கிறீர்கள். இந்தியச் சூழலில் காதல் திருமணம் செய்வது என்பதே ஒரு சவால்தான். அதிலும் கலப்பு மணம் இன்னமும் சிக்கல் மிகுந்தது. காதலர்கள் இருவருமே மன உறுதியோடு இருந்தாலன்றி கல்யாணம் சித்திப்பது சாத்தியமில்லை. ஆனால் கடிதத்தைத் தவற விட்டது போல் காதலியைத் தவற விடவில்லை நீங்கள். அதற்குப் பாராட்டுகள் மற்றும் வாழ்த்துகள். பொதுவாய் உங்கள் எழுத்து மற்றும் பேச்சிலிருந்து உங்கள் மனைவி மீது மிகுந்த பிரியம் கொண்டவர் நீங்கள் என்பதை உணர முடிகிறது. உங்கள் காதல் மற்றும் திருமண வாழ்க்கை பற்றிச் சொல்லுங்கள்.

சென்னைப் பல்கலைக்கழகத்தில் ஆய்வு மாணவராக இருந்த காலத்தில் இடதுசாரி இயக்க இதழான மன ஓசை ஆசிரியர் குழுவில்

ஒருவனாகவும் செயல்பட்டேன் எனச் சொன்னேன். பல்கலைக் கழகத்தில் ஆசிரியர்கள், மாணவர்களிடம் மன ஓசை இதழின் ஐம்பது பிரதிகளை விற்பனை செய்யவேண்டும் என இலக்கு நிர்ணயித்துக் கொண்டிருந்தேன். அன்றைக்கு அவ்விதழின் விலை இரண்டு ரூபாய்.

அந்தச் சமயத்தில் தோழர் ஒருவரின் தங்கை பல்கலைக்கழகத்தில் எம்.ஃபில். மாணவராகச் சேர்ந்துள்ளார் எனவும் அவரைச் சந்தித்துப் பேசும்படியும் எனக்கு அமைப்பு மூலமாகத் தகவல் வந்தது. அப்போது மன ஓசை இதழுக்கு இன்னொரு வாசகர் கிடைத்து விட்டார் என்றே சந்தோஷப்பட்டேன். அந்த எண்ணத்தோடுதான் எழிலரசியாகிய அவரைச் சந்தித்து அறிமுகப்படுத்திக் கொண்டேன்.

மன ஓசை இதழை அவருக்குக் கொடுப்பது, வாசிக்க நூல்கள் வழங்குவது, வாசித்தவற்றைப் பற்றிப் பேசுவது, சென்னையில் நடக்கும் இலக்கிய நிகழ்ச்சிகளுக்கும் இடதுசாரி அமைப்புகள் நடத்தும் நிகழ்வுகளுக்கும் அழைப்பு விடுப்பது என்றுதான் அவருடனான நட்பு சென்று கொண்டிருந்தது.

அது பெரும்புரட்சியைச் சாதித்து விடும் வேகத்தோடு இடைவிடாது நான் இயங்கிக் கொண்டிருந்த காலம். புரட்சிக்குப் பிறகே காதல், கல்யாணம் என்று லட்சியம் கொண்டிருந்த பல தோழர்கள் இருந்தனர். காதல், கல்யாணம் பற்றி எனக்கும் குழப்பங்கள் இருந்தன. ஆனால் இரு விஷயங்களில் தெளிவோடு இருந்தேன்.

முதலாவது: என் அம்மா எங்கள் குடும்பத்தின் எதிர்காலம் என் கையில் இருப்பதாக எண்ணி நம்பிக்கை கொண்டிருந்ததால் அமைப்பில் முழுநேர ஊழியராகச் செயல்பட என்னால் ஒருபோதும் இயலாது.

இரண்டாவது: என் கடன் எழுதித் தீர்ப்பதுதான். அதாவது இடதுசாரி அரசியல் எனக்குப் பிடித்திருந்த போதும் எழுத்துதான் என் செயல் பாட்டு வடிவம்.

இவ்விரண்டிலும் எனக்குத் தெளிவு இருந்ததால் நிறைய வாசிப்பதிலும் எழுதுவதிலும் கல்வி சார்ந்து கவனம் கொள்வதிலும் என் நேரத்தைச் செலவிட்டேன். கல்வி சார்ந்து என் பேச்சு அமைந்த ஒருபொழுதில் தன் அண்ணன்கள் இருவரும் குடும்பத்தை விட்டு வெளியேறி முழு நேர ஊழியர்களாக இருப்பதையும் அதனால் தன் குடும்பம் அனுபவிக்கும் துயரத்தையும் என்னிடம் எழில் பகிர்ந்து கொண்டார். அதன் பிறகு எங்கள் பேச்சில் ஓர் அந்நியோன்யம் கூடியது. என் அன்றாட அலுவல்கள் அனைத்தும் அவரை நோக்கியே

குவிந்தன. எனக்குள் காதலை உணர்ந்த பொழுதில் என் எதிர்காலம் எழிலோடுதான் என முடிவு செய்தேன்.

என் காதலைச் சொன்னபோது அவரும் ஏற்றார். என்னைப் பற்றியோ என் சாதி பற்றியோ என் ஊர் பற்றியோ என் குடும்பம் பற்றியோ அப்போது அவருக்கு எதுவும் தெரியாது. அவை தெரிந்திருந்தால் அச்சம் கூடியிருக்கும். காதல் கைகூடி இருக்குமா என்பது சந்தேகம் தான். என்னையும் என் செயல்பாடுகளையும் அறிந்திருந்தது காதலுக்குப் போதுமானதாக இருந்தது.

பின்னர் திருமணத்திற்கும் அதற்குப் பின்னான வாழ்க்கைக்கும் எத்தனையோ போராட்டங்கள். என்னை நம்பிக் காதலித்தவரை ஒருபோதும் கஷ்டப்பட விடக்கூடாது என்பது என் எண்ணம். காதலாலும் கல்யாணத்தாலும் எனக்கு எந்தப் பிரச்சினையும் ஏற்பட்டு விடக் கூடாது என்பது எழிலின் எண்ணம். இப்படியான பரஸ்பர அன்புதான் எங்கள் வாழ்வை மேலெடுத்துச் செலுத்தியது, செலுத்துகிறது.

காதல் மணம், கலப்பு மணம் என்றால் வாழ்க்கை முழுவதும் போராட்டம்தான். உறவினர், நண்பர்கள், சமூகம் என எல்லாத் தரப்பு அங்கீகாரத்தையும் ஒருசேரப் பெறுவது கடினம். சாதி, உறவு, சமூகம், வாழ்க்கை விழுமியங்கள் பற்றித் தொடர்ந்து சிந்திப்பதும் அவற்றைப் பற்றி விவாதிப்பதும் நாங்கள் இந்த அங்கீகாரப் பிரச்சினையிலிருந்து மீளக் காரணம்.

> கணவனின் எழுத்துக்களை வாசிக்கும் மனைவி அமைவது என்பதே கொடுப்பினை. எழுதிக் கொண்டிருக்கும் போது ‘வெட்டி வேலை’ என்பது மாதிரியான ஏளனப் பார்வையை எதிர்கொள்ள வேண்டியதில்லை என்பது ஒரு பக்கம், காட்டாறான படைப்பாளிக்கு வேகத்தடை போட்டுச் சீர் செய்யும் அக்கறை மிகுந்த முதல் வாசகியாகச் செயல்பட முடியும் என்ற வசதி இன்னொரு பக்கம். இக்கோணத்தில் உங்கள் மனைவி பற்றிச் சொல்லுங்கள். அவர் உங்களுக்கு எங்ஙனம் பக்கபலமாகத் திகழ்கிறார்?

என் மனைவி எனக்கு அறிமுகமான காலத்திலேயே நான் எழுத ஆரம்பித்து என்னுடைய இரண்டு மூன்று நூல்கள் வெளியாகி இருந்தன. அப்போதிருந்து தொடர்ந்து என் படைப்புகளை வாசித்து வருபவர். அவரும் தமிழ் இலக்கியம் படித்த மாணவி. ஆசிரியராகவும் இருக்கிறார். அந்த அடிப்படையில் அவரும் தொடர்ந்து வாசிப்பவர். எழுதுபவரும் கூட. ஒரு கவிதைத்தொகுப்பும் இரண்டு ஆய்வு நூல்களும் வெளியாகி உள்ளன.

அதனால் என் படைப்பு மனநிலை பற்றிய புரிதல் உள்ளவர். அது சார்ந்து எனக்கு என்னென்ன விதமான உதவிகள் செய்யவேண்டும் என்ற புரிதலும் கொண்டவர். எழுதுவதில் எனக்கு உதவியாக இருப்பார். எழுதியது என்ன மாதிரி வந்திருக்கிறது என்ற முதல் கருத்தை அறிந்து கொள்ளும் சோதனைக்காக அவரைப் பயன்படுத்திக் கொள்வதுண்டு. அந்த அபிப்பிராயத்தைக்கொண்டு அதை முடிவு செய்வேன்.

எழுத்தின் மூலமாக பிரச்சினைகள் வருவது தொடர்பான ஓர் அச்சம் அவருக்கு உண்டு. ஆனாலும் அந்தப் பிரச்சினை வந்தபோது ரொம்ப தைரியமாக நின்று சமாளித்தார். என்னைப் பாதுகாப்பதில் இன்று வரை தீவிரமாக இருப்பவர். அந்தப் பக்கபலம் இந்த விஷயங்களைக் கடந்து வருவதில் உதவியாக இருந்தது.

அவர் படைப்புகள் பற்றிக் கொஞ்சம் சொல்லுங்கள்...

அவர் கவிதை எழுதும் ஆர்வம் கொண்டவர். ‘மிதக்கும் மகரந்தம்’ என்ற ஒரு தொகுப்பு வந்திருக்கிறது. அதன் பிறகு இன்னொரு தொகுப்பு வருமளவு கவிதைகள் எழுதி இருக்கிறார். வெளியிடுவதற்கான ஆர்வமோ முனைப்போ இல்லையே தவிர அவ்வப்போது கவிதைகள் எழுதுவார். சமையல் தொடர்பாகவும் பெண்கள் தொடர்பாகவும் ஒரு நூல் எழுதும் திட்டத்துடன் சில வேலைகள் செய்து கொண்டிருக்கிறார்.

உங்கள் சமீப வெளியீடுகளில் காபிரைட் உரிமை மு. இளம்பிறை, மு. இளம்பரிதி எனச் சொல்லப் பட்டிருக்கிறது. இப்படிப் பிள்ளை களுக்கு உரிமை தரும் மாற்றத்திற்குக் குறிப்பான காரணமுண்டா?

குறிப்பான காரணம் ஏதுமில்லை. அவர்களுக்கு மகிழ்ச்சி தரும் விஷயமாக இருக்கும் என்ற அடிப்படையில்தான் அந்த உரிமையைக் கொடுத்திருக்கிறேன்.

வாசிப்பு அத்தனை பெரிய சமூக நிகழ்வாகக் கொண்டாடப்பெறாத ஓரிடத்தில் ஓர் எழுத்தாளனுக்கும் பதிப்பாளருக்குமான உறவு மிக முக்கியமானது எனக் கருதுகிறேன். உங்கள் பெரும்பாலான நூல்களை வெளியிட்டிருப்பது காலச்சுவடு பதிப்பகம். அதனுடனான உங்கள் உறவு பற்றிச் சொல்லுங்கள்.

இப்போது என் எல்லா நூல்களையுமே அவர்கள்தான் வெளியிடு கிறார்கள். பிற பதிப்பகங்களிடம் கொடுத்த நூல்களைக் கூட திரும்ப வாங்கிவிட்டேன். ஒட்டுமொத்தமாக எல்லாவற்றையும் காலச்சுவடு வழி வெளியிடும் எண்ணம்தான் இருக்கிறது. ஒரே பதிப்பகத்தில் எல்லா நூல்களும் வருவதென்பது எழுத்தாளனுக்கும் வசதி, வாசகர்

களுக்கும் வசதி. ஒவ்வொரு நூலும் ஒவ்வொரு பதிப்பகத்தில் வரும் போது எது எங்கே என வாசகர்கள் அறிந்து கொள்வதே கஷ்டம். பல பதிப்பாளர்களைக் கையாள்வது என்பது எழுத்தாளருக்கும் கஷ்டம். அதனால் ஒரே பதிப்பகத்தில் வருவதென்பது ரொம்ப நல்ல விஷயம்.

காலச்சுவடு இதழை கண்ணன் திரும்பித் தொடங்கிய ஓரிரு வருடங்களில் அவரோடு எனக்கு நட்பு ஏற்பட்டது. அதிலிருந்து கிட்டத்தட்ட இருபதாண்டுகளாக அந்த நட்பு தொடர்கிறது. அவர் பதிப்பாளர், நான் எழுத்தாளர் என்பதைத் தாண்டி நண்பர்கள் என்கிற அளவு அது நெருக்கமான உறவாக இருக்கிறது.

ஒரு பதிப்பாளராக ஓர் இதழாசிரியராக கண்ணனின் செயல்பாடுகள் எனக்குப் பிடித்தமானதாக இருக்கிறது. ஒருவர் எந்தெந்தத் திறன்கள் கொண்டவரோ அவற்றை மதிப்பவர். அத்திறன்களை வெளிப் படுத்துவது போல் அவர்களுக்குச் செயல்திட்டங்களை உருவாக்கித் தருபவர். காலச்சுவடு பதிப்பகம் பல எழுத்தாளர்களைக்கொண்டு வெற்றிகரமாக இயங்கி வர முக்கியமான காரணம் அதுதான். ஒருவருக்கு விருப்பமில்லாத எந்த ஒன்றையும் அவர் திணிக்க மாட்டார். இதழுக்கு இந்தக் கட்டுரை எழுத முடியுமா எனக் கேட்பார் அல்லது இந்த நூலைப் பதிப்பிக்க முடியுமா எனக் கேட்பார். என்னுடைய விருப்பமில்லாமல் நீங்கள் இதைச் செய்து கொடுக்க வேண்டும் என்று ஒருமுறையும் சொல்ல மாட்டார். ஏதாவது காரணத்தால் செய்ய முடியாது என்றால் ஒப்புக்கொண்டு வேறு வழியைப் பார்க்கப் போய்விடுவார். நிர்ப்பந்தம் எதுவும் தர மாட்டார்.

ஓர் எழுத்தாளனுக்கு என்ன உரிமைத் தொகையோ அதைக் கொடுப்பதில் அவருக்கு எந்தத் தயக்கமும் இல்லை. அதை மறைப்பதும் கிடையாது. எவ்வளவு நூல்கள் அச்சிடப்பட்டன, எவ்வளவு நூல்கள் விற்பனை ஆகின என எப்போது கேட்டாலும் அவற்றைச் சொல்வதற்கு அவர் தயாராக இருப்பார். உங்களுக்குரிய தொகையை நீங்கள் ஏதும் முன்பணமாகக் கேட்டால் கொடுத்து உதவி செய்வார்.

அதை விட முக்கியமான விஷயம், எனக்கு என் புத்தகத்தில் ஒரு பத்துப் பிரதிகள் உடனடியாகத் தேவை என்று ஒரு ஃபோன் செய்தால் போதும், இன்றே அனுப்பி வைத்து விடுவார்கள், நாளை வந்து சேர்ந்து விடும், பல பதிப்பகங்களில் எழுத்தாளருடைய பிரதிகளைப் பெறுவது என்பதே கஷ்டம், இவரிடம் அப்படி இல்லை. அப்படி வாங்கிய பிரதிகளுக்கு நம்மிடம் காசு வாங்காமல் கணக்கு வைத்துக் கொண்டு நமக்குத் தர வேண்டிய உரிமைத் தொகையிலிருந்து கழித்துக் கொள்வார். 40% கழிவு விலையில் கொடுப்பார்.

ஒரு எழுத்தாளருக்கு மொழிபெயர்ப்பு அல்லது வேறெந்த வாய்ப்பு வந்தாலும் எந்த மனத்தடையும் இன்றி அவர்களுக்கு அதை ஏற்படுத்திக் கொடுப்பார். தகுதியானவர் என்று தோன்றினால் பரிந்துரை செய்வார்.

பிற மொழி இலக்கியத்தைத் தமிழுக்குக் கொண்டுவருவது மட்டு மில்லாமல் தமிழ் இலக்கியத்தைப் பிற மொழிக்குக் கொண்டு போவது, ஆங்கிலம் மட்டுமல்லாமல் உலக மொழிகளுக்கும் கொண்டு போவது என்ற பரந்த பார்வையும் உள்ளவர். உலக மொழிகள் பலவற்றில் இருக்கும் பதிப்பகங்களோடு அவருக்குத் தொடர்பு உண்டு. அங்கு ஏதாவது தமிழ் நூல்களைக் கொண்டு போக முடியுமா என்பதையும் பார்ப்பார்.

இப்படிப் பல வகைகளிலும் பதிப்பாளர் என்ற அடிப்படையில் எழுத்தாளருக்கு ரொம்பவும் உகந்தவராக கண்ணன் செயல்படுகிறார். அப்படி ஒருவர் இருப்பது என்பது தமிழ்ச் சூழலில் ரொம்ப அரிய விஷயம்.

காலச்சுவடு இதழின் ஆசிரியர் குழு அனுபவங்கள் குறித்து?

இப்போது ஆசிரியர் குழுவில் இல்லை. 2014ல் 'மாதொருபாகன்' பிரச்சினைக்குப் பிறகு விலகி விட்டேன்.

கிட்டத்தட்ட பத்தாண்டுகள் 'காலச்சுவடு' ஆசிரியர் குழுவில் ஒருவராக இருந்தேன். ஆசிரியர் குழுவில் பெரிய வேலைகள் ஒன்றும் நான் செய்யவில்லை. படைப்புகளை வாசித்து அபிப்பிராயம் சொல்லக் கேட்பார்கள். ஆலோசனைக் கூட்டங்களில் பங்கேற்பேன், என் கருத்துகளைச் சொல்வேன். ஒரு சில சந்தர்ப்பங்களில் அதன் பொறுப்பாசிரியர் ஊரில் இல்லாத சூழலில் அந்த மாதங்களில் முழுப் பொறுப்பும் எடுத்து இதழைக் கவனித்திருக்கிறேன். அதன் மூலமாக நிறைய விஷயங்களை வாசிப்பதற்கான வாய்ப்பு கிடைக்கிறது. பல கதைகள், கட்டுரைகள் பற்றி கருத்துகளை உருவாக்கிக் கொள்ள வசதியாக இருக்கிறது. வாசிப்பதும் அபிப்பிராயங்களை உருவாக்கிக் கொள்வதும் நமக்கு ஒரு மனப்பயிற்சிக்குப் பயன்படுகிறது.

ஓர் இதழோடு ஓர் எழுத்தாளன் ஏதாவது ஒரு விதத்தில் தொடர்ந்து தொடர்பில் இருக்கவேண்டும் என நினைக்கிறேன். சில சமயங்களில் அரசியல், சமூகம், பண்பாடு சம்பந்தமாக எழுத்தாளருக்கு ஒரு கருத்து உருவாகும். அதை வெளிப்படுத்துவதற்கு ஒரு வாயில்வேண்டும். அதற்கு 'காலச்சுவடு' இடம் தந்துள்ளது. நான் சொன்ன சில ஆலோசனைகளை நடைமுறைப்படுத்திப் பார்க்கவும் அவர்கள் உதவியிருக்கிறார்கள்.

அதன் ஆசிரியர் குழுவில் நான் செயல்பட்டது எனக்கு திருப்தி தரும் ஒரு விஷயம்.

அடையாளம் பதிப்பகத்தில் கூட உங்களது சில நூல்கள் வெளியாகி இருக்கின்றன அல்லவா? உங்கள் முக்கியமான படைப்புகளான 'பீக்கதைக'ளும், 'கங்கண'மும் முதலில் அவர்கள் வெளியிட்டதுதான்.

அந்த இரண்டு நூல் மட்டும்தான் அடையாளம் பதிப்பகத்தில் வெளியாகின. 'பீக்கதைகள்' நூலை வேறு பதிப்பகங்கள் வெளியிடத் தயங்கியபோது அடையாளம் சாதிக் அதை வெளியிடத் தயாராக இருந்தார். அவர் சொன்ன ஒரே நிபந்தனை ''அடுத்து நீங்கள் எழுதும் நாவலை அடையாளத்துக்குத் தருவதாக இருந்தால் இந்தச் சிறுகதைத் தொகுப்பை வெளியிடுகிறேன்'' என்பது. அதற்கு ஒப்புக் கொண்டேன்.

'பீக்கதைகள்' தொகுப்பை வெளியிட்டார். ஒப்புக் கொண்டதுபோல் அடுத்து எழுதிய 'கங்கணம்' நாவலை அவருக்குக் கொடுத்தேன். அதன் முதலிரு பதிப்புகள் அடையாளம் மூலமாக வெளியாகின.

இலக்கிய உலகில் உங்கள் நண்பர்கள் குறித்துச் சொல்லுங்கள்.

இலக்கிய உலகில் எல்லா எழுத்தாளர்களும் என்னுடைய நண்பர்கள் தான். எனக்கு எழுத்தாளர்களோடு கருத்து வேறுபாடுகள், முரண் பாடுகள் இருக்குமே தவிர, தனிப்பட்ட ரீதியில் எந்த எழுத்தாளருமே எனக்கு எதிரானவர்கள் கிடையாது. எல்லோரையும் நான் நண்பர் களாகத்தான் அணுகுகிறேன். ரொம்ப நெருக்கமான நட்பு வட்டம் என்று சொன்னால் காலச்சுவடு கண்ணன், ஆ.இரா. வேங்கடாசலபதி, சுகுமாரன், பழ. அதியமான், கல்யாணராமன், வ. கீதா, அம்பை, க. மோகனரங்கன், தக்கை பாபு, மணல்வீடு ஹரிகிருஷ்ணன்.

இலக்கியத் தளம் சார்ந்தும், கல்வித்துறை சார்ந்தும் பார்த்தால் மூன்று நண்பர்களைச் சொல்லவேண்டும். திருச்சி ஈவேரா கல்லூரியில் பணியாற்றும் காசி மாரியப்பன், அவர் கொம்ப மாடசாமி என்ற பெயரில் கவிதைகள் எழுதியவர், நாவல் விமர்சனம் எல்லாம் எழுதி இருக்கிறார். ('கரித்தாள் தெரியவில்லையா தம்பீ... தொகுப்புக்கு முன்னுரை எழுதியவரா?' எனக் கேட்கிறேன். ஆமோதிக்கிறார். அது மிகச் செறிவான, ரசனையான மொழி நடை எனச் சிலாகிக்கிறேன்.) உடுமலைப்பேட்டை அரசு கல்லூரியில் கிருஷ்ணன் என்ற பேராசிரியரும் நெருக்கமான நண்பர். கிருஷ்ணகிரியில் மா. வெங்கடேசன் என்ற நண்பர் இருக்கிறார்.

யூமா. வாசுகியுடனான உங்கள் நட்பு குறித்து... அவருக்கு நீங்கள் எழுதிய ஒரு நாவலையே ('கங்கணம்' என நினைவு) சமர்ப்பித்திருக் கிறீர்கள் அல்லவா?

அவருடனான நட்பைப் பற்றித் தனியாகவே சொல்லவேண்டும். சில ஆண்டுகள் அவரோடு நெருங்கிய நட்பு இருந்தது. நான் சென்னையில் இருந்தபோது அவர் 'குதிரை வீரன் பயணம்' பத்திரிகை நடத்திக் கொண்டிருந்தார். அதன் மூலமாகத்தான் அவரோடு நட்பு உருவானது. அதன் முதல் இதழில் என் 'நிழல்முற்றம்' நாவலிலிருந்து ஒரு பகுதியை எடுத்துப் போடுவதாகக் கேட்டு எனக்குக் கடிதம் எழுதினார். அதிலிருந்து அவரோடு எனக்கு நட்பு. 'குதிரைவீரன் பயணம்' இதழின் ஆசிரியர் குழுவிலும் நான் பங்களிப்புச் செய்தேன். அதில் எழுதவும் செய்திருக்கிறேன். கிட்டத்தட்ட நான்கைந்து ஆண்டுகள் நாங்கள் அருகருகே குடியிருந்தோம். ரொம்ப நெருக்கமான ஒரு பழக்கம். அது மிக ஆத்மார்த்தமான ஒரு நட்பு.

என் மீது ரொம்பப் பிரியம் கொண்டவர். சக மனிதர்கள் மீது ஒருவர் அவ்வளவு பிரியம் காட்ட முடியுமா என ஆச்சரியமாக இருக்கும். ஒரு கலைஞன் என்றால் நம் மனதில் என்ன பிம்பம் வைத்திருப்போமோ அதற்கெல்லாம் உரியவர். இதழில் சேர்ந்து செயல்பட்ட காலத்திற்குப் பிறகும் தொடர்கிறது அந்த நட்பு.

நஞ்சுண்டன் அவர்களுடனான உங்கள் உறவு பற்றி?

அவருக்கும் எனக்கும் தமிழ் சார்ந்த ஒரு நட்பு உருவானது. அவர் புள்ளியியல் துறைப் பேராசிரியர். ஆனால் தமிழ் இலக்கணத்திலும் செம்மையாக்கத்திலும் அவருக்கு ஈடுபாடு. அவர் முதன் முதலில் என்னுடைய நூல் ஒன்றைத்தான் எடிட் செய்தார் - 'துயரமும் துயர நிமித்தமும்'. அந்நூல் பற்றி அவர் எழுதிய எடிட்டர் குறிப்பு ஒரு கட்டுரை போல் அருமையாக வந்திருந்தது. அதை விரிவான கட்டுரையாக எழுதச் சொன்னேன். அவர் அந்நூலை எடிட் செய்ததை ஒட்டியே எடிட் செய்வதற்கு 'செம்மையாக்கம்' என்ற சொல்லை உருவாக்கினேன். எடிட்டருக்கு 'செம்மையாக்குநர்'. அந்தச் சொல்லை அவர் தொடர்ந்து பயன்படுத்தினார். 'செம்மை' என்ற பெயரில் ஒரு சிற்றிதழ் கூட இரண்டு இதழ்கள் கொண்டு வந்தார்.

அவர் ஒரு மிகச் சிறந்த எடிட்டர். எனக்குத் தெரிந்து குறைந்தது இருபத்தைந்து நூல்களையாவது அவர் எடிட் செய்திருப்பார். எடிட்டருக்கான ஓர் இடத்தைத் தமிழில் அவர் உருவாக்க முடியும் என நம்பினேன். ஆனால் அது நடைபெறாமல் போய்விட்டது. அதற்குச் சூழலும் ஒரு காரணம். அவரும் ஒரு காரணம்.

கொங்கு வட்டாரத்தைச் சேர்ந்த பிற எழுத்தாளர்களான வா.மு. கோமு, சமீபத்தில் மறைந்த க.சீ. சிவக்குமார் போன்றோருடன் உங்களுக்குப் பழக்கமுண்டா?

ஆம். பழக்கமுண்டு. க.சீ. சிவக்குமார் ரொம்ப இயல்பான ஒரு மனிதர். அவர் எழுத்தாளராக அறிமுகமான காலம் முதலே அவருடன் எனக்குப் பழக்கமுண்டு. அது 1997 என நினைக்கிறேன். க.சீ. சிவக்குமாரின் கதை 'இந்தியா டுடே'யில் பரிசுக்குத் தேர்ந்தெடுக்கப் பட்டு இருந்தது. இலக்கியம் சார்ந்து தமிழ் 'இந்தியா டுடே'யின் பங்களிப்பு முக்கியமானதாகப் பேசப்பட்ட காலகட்டம். அக்காலத்தில் என் வாழ்வில் சில நெருக்கடிகளால் எதுவுமே வாசிக்காமல் இருந்தேன். அவர் கதை பரிசு பெற்றது எனக்குத் தெரியவில்லை. அப்போது அவராக என்னைத் தேடிக்கொண்டு என் கிராமத்துக்கு வந்து தன்னை அறிமுகப்படுத்திக் கொண்டார்.

இலக்கியச் சூழலில் நடக்கும் விஷயங்களைத் தெரிந்து கொள்ளாமல் இருக்கிறோமே என எனக்குச் சங்கடமாகப் போய்விட்டது. ஆனால் அவர் அதைப் பொருட்படுத்திக் கொள்ளவில்லை. பேசிக் கொண்டிருந்து விட்டுப் போய்விட்டார். கைக்குழந்தையாக இருந்த என் மகன் உடல் நலமின்றி இருந்தான். அவன் அவரோடு பேசுவதற்கே விடவில்லை. அப்படித்தான் அவரை முதலில் சந்தித்தேன்.

அதன் பிறகு இப்போது வரை அவர் எழுத்தை நான் வாசிப்பதும், என் எழுத்துக்களை அவர் வாசிப்பதும் தொடர்ந்தது. என் எழுத்துக்கள் எல்லாவற்றையும் வாசித்துவிட்டு தன் அபிப்பிராயங்களைச் சொல்வார். அவர் தன் முதல் தொகுப்புக்கு 'கன்னிவாடி' என்று பெயரிட்டது கூட என்னைப் பார்த்துத்தான். ''ஊர்ப் பெயரை முதலில் நீங்கள்தான் வைத்திருக்கிறீர்கள், உங்களைப் பின்பற்றி நானும் ஊர்ப் பெயரைத் தொகுப்புக்கு வைக்கிறேன்'' என வைத்தார். அதை கன்னிவாடியிலேயே வெளியிட்டார். அந்த வெளியீட்டு விழாவுக்கும் நான் போயிருந்தேன். அப்படித் தொடர்ந்து ஓர் உயர்வான நட்பாக அவருடையது இருந்தது.

வா.மு. கோமுவோடு எனக்கு நெருங்கிய நட்பு கிடையாது. முதலில் 'நடுகல்' என்ற பத்திரிகை நடத்தினார். அதற்குப் பிறகு 'றெக்கை' என்று ஒரு பத்திரிகை நடத்தினார். அந்தச் சமயத்தில் ஹரிகிருஷ்ணன் மூலமாக வா.மு. கோமு அறிமுகமானார். 'கெட்ட வார்த்தை பேசுவோம்' தொடரின் சில பகுதிகள் 'றெக்கை'யில் வந்தன. அப்போதிருந்து அவருடன் பழக்கம். அவருடைய எழுத்தில் அவர் பயன்படுத்தும் வட்டார வழக்குச் சொற்கள் எனக்கு ரொம்பப் பிடிக்கும். அகராதி தொகுப்பவன் என்ற முறையில் அவர் எழுத்துக்களிலிருந்து பல

சொற்களை அகராதிக்காக எடுத்திருக்கிறேன். அவை யாவும் நூலின் அடுத்த பதிப்பில் இடம் பெறும்.

நீங்கள் சண்முகசுந்தரத்தின் நீட்சி என்பதாகச் சொன்னீர்கள். உங்களுடைய நீட்சியாக யாரையாவது பார்க்கிறீர்களா?

அப்படி யாரும் தெரியவில்லை. எனக்குச் சமகாலத்தில் எழுதுபவர்கள் இருக்கிறார்கள் - என். ஸ்ரீராம், வா.மு. கோமு, அப்புறம் எனக்குக் கொஞ்சம் முன்னால் எழுதத் தொடங்கின தேவிபாரதி. கௌதம சித்தார்த்தன், சூர்யகாந்தன், சி.ஆர். ரவீந்திரன் இப்படி இப்பகுதி வாழ்க்கையை எழுதும் பலர் உண்டு.

இதில் சமகாலத்தில் எழுதுபவர்களில் என். ஸ்ரீராமுடைய எழுத்துக்கள் எனக்கு மிகப் பிடித்தமானவை.

ஆசிரியப் பணி, எழுத்து, குடும்பம் தவிர உங்கள் நேரத்தில் வேறு என்னென்ன இருக்கின்றன? உதாரணமாய் நண்பர்கள், சினிமா, தொலைக்காட்சி...

நான் தொலைக்காட்சி அதிகமாகப் பார்க்க மாட்டேன். பார்த்தாலும் விவாதங்கள் பார்ப்பேன். அதுவும் எப்போதாவது எனக்குப் பிடித்த தலைப்புகளாக இருந்தால் மட்டும். அதனால் என் பிள்ளைகள் என்னை கேலி செய்வார்கள், ''எப்போதும் நாலு பேர் உட்கார்ந்துட்டு இருந்தாத்தான் இவர் பார்ப்பார்'' என.

திரைப்படங்கள் பார்ப்பதில் எனக்கு ரொம்ப விருப்பமுண்டு. தொலைக்காட்சிகளில் திரைப்படங்கள் சும்மா கொஞ்சம் நேரம் பார்ப்பேன். திரையரங்குக்குச் சென்று படங்கள் பார்ப்பேன். சென்னையிலிருந்த போது நிறையப் படங்கள் பார்த்தேன். அதற்கு நேரம் இருந்தது. இப்போது இங்கே வந்த பிறகு அந்த மாதிரி நேரம் இல்லை. அதனால் நிறையப் படங்கள் பார்க்கவேண்டுமென நினைத்துப் பார்க்க முடியாமல் போயிற்று.

நான் ரொம்பப் பெருமையாகச் சொல்வேன் - தமிழில் குறைந்தது இரண்டாயிரம் படங்களாவது பார்த்திருப்பேன் என்று. ஏனெனில் தியேட்டரில் கடை வைத்திருந்ததால் அங்கு வரும் எல்லாப் படங்களையும் பார்த்து விடுவேன். அதன் தொடர்ச்சியாகத்தான் தியேட்டருக்குப் போய்ப் பார்ப்பதை நான் ரொம்ப விரும்புவேன். அப்படி இல்லாத பட்சத்தில் சில படங்களை இணையத்திலும் பார்ப்பது உண்டு.

இசை கேட்பதும் எனக்கு ரொம்ப விருப்பமான விஷயம். திரைப் பாடல்கள் நிறையக் கேட்பேன். கர்நாடக சங்கீதத்திலும்

ஆர்வமுண்டு. மதுரை சோமு, ஜேசுதாஸ், உன்னிகிருஷ்ணன், சஞ்சய் சுப்ரமணியம், டி.எம். கிருஷ்ணா இவர்களின் பாடல்கள் பிடிக்கும். பழைய கர்நாடக சங்கீதப் பாடகர்களான எம்.எஸ். சுப்புலட்சுமி, டி.கே. பட்டம்மாள் பாடல்களும் நான் நிறையக் கேட்டிருக்கிறேன். மஹாராஜபுரம் சந்தானமும் பிடிக்கும்.

அதோடு உள்ளூர்ப் பகுதியில் இருக்கும் கிராமங்களுக்குப் போவது என்பது எனக்கு விருப்பமான ஒரு விஷயம். மலைப் பகுதிகள், கிராமங்கள் இப்படி. என் மாணவர்கள் அந்தப் பகுதிகளில் இருந்து வரும் போது அவர்களின் வீடுகளுக்குப் போவது என்ற திட்டத்தை வைத்துக்கொண்டு பல இடங்களுக்குப் போவேன். அது என் பொழுதுபோக்குகளில் ஒன்று. நான் போவது என்பது என் மாணவர் களுக்கு சந்தோஷம் தரும் ஒரு விஷயமாக இருக்கும். ஓர் ஆசிரியர் தன் வீட்டைத் தேடி வருகிறார் என்பது ஓர் அங்கீகாரமாகவும் மேற்கொண்டு வளர்ந்து வர ஓர் உத்வேகம் தரும் விஷயமாகவும் இருக்கும்.

எனக்கு அந்தக் கிராமத்தைப் பார்ப்பது, அந்த வாழ்க்கையைக் கவனிப்பது, அந்த மனிதர்களோடு பேசுவது இதெல்லாம் சந்தோஷம் தரும் விஷயங்கள். அது ஒரு பெரும் அனுபவம். அதை நாடியும் போவேன்.

சமீப காலத்தில் டி.எம். கிருஷ்ணா தன் கச்சேரிகளில் உங்கள் விருத்தங்களைப் பாடுகிறார் - நான் 'மாதொருபாகனே' என்று முடியும் முடியாத துயரில், தப்பென்ன செய்தேன், தாயுமில்லை தந்தையில்லை ஆகிய மூன்றினைக் கேட்டிருக்கிறேன். அழகான முயற்சி. ஓர் இலக்கியவாதியும், ஓர் இசைக் கலைஞரும் இணைவது தமிழைப் பொருத்த வரையிலும் அரிய நிகழ்வு. அதைப் பற்றிச் சொல்லுங்கள்.

தமிழ்த் திரையிசையைக் கேட்பதில் எனக்குச் சிறுவயதில் இருந்தே மிக ஈடுபாடு. பழைய பாடல்களைத் தேடிக் கேட்பதுண்டு. பதின்வயதைக் கடந்த பிறகு எனக்கு வாய்த்த இலக்கிய நண்பர்கள் பலர் கர்நாடக சங்கீதம் கேட்பதில் ஆர்வம் கொண்டவர்களாக இருந்தனர். அப்படியே எனக்கும் அந்த ஈடுபாடு வந்தது.

மரபுக் கவிதை எழுதும் வழக்கமும் சிறுவயதிலேயே ஏற்பட்டதுதான். யாப்பை ஓரளவு கற்ற பிறகு நிறைய எழுதினேன். புதுக்கவிதைக்கு வந்த பிறகும் மண வாழ்த்து, விருந்துகளில் ஒருவரைப் போற்ற எழுதுவது என மரபுப்பயிற்சியைத் தொடர்ந்தேன். மரபில் இருக்கும் சந்தம் பற்றி எனக்குத் தொடர்ந்த கவனமுண்டு.

எனது நாவல் தொடர்பான பிரச்சினைக்குப் பிறகு அதிலிருந்து மீள்வதற்குப் பல முயற்சிகளை என் மனம் செய்தது. அதிலொன்று மாதொருபாகனாகிய சிவனை நோக்கி என் முறையீட்டை, புலம்பலை வைக்கும் விருத்தங்களை எழுதியது. 44 எண்சீர் விருத்தங்கள் எழுதினேன். அவை பெரும் ஆறுதலைக் கொடுத்தன.

கடந்த ஆண்டின் இறுதியில் இலக்கிய நிகழ்வு ஒன்றில் டி.எம். கிருஷ்ணா அவர்களைச் சந்திக்க வாய்த்தது. அப்போது நான் எழுதிய விருத்தங்களின் பிரதியை அவரிடம் நீட்டினேன். அவற்றில் ஒரு நான்கைந்தை எனது தனிப்பட்ட கேட்புக்காகப் பாடித் தரவேண்டும் எனக் கேட்டுக்கொண்டேன். சில விருத்தங்களை வாசிக்கச் சொல்லிக் கேட்டார். அவருக்கு மிகவும் பிடித்திருந்தன. கச்சேரியிலேயே பாடுகிறேன் என்று சொன்னார். அதன்படியே இதுவரை 4 விருத்தங் களுக்கு மெட்டமைத்துக் கச்சேரிகளில் பாடி வருகிறார்.

அந்தச் சந்திப்பின்போது 'பக்தி அல்லாமல் வேறு பொருள்களில் கீர்த்தனைகள் எழுதினால் பாடலாம்' என்று சொன்னார். இறுக்கமான கட்டுடைய கலை ஒன்றில் புழங்கும் பிரபலம் ஒருவர் அதில் சில மீறல்களை உருவாக்க முயல்கிறார். அக்கலையின் எல்லையை விரிவுபடுத்த விரும்புகிறார். அவருடன் சென்று பார்ப்போமே என்று எனக்கு உந்துதல் தோன்றிற்று. ஆகவே முதலில் பஞ்சபூதங்களைப் பற்றி ஒவ்வொரு கீர்த்தனை எழுதினேன். அவற்றைப் பார்த்தபின் அவர் கொடுத்த உற்சாகத்தால் மேலும் சில எழுதினேன்.

கர்நாடக சங்கீதம் கேட்பேன். ஆனால் ராகம் தாளத்தில் எல்லாம் பெரிய ஞானம் கிடையாது. ஆனாலும் சில ராகங்களை உள்வாங்கிக் கொண்டு சில கீர்த்தனைகள் எழுதினேன். ராகம் பிடிபடாமல் என்னுடைய விருப்பப்படியும் சில கீர்த்தனைகள் எழுதினேன். என் கீர்த்தனைகள், விருத்தங்களை மட்டும் கொண்டு தனியாக ஒரு கச்சேரி செய்வதாகச் சொல்லி இருக்கிறார். மே மாதத்தில் நாமக் கல்லிலேயே நடத்த ஏற்பாடு செய்திருக்கிறோம். இன்று தனியே ஒரு கச்சேரி செய்யும் அளவுக்கு இது வந்திருப்பதைப் பெரும்பேறு என்று நினைக்கிறேன்.

சினிமாவில் பெரிய ஆர்வம் உண்டு என்று சொல்லி இருக்கிறீர்கள். இலக்கியத்திற்கும் சினிமாவிற்கும் ஒரு பெரிய இடைவெளி இருக்கிறது தமிழில். மலையாளம், வங்காளம், மராத்தி போன்றவற்றில் அப்படி இல்லை. இலக்கியத்திலிருந்து சினிமாவிற்கு என்பது மிக அரிதாகவே தமிழில் நடந்திருக்கிறது. அதுவும் சிதைக்கப்பட்ட நிலையில். 'மோகமுள்', 'தலைகீழ் விகிதங்கள்' என உதாரணங்கள் சொல்லலாம். ஏன்?

இலக்கியத்திலிருந்து சினிமா என்பதே இங்கே மிகவும் குறைச்சல். அவையும் வெற்றிகரமான படங்களாக அமையவில்லை. இங்குள்ள வெகுஜன மனோபாவம் அதற்கு முக்கியமானதொரு காரணம். எந்தவொரு சீரியஸான விஷயத்தையும் அவர்களால் தாங்கிக் கொள்ள முடியவில்லை, உள்வாங்கிக் கொள்ள முடியவில்லை. முழுவதுமே பொழுதுபோக்காக, களிப்பூட்டும் விஷயமாக இருக்க வேண்டும் என்ற பார்வைதான் இருக்கிறது. அந்தப் பார்வையை சினிமா எந்தக் காலகட்டத்தில் நம் மக்களுக்கு வழங்கியது? அது அங்கிருந்து வந்ததா, அல்லது மக்களின் இயல்பான மனோபாவமே அதுதானா எனத் தெரியவில்லை.

இதனால்தான் இங்கே இலக்கியத்திலிருந்து படங்கள் எடுப்பது அல்லது சீரியஸான படங்கள் எடுப்பது என்பது இல்லாமல் போகிறது. மக்கள் அதைப் பார்த்தார்கள், வெற்றி பெறச் செய்தார்கள் எனில் நிறையப் பேர் அந்தத் துறைக்கு வருவார்கள், அப்படியான படங்கள் எடுப்பார்கள். அதற்கான சூழல் ஏனோ இங்கே இல்லாமல் இருக்கிறது. அதைத் தாண்டி சமீப காலங்களில் நல்ல படங்கள் வந்து கொண்டிருக்கின்றன. அவ்வளவாக ஓடவில்லை என்றாலும் கவனம் பெறும் படைப்புகளாக வந்து கொண்டிருக்கின்றன.

திரைப்படத் துறையிலிருக்கும் பலர் என்னுடன் நட்பில் இருக்கிறார்கள். அவர்களில் நல்ல வாசகர்கள் உண்டு. வெற்றிமாறன், சற்குணம், மிஷ்கின், சீனு ராமசாமி, வசந்தபாலன் இப்படி நிறையப் பேர் என்னுடைய நாவல்களை வாசித்ததாக அவர்களே நேரிலும் தொலைபேசியிலும் பேசினார்கள். உதவி இயக்குநர்களில் பலர் நவீன இலக்கிய வாசகர்களாக இருக்கிறார்கள். அதெல்லாமே தெரிகிறது. ஆனாலுமே நவீன இலக்கியத்தைத் திரைப்படமாக்குவது என்ற முயற்சி ரொம்பக் குறைவாகத்தான் இருக்கிறது. அப்படியே செய்தாலும் அதில் எழுத்தாளருக்குரிய பங்கு, மதிப்பு பெருமளவுக்கு இருப்பதில்லை.

ஆனால் அதையும் தாண்டி ஜெயமோகன், எஸ். ராமகிருஷ்ணன், நாஞ்சில் நாடன், அஜயன் பாலா, வேல. ராமமூர்த்தி போன்றவர்கள் எல்லாம் அந்தத் துறையில் இயங்குவது என்பது ஆரோக்கியமான விஷயம்.

> 'ஏறுவெயிலை' பாலு மகேந்திரா படமாக்க விரும்பினார். அதற்குப் பின் அப்படியான Proposalகள் (வாய்ப்பு, அழைப்பு என்றெல்லாம் சொல்ல விரும்பவில்லை) வந்தனவா?

நிறைய வந்தன. ஒவ்வொரு நாவலையும் சொல்லிக் கொண்டேதான் இருக்கிறார்கள். இதை எடுக்கிறேன், அதை எடுக்கிறேன் எனப் பல

பேர் கேட்டுக் கொண்டேதான் இருக்கிறார்கள். முடிவாக செயல் முறைக்கு வருவது மாதிரி எதுவும் இதுவரை அமையவில்லை.

சினிமா மொழியில் சீன் பிடிப்பது என்பார்கள். உங்களைப் போன்ற எழுத்தாளர்களை அதற்குக் கச்சிதமாகப் பயன்படுத்திக் கொள்ள முடியும். உங்கள் நாவல்களில் வரும் பல்வேறு கிளைக் கதைகளை அல்லது உங்கள் மனதிலிருந்தும் விஷயங்களைக் காட்சிகளாக மாற்றி படங்களில் சேர்த்துக் கொள்ள முடியும். அது மாதிரி எழுத்தாளர்களைப் பயன்படுத்துவது என்பது நடக்கவே இல்லை.

பாரதிராஜா எழுத்தாளர்களைப் பயன்படுத்தினார். அவர் திரைக்கதை, இயக்கம் மட்டும் செய்வார். கதை, வசனம் வேறு ஆட்கள் செய்வார்கள். அது மாதிரியான மரபு தொடரவில்லை. இயக்குநர் இயக்குவதை மட்டும் செய்தால் போதும் என்ற புரிதல் இல்லை. எல்லாவற்றையும் ஒருவரே செய்யவேண்டும் என நினைக்கிறார்கள். அப்படியே இன்னொருவர் பங்களிப்பு செய்தாலும் உரிய அங்கீகாரம் தரப்படுவதில்லை.

சினிமா இசை பிடிக்கும் என்று சொன்னீர்கள், எந்த இசையமைப் பாளரைப் பிடிக்கும்?

அப்படிக் குறிப்பாய் ஏதுமில்லை. நான் 1930களிலிருந்து வந்த பாடல்களிலிருந்து இன்று சந்தோஷ் நாராயணன் பாடல்கள் வரை கேட்பேன். முன்பு புதிதாய் வரும் பாடல்களில் அவ்வளவு ஈடுபாடு இல்லாமல் இருந்தது. பிறகு நானே என்னை அதற்குத் தகவமைத்துக் கொண்டேன். புதிதாய் வரும் பாடல்கள் இப்போது இருப்பவர் களுக்குப் பிடிக்கிறது, நமக்குப் பிடிக்கவில்லை என்றால் நாம் பழையதாகி விட்டோமோ என்ற எண்ணம் வந்தது. அதனால் இப்போது இருக்கும் ட்ரெண்ட் என்னவெனத் தெரிந்துகொண்டு அதோடு இணைந்து கொள்ளவேண்டும் என்று இறங்கினேன். இதிலும் நிறைய நல்ல இசையும் நல்ல பாடல்களும் வரத்தான் செய்கின்றன. 1930லிருந்து நம் பாடல்களைப் பார்த்தால் தமிழில் மிக வளமான ஒரு திரைப்பாடல் மரபு இருப்பதைப் பார்க்க முடிகிறது. இணையம் வந்த பிறகு அது நிறைய வசதியாக இருக்கிறது. அரிய அற்புதமான பாடல்களை எல்லாம் எளிதில் கண்டறிந்து கேட்க முடிகிறது.

நான் இளைஞனாக இருந்த காலகட்டத்தில்தான் இளையராஜாவின் இசை வருகிறது. அவரது இசை என்பது நம் வாழ்க்கையில் தவிர்க்க முடியாத ஒன்று. அதே போல் என்னுடைய கல்லூரிப் பருவத்தில் ஏ.ஆர். ரஹ்மான் வருகிறார். இளையராஜாவின் இசை வந்தபோது

கிராமத்துக்காரனாக எப்படி ஒரு மகிழ்ச்சி இருந்ததோ ஏ.ஆர். ரஹ்மான் வந்த போது தமிழ்ச் சூழலுக்கே மிகப் புதிய விஷயமாக அது இருந்தது. இப்படி தமிழ்த் திரைப்பாடல்களுக்குள் போனால் அற்புதமான இசை இருக்கிறது.

அதே போல் நல்ல பாடலாசிரியர்களும் நிறையப் பேர் இருந்திருக் கிறார்கள். பாடல் வரிகளைக் கேட்கும்போது இவ்வளவு கவித்துவ வரிகளை திரைப்பாடல்களில் எழுதி இருக்கிறார்கள் என்று தோன்றுகிறது. மருதகாசி, உடுமலை நாராயண கவி போன்ற அற்புதமான கவிஞர்கள் பாடல் எழுதி இருக்கிறார்கள்.

நான் அரிய பாடல்களைத் தேடிக் கேட்பேன். வி.என். சுந்தரம் என்ற பாடகர். அவர் இசையமைப்பாளராகவும் இருந்திருக்கிறார். குறைச்சலான பாடல்கள்தான் பாடி இருக்கிறார். 'வீரபாண்டிய கட்டபொம்மன்' படத்தில் போர் சமயத்தில் முருகனிடம் வேண்டும் பாடலின் - எஸ் வரலட்சுமி பாடியது - ஆரம்பத்தில் தொகையறா மட்டும் அவர் பாடுவார். அது சிவாஜி தொடங்குவதாக வரும் நான்கு வரிகள். அவர் தனியாகச் சில பாடல்களும் பாடி இருக்கிறார். அந்த மாதிரியான அரிய பாடகர்களை எல்லாம் நான் தேடிக் கேட்பேன்.

தற்போது உங்களின் வாசிப்பு எப்படியானதாய் இருக்கிறது? வாசிப்பில் எவற்றில் ஆர்வம் கொண்டிருக்கிறீர்கள்? நீங்கள் இன்று எழுதுவது அதிகமா வாசிப்பதா?

இப்போது வாசிப்பு ரொம்பக் குறைந்துதான் இருக்கிறது. எழுதுவதும் குறைந்துதான் இருக்கிறது. தீர்ப்புக்குப் பிறகு ஒரு பரபரப்பு வந்து விட்டது. எனக்கான கமிட்மெண்ட்ஸ் நிறைய இருப்பதாலும் தற்போது பணியாற்றும் இடத்தில் கூடுதல் வேலைப்பளு இருப்பதாலும் வாசிப்பு குறைவாகவே இருக்கிறது. ஏதேனும் ஒரு தேவையை முன்னிட்டு வாசிப்பது என்பது மட்டும்தான் இருக்கிறது. விருப்பத்திற்கேற்றது போல் வாசிப்பது என்பது இல்லை. புதிதாக வரும் கவிதைத் தொகுப்புகளை எப்போதும் வாசிக்கும் பழக்கம் உள்ளவன். அதை மட்டும் தொடர்ந்து செய்து வருகிறேன்.

அலுவலகப் பணிச்சுமை என்று சொன்னீர்கள். ஒரு பேச்சுக்கு உங்களுக்குப் பொருளாதார நிர்ப்பந்தம் இல்லை என வைத்துக் கொள்வோம். அச்சூழலில் முழு நேர எழுத்தாளராக இருக்க விரும்புவீர்களா?

கட்டாயம் இருக்க விரும்புவேன். என் பிள்ளைகளிடம் கூடச் சொன்னேன். நீங்கள் சம்பாதிக்கத் துவங்கி உங்கள் வாழ்க்கையைப் பார்த்துக் கொள்ளத் துவங்கி விட்டால் நான் விருப்ப ஓய்வு பெற்று

என் பாட்டுக்கு படித்துக்கொண்டும் எழுதிக்கொண்டும் என் விருப்பத்திற்கேற்ப இருப்பேன் என. ஓரிரு வருடங்களுக்குள் அந்த மாதிரியான வாய்ப்பும் அமையலாம். இந்தச் சந்தர்ப்பத்தில் கூட அப்படி நினைத்தேன். எனக்குப் பல வெளிநாட்டு அழைப்புகள் வருகின்றன, வெளி மாநிலங்களிலிருந்து கூப்பிடுகிறார்கள். நிறைய எழுதக் கேட்கிறார்கள். அல்லது இது போன்ற நேர்காணல்கள். இப்படி ஏதாவது இருந்துகொண்டே இருக்கிறது.

இதற்கிடையே கல்லூரிக்கு வேலைக்குப் போவது என்பது நெருக்கடியாகத்தான் இருக்கிறது. இப்போது கல்லூரி முதல்வருக்கு அடுத்த நிலையில் இருக்கிறேன். அதனால் கொஞ்சம் வேலைகள் அதிகம். என்னுடைய இயல்பு ஒரு பொறுப்பை நான் எடுத்துக் கொண்டால் அதைச் சிறப்பாகச் செய்யவேண்டும் எனக் கவனம் செலுத்துவேன். மேலோட்டமாகச் செய்வது என்பதோ பட்டும் படாமல் இருப்பது என்பதோ எனக்குப் பழக்கமில்லை. பெரும் பாலும் பொறுப்பு எடுத்துக் கொள்ள மாட்டேன். ஒருவேளை எடுத்துக் கொண்டால் அதைச் சரியாக நிறைவேற்றவேண்டும் என்றுதான் முயற்சி செய்வேன். அதுவும் ஒரு பலவீனம்தான். அதனாலும் நேரம் கிடைப்பது சிரமமாக இருக்கிறது.

அதனால்தான் விருப்ப ஓய்வு வாங்கிக் கொள்ளலாமா என யோசித்தேன். ஆனால் நண்பர்கள், ''பிள்ளைகள் செட்டிலாகட்டும், அவசரப்படாதீர்கள், குடும்பத்துக்கான பொருளாதாரத் தேவைகள் இருக்கும்'' என்று சொன்னதால் அத்திட்டத்தைத் தள்ளிப் போட்டிருக் கிறேன். நான் நினைப்பது போல் பிள்ளைகளின் வாழ்க்கை அமைந்து விட்டால் விருப்ப ஓய்வு வாங்கிக் கொள்வேன். முழு நேரமாகப் படிக்க, எழுத இருப்பது, விருப்பமான இடங்களுக்குப் போவது என நேரம் செலவழிக்கவேண்டும் என்பதே விருப்பம்.

வயதாகும்போது வேலைப்பளு குறைந்து விடும் என நினைக்கிறோம். அப்படி அல்ல. அது கூடுதலாகிறது. வயதாகும் போதுதான் முக்கிய பொறுப்புகள் வருகின்றன. குடும்பப் பொறுப்புகளும் சரி, வேலைப் பொறுப்புகளும் சரி. அது ரொம்ப சங்கடமானதாகத்தான் இருக்கிறது.

கவிதை, சிறுகதை, நாவல், கட்டுரை இவை ஒவ்வொன்றிலும் சிறந்து விளங்குவதாய் நீங்கள் கருதும் இளம் தலைமுறை எழுத்தாளர்கள் ஓரிருவரைச் சொல்லுங்கள்.

கவிஞர்களில் இப்போது எழுதுபவர்களில் இசை அவர்களின் கவிதை எனக்கு ரொம்பப் பிடித்தமானதாக இருக்கிறது. சமீபத்தில் சபரிநாதனுடைய கவிதைகள் எனக்கு ரொம்பப் பிடிக்கிறது. அவரது கவிதைகளில் இன்னும் கொஞ்சம் எடிட்டிங் இருந்தால் நன்றாக

இருக்கும் எனப் படுகிறது. மாலதி மைத்ரியின் கவிதைகளும் எனக்குப் பிடிக்கும். அவர்களுடையது பெரும்பாலானவை அரசியல் கவிதைகள்.

சிறுகதைகளில் என். ஸ்ரீராமின் கதைகளும், பா. திருச்செந்தாழையின் கதைகளும் எனக்குப் பிடித்தமானதாக இருக்கின்றன. கணேசகுமாரன், கே.என். செந்தில் இவர்களின் கதைகளையும் விரும்பிப் படிக்கிறேன்.

கடந்த இரண்டு மூன்று ஆண்டுகளில் வெளியான நாவல்களில் நான் நிறையப் படிக்கவில்லை. அந்த மாதிரி மனநிலை இல்லை. படித்ததில் கீரனூர் ஜாகிர்ராஜா, தமிழ்மகன் ஆகியோரது நாவல்கள் எனக்குப் பிடித்தன. முருகவேள், நக்கீரன் இவர்களின் நாவல்கள் இன்னும் நான் படிக்கவில்லை. லக்ஷ்மி சரவணக்குமார் எழுதிய 'கானகன்' கூட இன்னும் நான் வாசிக்கவில்லை.

இப்போது எழுதும் கட்டுரையாளர்களில் நான் முக்கியமானவர் களாகக் கருதுவது ஆ.இரா. வேங்கடாசலபதி மற்றும் பழ. அதியமான். அவர்களின் ஆய்வுக் கட்டுரைகள் தமிழுக்கு மிக முக்கியமான பங்களிப்பாக இருக்கின்றன. இப்போது ஆத்மாநாம் பற்றி நூல் எழுதிய கல்யாணராமனின் பார்வைகளும் ரொம்ப முக்கியமானதாகக் கருதுகிறேன். சலபதியும், அதியமானும் நவீன இலக்கியத்தைத் தொட்டுக் கொண்டாலும் மரபான பார்வை கொண்டவர்கள். ஆனால் கல்யாணராமன் நாவல், கவிதை சார்ந்து மிக நவீனமான பார்வையை முன்வைப்பவராக இருக்கிறார்.

வட்டார இலக்கியத்தில் பெண்கள் அதிகமாகப் பங்களிக்கவில்லை என நினைக்கிறேன். குறிப்பாய் ஏதும் காரணம் இருக்கும் என நினைக்கிறீர்களா?

வட்டார இலக்கியத்தில் என்று மட்டுமில்லை, பொதுவாகவே கவிதைகளோடு ஒப்பிடுகையில் புனைவுகளில் பெண்களின் பங்களிப்பு குறைச்சலாகத்தான் இருக்கிறது. அதற்கான காரணங்கள் பற்றிப் பலவிதமாகப் பேசி இருக்கிறார்கள். அம்பை, உமா மகேஸ்வரி, பாமா, சிவகாமி இது மாதிரி சிலருடைய பங்களிப்பு இருக்கிறது. இதில் பாமா, சிவகாமி ஆகியோருடையது வட்டார வழக்கில் அமைந்தவை தாம்.

உங்கள் எழுத்தில் குறிப்பிடத்தக்க ஒன்று இலக்கணச் சுத்தமான மொழி. அரிதாய் எங்கேனும் தென்படும் ப்ரூஃப் ரீடர் விடுபடல்கள் தவிர்த்து பிழைகளே இல்லாத எழுத்து உங்களுடையது. ஒரு தமிழ்ப் பேராசிரியராக இது இயல்புதான் என்றாலும் நம் சூழலில் அப்படியும் நம்பிச் சொல்லி விடுவதற்கில்லை. இன்று சந்திப் பிழைகள் இல்லாமல்

எழுதுவதே பெருஞ்சாதனை என்றாகி விட்ட நிலையில் இப்படிச் சுத்தபத்தமாக இருப்பது வியத்தலுக்குரியது. அதைப் பற்றி ஏதேனும் சொல்ல விரும்புகிறீர்களா?

மொழி பற்றி ரொம்பக் கவனமெடுத்துக் கொள்ளும் ஒருவன் நான். படிக்கும் காலத்திலிருந்தே அதில் அக்கறை உண்டு. அதன் பிறகு தொடர்ந்து மன ஓசை, குதிரை வீரன் பயணம் போன்ற பத்திரிகைகளில் பணியாற்றியது அதற்கு உதவியது. குறிப்பாய் மன ஓசையில் பணியாற்றியபோது பா. செயப்பிரகாசம் அவர்கள் மூலம் மெய்ப்புப் பார்த்தலை நன்கு கற்றுக் கொண்டேன். அந்த அடிப்படையிலும் எனக்கு மொழியில் பிழைகள் வாரா. இப்போது எனக்கு நட்பாக இருக்கும் வட்டத்தில் வேங்கடாசலபதி, ராமன், பழ. அதியமான், காசி. மாரியப்பன் இவர்கள் மொழியில் கவனம் எடுத்துக் கொள்பவர்கள். நான் சார்ந்திருக்கும் காலச்சுவடும் மொழிப் பிழையில்லாமல் நூல்கள் கொண்டு வரவேண்டும் என்பதில் கவனம் எடுத்துக் கொள்ளும் ஒரு பதிப்பகம். இந்தக் காரணங்கள் எல்லாமும் சேர்ந்து என் மொழியைத் தீர்மானிக்கின்றன.

முதல் ட்ராஃப்ட் எப்படி வருகிறதோ அப்படி எழுதி விடுவேன். அதிலேயே பெருமளவுக்கு எனக்குப் பிழைகள் வராது. இன்னொரு முறை பார்க்கும்போது கைதவறி வந்தவை, தட்டச்சு செய்யும்போது ஏற்படும் பிழைகள் இவற்றை எல்லாமும் திருத்தி விடுவேன்.

எழுத்துப் பிழையுடன் இலக்கணப் பிழையுடன் எழுதுவதை குற்றமாக, குறையாகக் கருதாத ஒரு தலைமுறை உருவாகி விட்டது. சந்தி என்ற ஒன்றே அழிந்து விட்டது என்றுதான் சொல்லவேண்டும். சிலர் மொழியின் பரிணாம வளர்ச்சியாகக் கூட அதைச் சொல்லத் தொடங்கி இருக்கிறார்கள். பொதுமக்கள் மட்டுமல்ல, ஊடகங்களே இதைப் பெரிதாக எடுத்துக் கொள்வதில்லை. இன்று எந்த வெகுஜன இதழின் எந்தப் பக்கத்தை எடுத்தாலும் அதில் பத்துப் பிழைகள் கண்டுபிடிக்க முடியும் என்பதுதான் நிலை. முன்பு நீங்கள் வேலை பார்த்த ஓர் இதழில் சந்திப் பிழைகளைத் திருத்த வேண்டாம் என்று கூடச் சொன்னார்கள் என எழுதி இருக்கிறீர்கள். ஒரு தமிழ்ப் பேராசிரியராக இது பற்றி நீங்கள் என்ன நினைக்கிறீர்கள்?

இது ஆரோக்கியமானதல்ல. ஒருவர் தன் தாய்மொழியைத் தரமாகவும் சரியாகவும் பயன்படுத்துவதில் அக்கறை கொண்டிருக்க வேண்டும். அதுதான் மொழியை மேலெடுத்துச் செல்லும். நீங்கள் சொல்வது போல் இன்று ஊடகங்கள், எழுத்தாளர்கள் பயன்படுத்தும் மொழியில் ஏராளமான பிழைகள் இருக்கின்றன.

போன தலைமுறையில் நீங்கள் அப்படிப் பார்க்க முடியாது. எந்த எழுத்தாளருடையதை எடுத்தாலும் அவ்வளவு இலக்கணச் சுத்தமாக இருக்கும். அதில் அவர்கள் கவனமெடுத்துக் கொண்டார்கள். இன்று அப்படி இல்லை. இவ்வளவு பிழைகளோடு எழுதும் எழுத்தாளர்களை என்னால் வாசிக்க முடிவதில்லை. சில எழுத்தாளர்களை வாசிப்பதைத் தள்ளிப் போடுவதற்குக் கூட அது காரணமாய் இருக்கிறது. ஒரு பத்தி, இரு பத்தி படித்தால் இம்மாதிரி நெருடலான பிழைகள் வந்தால் அதற்கு மேல் என்னால் தாண்டிப் போக முடியவில்லை. எவ்வளவுதான் பிழைகளைக் கவனிக்காமல் எழுத்துக்குள் போகவேண்டும் என நினைத்தாலும் கூட அதன் உள்ளே போக முடிவதில்லை.

இன்று நல்ல மொழியைப் பயன்படுத்துபவர்களும் இருக்கிறார்கள். அவர்கள் சென்ற தலைமுறையிலிருந்து இயங்கி வருபவர்கள். உதாரணமாய் நாஞ்சில் நாடன், பிரபஞ்சன், சுகுமாரன் போன்றவர்கள் பிழையில்லாமல் எழுதுவதைப் பார்க்க முடியும். இப்போது வந்தவர்களிலும் சிலர் அப்படி இருக்கிறார்கள். கல்யாணராமன், பா. சரவணன் போன்றவர்கள். நவீனக் கவிஞர்களில் கூட இசையிடம் நீங்கள் அப்படிப் பிழைகள் பார்க்க முடியாது. கவிஞர்கள் பலரிடம் ஒரு சொல்லை எப்படிப் பயன்படுத்தவேண்டும் என்பதில் கூட கவனம் இல்லை. இசை, ஸ்ரீநேசன் போன்ற மிகச் சிலரிடம்தான் அந்தக் கவனம் இருக்கிறது. இந்த விஷயங்கள் வளரவேண்டும் என நினைக்கிறேன்.

மொழியில் மாற்றங்கள் ஏற்படும். அவை இயல்பானவையாக இருக்கவேண்டும். அப்படி அல்லாமல் நம்முடைய புலமைக் குறைபாட்டினால், அறிவுக் குறைபாட்டினால் ஏற்படும் மாற்றங்களாக அவை இருக்கக்கூடாது. ஆங்கிலத்தில் எழுதும்போது மொழிக்கு எவ்வளவு கவனம் எடுத்துக் கொள்கிறார்கள், ஒரு சிறுபிழை கூட வந்துவிடக் கூடாது என. எழுத்துப் பிழை வந்துவிடக் கூடாது, டென்ஸ் மாறி விடக்கூடாது என எவ்வளவு அக்கறை எடுத்துக் கொள்கிறார்கள். அது மாதிரியான ஒரு கவனம் நம்முடைய மொழியிலும் இருக்கவேண்டும் என நினைக்கிறேன். அந்த மாதிரி கவனம் எடுத்துக் கொண்டால் நவீன இலக்கியம் இன்னும் பரவலான வாசகர்களைப் போய்ச் சேரும் என நினைக்கிறேன்.

இன்றைக்கு இருக்கும் கவிதை மொழி பல பேரிடம் ரொம்பத் திருகலாக இருப்பதற்குக் காரணம் இந்த மொழி பற்றிய அக்கறையின்மைதான். சொற்களை ரொம்ப அருமையாகப் பயன்படுத்துகிறார்கள். ஆனால் தொடர்களை அமைக்கும் முறை, சொற்களை முன் பின் போடுவது இது மாதிரியான சின்னச் சின்னக் குறைபாடு

களால் அக்கவிதைகள் பரவலாய் வாசகர்களிடம் போய்ச் சேருவதில்லை. அவர்கள் ஒன்றும் புரியவில்லை என்றும் இருண்மையாக இருக்கிறது என்றும் சொல்லி கவிதை வாசிப்பையே புறக்கணிக்கும் சூழல் நிலவுகிறது. அதற்குக் காரணம் மொழி பற்றிய கவனமின்மைதான் என நினைக்கிறேன்.

மொழியில் இன்னும் கவனம் எடுத்துக் கொண்டால் நவீனக் கவிதை யின் வாசகர்கள் கூடுவார்கள் என்பதில் எனக்கு எந்தச் சந்தேகமும் கிடையாது. அதனால் நாம் பிழையான மொழியை நியாயப்படுத்திக் கொண்டே இருக்க வேண்டியதில்லை. மொழியை நல்லவிதமாகப் பயன்படுத்தினால் வாசகத்தன்மை கூடும் என்பதையும் மனதில் வைத்துக்கொண்டு இதைப் பார்க்கவேண்டும் என நினைக்கிறேன்.

விளக்கு விருது, கதா விருது, கனடா இலக்கியத் தோட்ட விருது ஆகிய முக்கிய விருதுகளைப் பெற்றிருக்கிறீர்கள். போதுமான அங்கீகாரம் பெற்று விட்டதாய் நினைக்கிறீர்களா? சாஹித்ய அகாதமியோ தமிழக அரசின் விருதுகளோ உங்களுக்கு அளிக்கப்படவில்லை என்பதைப் பிழையாகவே பார்க்கிறேன்.

இந்த விருதுகள் பற்றியான ஆர்வம் எனக்குக் கிடையாது. விருது களைப் பெறவேண்டும் என்றோ, அதைப் பெறுவதால் என் பிம்பம் கூடி விடும் என்றோ எண்ணம் கிடையாது. முக்கியமானதாக தமிழில் அங்கீகாரம் பெற்றிருக்கும் பல விருதுகளை எனக்கு அளித்திருக்கிறார்கள். இப்போது கிடைத்திருக்கும் அங்கீகாரத்தில் முழு மனநிறைவோடும் திருப்தியோடும் இருக்கிறேன். இன்னும் சொல்லப் போனால், என் தரத்திற்கு மேற்பட்டு எனக்கு அங்கீகாரம் கிடைத்திருப்பதாகக்கூட எனக்குத் தோன்றுவதுண்டு.

நீங்கள் உங்களை தமிழராகவோ இந்தியராகவோ உணர்கிறீர்களா? சமீபத்தில் தமிழக விவசாயிகளை இந்திய அரசு ஒடுக்குவதான குற்றச்சாட்டுகள் எழுந்திருக்கின்றன. தில்லியில் விவசாயிகள் நடத்திய நிர்வாணப் போராட்டம் அதன் உச்சம். விவசாயப் பின்புலம் கொண்டவரான உங்கள் கருத்து என்ன?

நான் முதலில் தமிழன்தான். அந்த உணர்வுதான் எனக்கு இருக்கிறது. அடுத்ததுதான் இந்தியன். நான் இந்தியனாக இருக்கவேண்டுமா வேண்டாமா என்பதை நான் தீர்மானிக்க முடியாது. அதை மற்றவர்கள்தான் தீர்மானிக்கவேண்டும். ஆனால் தமிழனாக இருப்பதை நான் தீர்மானிக்க முடியும். அதில் எனக்கு எந்தத் தயக்கமும் கிடையாது. விவசாயிகள் பிரச்சினை என்பதில் மாநில அரசும் பல பிரச்சினைகளைத் தீர்க்க வேண்டி இருக்கிறது, மத்திய அரசும் தீர்க்க வேண்டி இருக்கிறது.

உண்மையில் நாம் ஒரு விவசாய நாடாக இருந்தாலும் கூட விவசாயிகள் மேலும் விவசாயத்தின் மீதும் நம்முடைய அரசுகளுக்குப் பெரிய அக்கறையோ கவனமோ இல்லை. பன்னாட்டு நிறுவனங்கள், தொழில் துறைகள் இவற்றில் செலுத்தும் கவனத்தில் ஒரு குறைந்த பட்சப் பங்கைக் கூட விவசாயத்தின் மீது அரசுகள் செலுத்துவதில்லை. அதனால்தான் இன்று இவ்வளவு பெரிய சிக்கல்கள் ஏற்பட்டிருக் கின்றன.

விவசாயம் லாபகரமான தொழிலாக இருக்கவேண்டும். அதே சமயம் அது நம் மரபுக்கேற்ற விவசாயமாகவும் இருக்கவேண்டும். நம்முடைய மண்ணையும், நீர் வளங்களையும் காப்பாற்றும் விவசாயமாகவும் இருக்கவேண்டும். அந்த விவசாயிகளின் வாழ்க்கை சிறப்பாக இருக்க வேண்டும்.

அதற்கான சூழல் இங்கே இல்லை. அதில் அக்கறை செலுத்தும் ஆட்சியாளர்கள் இல்லை. அப்படி அக்கறை செலுத்துவதற்கு நிர்ப்பந்தம் கொடுக்கும் அளவு விவசாயிகளும் ஒற்றுமையோடு இல்லை. அவர்களிடமும் கட்சி சார்ந்து, சாதி சார்ந்து பலவிதமான பிரிவினைகள் இருக்கின்றன. அது ஆட்சியாளர்களுக்கு ரொம்ப வசதியாக இருக்கிறது என நினைக்கிறேன்.

சமீபத்தில் காலச்சுவடு நடத்திய சிறுகதைப் பயிலரங்கு ஒன்றில் பங்கு கொண்டீர்கள். அப்படியான விஷயங்கள் வளரும் எழுத்தாளனுக்குப் பயனளிக்குமா?

எழுத வருபவர்களுக்கு அந்த மாதிரி பயிலரங்குகள் ரொம்ப உதவியாக இருக்கும். நம் மரபில் ‘கருவிலே திரு’ என நினைத்து விடுகிறார்கள். எதையுமே கற்றுக் கொள்ள வேண்டியதில்லை, எல்லாமே தானாக வருவது என்று நினைக்கிறார்கள். அது ரொம்பத் தவறானது. ஓர் எழுத்தாளர் எழுதத் தொடங்கிய காலத்துக்கும், பத்து, பதினைந்து ஆண்டுகாலம் எழுதியதற்குப் பின்பும் எழுத்தில் இருக்கும் வேறுபாட்டை நாம் பார்க்க முடியும். கருவைத் தேர்ந்தெடுப்பது, மொழியைப் பயன்படுத்துவது எல்லாவற்றிலும் மாற்றங்கள் இருக்கும். முதல் நூலாக இருந்தாலும் அதற்கு முன்பாக அவர்கள் என்னவெல்லாம் எழுதினார்கள் என்பது முக்கியமானது. அதனால் இலக்கியப் படைப்பு என்பதற்கும் பயிற்சிகள் வேண்டும்.

அதிலும் கற்றுக் கொள்வதற்கு நிறைய விஷயங்கள் இருக்கிறது என்பதுதான் என் பார்வை. அந்த அடிப்படையில் பயிலரங்குகள் நிறையத் தேவை. வெளி நாடுகளில் Creative Writing-கிற்கு கோர்ஸ் வைத்திருக்கிறார்கள். கொரியாவுக்குப் போயிருந்தேன். அங்கே ரெசிடன்ஸியில் தங்கியிருக்கும் ஓர் எழுத்தாளர், 70 வயதுக்காரர், ஆறு

மாதங்கள் கோர்ஸ் படித்தேன், பிறகு இப்போது ஒரு புத்தகம் எழுதலாம் என வந்திருக்கிறேன் என்றார். இதுவரை அவர் புத்தகம் எழுதியதில்லை. அதெல்லாம் ரொம்ப அவசியம்.

அது மாதிரி எழுத்தாளர்களை உருவாக்க முடியும். எழுத்தில் ஆர்வம் உள்ளவர்கள் தம் எழுத்தை வளர்த்துக் கொள்ளப் பயிலரங்குகள் பயன்படும். இங்கே அதெல்லாம் நடத்துவதற்கான சாத்தியம் இல்லை. நடத்தினாலும் இதில் என்ன கற்றுக்கொள்ள முடியும் என்ற அசட்டைப் பார்வை இருக்கிறது. அறிவுபூர்வமாக ஒன்றைக் கற்றுக் கொள்வது, பயிற்சி எடுப்பது என்பதே நம் சமூகத்தில் இல்லாத ஒரு விஷயமாக இருக்கிறது. அதனால் நிறைய நடக்கவேண்டும் என்பதுதான் என் விருப்பம். நான் மொழிநடைப் பயிலரங்குகள், சிறுகதைப் பயிலரங்குகள் நடத்தி இருக்கிறேன். அவை எல்லாம் பயன்படுவதாக இருந்திருக்கின்றன. நிறையப் பேர் அதில் கற்றுக்கொண்டு வந்தவர்கள் இருக்கிறார்கள்.

சங்கம் ஹவுஸ் அமைப்பின் Writers' Residency நிகழ்வில் கலந்து கொண்டு உங்கள் நாவலின் சில பகுதிகளை எழுதினீர்கள் அல்லவா? அந்த அனுபவம் பற்றிச் சொல்லுங்கள். அது எந்தவகையில் உங்கள் எழுத்துக்கு உறுதுணையாக இருந்தது? அதாவது உங்கள் வீட்டுச் சூழலில் எழுதுவதற்கும் அதற்குமான வித்தியாசம் என்ன? ஒருவேளை நீங்கள் இள வயதில் வீடு என்பதையே திறந்த ஒரு வெளியாக அனுபவித்திருக்கும் மனநிலைக்குத் திரும்பும் சாத்தியத்தை அளித்ததா?

அந்த மாதிரி ரெசிடன்ஸியில் இருந்து எழுதுவது என்பது சுதந்திரமான மனநிலையைக் கொடுக்கிறது. அங்கே எழுதுவதும் எழுதாது இருப்பதும் உங்களுடைய விருப்பம். ஆனால் அங்கு நமக்கு வேறு வேலைகள் ஏதும் இல்லை. வீட்டில் இருந்தால் நாம் அன்றாட அலுவல்கள் என்று பார்க்கும் விஷயங்கள் எதுவுமே செய்ய வேண்டிய தில்லை. முழுக்க முழுக்க நீங்கள் உருவாக்க நினைக்கும் படைப்பில் உங்கள் மனதைச் செலுத்த முடியும். அதற்காக யோசிக்க முடியும், எழுத முடியும். ஆக முழு நேரம் நீங்கள் ஒரு படைப்பு மனநிலையி லேயே இருப்பது என்பது அற்புதமான அனுபவம். நேரம் முழுக்க அதற்காகவே கொடுக்கும் காரணத்தால் எதிர்பார்த்ததை விட மேலானதாக ஒரு படைப்பை உருவாக்க முடியும். நிறையப் பக்கங்களை எழுத முடியும். அதற்கான வாய்ப்புகளை அந்த ரெசிடன்ஸி அனுபவம் தருகிறது.

இன்னொன்று ரெசிடன்ஸியில் பல எழுத்தாளர்கள் வந்து தங்குகிறார் கள். சிலவற்றில் எழுத்தாளர்கள் சந்தித்துப் பழகுவதற்கான பொது நேரம் ஒதுக்குவார்கள். மற்ற நேரங்களில் அவர்கள் ஒருவரை ஒருவர் பணிகளில் தொந்தரவு செய்து கொள்ளக்கூடாது என்பதால். அவர்கள்

எழுதும் முறை, கருவைத் தேர்ந்தெடுப்பது, அதற்குப் படும் சிரமங்கள் போன்ற அனுபவப் பகிர்வுகள் பயன்படுவதாய் இருக்கும்.

சிறுகதைத் தொகுதிகளை விட நாவல்கள் அதிகம் எழுதியிருப்பதைப் பற்றிய ஒரு கேள்விக்கு ''ஒரு சிறுகதை அல்லது கவிதையை ஒரு நாவலுக்கு இணையாகக் கருதுகிறேன்'' என்று சொல்லியுள்ளீர்கள். சிந்தை, நேரம், உழைப்பு என்ற மூன்று அடிப்படையிலேனும் நாவல் சிறுகதை, கவிதையை விட சிரமமானது. 200 கவிதைகளை சில மாதங்களில் எழுதினீர்கள், அப்படி 200 நாவல் எழுத முடியாதே?

அது எழுத முடியாதுதான். ஆனால் சிறுகதை எழுதுவது என்பதுமே ரொம்பக் கடினமான விஷயம்தான். சிறுகதைக்கு ரொம்பச் செறிவான ஒரு வடிவம், அதற்கு உட்பட்டு எழுதுவது என்பது சிக்கலானது.

தமிழ் மின்னிதழின் பெருமாள்முருகன் சிறப்பிதழ் ஒன்றரை ஆண்டுகள் முன் வெளியானபோது எல்லோரையும் போல் நீங்கள் மீண்டும் எழுத வரவேண்டும் என்ற கோரிக்கையை நம் மின்னஞ்சல் உரையாடலில் முன்வைத்தேன். அதற்கு ''இப்போது நிதானமாகப் பார்க்கும்போது நிறையவே எழுதி இருப்பது தெரிகிறது. ஆகவே எழுதியது போதும் என்றும் தோன்றுகிறது'' என்று சொன்னீர்கள். இப்போதும் அப்படி நினைக்கிறீர்களா? (முன்பு பதாகை மின்னிதழுக்கு அளித்த பேட்டியில் ''நிறைவு ஏற்பட்டுவிடக் கூடாது என்றே நினைக்கிறேன்'' என்று குறிப்பிட்டிருந்தீர்கள்.)

அப்போது போதும் என்று தோன்றியது உண்மைதான். மறுபடியும் 'கோழையின் பாடல்கள்' இதெல்லாம் எழுதினேன். கார்ல் மார்க்ஸ் சொன்னது மாதிரி பட்டுப்பூச்சி கூடு கட்டுவது என்பது அதன் இயல்பு. அந்த இயல்பு எங்கிருந்து வந்தது என்று நாம் சொல்ல முடியாது. அது போலத்தான் படைப்பு என்பதும். அதனால் அது என் இயல்பாக மாறிப் போய் விட்டது என்பதை என்னால் இப்போது உணர முடிகிறது. எழுதுவதை அவ்வளவு சுலபத்தில் என்னால் விட்டு விட முடியாது என்றுதான் நினைக்கிறேன்.

கருத்துச் சுதந்திரத்துக்குப் பிரச்சினை வரும்போது எழுத்தாளர்கள் தேசத்தை விட்டு வெளியேறுவர். சல்மான் ருஷ்டி, எம்எஃப் ஹுசைன், தஸ்லிமா நஸ்ரின் எனப் பல உதாரணங்கள் சொல்லலாம். கமல் ஹாசன் கூட 'விஸ்வரூபம்' திரைப்பட வெளியீட்டுப் பிரச்சினையில் ''நாட்டை விட்டுப் போவதைத் தவிர வேறு வழியில்லை'' என்று குறிப்பிட்டார். 'மாதொருபாகன்' பிரச்சினையின் எத்தருணத்திலாவது நாட்டை விட்டு வெளியேறி வேறு நாட்டில் குடியேறி விடலாம் எனத் தோன்றியிருக்கிறதா?

அப்படி எல்லாம் தோன்றவில்லை.

உங்கள் அடைப்பை உடைத்த படைப்பு 'ஆயிரமாயிரம்' கவிதை என்பதைப் பதிவு செய்திருக்கிறீர்கள். அந்தக் கவிதை எழுதிய மனநிலையிலிருந்து இன்று வெகுதூரம் வந்து விட்டீர்கள் என்பதைப் பார்க்கிறேன். உயர்நீதிமன்றத் தீர்ப்பு, 'கோழையின் பாடல்கள்', 'பூனாச்சி' நாவல், மற்ற நூல்கள் மறுபதிப்பு, தடம் நேர்காணல், இப்போது தமிழ் மின்னிதழ் நேர்காணல் என்று பழைய இயல்பை நோக்கிய பல நகர்வுகள். இன்று அக்கவிதையை எழுதினால் ''ஆயிரமாயிரம் வழிகள் ஆயிரமாயிரம் அடைப்புகள்'' என்ற வரிசையை மாற்றி ''ஆயிரமாயிரம் அடைப்புகள் ஆயிரமாயிரம் வழிகள்'' என்று எழுதுவீர்கள் என நம்புகிறேன்.

(சிரிக்கிறார்.) இருக்கலாம்.

Warm-up செய்து தொடங்கியது போல் cool-down செய்யும் கேள்வி ஒன்றுடனே முடித்துக் கொள்வோம். புதிதாய் எழுதுபவர்களுக்கு என்ன சொல்ல விரும்புகிறீர்கள்?

எல்லோரும் சொல்வது மாதிரிதான். நிறைய வாசியுங்கள்; குறைவாக எழுதுங்கள்!

''பேசற வாயும் திங்கற வாயும் ஒன்னுதான். ஆனாலும் எல்லாத்தயும் பேசீர முடியுமா? இல்ல, எல்லாத்தையும் தின்னர முடியுமா?'' என்பது போல் கொங்கு வட்டார மணம் கமழும் வசனங்கள் 'பூனாச்சி' நாவலில் ஆங்காங்கே உண்டு. அப்பகுதி மக்கள் நினைப்பு என்னவோ ஆனால் உங்கள் மனதை அந்த மண்ணிலிருந்து பிரிக்க முடியாது போல! நீங்கள் அசுரலோகம் நாடினாலும் உங்கள் மனம் கொங்கு மண்ணிலேயேதான் கிடந்து துடிக்கிறது! நீங்கள் சொல்லி விட்டீர்கள் ''இனிமேல் பழைய பெருமாள்முருகன் இல்லை'' என்று. ஆனால் வாசக எதிர்பார்ப்பு என்பது நீங்கள் பழைய சுதந்திரத்துடன், அதே படைப்பு முனைப்புடன் செயல்படவேண்டும் என்பதுதான். அதற்கு வாழ்த்துகிறேன்!

(சிரிக்கிறார்.) ரொம்ப நன்றி. உங்கள் விருப்பத்தை நிறைவேற்றுவோம்.

•

(தமிழ்: இளவேனில் - 2017 இதழில் வெளியானது)

www.ingramcontent.com/pod-product-compliance
Lightning Source LLC
LaVergne TN
LVHW060428051026
849518LV00002B/365